അയനാന്തരങ്ങൾ

വർഗീസ് കരിമ്പിൽ (വർഗീസ് കെ ജെ.) 1984ൽ ജനനം. പിതാവ്: കെ സി. യോഹന്നാൻ കരിമ്പീച്ചിയിൽ, മാതാവ് ഏലിയാമ്മ. വയനാട് ജില്ലയിലെ തൊണ്ടർനാട് പഞ്ചായത്തിൽ കരിമ്പിൽ താമസിക്കുന്നു. മാനന്തവാടി കോ-ഓപ്പറേറ്റീവ് കോളേജിൽ ഇംഗ്ലീഷ് വിഭാഗം അധ്യാപകനായി ജോലി ചെയ്യുന്നു. സഹോദരി ജെസി. കെ ജെ.

വർഗീസ് കരിമ്പിൽ

അയനാന്തരങ്ങൾ

നോവൽ

മാക്സ് ബുക്സ്
2023

Ayanantharangal
***By* Vargheese Karimbil**
Malayalam Novel

Published by:-
MAX BOOKS
Maxlive Media Solutions Pvt Ltd.
Muppathiyil Building, Muttambalom Post,
Kanjikuzhy, Kottayam 686 004
maxlivemediasolutions@gmail.com
maxbookskerala@gmail.com
Ph: 90740 98776

Cover Design: Maxlab
Pic Courtsey: Freepik

Printed in India
at Max, Kottayam

Edition:
First Editon May 2023
Copies: 1000

ISBN: 978-93-91085-41-4

പ്രസാധകക്കുറിപ്പ്

ജീവിതത്തെ എങ്ങനെയാണ് നിർവചിക്കേണ്ടത്. എല്ലാ നിർവചനങ്ങൾക്കുമപ്പുറത്താണത്. എല്ലാം പ്രവചനാതീതം. നമുക്ക് ചുറ്റുമുള്ള മനുഷ്യരിലേക്ക് നോക്കുമ്പോൾ അതു കൂടുതൽ വ്യക്തമാകും. അപ്പോഴാകും നമ്മൾ സ്വയം വിലയിരുത്താൻ ആരംഭിക്കുന്നത്. ഈ നോവൽ മുന്നോട്ടുവെക്കുന്ന പ്രമേയവും അത്തരത്തിലൊന്നാണ്. വർഗീസ് കരിമ്പിൽ എന്ന നോവലിസ്റ്റിനെ മലയാള നോവൽ സാഹിത്യത്തിലേക്ക് മാക്സ് ബുക്സ് അഭിമാനത്തോടെ അവതരിപ്പിക്കുകയാണ്. ഈ നോവലിന്റെ പശ്ചാത്തലവും പ്രമേയവുമൊക്കെ ഏറെ പുതുമനിറഞ്ഞതാണ്. ആ അർത്ഥത്തിൽ വായനയുടെ വേറിട്ട തലങ്ങളിലേക്ക് വായനക്കാരെ നോവലിസ്റ്റ് കൈപിടിച്ചു നടത്തുന്നു. സ്വീകരിച്ചാലും...

അജീഷ്ചന്ദ്രൻ
പ്രസാധകൻ

"LIfe is never fair,
and perhaps it is a good thing for most of us
that it is not."

-Oscar Wilde

ആമുഖം

ആപേക്ഷീകമെങ്കിലും ഒരർത്ഥത്തിൽ നാമെല്ലാവരും കാറ്റ് പോലെയാണ്, സ്വന്തം ഇച്ഛയ്ക്ക് അനുസരിച്ച് വീശുന്നുവെന്നു നാം കരുതുന്നു പക്ഷെ ജീവിതത്തിന്റെ ഗുരുത്വലഘുത്വങ്ങൾ നമ്മുടെ സഞ്ചാരപാതയെ നിശ്ചയിക്കുന്നു. മാനസാകാശത്തിൽ സഞ്ചരിക്കുന്ന സർഗ്ഗശേഷിയുള്ള ദാർശനീകമനസ് ഭാവനയുടെയും ചിന്തയുടെയും ശ്യാമ, ശ്വേതമേഘങ്ങളിൽ സ്വയം തിരയുന്നു. ഒരു പക്ഷെ ആ തിരച്ചിൽ ചെന്നെത്തുന്നത് സ്വയമേവ ഉയർത്താൻ കഴിയാത്തത്ര ഭാരമാർന്ന ഉത്തരങ്ങളിലേക്കാവാം. ഞാനും സ്വയം തിരയുകയാണ്.

ഈ ഉദ്ധ്യമത്തിന് എന്നെ പ്രചോദിപ്പിച്ച എന്റെ പ്രീയ സുഹൃത്തുക്കളെയും മാനന്തവാടി കോ ഓപറേറ്റീവ് കോളേജിലെ എന്റെ സഹപ്രവർത്തകരെയും വിശിഷ്യാ എനിക്കാവശ്യമായ സഹായങ്ങൾ ചെയ്തുതന്ന എന്റെ ഗുരുനാഥനും സഹപ്രവർത്തകനുമായ ശ്രീ പി കെ സുധീർ മാഷിനെയും നന്ദിയോടെ സ്മരിക്കുന്നു.

എന്നിലെ എഴുത്തുകാരൻ നിറമോ സുഗന്ധമോ ഇല്ലാതെ, കറുപ്പിലും വെളുപ്പിലും മാത്രമായി പടർന്നുകയറിയ ഒരു സ്വപ്നചിത്രംപോലെ, നീരവം മറവി പൂത്ത അലസകവിമനസ്സിൽ നിന്ന് ജീവിതത്തിന്റെ ഇടവഴിയിലെവിടെയോ നഷ്ടമായ ഒരു ഒറ്റവരിക്കവിതപോലെ ഏകനാണ്. എഴുതപ്പെടുവാൻ ചുമരുകളില്ലാതെ, അക്ഷരങ്ങളെ കൂട്ടിക്കെട്ടിമെടുത്ത്, തന്നിലേക്ക് തന്നെ ഒതുങ്ങിയ, വായിക്കപ്പെടാത്ത ഒരു ഒറ്റവരിക്കവിത പോലെ ഏകൻ..! വായിക്കപ്പെടണമെന്ന അദമ്യമായ ആഗ്രഹത്തോടെ എന്റെ ഏകാന്തതയിലേക്ക് ഞാൻ നിങ്ങളെ ക്ഷണിക്കുകയാണ്. ഞാൻ, ഒരു എഴുത്തുകാരൻ എന്ന നിലയിൽ, എത്രമാത്രം വിജയിക്കുന്നുവെന്ന് പ്രീയ വായനക്കാരാണ് വിലയിരുത്തേണ്ടത്.

സസ്നേഹം,

വർഗീസ് കരിമ്പിൽ

ഒന്ന്

1

'ഹരിക്കുട്ടാ... എഴുന്നേൽക്കൂ, എത്ര നേരമായി ഉറങ്ങുന്നു'

വാതിലിനപ്പുറത്ത് നിന്ന് അമ്മ വിളിക്കുന്നു..!

ഉണർവിനും ഉറക്കത്തിനും ഇടയിലേക്ക് ഒഴുകിവന്നതെങ്കിലും തെളിവാർന്നതെന്ന് തോന്നിയ ഒരു ചലിക്കുന്ന ചിത്രത്തിലേക്ക് തുറന്ന മനക്കണ്ണുമായി ഹരി കിടക്കയിൽ കിടന്നു.

'സർജീ ..ഓ സർജീ... '

വീണ്ടും വാതിലിൽ തട്ടുന്നതോടൊപ്പം ഒരു സ്ത്രീശബ്ദം ...

.....അത് സ്വപ്നമായിരുന്നില്ല!

ഉറക്കച്ചടവിൽ അടഞ്ഞുപോകുന്ന കണ്ണുകൾ ബദ്ധപ്പെട്ട് തുറക്കവേ സ്ത്രീശബ്ദം വീണ്ടും കേട്ടു.

'സെർജി.. ഉഠിയേ' -അൻഷിത.. വീട്ടുടമസ്ഥയുടെ മകളാണ്.. !

ഉറക്കത്തിൽ നിന്നും ഉണരവേ മനസ് താൻ കേട്ട ശബ്ദത്തിന് നൽകിയ വ്യാഖ്യാനമായിരുന്നു അമ്മയെക്കുറിച്ചുള്ള ഓർമ്മകൾ. പഴക്കമേറെച്ചെന്നെങ്കിലും ഒട്ടും തന്നെ നിറം മങ്ങാത്ത ചിത്രമാണത്! അമ്മ അങ്ങനെയായിരുന്നു.. നേരം വെളുത്താൽ വെറുതെ കിടക്കാൻ തനിക്ക് ഇഷ്ടമാണ്. പക്ഷേ, അമ്മ സമ്മതിക്കില്ല. 'ഈ അമ്മ..ഒന്ന് കിടക്കാനും സമ്മതിക്കില്ല.' എത്രയോ ദിവസങ്ങളിൽ താൻ പരാതിപറഞ്ഞിരിക്കുന്നു!

അവധിദിവസം ആയതിനാൽ കൂടുതൽ ഉറങ്ങാമെന്ന് കരുതിയതാണ്.

ഓർമ്മകളെ പിന്നിലേക്ക് തള്ളിമാറ്റി ഹരി എഴുന്നേറ്റു. ഉറക്കത്തിൽ ഉലഞ്ഞുപോയ വസ്ത്രം നേരെയാക്കി, ധൃതിയിൽ ഷർട്ട് എടുത്തിട്ട് ബട്ടൺസ് തപ്പി കുടുക്കി, കണ്ണും മുഖവും തിടുക്കത്തിൽ ഒന്ന് തുടച്ച് അൽപം വളർന്ന മുടിയൊന്നൊതുക്കി അയാൾ വാതിൽ തുറന്നു.

● അയനാന്തരങ്ങൾ

വാതിൽ തുറന്ന പാടെ 'കി ഗുമാ' എന്ന് പറഞ്ഞുകൊണ്ട് അവൾ ചാടി അകത്തുകയറി. ഹരി പുറത്ത് പരന്നുതുടങ്ങിയ വെയിലിലേക്ക് കൺചിമ്മിക്കൊണ്ട് നോക്കി. അവളെ കുറ്റം പറയാനാകില്ല. ഇന്ന് എഴുന്നേൽക്കാൻ അല്പം വൈകിയിരിക്കുന്നു.. പെയിന്റിംഗ് പഠിക്കണമെന്ന ആവശ്യവുമായി രണ്ടു ദിവസമായി തന്റെ പിന്നാലെ കൂടിയിട്ട്. കേവലം ഇഷ്ടങ്ങൾക്കപ്പുറം കലകളോട് ജന്മസിദ്ധമായ ആഭിമുഖ്യം ഉണ്ടെങ്കിലേ അത് പഠിക്കാനാകു എന്നൊക്കെ പറഞ്ഞു നോക്കിയതാണ്. കോളേജിലെ പഠനത്തിന്റെ ഇടവേളകളിൽ അവൾ വരച്ച ചിത്രങ്ങൾ കണ്ടപ്പോൾ പെർസ്പെക്ടീവ് ശരിയാക്കാനുണ്ട് എന്നൊരഭിപ്രായം പറഞ്ഞുപോയി. അപ്പോൾ മുതൽ പെർസ്പെക്ടീവ് പഠിപ്പിക്കണമെന്ന് ഒരേ വാശി. അവൾ വരച്ച ചിത്രങ്ങൾ അത്ര മോശമായിരുന്നില്ല എന്നതാണ് സത്യം പക്ഷേ, തനിക്ക് പഠിപ്പിക്കാൻ താത്പര്യമുണ്ടായിരുന്നില്ല. വാശികാണിക്കേണ്ട പ്രായമല്ല അവളുടേത്. അമ്മ അവൾക്ക് വിവാഹം ആലോചിക്കുന്നു എന്ന് കഴിഞ്ഞ ദിവസം താൻ ചോദിക്കാതെ തന്നെ അവൾ പറഞ്ഞത് ഹരി ഓർത്തു.

അൻഷിതയുടെ അമ്മ അനുരാധ മധ്യവയസിനോടടുത്ത അല്പം തടിച്ച ഒരു സ്ത്രീയാണ്. ആരെങ്കിലും ദീദി എന്നുവിളിച്ചാൽ അവരുടെ മുഖം കറുക്കും . തന്റെ ഭാഗ്യത്തിന് അവരെ മിസ്സിസ് ചാറ്റർജി എന്ന് വിളിക്കാനാണ് തോന്നിയത്. അതുകൊണ്ട് തന്നെ തന്നോട് അവർക്കൊരു പ്രത്യേക ഇഷ്ടമുണ്ട്. വിശേഷദിവസങ്ങളിൽ വൈകിട്ടത്തെ ആഹാരം അവർ മകളുടെ കൈയ്യിൽ കൊടുത്തുവിടും. സ്കൂളിലെ ജോലി കഴിഞ്ഞ് തിരികെ വന്നാൽ വെറുതെ ഇരിക്കുന്ന സമയത്ത് ഓർമകളിൽ നിന്ന് അല്പനേരമൊന്ന് അകന്നിരിക്കാൻ താൻ കണ്ടെത്തിയ മാർഗമാണ് പെയിന്റിംഗ്. എന്നാൽ അത് ക്യാൻവാസിൽ എന്നപോലെതന്നെ തന്റെ ഓർമകളെ തലച്ചോറിലും മൂർത്തീകരിക്കുകയാണ്. ചിലപ്പോൾ ഓർമ്മകൾ അലോസരപ്പെടുത്തുന്നു. മറ്റുചിലപ്പോൾ അവ വരയ്ക്കാനുള്ള പ്രേരണകളാണ്.

'സാർജീ, മുജേ സിഖായിയേനാ .. പ്ലീസ്..'

ബംഗാളിയിൽ നിന്ന് ഹിന്ദിയിലേക്കായിരിക്കുന്നു.. അത്രയും സമാധാനം. ആറു വർഷങ്ങളായിട്ടും തന്റെ ബംഗാളിയിൽ കാര്യമായ കുറവുള്ളതുപോലെയാണ്! തന്റെ ബുദ്ധിമുട്ട് അൻഷിതയ്ക്കറിയാം. അവളുടെ ഹിന്ദി കേൾക്കാൻ രസമാണ്.. കുട്ടികളെപ്പോലെ.

ഹരിക്ക് ചിരി വന്നു.

'നീയവിടെ ഇരിക്ക് അൻഷിതാ, ഞാൻ മുഖമൊക്കെ ഒന്ന് കഴുകട്ടെ.. എന്നിട്ട് പഠിപ്പിക്കാം.'

അവളുടെ മുഖം തെളിഞ്ഞു. കുറച്ച് ദിവസങ്ങളായി എന്തോ പറയാനുള്ളത് പോലെയാണ് അൻഷിതയുടെ പെരുമാറ്റങ്ങൾ. തന്നോട് മിണ്ടാൻ കിട്ടുന്ന അവസരങ്ങൾ അവൾ ഒഴിവാക്കുന്നില്ലല്ലോ എന്നോർത്തുകൊണ്ട് ഹരി ബാത്റൂമിലേക്ക് കയറി. പുറത്ത് പാത്രങ്ങൾ എടുക്കുന്ന ശബ്ദം കേൾക്കുന്നുണ്ട്.. താൻ എന്താണ് കഴിച്ചത് എന്ന് അൻഷിത സ്ത്രീസഹജമായ ഗവേഷണം നടത്തുകയായിരിക്കും. ബാത്ത്റൂമിലെ അരികുപൊട്ടിയ കണ്ണാടിയിൽ കുറ്റിരോമങ്ങൾ വളർന്ന നിൽക്കുന്ന തന്റെ മുഖം ടൂത്ത് ബ്രഷ് ചലിക്കുന്നതിനനുസരിച്ച് വക്രീകരിക്കുന്നു!

വളരെ കുറച്ച് പാത്രങ്ങൾ മാത്രമാണ് ആടുക്കളയിലുള്ളത്.. അതും അടുക്കും ചിട്ടയുമില്ലാതെ. തലേ ദിവസം കഴിച്ചത് സിങ്കിൽ വെറുതെ ഇട്ടിരിക്കുന്നു. ഇതൊക്കെ ഒന്ന് കഴുകി വെച്ചുകൂടെ എന്നാലോചിച്ചുകൊണ്ട് അൻഷിത ചായപ്പാത്രം കഴുകി വെള്ളമെടുത്ത് അടുപ്പത്ത് വെച്ചു. ഒരുപാട് പാത്രങ്ങളൊന്നും ഇല്ലാത്തതിനാൽ ചായപ്പൊടി കണ്ടുപിടിക്കാൻ ബുദ്ധിമുട്ടില്ലല്ലോ എന്നോർത്ത് അവൾ വെറുതെ പുഞ്ചിരിച്ചു.

ആറു വർഷങ്ങൾക്ക് മുൻപ് അനുജൻ പഠിക്കുന്ന സെന്റ് ജോൺസ് സ്കൂളിൽ പഠിപ്പിക്കാൻ കേരളത്തിൽ നിന്ന് വന്ന അദ്ധ്യാപകൻ വാടകമുറി നോക്കാൻ വന്നപ്പോഴാണ് ഹരിസാറിനെ ആദ്യമായി കാണുന്നത്. വെളുത്ത് മെലിഞ്ഞ, കൂർത്ത നോട്ടമുള്ള ഒരു യുവാവ് എന്ന് മാത്രമാണ് ആദ്യകാഴ്ചയിൽ തോന്നിയത്. ആദ്യമൊക്കെ അടുത്തിടപഴകാൻ ചെറിയൊരു ഭയമായിരുന്നു. ഇംഗ്ലീഷ് അറിയാമെങ്കിലും ഹരിസാർ പൊതുവെ മിതഭാഷിയാണ്. സാറിന്റെ മാതൃഭാഷ കേൾക്കാൻ നല്ല രസമാണ്. ക്ക, ട്ട, ണ്ണ എന്നൊക്കെ കേൾക്കാം. ഒരിക്കൽ റൂമിൽ വന്ന മറ്റൊരു അധ്യാപകനോട് സംസാരിച്ച് കേട്ടിട്ടുണ്ട്..ഒന്നും മനസ്സിലാവുകയില്ല.

ആറു വർഷങ്ങളായി ഹരിസാർ ഈ നാട്ടിൽ..! ഒരിക്കൽ പോലും നാട്ടിൽ പോയി കണ്ടിട്ടില്ല. പണ്ടൊരിക്കൽ ആശ്ചര്യം തോന്നി താൻ ചോദിച്ചതാണ്. 'എനിക്കിവിടെ നിങ്ങളൊക്കെ ഉണ്ടല്ലോ' എന്നായിരുന്നു മറുപടി. എന്തായിരിക്കും സാർ നാട്ടിൽ പോകാത്തത്! യഥാർത്ഥത്തിൽ ഹരിസാർ നാട്ടിൽ പോകാത്തതിൽ എന്തുകൊണ്ടോ താൻ അകമേ സന്തോഷിക്കുന്നുണ്ട് എന്നതിൽ

തനിക്ക് സംശയമൊന്നുമില്ല.

ബാത്റൂമിൽ നിന്ന് വെള്ളം വീഴുന്ന ശബ്ദം കേൾക്കുന്നുണ്ട്..

മുഖം കഴുകട്ടെ എന്നു പറഞ്ഞ ആൾ കുളിക്കുകയാണെന്ന് തോന്നുന്നു.

അൻഷിത തിളയ്ക്കുന്ന വെള്ളത്തിലേക്ക് ചായപ്പൊടിയിട്ടു. ഗ്യാസ് ഓഫ് ചെയ്ത് അവൾ ബാക്കികിടന്ന പാത്രങ്ങൾ കഴുകി വെച്ചു..

ഹരി കുളികഴിഞ്ഞ് എത്തിയപ്പോഴേയ്ക്കും അൻഷിത മുറി അടിച്ചുവാരിക്കഴിഞ്ഞിരുന്നു. താൻ ചെയ്യേണ്ട പണികൾ അവൾ ചെയ്യുന്നത് കണ്ടപ്പോൾ അയാൾക്ക് ജാള്യത തോന്നി. തന്റെ എച്ചിൽപാത്രം അവൾ കഴുകിവെച്ചതിനെ മനസുകൊണ്ട് അംഗീകരിക്കാൻ ഹരിക്ക് കഴിഞ്ഞില്ല.

'നന്ദി' അൻഷിത ചായ കൊണ്ടുവന്ന ചായ വാങ്ങി ഹരി പറഞ്ഞു.

'അതിവിടെ വേണ്ട, വേഗം കുടിച്ചിട്ട് എന്നെ പെയിന്റിംഗ് പഠിപ്പിക്കാൻ നോക്ക്. ഈ ചായ എന്നെ പഠിപ്പിക്കുന്നതിന്റെ കൂലിയാണ്.. മനസിലായോ. കൂലി വാങ്ങിയാൽ ജോലി ചെയ്യണം'

അവളുടെ മുഖത്ത് കൃത്രിമഗൗരവം നിറഞ്ഞതുകണ്ട് ഹരി പുഞ്ചിരിച്ചു.

ചായകുടി കഴിഞ്ഞപ്പോഴേയ്ക്കും അവൾ പേപ്പറും പെൻസിലും പെയിന്റും എടുത്ത് തയാറായി..

'എന്താണ് പെർസ്പെക്ടീവ് എന്നറിയുമോ?'

ചോദ്യം കേട്ട് ഹരിയെ നോക്കിയ അൻഷിതയുടെ കണ്ണുകളിൽ അവൾക്ക് അറിയില്ല എന്നത് വ്യക്തമായിരുന്നു.

'അതായത് ചിത്രത്തിൽ ദൂരെയുള്ളത് ദൂരെയും അടുത്തുള്ളത് അടുത്തുമായി തോന്നത്തക്ക രീതിയിൽ വരയ്ക്കുന്നതാണത്. നമ്മൾ വരയ്ക്കുന്നതിന്റെ ഡയമെൻഷൻ നന്നാക്കാൻ ആണിത്.'

അത് കേട്ട് അൻഷിത തലകുലുക്കി.

ഹരി പേപ്പറിൽ നെടുകെയും കുറുകളെയും വരകളിട്ടു. ആ വരകൾക്കനുസരിച്ച് വരയ്ക്കുമ്പോൾ ചിത്രത്തിലെ വസ്തുക്കൾ അകലെയും അടുത്തും ആയി തോന്നുന്നത് നോക്കി നിന്ന അൻഷിതയുടെ കണ്ണുകളിൽ അത്ഭുതം വിടർന്നു..ഇത്ര എളുപ്പമായിരുന്നോ ഇത്! പ്രാക്ടീസ് ചെയ്യാൻ പറഞ്ഞ് ഹരി അവസാനിപ്പിച്ചു.

ഭിത്തിയിലെ ചിത്രത്തിൽ ഹരിപ്രസാദ് എന്ന് സൈൻ ചെയ്തിരിക്കുന്നു. മനോഹരമായ പ്രകൃതി..

'ഇത് സാറിന്റെ നാടാണോ? സാറെന്താണ് നാട്ടിൽ പോകാത്ത ത്?'

ഒരുപാട് കാലമായി മനസ്സിൽ കരുതിയിരുന്നത് ചോദിക്കാൻ ഒരു അവസരം കിട്ടിയത് പോലെ തിടുക്കത്തിലായിരുന്നു അവളുടെ ചോദ്യം.

ഒരു നിമിഷം മടിച്ച ശേഷം ഹരി പറഞ്ഞു

'അവിടെ ആരുമില്ല, അമ്മ മരിച്ചതിന് ശേഷം നാട്ടിൽ പോകാൻ തോന്നിയിട്ടില്ല.'

'..ഒരു കാര്യം ചോദിക്കട്ടെ?' ഒരു പരുങ്ങലോടെ അവൾ ചോദിച്ചു.. 'സാർ ആരെയും പ്രേമിച്ചിട്ടില്ലേ?'

അപ്രതീക്ഷിതമായിരുന്ന ആ ചോദ്യത്തിന് മറുപടി പറയാതെ ഒരു നിമിഷത്തെ നിശബ്ദതയ്ക്കു ശേഷം ഹരി മറുചോദ്യം ചോദിച്ചു.

'നാം ഒറ്റയ്ക്കാവുന്നത് എപ്പോഴാണെന്നറിയുമോ?'

അയാൾ എന്തിനാണ് ഒരു മറുചോദ്യം ചോദിക്കുന്നത് എന്ന് അത്ഭുതപ്പെട്ടെങ്കിലും 'എല്ലാവരും പോകുമ്പോൾ' എന്ന് പറഞ്ഞ് നിസ്സാരമെന്ന രീതിയിൽ അവൾ ചുമൽ കുലുക്കി.

'അല്ല, ഒരു കൂട്ട് വേണമെന്ന് നാം ആഗ്രഹിക്കുന്ന നിമിഷത്തിലാണ്.. അപ്പോൾത്തന്നെ നമ്മുടെ ഒറ്റപ്പെടലും ജനിക്കുന്നു.'

താൻ പറഞ്ഞത് അവൾ മനസിലാക്കും എന്നും അയാൾ കരുതിയിരുന്നില്ല. പക്ഷേ, ഹരിയെ ആശ്ചര്യപ്പെടുത്തിക്കൊണ്ട് അവൾ പറഞ്ഞു

'ശരിയാണ്.'

'എനിക്ക് ഒറ്റപ്പെടണമെന്ന് തോന്നിയില്ല..'

ഹരി ചിരിയോടെ പറഞ്ഞുനിർത്തി

പിന്നെ അവൾ ഒന്നും ചോദിച്ചില്ല.

'ഇത് വരച്ചിട്ട് വരാം' പേപ്പറും പെൻസിലും എടുത്ത് പടികളിറങ്ങവേ അവൾ ക്ഷണിച്ചു,..

'ഭക്ഷണം കഴിക്കാൻ വരുന്നോ?'

'വേണ്ട, ഞാനുണ്ടാക്കട്ടെ. പിന്നെ എനിക്കൊന്ന് ടൗണിൽ പോകണം.'

തന്നെക്കാൾ പത്ത് വയസിന് ഇളയതായ ഒരു പെൺകുട്ടിയോട് പതിയെ അഗാധമായ ഒരു സൗഹൃദം രൂപപ്പെടുന്നത് അയാൾ അറിയുന്നുണ്ടായിരുന്നു. ഒറ്റപ്പെടണമെന്ന് തോന്നുന്നില്ല എന്നൊക്കെ അവളോട് പറഞ്ഞുവെങ്കിലും ഒരു പെൺകുട്ടിയുടെ സൗഹൃ

ദം താൻ ആഗ്രഹിക്കുന്നുണ്ടോ! ഗേറ്റ് തുറന്ന് തന്നെയൊന്ന് തിരിഞ്ഞു നോക്കിയശേഷം റോഡിന് എതിർവശത്തെ സ്വന്തം വീട്ടിലേക്ക് അവൾ കയറിപ്പോകുന്നത് നോക്കി ഹരി നിന്നു.

2

ചുനാരിയിലെ തെരുവിൽ നല്ല തിരക്കുണ്ട്. ഒരുപാട് കച്ചവടക്കാർ.. ഒരുപാട് ആളുകൾ. തന്റെ നാട് മറന്നുതുടങ്ങിയ ആഴ്ചച്ചന്ത ഇവിടെ സജീവമാണ്. ഏതൊരാൾക്കും താൻ അദ്ധ്വാനിച്ച് ഉണ്ടാക്കുന്ന എന്തും ആഴ്ചയിലൊരിക്കൽ ഈ ചന്തയിലെത്തിച്ച് വിൽക്കാം. ലോക്കലൈസേഷനെ സഹായിക്കുന്ന ഒരു നല്ല വ്യാപാരവ്യവസ്ഥിതിയാണിത്. തെരുവിലെ തിരക്കിലൂടെ നടക്കുമ്പോൾ ഹരിയോർത്തു.

ഇന്ന് ദാങ്കഡേയെ കാണണം. നഗരത്തിന്റെ മറ്റൊരു ഭാഗത്ത് സ്കൂൾ അധികൃതർ തരപ്പെടുത്തിക്കൊടുത്ത ചെറിയ സൗകര്യത്തിൽ മഹേഷ് ദാങ്കഡേ താമസിക്കുന്നു. സ്കൂൾ അധികൃതർ സ്വന്തമായി നിർമ്മിക്കുന്ന ടീച്ചേർസ് ഹോസ്റ്റലിന്റെ പണി തുടങ്ങിയിട്ടേയുള്ളൂ. തന്റെ മുറിപോലെ ഒരു മുറിയും അടുക്കളയും ബാത്ത്റൂമും മാത്രം. നല്ല ബാത്ത്റൂം സൗകര്യം ഉണ്ടാവുക എന്നതുതന്നെ ഇവിടെ വലിയ കാര്യമാണ്. ദാങ്കഡേ മാഹർ വിഭാഗത്തിൽ പെട്ട ആളാണ്. മറ്റുള്ളവർ മാറ്റി നിർത്തുന്ന, തോട്ടിപ്പണിയെടുക്കുന്നവരുടെ കുടുംബത്തിൽ നിന്ന് കഠിനാദ്ധ്വാനം കൊണ്ട് പഠിച്ചുയർന്ന ആൾ! ചുനാരിയിലെത്തുന്നതിന് മുന്നേ മഹാരാഷ്ട്രയിലെ മുകുട്ബനിൽ ജോലിചെയ്തിരുന്ന സമയത്ത് തന്റെ സൗഹൃദത്തിലേക്ക് എത്തിയതാണ് ദാങ്കഡേ. തനിക്ക് ദാങ്കഡേയോട് അടുപ്പം തോന്നാൻ തക്ക രീതിയിൽ എന്താണ് തങ്ങൾക്കിടയിൽ ഉണ്ടായിരുന്നത് !

മുകുട്ബൻ ഒരു ഗ്രാമപ്രദേശമാണ്. ഏറ്റവും അടുത്ത വലിയ നഗരമായ ചന്ദ്രപൂരിലെത്താൻ മുകുട്ബനിൽനിന്നും എഴുപത് കിലോമീറ്ററോളം സഞ്ചരിക്കണം. എങ്ങോട്ടെങ്കിലും പോയാൽ മതി എന്ന ചിന്തയോടെ നാട്ടിൽ നിന്ന് പോന്ന തനിക്ക് മുകുട്ബൻ പറ്റിയ ഇടമായിരുന്നു. രാജഭരണകാലത്ത് അവിടം രാജാവിന്റെ മൃഗയാവിനോദത്തിനുള്ള വനമായിരുന്നത്രെ. ഇപ്പോളവിടെ ഒരു നല്ല ഹോട്ടൽ പോലുമില്ലെങ്കിലും കുറച്ച് കടകളും രണ്ട് ബാറുകളുമുണ്ട്. അവിടെ മലയാളികൾ നടത്തുന്ന സ്കൂളിൽ ഡിഎഡ്

കഴിഞ്ഞ ശേഷം ജോലിക്ക് കയറിയതായിരുന്നു ദാങ്കഡേ. അത്ര മാത്രമേ ആദ്യം തനിക്ക് അയാളെക്കുറിച്ച് അറിയുമായിരുന്നുള്ളു. കറുത്ത് മെലിഞ്ഞ് വട്ടമുഖമുള്ള ഒരു മനുഷ്യൻ. കണ്ണുകളിൽ എപ്പോഴും വേട്ടയാടപ്പെടുന്നവർ ശീലിച്ചുപോയ വിഷാദഭാവമുണ്ടായിരുന്നു.

സ്കൂളിൽ എത്തിയ ശേഷം സ്വാഭാവികമായ ഒരു പരിചയപ്പെടൽ നടന്നു. ഒരിക്കൽ ഉച്ചയ്ക്ക് ഭക്ഷണം കഴിക്കാൻ വിളിച്ചതാണ് താൻ അയാളെ. പക്ഷേ, വന്നില്ല. അവിടെ അടുത്ത് ബ്രാഹ്മിൻസ് നടത്തുന്ന ഒരു ചെറിയ ഹോട്ടൽ ഉണ്ട്. ഹോട്ടൽ എന്ന് പറയുമ്പോൾ അവരുടെ വീടിന്റെ ഉമ്മറം തന്നെ. അവിടെ ഒരു മാസം ആയിരം രൂപ കൊടുത്താൽ രണ്ടോ മൂന്നോ ചപ്പാത്തിയും മുളകുവെള്ളത്തിൽ സോയാബോൾസ് വേവിച്ച കറിയും ദിവസം രണ്ടുനേരം കിട്ടുമായിരുന്നു. വെള്ളിയാഴ്ചകളിൽ മാത്രം അല്പം തൈര് പഞ്ചസാരയും ചേർത്ത് നൽകും. മറ്റൊരു വിഭവവും അവിടെ വിളമ്പുന്നത് കണ്ടിട്ടില്ല...കഴിച്ചിട്ടുമില്ല.

പിന്നീട് ഒരിക്കൽ വീണ്ടും അയാളെ ക്ഷണിച്ചു.

'സാർ പൊയ്ക്കോളൂ. ഞാൻ കൂടെ വന്നാൽ സാറിനും അവർ ഭക്ഷണം തരില്ല' എന്നായിരുന്നു അയാളുടെ മറുപടി

'എന്ത് പറ്റി' അയാൾ തമാശ പറയുകയാണ് എന്ന് തോന്നിയതിനാൽ ചെറുചിരിയോടെയാണ് താൻ അത് ചോദിച്ചത്. അപ്പോഴാണ് തന്റെ ജാതിയെക്കുറിച്ചു ദാങ്കഡേ പറയുന്നത്. തൊട്ടുകൂടായ്മയുള്ള മാഹർ ആയിരുന്നു അയാൾ. ജാതിവ്യവസ്ഥയുടെ പിടിയിൽ നിന്ന് രക്ഷപ്പെടാൻ അവിടെ കൃസ്ത്യൻ മിഷിനറി പ്രവർത്തനങ്ങളുമായി എത്തിയ ആളുകളോടൊപ്പം ചേർന്ന് കുറച്ചുനാൾ പ്രവർത്തിച്ചിരുന്നു എന്ന് അയാൾ വെളിപ്പെടുത്തി. എത്ര വലിയ മാനസികപീഡനങ്ങളിലൂടെ ആയിരിക്കാം അയാൾ കടന്നുപോയിട്ടുണ്ടാവുക! പിന്നീട് അയാളുടെ വ്യക്തിത്വവും ഇടയ്ക്ക് പങ്കുവെക്കുന്ന തെളിച്ചമുള്ള ചിന്തകളും തങ്ങൾക്കിടയിലെ സൗഹൃദത്തെ വളർത്തി.

'മതം മാറിയാലും അടിമത്തം മാറുന്നില്ലല്ലോ, അതിന്റെ സ്വഭാവമല്ലേ മാറുന്നുള്ളു. അത് മനസിലായപ്പോൾ ഞാൻ മതചിന്തകളിൽ നിന്ന് പിന്മാറി' ഒരിക്കൽ ദാങ്കഡേ പറഞ്ഞു.

അക്കാലത്ത് താനൊരിക്കലും ദാങ്കഡേയെ ഉച്ചഭക്ഷണം കഴിച്ച് കണ്ടിട്ടില്ല. ബ്രാഹ്മിൺസിന്റെ ഹോട്ടൽ കഴിഞ്ഞാൽ മുകുട്ബനിൽ ആകെയുള്ള ചെറിയ ചായക്കടയിൽ പോയി കാലിച്ചായ കുടിക്കും

അയാൾ. ഗോതമ്പു മാവുകൊണ്ട് ഉള്ളിയോ കോളിഫ്ളവറോ ഇല്ലാതെ പക്കാവട പോലെ ഒന്നുണ്ടാക്കി മല്ലിയിലയും മുളകും ഇട്ട, നന്നായി വെള്ളം ചേർത്ത മോരിൽ മുക്കി കഴിക്കുന്നതാണ് ആ കടയിൽ ആകെ കിട്ടുന്ന വിഭവം. അത് മഹേഷ് എല്ലായ്പ്പോഴും കഴിച്ചിരിക്കാൻ സാധ്യത ഇല്ല. തദ്ദേശീയരായ അധ്യാപകരുടെ ശമ്പളം നാലായിരമോ അയ്യായിരമോ മാത്രമാണ്. അധ്യാപികമാരുടെത് പരമാവധി മൂവായിരവും. പിന്നെ എങ്ങനെ എല്ലാ ദിവസവും പുറത്തുനിന്ന് ഭക്ഷണം കഴിക്കും!

താനും അയാളും ഒരേ വ്യവസ്ഥിതിയുടെ ഇരകളാണ്, രണ്ട് രീതിയിൽ ആണെങ്കിലും..! തന്നെക്കുറിച്ചും അയാൾ കുറച്ചൊക്കെ മനസിലാക്കിയിട്ടുണ്ട്. ഒരുപക്ഷേ, അതായിരിക്കാം തങ്ങളുടെ സൗഹൃദത്തെ നിലനിർത്തുന്നത്. മെച്ചപ്പെട്ട ശമ്പളം ലഭിക്കും എന്ന് കേട്ടതുകൊണ്ട് മാത്രമായിരിക്കില്ല അയാൾ കൽക്കട്ടയിലേക്ക് തന്നോടൊപ്പം വന്നത്. ഇവിടെ ആരും തന്റെ ജാതിയുടെ ചരിത്രത്തിലേക്ക് ചുഴിഞ്ഞുനോക്കില്ല എന്ന് കരുതിയിട്ടുണ്ടാകാം. അല്പകാലത്തേക്കാണെങ്കിലും നമ്മെ ആരും അറിയാത്ത ഒരു നാട് നൽകുന്ന സ്വാതന്ത്ര്യബോധം വളരെ ആസ്വാദ്യകരമാണ്. അതുകഴിയുമ്പോൾ അവരും നമ്മെ അളന്നുതുടങ്ങുന്നു. ആത്യന്തികമായ രക്ഷപെടൽ അസാധ്യമാണ്.

നഗരത്തിൽ വൈകുന്നേരം പൊതുവെ തിരക്ക് കൂടുതലാണ്. ജോലി കഴിഞ്ഞ് വീട്ടിലേക്ക് തിരക്കിട്ട് പോകുന്നവർ, ആവശ്യസാധനങ്ങൾ വാങ്ങാൻ നഗരത്തിലേക്ക് ഇറങ്ങിയവർ, സുഹൃത്തിനെയോ കാമുകിയെയോ കാമുകനെയോ കൂട്ടി സായാഹ്നം ചിലവഴിക്കാൻ വരുന്നവർ, റയിൽവേസ്റ്റേഷനിലേക്ക് വരികയും പോകുകയും ചെയ്യുന്നവർ, സോനാഗച്ചിയിലേതുപോലെ കൂട്ടമായി അല്ലെങ്കിലും ഉപഭോക്താക്കളെ കാത്ത് നിൽക്കുന്ന, പിമ്പുകളുടെയോ സുവർണ്ണകാലം കഴിഞ്ഞ വേശ്യകളുടെയോ ചതിയിലോ സ്നേഹപ്രകടനത്തിലോ പെട്ട് നഗരത്തിലെത്തിയ പെൺകുട്ടികൾ, വാഹനങ്ങൾ.. ഉന്തുവണ്ടികൾ.. മുൻപത്തേക്കാളും എണ്ണം കുറഞ്ഞുതുടങ്ങിയ സൈക്കിൾ റിക്ഷകൾ.. വൈകുന്നേരങ്ങളിൽ നഗരം മാലിന്യങ്ങളൊഴുകുന്ന ഒരു പുഴ പോലെയാണ്. അതിൽ ആവശ്യവും അനാവശ്യവും ഒരുമിച്ചൊഴുകുന്നു.. അല്ലെങ്കിൽത്തന്നെ ഏതാണ് ആവശ്യം..ഏതാണ് അനാവശ്യം! നഗരം മാത്രമല്ല മനുഷ്യനെന്ന മൃഗം തന്നെ അനാവശ്യമാണ് എന്ന് ചിലപ്പോൾ തോന്നും. ഇന്ത്യയിലെ ഏതൊരു നഗരത്തിന്റെയും ആകാശകാഴ്ച്ച

ത്വക്കിൽ അർബുദം ബാധിച്ച വലിയ ഒരു ശരീരത്തെയാണ് ഓർമ്മിപ്പിക്കുക! ശ്ലഥചിന്തകളുമായി ഹരി പോക്കറ്റ് റോഡ് മുറിച്ചുകടന്ന് ഇടവഴിയിലൂടെ മഹേഷ് താമസിക്കുന്ന ഗലിയിലേക്ക് കടന്നു.

'നീയിന്നും വരച്ചുകൊണ്ടിരിക്കുകയാണോ'

വസ്ത്രങ്ങൾ അലക്കി അഴയിൽ ഇട്ടതിന് ശേഷം അനുരാധ കയറിച്ചെല്ലുമ്പോൾ അൻഷിത വരച്ചുകൊണ്ടിരിക്കുകയായിരുന്നു. ഇന്നലെ ഹരിസാർ എന്തൊക്കെയോ വരച്ചുകൊടുത്തു എന്ന് പറഞ്ഞ് സന്തോഷത്തോടെ വന്നതാണ്. കുറച്ചായി ഹരിയെക്കുറിച്ച് പറയുമ്പോൾ മകളുടെ കണ്ണിലെ തിളക്കം താൻ ശ്രദ്ധിക്കുന്നുണ്ട്.

'അമ്മേ..ഞാൻ പ്രാക്ടീസ് ചെയ്തതാണ്. തീർന്നു..'

പേപ്പർ ചുരുട്ടിക്കൊണ്ട് അവൾ പറഞ്ഞു.

'ഹരിസാറിനെ ശല്യം ചെയ്യരുത് എന്ന് നിന്നോട് ഞാൻ പറഞ്ഞിട്ടില്ലേ...എന്തിനാണ് എപ്പോഴും അവിടേക്ക് പോകുന്നത്?'

ചോദ്യം കേട്ട അൻഷിത ഇടുപ്പിൽ കൈകുത്തി വെല്ലുവിളിക്കുന്നത് പോലെ നിന്നു. അവൾ ഒരു യുദ്ധത്തിന് തയാറെടുക്കുകയാണ്.

'അമ്മയ്ക്ക് പേടിയാണോ..?'

മകളിൽ നിന്ന് ആ മറുചോദ്യം അനുരാധ പ്രതീക്ഷിച്ചിരുന്നില്ല. തന്റെ മനസ് ഇവൾ വായിക്കുന്നുണ്ടോ..!

'ഹരിസാർ നല്ല ആളല്ലേ.. പിന്നെന്താ..?'

'മോളെ.. ഹരിസാർ നല്ല ആളാണ്. പക്ഷേ, അയാളെക്കുറിച്ച് നമുക്ക് എന്താണ് അറിയുക?.. അയാളുടെ നാട്,വീട്, ആൾക്കാർ.. ഒന്നും നമുക്ക് അറിയില്ല.' അനുരാധ മൃദുസ്വരത്തിൽ പറഞ്ഞു

'അതൊക്കെ ഇനിയും അറിയാമല്ലോ..' അൻഷിത ഒരു യുദ്ധത്തിനുള്ള ഭാവം തന്നെയാണ്.

'അമ്മയ്ക്ക് എന്നെ വിശ്വാസമില്ല..അതാണ് കാര്യം..'

'നോക്കു മോളെ.. ഹരി വന്നതിന് ശേഷം ഇതുവരെ നാട്ടിൽ പോയിട്ടില്ല. അവിടെ എന്ത് ചെയ്തിട്ടാണ് അയാൾ വന്നത് എന്ന് എങ്ങനെ അറിയാം..! അതുകൊണ്ട് മനസിൽ എന്തെങ്കിലും ഉറപ്പിക്കുന്നതിന് മുൻപ് നന്നായി ഒന്ന് ആലോചിക്കു..'

അനുരാധ പറഞ്ഞു.

അമ്മയിൽ നിന്നും പ്രതീക്ഷിച്ച അത്രയും എതിർപ്പ് ഉണ്ടാകുന്നില്ല എന്ന് കണ്ടതുകൊണ്ടാവാം അൻഷിത അല്പം തണുത്തു.

'അമ്മയൊന്ന് ആലോചിച്ചുനോക്കിയേ..' അൻഷിത പറഞ്ഞു തുടങ്ങി .. 'ജീവിതത്തിലെ ഏറ്റവും പ്രധാനപ്പെട്ട നിമിഷങ്ങളിൽ

എനിക്ക് വേണ്ടി ജീവിക്കാൻ കഴിയുന്നില്ലെങ്കിൽ എന്റെ ഇഷ്ടങ്ങളും സമ്പത്തും വിദ്യാഭ്യാസവും അഭിമാനവും ഒക്കെ വെറുതെയല്ലേ? അമ്മ പേടിക്കണ്ട, ഞാൻ തിടുക്കപ്പെട്ട് ഒരു തീരുമാനവും എടുക്കില്ല. ഹരിസാറിനോട് ഞാൻ ഇതുവരെ ഒന്നും പറഞ്ഞിട്ടില്ല.'

അവനവന് വേണ്ടി ജീവിക്കുകയെന്നാൽ നമുക്ക് പ്രീയപ്പെട്ടവർക്ക് വേണ്ടിക്കൂടി ജീവിക്കുകയെന്നാണ് എന്ന് അവളോട് പറയണമെന്നുണ്ടായിരുന്നു. പക്ഷേ, അൻഷിതയോട് യുദ്ധം ചെയ്തിട്ട് കാര്യമില്ല എന്ന് നന്നായി തനിക്കറിയാം. അവൾ വാശിക്കാരിയാണ്. തന്റെ മകളുടെ മനസിൽ മുളച്ച തോന്നലുകളെക്കുറിച്ച് ഹരിക്ക് ഒന്നുമറിയില്ല എന്നതൊരു ആശ്വാസമാണ്. ഹരിയുടെ സ്വഭാവത്തെക്കുറിച്ച് തനിക്ക് മോശമായി ഒന്നും പറയാനുമില്ല. ഇവിടെ എല്ലാവരും അയാളെക്കുറിച്ച് ബഹുമാനത്തോടെയെ സംസാരിക്കാറുള്ളു. പക്ഷേ, അയാളുടെ അജ്ഞാതമായ ഭൂതകാലമാണ് തന്നെ ഭയപ്പെടുത്തുന്നത്. ഒരുപക്ഷേ അയാൾക്ക് നാട്ടിൽ ഉപേക്ഷിക്കപ്പെട്ട ഒരു കുടുംബം ഉണ്ടായിക്കൂടെന്നില്ല.. അമ്മ മരിച്ചതിന് ശേഷം അയാൾക്ക് നാട്ടിൽ നിൽക്കാൻ തോന്നിയില്ല എന്ന് നേരത്തെ ഹരി പറഞ്ഞിട്ടുണ്ട്. അയാൾ ചെറുപ്പവുമാണ്.. എന്നാലും അപകടസാധ്യതകളെക്കുറിച്ച് കൂടുതൽ ചിന്തിക്കുന്നത് സ്ത്രീമനസിന്റെ സ്വാഭാവീകത ആയതുകൊണ്ടാവാം താൻ ഇങ്ങനെ ഭയപ്പെടുന്നത്.

അൻഷിത ഉള്ളിൽ സ്വാതന്ത്ര്യത്തിന്റെ തീയുമായി നടക്കുന്നവളാണ്. തന്നോട് പറയാത്ത രഹസ്യങ്ങൾ ഒന്നുംതന്നെ അവൾക്കില്ല. പക്ഷേ, ഇഷ്ടങ്ങളെ എതിർക്കുന്ന ബന്ധങ്ങളെ ബന്ധനങ്ങളായി വ്യാഖ്യാനിക്കാൻ ഒരുപാട് നേരം വേണ്ടാത്ത പ്രായമാണ്. ഹരി ഹിന്ദുവാണ് എങ്കിലും അയാളുടെ ജാതി തനിക്കറിയില്ല. അതൊക്കെ തന്റെ കുടുംബക്കാർക്ക് പ്രധാനമാണ്. പക്ഷേ, താൻ അൻഷിതയോട് അതേക്കുറിച്ച് മനപ്പൂർവ്വം പറയാത്തതാണ്. ആരെങ്കിലും ജാതിയും മതവും പറയുന്നത് കേട്ടാൽ അവൾക്ക് കലികയറും. ഒരു വ്യക്തിക്ക് പരസ്യമായി പൊതുധാരയോട് എതിരഭിപ്രായങ്ങൾ പറയാൻ പറ്റിയ നിലയിലല്ല തനിക്ക് ചുറ്റുമുള്ള ഇന്നത്തെ സമൂഹം എന്ന് അവൾ മനസിലാക്കുന്നില്ല.

അടുക്കളയിൽ മകൾക്കിഷ്ടപ്പെട്ട ചനാദാൽ തായാറാക്കിക്കൊണ്ടിരിക്കുമ്പോൾ അനുരാധയുടെ മനസ് ഭൂതകാലത്തിലേക്കുള്ള പ്രയാണത്തിൽ ആയിരുന്നു.

തന്റെ ചെറുപ്പത്തിൽ കുടുംബത്തിലെ മറ്റുള്ളവരുടെ മുഖത്ത് നോക്കി ഉറക്കെ എന്തെങ്കിലും പറയാൻ തന്നെ ഭയമായിരുന്നു. തന്റെ വിവാഹം തന്നെ സ്വന്തം സമ്മതപ്രകാരമല്ല നടന്നത്. തന്റെ വിവാഹം നടക്കുമ്പോൾ പതിനാല് വയസെ തനിക്കായിരുന്നുള്ളൂ. ആരും തന്നോട് ഒന്നും ചോദിച്ചില്ല. ബാബയും കുടുംബത്തിലെ കാരണവന്മാരും തീരുമാനിച്ച് നടത്തുകയാണ് ചെയ്തത്. ഒരുപാട് ആളുകളുടെ ഇടയിൽ വേഗത്തിൽ മിടിക്കുന്ന ഹൃദയവുമായി മൂടുപടവുമിട്ട് താൻ ഇരുന്നത് എപ്പോഴും മിഴിവുള്ള ഒരു ചിത്രമാണ് മനസിൽ.

വിവാഹസമയത്ത് ശുഭോദൃഷ്ടിക്കായി മൂടുപടം ഉയർത്തി നോക്കുമ്പോഴാണ് ഭർത്താവിനെ ആദ്യമായി താൻ കാണുന്നത്. കാഴ്ച്ചയിൽ ഒരു പ്രത്യേകതയും എടുത്ത് പറയാനില്ലാത്ത മനുഷ്യനായിരുന്നു അദ്ധേഹം. പക്ഷേ, അതൊന്നും ചിന്തിക്കാൻ തനിക്ക് അപ്പോൾ കഴിഞ്ഞിരുന്നില്ല. ഭയമായിരുന്നു മനസ് നിറയെ! വിവാഹം എന്നത് കൊണ്ട് എന്താണർത്ഥമാക്കുന്നത് എന്ന് രാഖിമോസി പറഞ്ഞുതന്നത് മാത്രമേ അറിയാമായിരുന്നുള്ളൂ.

തനിക്ക് ഒന്നും ഒരു കുറവായി തോന്നിയിട്ടില്ല.. പന്ത്രണ്ട് വയസിന് പ്രായക്കൂടുതൽ ഉണ്ടായിരുന്നെങ്കിലും അദ്ദേഹം വളരെ സ്നേഹമുള്ള ആളായിരുന്നു.. ഒരിക്കൽ നഗരത്തിൽ നിന്ന് വന്ന ഡോക്ടർ നടത്തിയ ഒരു ക്ലാസിൽ പങ്കെടുത്ത് തിരിച്ചെത്തിയ അദ്ദേഹം തന്റെ പ്രസവം കുറച്ച് താമസിച്ച് മതി എന്ന് തീരുമാനിച്ചത് ആദ്യത്തെ മൂന്ന് വർഷങ്ങളിൽ അമ്മായിയമ്മയ്ക്കും മോസിമാർക്കും തന്നെക്കുറിച്ച് അടക്കം പറയാൻ അവസരമുണ്ടാക്കി കൊടുത്തു.. ഒരിക്കൽ അമ്മായിയമ്മ 'നിന്റെ പ്രായത്തിൽ എനിക്ക് രണ്ടാണ് പിള്ളേർ' എന്ന് സൂചിപ്പിക്കുകയും ചെയ്തു. തന്റെ കുറ്റം മൂലമാണ് താൻ ഗർഭിണിയാവാത്തത് എന്ന രീതിയിലായിരുന്നു അവരുടെയെല്ലാം പെരുമാറ്റം. ഭർത്താവിന്റെ കുടുംബത്തിൽ അദ്ദേഹത്തിന്റെ വാശിയെ എതിർക്കാൻ ആരുമുണ്ടായിരുന്നില്ല എന്നതുമാത്രമാണ് അന്ന് തന്റെ രക്ഷയ്ക്കെത്തിയത്.

പക്ഷേ, തന്നെപ്പോലെയല്ലല്ലോ ഇപ്പോഴത്തെ പെൺകുട്ടികൾ..! വിദ്യാഭ്യാസമുണ്ട്. ന്യായാന്യായങ്ങളെ തിരിച്ചറിയാനുള്ള കഴിവുണ്ട്. എങ്കിലും വികാരവും വിവേകവും തമ്മിലുള്ള പോരാട്ടത്തെ വിവേചിച്ച് അറിയാൻ തന്റെ പ്രായമാകേണ്ടിയിരിക്കുന്നു അവൾക്കും. ചിലത് അറിവുകൊണ്ട് ലഭിക്കുമ്പോൾ ചിലത് അനുഭവം കൊണ്ടേ ലഭിക്കു.

തീ കുറച്ച് വെച്ചശേഷം കിച്ചൺ സ്ളാബിൽ ചാരി നിൽക്കവേ അനുരാധ ആത്മസംഘർഷത്തിലായിരുന്നു. മകളെക്കുറിച്ച് ആലോചിക്കുമ്പോഴൊക്കെ തന്റെ ഉള്ളിൽ തീയാണ്..

ഭർത്താവിനൊപ്പം ഇവിടേയ്ക്ക് വരുമ്പോൾ തനിക്ക് ഒരു ജോലിയും അറിയുമായിരുന്നില്ല. അത്യാവശ്യം സമ്പത്തുള്ള കുടുംബങ്ങളിൽ സ്ത്രീകൾ ജോലി ചെയ്യുന്നത് മോശമായാണ് കണ്ടിരുന്നത്. അപ്രതീക്ഷിതമായ അദ്ദേഹത്തിന്റെ മരണശേഷം സ്വത്ത്തന്നെയാണ് തന്റെ സഹായത്തിനെത്തിയത്. നഗരത്തിൽ ഒരു വീടും നാല് വാടകമുറികളും ഗ്രാമത്തിൽ അദ്ദേഹത്തിന് സ്വന്തമായി ഉള്ള ഭൂമിയും ഉണ്ട്. ഒരുപക്ഷേ, ഇവയൊക്കെ ഇല്ലായിരുന്നെങ്കിൽ താൻ എന്ത് ചെയ്യുമായിരുന്നു എന്നാലോചിക്കുമ്പോൾ തന്റെ മകളെക്കുറിച്ചുള്ള ആധി വർദ്ധിക്കുകയാണ്. അവൾക്ക് ഒരു ജോലി വേണം. അതിനായി അവൾ പഠിക്കുന്നുമുണ്ട്. ആകെ ഒരു സമാധാനം ഇക്കാര്യത്തിൽ തന്നെക്കാൾ ബോധ്യം മകൾക്കുണ്ട് എന്നതാണ്.

ചനാദാൽ തവകൊണ്ട് ഇളക്കിക്കൂട്ടവേ ചിന്തയുടെ ചരട് അഴിക്കാൻ അനുരാധ പണിപ്പെട്ടു കൊണ്ടിരുന്നു..

3

രാവിലെ റെയിൽവെസ്റ്റേഷനിൽ ചെല്ലുമ്പോൾ മഹേഷ് കാത്ത് നിൽക്കുന്നുണ്ടായിരുന്നു. സ്റ്റേഷനിൽ കാര്യമായ തിരക്കില്ല. കഴിഞ്ഞ ദിവസം കാണാൻ അയാളുടെ താമസസ്ഥലത്ത് പോയപ്പോഴാണ് നാട്ടിൽപോകാൻ തീരുമാനിച്ച കാര്യം മഹേഷ് പറയുന്നത്. സാധാരണ എല്ലാ അവധിക്കാലത്തും മഹേഷ് നാട്ടിൽ പോകാറുണ്ട്. എല്ലാ അധ്യാപകരും അങ്ങനെ തന്നെയാണ്. വർഷത്തിലൊരിക്കൽ സ്വന്തബന്ധങ്ങളുടെ അടുത്തേക്ക്.

'അല്പം നേരത്തെ ഞാൻ പ്രതീക്ഷിച്ചു. ഒരു ചായ കുടിച്ചു പിരിയാമായിരുന്നു. ഇതിപ്പോ വണ്ടി വരാറായി.' ഹസ്തദാനം ചെയ്തുകൊണ്ട് മഹേഷ് പറഞ്ഞു. 'ഹരി നാട്ടിൽ പോകുന്നില്ലേ എന്ന് ഞാൻ ചോദിക്കുന്നില്ല..'

അത് കേട്ട് ഹരി പുഞ്ചിരിച്ചു. തന്നെ സംബന്ധിച്ചിടത്തോളം ആ ചോദ്യം പ്രസക്തമല്ല എന്ന് മഹേഷിനറിയാം.

'ഇനി സ്കൂൾ തുറക്കുമ്പോൾ കാണാം..ദാ ..വണ്ടി വന്നു.' ഹരി പറഞ്ഞു.

മഹേഷിന് കൊൽക്കത്തയിൽ നിന്ന് വണ്ടി മാറി കയറണം. നാട്ടിലെത്തിയിട്ട് ഫോണ് ചെയ്യാം എന്ന് പറഞ്ഞ് മഹേഷ് തിരക്കു കൂട്ടുന്ന ആളുകളോടൊപ്പം ട്രെയിനിൽ കയറി. വണ്ടി പതിയെ മുന്നോട്ട് നീങ്ങി. ജനലിലൂടെ മഹേഷ് കൈവീശിക്കാണിച്ചു.. ഹരി തിരിച്ചും.

പോർട്ടർമാർ ചരക്കുകൾ എടുക്കുകയും ഒരിടത്ത് നിന്ന് മറ്റൊരിടത്തേക്ക് കൊണ്ടുപോകുകയും ചെയ്യുന്നുണ്ട്. ആരുടെയൊക്കെയോ ആഗ്രഹങ്ങളാണ് ആ വലിയ പൊതികളിൽ..! പ്ലാറ്റ്ഫോമിലെ പൈപ്പിൽ നിന്ന് പ്ലാസ്റ്റിക് കുപ്പിയിൽ വെള്ളം നിറയ്ക്കുന്നുണ്ട് ഒരു ചെറിയ പെൺകുട്ടി. അവളുടെ വേഷം വല്ലാതെ മുഷിഞ്ഞിരിക്കുന്നു കുറച്ചപ്പുറത്തായി ദുരിതത്തിന്റെ അഴികൾക്കിടയിലൂടെ നിത്യേന ഞെരുങ്ങിയിറങ്ങി നിസ്സംഗഭാവം സ്ഥായിയായിത്തീർന്ന മുഖങ്ങൾ, അവളുടെ അച്ഛനും അമ്മയും അനിയനും..! നാടോടികളാണ്.

ഫുഡ് കോർണറിൽ നിന്നും വാങ്ങിയ ചെറിയ പാക്കറ്റ് ബിസ്കറ്റ് ഹരി അവൾക്ക് കൊടുത്തു. അയാളെ ഒന്ന് നോക്കുകപോലും ചെയ്യാതെ അവൾ അത് വാങ്ങി. വിശക്കുന്നവർക്ക് മുഖമില്ലല്ലോ എന്നോർത്തുകൊണ്ട് റയിൽവേ സ്റ്റേഷനിൽ നിന്നും അയാൾ പുറത്തേയ്ക്ക് നടന്നു.

മഹേഷിനെ കാത്ത് ഒരു കുടുംബം മുകുട്ബനിൽ ഉണ്ട്. തനിക്കോ..! നാട്ടിൽ ആരാണ് ഉള്ളത്..! ഒരു പെങ്ങൾ ഉണ്ടായിരുന്നു.. അവരെ ബുദ്ധിമുട്ടിക്കാൻ ആഗ്രഹമില്ലാത്തത് കൊണ്ട് അങ്ങോട്ട് പോയില്ല. താൻ എവിടെയാണെന്ന് നാട്ടിൽ ആർക്കും അറിയില്ല.

അതൊരു നല്ല കാര്യമാണെന്ന് ഹരിക്ക് തോന്നി. പ്രതീക്ഷകളില്ല, വർഷാവസാനത്തെ കാത്തിരിപ്പില്ല, സന്ദേശങ്ങളോ, ഫോണ് വിളികളോ ഇല്ല, പരിഭവങ്ങളോ പരാതികളോ ഇല്ല.. അങ്ങനെ ചിന്തിച്ചെങ്കിലും ഒരു നഷ്ടബോധം തന്റെ ഉള്ളിൽ നിറയുന്നുണ്ടോ!

ചിന്തകളെ കുടഞ്ഞെറിയാൻ ശ്രമിച്ചുകൊണ്ട് നഗരത്തിന്റെ തിരക്കിലേക്ക് ചേരുകയായിരുന്നു ഹരി. വെയിൽ ഉറച്ചുതുടങ്ങിയിട്ടില്ല. ചിലപ്പോൾ അയനത്തിന്റെ അവസാനപാദത്തിലെത്തിയ വേനലിലെ തെളിഞ്ഞ ആകാശത്ത് ഒറ്റപ്പെട്ട മേഘത്തെ കാണാം. തന്റെ യാത്ര കൊണ്ട് ഒരു ആവശ്യവുമില്ല എന്ന് നല്ല ബോധ്യമുള്ള ഒരു വഴിയാത്രക്കാരനെപ്പോലെ അത് വളരെ പതിയെ ഒഴുകും. താനും അതുപോലെയാണ്. യാത്രയുടെ ആരംഭം തന്നിൽ നിന്ന് തന്നെയുള്ള ഒരു ഒളിച്ചോട്ടമായിരുന്നെങ്കിലും ഇന്ത്യ മുഴു

വൻ സഞ്ചരിക്കണം എന്നും ഒടുവിൽ നീണ്ട താടിയും മുടിയുമായി തിരികെ നാട്ടിലേക്ക് ചെന്ന് ആരാലും അറിയപ്പെടാത്തവനായി, ഓർക്കപ്പെടാത്തവനായി ജീവിക്കണം എന്നുമൊക്കെ അന്ന് താൻ കരുതിയിരുന്നു എന്നോർത്തപ്പോൾ സ്വയം പരിഹസിക്കുന്നതുപോലെ അറിയാതെ വിഷാദാത്മകമായ ഒരു പുഞ്ചിരി ഹരിയുടെ ചുണ്ടുകളിലേക്കെത്തി. അപക്വമായ ആ പഴയ ആഗ്രഹത്തെക്കാൾ താൻ ഇപ്പോഴും ഒളിച്ചോടുന്നു എന്നതിലെ വൈരുദ്ധ്യാത്മകത ആയിരുന്നു അപ്പോൾ അയാളെ ചിരിപ്പിച്ചത്.

തനിക്ക് തിരിച്ചറിവുകൾ എപ്പോഴും വേദനാജനകമാണ്. നേരത്തെ തന്നെ ഹൃദയത്തിലേക്ക് വേരിറങ്ങിയ ഒന്നിനെ പറച്ചുകളയാൻ തക്ക ബലമുള്ളവയാണ് തിരിച്ചറിവുകൾ. അല്പമെങ്കിലും രക്തം പൊടിയാതെ ഒരു പറിച്ചെറിയലും മനുഷ്യർക്ക് സാധ്യമാവില്ലല്ലോ! എല്ലാവരും അത് മൂടിവെക്കുന്നു എന്നു മാത്രം. മുറിപ്പാടുകൾക്ക് മനുഷ്യർ ഓർമ്മ എന്ന് ഓമനപ്പേരിട്ട് വിളിക്കുന്നു. എന്നിട്ടതിനെ പക്വതയുടെ പിന്നിൽ ഒളിപ്പിക്കുന്നു.

തന്റെ ചിന്തകളെല്ലാം തന്നോട് തന്നെയുള്ള വെല്ലുവിളികൾ ആണെന്ന് ഹരിക്ക് തോന്നി.

പഥികനായ ഏകാന്തമേഘവും ഒന്നു പെയ്യാൻ കൊതിച്ചേക്കാം. താനും അതാഗ്രഹിക്കുന്നുണ്ടോ! വേനൽമഴയും പുതുമണ്ണിന്റെ ഗന്ധവും ആളുകൾ ഓർത്തുവെയ്ക്കുന്നു. ആരുടെയെങ്കിലും ഓർമ്മകളിൽ പെയ്യാൻ താൻ ആഗ്രഹിക്കുന്നുണ്ടോ!

വൃത്തിയില്ലാത്ത, പരുക്കൻ ഭാവമുള്ള നഗരത്തിൽ തിരക്ക് കൂടി വരുന്നു. രാവിലെ ഒന്നും കഴിച്ചില്ല. ഇനി തിരികെപ്പോയി ഒന്നും ഉണ്ടാക്കാൻ വയ്യ.

ഹരി അടുത്ത് കണ്ട ഹോട്ടലിലേക്ക് കയറി.

വണ്ടിയിലിരിക്കുമ്പോൾ മഹേഷ് ഹരിയെക്കുറിച്ച് ചിന്തിക്കുകയായിരുന്നു. ഇക്കാലത്തിനിടയ്ക്ക് തനിക്ക് കിട്ടിയ ഏറ്റവും നല്ല സുഹൃത്താണ് ഹരി.. പക്ഷേ അയാളോട് സംസാരിക്കുമ്പോഴൊക്കെ നിഗൂഢതയുടെ പരിവേഷമുള്ള ഒരു മനുഷ്യനായിട്ടാണ് തോന്നിയിട്ടുള്ളത്. ഒരിക്കൽ പോലും ഹരിയെ മദ്യപിച്ചോ പുകവലിച്ചോ കണ്ടിട്ടില്ല. സ്ത്രീകളുടെ പിന്നാലെ പോകുന്നതും കണ്ടിട്ടില്ല. യവ്വനം കത്തി നിൽക്കുമ്പോൾ എങ്ങനെ ഇത്ര നിയന്ത്രണം സാധിക്കുന്നു എന്ന് ഒരിക്കൽ ചോദിച്ചതാണ്. അന്നും നിഗൂഢമായ ഒരു പുഞ്ചിരി മാത്രമായിരുന്നു മറുപടി. സാധാരണ സ്വന്തം നാടു വിട്ടാൽ ആളുകൾ അല്പമൊക്കെ മോശമാകാറാണ് പതിവ്.

അല്ലെങ്കിലും അത്ര മോശം എന്നു വിളിക്കാവുന്ന കാര്യമല്ലല്ലോ അത്. മനുഷ്യന്റെ ജൈവീകമായ ആവശ്യങ്ങൾ നിർവഹിക്കാനുള്ള സമാന്തരമാർഗങ്ങൾ ഇല്ലായിരുന്നെങ്കിൽ ജീവിതം കൂടുതൽ ക്രൂരമായേനെ.

യഥാർത്ഥത്തിൽ ഹരിയെക്കുറിച്ച് എത്രമാത്രം തനിക്കറിയാമെന്ന ചോദ്യത്തിന് മുന്നിൽ മനസ് നിസ്സഹായമാകുന്നത് മഹേഷ് അറിഞ്ഞു. മുൻപൊരിക്കൽ ഹരിയുടെ വീട്ടുകാരെക്കുറിച്ചും നാടിനെക്കുറിച്ചും ചോദിച്ചപ്പോൾ അയാൾ അസ്വസ്ഥതയോടെ കുറഞ്ഞ വാക്കുകളിൽ മറുപടികളെല്ലാം ഒതുക്കുകയായിരുന്നു. അച്ഛൻ നേരത്തെ മരിച്ചെന്നും പിന്നീട് അമ്മ മരിച്ചതിന് ശേഷം വീട് വിട്ടു പോന്നു എന്നുമാണ് അയാൾ പറഞ്ഞത്. പക്ഷേ, അതിനപ്പുറം അയാൾ എന്തൊക്കെയോ ഒളിക്കുന്നുണ്ട് എന്ന് തോന്നിയിരുന്നു. പക്ഷേ, താൻ ചോദിച്ചില്ല.

തന്റേയുള്ളിലുള്ളത്പോലെ എല്ലാവരുടെയും ഉള്ളിലും ഒരു ചെറിയ മുറിയുണ്ടാവും! ആരോടും പറയാനാവാത്ത അനുഭവങ്ങളെ അതിലിട്ടു പൂട്ടി താക്കോൽ എന്നെന്നേക്കുമായി എറിഞ്ഞുകളയുകയാണ് ഓരോരുത്തരും ചെയ്യുക. അത് എല്ലാവരുടെയും അവകാശവുമാണ്. പക്ഷേ, സാഹചര്യങ്ങളുടെ കാറ്റ് വീശുമ്പോൾ ആ മുറിയിലേക്കുള്ള ജാലകക്കാഴ്ച്ചകൾ ഇടയ്ക്ക് സാധ്യമാണ്.

അത് പക്ഷേ, ഹരി ആഗ്രഹിക്കുന്നുണ്ടാവില്ല. ഓരോ മനുഷ്യന്റെയും ജാലകക്കഴ്ചകളെല്ലാം സാധാരണ അവന് പുറത്തേയ്ക്കാണ്..അതും തെറ്റെന്നോ ശരിയെന്നോ അടയാളപ്പെടുത്താൻ ആകില്ല. പുറത്തേക്കുമാത്രമായി മനുഷ്യർ നോക്കാൻ ആഗ്രഹിക്കുന്നത്, ഏകനായി വീട്ടിലിരിക്കുന്ന കുട്ടി ഇരുട്ടുള്ള മുറിയിൽ പോകാൻ ഭയപ്പെടുന്നതുപോലെ, തങ്ങളുടെ ഉള്ളിലെ ഇരുട്ടിനെ ഭയന്നിട്ടായിരിക്കുമോ! തന്റെയുള്ളിലെ മുറിയിലും ചിലത് ഇല്ലേ..! എല്ലാ മനുഷ്യരും ഒരു മൂടുപടത്തിനപ്പുറം ഒരുപോലെയാണ്..!

വണ്ടിയുടെ ചൂളം വിളി മഹേഷിനെ ചിന്തയിൽ നിന്നുണർത്തി.

ഇറങ്ങാനായി. ഇനി അടുത്ത വണ്ടി..അതുവരെ ഇവിടെയിരിക്കണം..! സ്റ്റേഷനിൽ ഇറങ്ങി അയാൾ പ്ലാറ്റ്ഫോമിലെ ചാരുബഞ്ചിനടുത്തേക്ക് നടന്നു. ചുറ്റും വെയിൽ കനത്ത തുടങ്ങിയിരുന്നു.

OO

രണ്ട്

1

രാവിലെ മുഖം കഴുകിയശേഷം ചായ കുടിച്ചു കൊണ്ട് ഇന്ന് എന്ത് ചെയ്യണം എന്ന ചിന്തയോടെ ഇരിക്കുകയായിരുന്നു ഹരി.

ഇന്നലെ മഹേഷ് വീട്ടിലേക്ക് പോയതിൽ പിന്നെ എങ്ങോട്ടും പോകാനില്ലാത്ത അവസ്ഥയായി. മഹേഷ് ഇന്ന് വിളിക്കുമായിരിക്കും. സാധാരണ അവധിക്ക് വീട്ടിൽ പോകുന്നതിലും താമസിച്ചാണ് ഇത്തവണ അയാൾ പോയത്. നാട്ടിൽ ചെന്നാലും തിരക്കുകൾ ഉണ്ടാകും. താൻ ഒറ്റയ്ക്കാവുന്ന സമയങ്ങളിൽ വരയ്ക്കുകയോ വായിക്കുകയോ ഒക്കെയാണ് പതിവ്. ബംഗാളിയാണ് ഇവിടുള്ളവർ സംസാരിക്കുന്നത് എങ്കിലും തനിക്ക് ഹിന്ദിയാണ് വഴങ്ങുക. ഇവിടത്തുകാരനല്ല എന്ന് അറിയാവുന്നത് കൊണ്ട് എല്ലാവരും തന്നോട് ഹിന്ദിയിലാണ് സംസാരിക്കുക. ഒരു നാടിന്റെ ഭാഷ സംസാരിക്കാത്ത ഒരാൾക്ക് ആ നാടിന്റെ ഹൃദയത്തിൽ സ്ഥാനം പിടിക്കാൻ അല്പം ബുദ്ധിമുട്ടാണ്. അല്ലെങ്കിലും അത് തന്റെ ആഗ്രഹമാണോ..! താനിതുവരെ ഹിന്ദിയിൽ ഒന്നും വായിക്കാൻ ശ്രമിച്ചിട്ടില്ല. വായന ഇംഗ്ലീഷിൽ ആണ്. അകറ്റി നിർത്താൻ ശ്രമിക്കുന്ന ഓർമ്മകളെ ഭയന്നാകാം ഓൺലൈനിൽ പോലും മലയാളം വായന പരിമിതമാണ്. അന്യഭാഷയിൽ വായിക്കുമ്പോൾ ഉണ്ടാകുന്ന സ്വാഭാവീകമായ മടുപ്പ് തന്നെയും ബാധിക്കുന്നുണ്ട്.

രാവിലത്തെ സുഖമുള്ള വെയിൽ പരന്നിരിക്കുന്ന മുറ്റത്തേക്കിറങ്ങവേ എന്തുകൊണ്ടോ അൻഷിതയെ ഓർമ്മ വന്നു.

റോഡിന് മറുവശത്തുള്ള വീട്ടിലേക്ക് പതിവില്ലാതെ തന്റെ കണ്ണുകൾ നീണ്ട് പോകുന്നു...! അവൾ തന്നെ കണ്ടിട്ടുണ്ടാകുമോ..? സ്ത്രീകൾ പുരുഷന്മാരെ ശ്രദ്ധിക്കുന്നത് പുരുഷന്മാർ സ്ത്രീകളെ ശ്രദ്ധിക്കാത്തപ്പോഴാണ് എന്ന് കേട്ടിട്ടുണ്ട്. സ്ത്രീയുടെ അരക്ഷിതത്വബോധം ആയിരിക്കാം അതിന് കാരണം. ഒരാളുടെ ശരിയായ

സ്വഭാവം അയാളെ ആരും ശ്രദ്ധിക്കുന്നില്ല എന്നു തോന്നുമ്പോഴാണല്ലോ പുറത്തുവരിക..! ഈ നോട്ടം സ്ത്രീകൾക്ക് തങ്ങൾ മനസുകൊണ്ട് ആഗ്രഹിക്കുന്ന പുരുഷന്റെ സ്വഭാവം മനസിലാക്കാൻ സഹായിക്കുന്നുണ്ടാകും. പുരുഷന്മാരാകട്ടെ സ്ത്രീകളെ നേരിട്ട് നോക്കുന്നു.. കണ്ണുകളിലൂടെ തന്നെ കാര്യം പറയുന്നവരാണവർ. എന്തിനാണ് താനിപ്പോൾ ഇങ്ങനെയൊക്കെ ചിന്തിക്കുന്നത്!.. ശ്രദ്ധിക്കപ്പെടണം എന്ന് താൻ ആഗ്രഹിച്ചുതുടങ്ങിയോ..!

ജനൽച്ചില്ലിനപ്പുറം തിരശീല മാറുന്നതിന്റെ ചെറിയൊരു തിരയിളക്കം..! അൻഷിതയാണ്.! അവൾ കൈവീശിക്കാണിക്കുന്നു..!

ഹരി പുഞ്ചിരിച്ചുകൊണ്ട് കൈവീശി..താൻ നോക്കിനിൽക്കുന്നത് അവൾ കണ്ടിട്ടുണ്ടാകുമോ?

പതിയെ കണ്ണുകളെ പിൻവലിച്ച് ഹരി ചൂലെടുത്ത് മുറ്റത്ത് കിടന്ന കരിയിലകൾ അടിച്ചുവാരി മൂലയിൽ നിൽക്കുന്ന പേരയുടെ ചുവട്ടിലേക്കിട്ടു.

താമസിക്കുന്ന ചെറിയ കെട്ടിടത്തിന്റെ മുറ്റത്തുള്ള ഒരേയൊരു മരം ഒരു ചെറിയ പേരയാണ്. പക്ഷേ, എങ്കിലും തൊട്ടപ്പുറത്തെ റിട്ടയേർഡ് ആർമിക്കാരൻ ദേവ്ബന്ധു സാബിന്റെ വീട്ടുമുറ്റത്തെ വലിയ ആര്യവേപ്പിന്റെ ശിഖിരങ്ങൾ അതിർത്തി ഭേദിച്ച് തന്റെ മുറ്റത്തിന് മുകളിൽ പന്തലിച്ച് നിൽക്കുന്നുണ്ട്. അതുകൊണ്ട് എല്ലാ ദിവസവും ആര്യവേപ്പിന്റെ ഇലകൾ അടിച്ചുവാരി മുറ്റം വൃത്തിയാക്കണം.

ഒന്നുകൂടി തിരിഞ്ഞ് റോഡിന്റെ മറുവശത്തെ വീട്ടിലേക്ക് നോക്കി.. ജനലരികിൽ അവളില്ല! ചൂൽ മതിലിന്റെ ഒരു വശത്ത് ചാരി വെച്ചതിന് ശേഷം ഹരി തിരികെ മുറിക്കുള്ളിലേക്ക് കയറി.

മൗനവാൽമീകങ്ങളുടഞ്ഞ് സർഗ്ഗസൃഷ്ടിയുടെ ചിറകടിയൊച്ചകൾ പുറത്തുകേൾക്കാൻ എല്ലാവർക്കും ഒരു പ്രചോദനം ആവശ്യമാണ്. അൻഷിത തനിക്ക് പ്രചോദനമാകുന്നുണ്ടോ..! ഒന്നറിയാം, അവളോട് സംസാരിക്കുമ്പോൾ സന്തോഷമുണ്ട്. അതേസമയം ഉള്ളിൽ നിന്ന് ആരോ വിലക്കുന്നുമുണ്ട്. തന്റെ മനസ് ഒരു പുതിയ സംഘർഷത്തിലേക്ക് കാലെടുത്തുവെയ്ക്കുകന്നതുപോലെ!

'സാർജി...' അല്പം കഴിഞ്ഞപ്പോൾ പുറത്ത് വിളികേട്ടു.

അൻഷിതയാണ്.

ഹരി വേഗം വാതിൽക്കലെത്തി. അൻഷിത അകത്തേക്ക് കയറാൻ ശ്രമിച്ചപ്പോൾ അയാൾ വഴിമാറിക്കൊടുത്തു. അൻഷിത കൈയിൽ ഇരുന്ന പേപ്പർ ചുരുൾ മേശമേൽ വെച്ചു.

'ചായ കുടിച്ചോ..?' അവൾ ചോദിച്ചു..

'കുടിച്ചു..' അവൾക്കിരിക്കാൻ ഒരു കസേര നീക്കിയിട്ടുകൊണ്ട് ചിരിയോടെ ഹരി പറഞ്ഞു,

'നിനക്ക് വേണമെങ്കിൽ എടുത്തുകുടിച്ചോളൂ..'

അത് പറയേണ്ട ആവശ്യം ഇല്ല എന്ന് തനിക്കറിയാം. ആ സ്വാതന്ത്ര്യം അവൾ എടുക്കുന്നുണ്ട്.

'എനിക്ക് വേണ്ട, ഞാൻ രാവിലെ കുടിച്ചു...ഒരു കാര്യം ചോദിക്കട്ടെ, സാറിന് ഒരു ചിത്രപ്രദർശനം നടത്തിയാലെന്താ..?'

ഹരി വരച്ച ചിത്രങ്ങളിലേക്കും പെയിന്റിങ് ബോർഡിലേക്കും കണ്ണയച്ചുകൊണ്ട് അൻഷിത ചോദിച്ചു.

താൻ മുൻപ് ഒരിക്കൽ അതേക്കുറിച്ച് ആലോചിച്ചതാണ്. ആരാലും അറിയപ്പെടരുത് എന്നാഗ്രഹിക്കുന്ന, എല്ലാത്തിൽ നിന്നും ഉൾവലിയുന്ന രീതിയായിരുന്നല്ലോ തന്റേത്. അതുകൊണ്ട് അന്ന് വേണ്ട എന്നു വെച്ചു. പക്ഷേ, ഇന്നെന്തോ ഒരു സന്തോഷം തന്റെ ഉള്ളിൽ ഉണ്ട്..

'ആലോചിക്കാം' ഹരിപറഞ്ഞു.

ആ മറുപടി കേട്ട് അൻഷിത ചിരിച്ചു.. കുറെയെണ്ണം വരച്ചുവെച്ചിട്ടുണ്ട് ആൾ. ആരെയും കാണിക്കാതെ എന്തിനാണിത്! മനോഹരമായ ചിത്രങ്ങളാണ് എല്ലാം. ഹരിസാറിന്റെ ചിത്രങ്ങൾ കണ്ട് തനിക്കിതുപോലെ വരയ്ക്കാൻ കഴിഞ്ഞെങ്കിൽ എന്ന് തെല്ലൊരു അസൂയയോടെ ആലോചിച്ചിട്ടുണ്ട്. ലോകമറിയപ്പെടേണ്ട ഒരു ചിത്രകാരൻ തന്നെയാണ് സാർ.

തന്റെ ഒരാശയത്തെ ഹരി എതിരഭിപ്രായം പറയാതെ അംഗീകരിച്ചിരിക്കുന്നു എന്ന അറിവിൽ മനസിലുണ്ടായ സന്തോഷത്തെ അടക്കാൻ അൻഷിത ശ്രമിച്ചു.

'അൻഷിത പ്രാക്ടീസ് ചെയ്തോ' ഹരിയുടെ ചോദ്യം കേട്ട അൻഷിത താൻ കൊണ്ടു വന്ന പേപ്പർ ചുരുൾ നിവർത്തി.

ഹരിക്ക് അത്ഭുതം തോന്നി..എത്ര മനോഹരമായി വരച്ചിരിക്കുന്നു! ഒരു നല്ല വിദ്യാർത്ഥിനി കൂടിയാണ് അൻഷിത. പറഞ്ഞുകൊടുത്തത് ഭംഗിയായി ചെയ്തിരിക്കുന്നു. അതും ഒരു പുതിയ ചിത്രം!

'വളരെ നന്നായിട്ടുണ്ട്' ഹരി പറഞ്ഞു.. 'ഇനിയും വരയ്ക്കു'

അയാളിൽ നിന്നുള്ള ആ ഒരു അഭിനന്ദനം മതിയായിരുന്നു അൻഷിതയ്ക്ക്. മനസിലെ ആനന്ദത്തിരമാലകൾ കണ്ണിൽ മറയ്ക്കാൻ ശ്രമിച്ചുകൊണ്ട് അവൾ നന്ദി പറഞ്ഞു. അവർ രണ്ടുപേരും പരസ്

പരം നോക്കി ചിരിച്ചു.

'നാളെ കഴിഞ്ഞ് ബോയ്ഷോഖി ആണ്' അൻഷിത പറഞ്ഞു.

ശരിയാണ്, താനത് മറന്നുപോയി..ഹരിയോർത്തു.

'പുതിയ ഡ്രസ് എടുത്തോ..?' ഹരി ചോദിച്ചു

'ഇല്ല..എടുക്കണം.. വൈകിട്ട് ഞാനും അമ്മയും ടൗണിൽ പോകും. ഹരിസാർ വരുന്നോ.?' ഹരി വരില്ല എന്നറിയാമായിരുന്നെങ്കിലും അൻഷിത വെറുതെ ചോദിച്ചു.

'ഞാനില്ല...' ഹരി ചിരിച്ചുകൊണ്ട് പറഞ്ഞു.

'എന്നെ പേടിയാണല്ലേ..?'

'ഉം..കുറച്ച്'

അത് കേട്ട് മണിക്കിലുക്കം പോലെ അൻഷിത പൊട്ടിച്ചിരിച്ചു.

'ഞാൻ പോകുവാ.' പേപ്പർ എടുത്തു ചുരുട്ടി കൊണ്ട് അവൾ പറഞ്ഞു... 'അമ്മ അന്വേഷിക്കും. പിന്നെ ചിത്രപ്രദർശനം മറക്കണ്ട..'

'മറക്കില്ല...'

പോയ്‌ലി ബൊയ്ഷാഖി ബംഗാളി കലണ്ടറിൽ പുതുവത്സരാരംഭമാണ്. വൈശാഖമാസം ഒന്നാം തീയതി ആണ് പുതുവർഷം പിറക്കുന്നത്. പുതിയ വസ്ത്രങ്ങളും പലഹാരങ്ങളും, രുചിയുള്ള ആഹാരവും ആണ് പ്രത്യേകത. താനൊരിക്കലും ബോയ്ഷാഖി ആഘോഷിച്ചിട്ടില്ല എന്ന് ഹരി ഓർത്തു. ഉത്സവങ്ങളൊന്നും തന്റെ ജീവിതത്തിന്റെ ഭാഗമായിരുന്നില്ലല്ലോ! മിസിസ് ചാറ്റർജിയും അടുത്തുള്ള തന്റെ വിദ്യാർത്ഥികളും പലഹാരങ്ങൾ കൊണ്ടുവരും. ചിലർ ഭക്ഷണം കഴിക്കാൻ ക്ഷണിക്കും.. പോകാറില്ല. എന്തെങ്കിലും പറഞ്ഞ് ഒഴിയും. പലഹാരങ്ങൾ കുറച്ചൊക്കെ കഴിക്കും. ഒന്നിനോടും ഭ്രമമില്ലാതെ ഒരു സന്യാസിയെപ്പോലെയുള്ള ജീവിതമായിരുന്നു! അത്തരം ഒരു മൂടുപടം തനിക്ക് ആവശ്യമായിരുന്നിരിക്കാം.. ഈ അടുത്തകാലം വരെ അങ്ങനെയായിരുന്നു. ഇപ്പോൾ ആ ചിന്ത ശരിയല്ല എന്ന് തോന്നിത്തുടങ്ങിയിരിക്കുന്നു. ഒരുപക്ഷേ അൻഷിതയ്ക്ക് തന്റെ മാറ്റത്തിൽ ഒരു പങ്കുണ്ടാവാം... ഉണ്ട്. താൻ എത്ര സ്വതന്ത്രമായാണ് അവളോട് സംസാരിച്ചത്! ഇതുവരെ അനുഭവിച്ചിട്ടില്ലാത്ത ഒരു സന്തോഷം മനസിൽ നിറയുന്നത് പോലെ! പണ്ട് തന്റെ മനസിന്റെ മധുരതരമായ പ്രണയഗാനം ഒരാൾക്ക്മാത്രം കേൾക്കാനുള്ളതാണെന്ന് കരുതിയ ഒരു കാലമുണ്ടായിരുന്നു തനിക്ക്. അന്നുള്ളവർ അതിനെ നിഷ്കളങ്കത എന്നും ശരി എന്നുമൊക്കെ അടയാളപ്പെടുത്തുമായിരുന്നെങ്കിലും മനുഷ്യനിലെ

ജൈവീകതയെക്കുറിച്ച് തുറന്ന ചിന്തകളുള്ള ഇന്നത്തെ ലോകത്തിൽ അതെല്ലാം അറിവില്ലായ്മയാണ്. മാനസികമായും ജൈവീകമായും ഒരിണയിൽ മാത്രം ഒതുങ്ങിനിൽക്കുന്ന ജീവിയല്ലല്ലോ മനുഷ്യൻ..! പക്ഷേ, പഴയ ഭാഷയിൽ പറഞ്ഞാൽ, താനിന്നും നിഷ്കളങ്കനാണ്.

അതൊരു നഷ്ടബോധമാണല്ലോ എന്നോർത്തപ്പോൾ ഹരിക്ക് ചിരി വന്നു.

എന്തുതന്നെയായാലും നിഗൂഢമായി പ്രണയമെന്ന ആ മനോഹരഗാനം മുഴങ്ങുമ്പോൾ മനുഷ്യഹൃദയങ്ങളിലേക്ക് അനിർവചനീയമായ ആനന്ദം ചേക്കേറുന്നുണ്ട് എന്നത് സത്യമാണ്. ആ ഗാനത്തിന് ചുവട് വെക്കുന്നവർ സ്വയം ഗാനവും നൃത്തവുമായി പരിണമിക്കുന്നുണ്ട്. ആരും കേൾക്കാത്ത, ആരുടേയും ഹൃദയത്തിൽ മുഴങ്ങാത്ത ഒരു വിഷാദ ഗാനമായി മാറാൻ താൻ ആഗ്രഹിക്കുന്നില്ല എന്നതാണ് സത്യമെന്ന് തന്റെ ആരോ ഉള്ളിലിരുന്ന് മന്ത്രിക്കുന്നുണ്ട്!

മഴപ്പാറ്റകൾ അല്പനേരമെ പറക്കു എങ്കിലും പറക്കുന്നിടത്തോളം പറക്കട്ടെ. ഒന്നും നേടാൻ ഇല്ലാത്തവന്റെ ചിന്തകൾക്ക് ഒരിക്കലും പറക്കാനാകില്ല! ഒരു പക്ഷേ തന്റെ ജീവിതത്തിൽ ഇതൊരു വഴിത്തിരിവായിരിക്കാം.

ശുഭാപ്തിവിശ്വാസത്തോടെ അങ്ങനെ ചിന്തിച്ചെങ്കിലും ഇതിന്റെ സമാപ്തി എങ്ങനെയാകും എന്നതിനെക്കുറിച്ച് അയാൾക്ക് ഭയമുണ്ടായിരുന്നു. ഉള്ളിലൊരു താളിൽ കറുത്ത ചിത്രങ്ങൾ അസ്വസ്ഥതയുണ്ടാക്കുകയാണ്.

2

മേൽപ്പുരയുടെ ആസ്ബസ്റ്റോസ് ഷീറ്റിന്റെ ക്രമമായ നിമ്നോന്നതികളിൽ കണ്ണുകൾ കൊണ്ട് ചിത്രം വരച്ച് മലർന്നു കിടക്കുകയായിരുന്നു മഹേഷ്. മുകുട്ബനിൽ ഒരു ദിവസം മുൻപേ എത്തിയതാണ്. ഇന്നലെ മാരേഗാവിലുള്ള ബന്ധുവീടുകളിൽ പോയി. ഒരുവർഷമായി എല്ലാവരെയും കണ്ടിട്ട്. അതുകൊണ്ട്തന്നെ തിരക്കായിരുന്നു. ഇന്ന് രാവിലെയാണ് ഹരിയെ വിളിച്ചത്. നാട്ടിലെത്തിയിട്ട് വിളിക്കാം എന്ന് പറഞ്ഞിരുന്നതാണ് ഹരിയോട് താൻ. വിളിച്ചാലും വിളിച്ചില്ലെങ്കിലും സൗഹൃദത്തിൽ ഒരു കുറവും വരുത്താത്തവനാണ് ഹരി. എത്രകാലം കാണാതിരുന്നാലും മിണ്ടാതിരുന്നാലും ഒരു പരിഭവമോ പരാതിയോ അയാളിൽ നിന്ന് ഉണ്ടായിട്ടില്ല.

അത്തരം സൗഹൃദങ്ങൾ അപൂർവ്വമാണ്.വൈകുന്നേരം സുഹൃത്തുക്കളുടെ അടുത്തുപോകണം. സമയം നാലുമണിയായിരിക്കുന്നു സ്കൂൾ ഗ്രൗണ്ടിൽ എല്ലാവരുമുണ്ടാകും. കണ്ടിട്ട് ഒരു വർഷമായതുകൊണ്ടുതന്നെ ധാരാളം കഥകളുമുണ്ടാകും. കുറേയധികം ഓർമ്മകളെ ഒരുമിച്ച് വിളിക്കുന്ന പേരായിരിക്കാം മനുഷ്യൻ !

അടുത്തുള്ള ബന്ധുക്കളിൽ ചിലർ ഇന്നലെ വന്നുപോയി. അമ്മാവൻ വന്നിട്ടുണ്ട്. ഏതാണ്ട് ഒരു മണിക്കൂർ മുൻപ് എത്തിയതാണ്. വന്നപ്പോൾ മുതൽ അടുക്കളയിൽ അമ്മയോട് സംസാരിക്കുകയാണ് അദ്ദേഹം. വർദ്ധക്യം ചുളിവുകൾ വീഴ്ത്തിതുടങ്ങിയ മുഖം വളരെ ഗൗരവത്തിൽ ആണെന്നത് അപ്പോഴേ താൻ ശ്രദ്ധിച്ചതാണ്. അച്ഛനേപ്പോലെ കുടുംബത്തിൽ ഏറ്റവുമധികം ബഹുമാനിക്കപ്പെടുന്ന ആളാണ്. അച്ഛന്റെ അവസാനസമയത്തും അച്ഛനോടൊപ്പമുണ്ടായിരുന്നതും അമ്മാവനാണ്.

തന്നെ ഏറ്റവമധികം ദുഃഖിപ്പിച്ചത് അച്ഛന്റെ മരണമായിരുന്നു. താൻ ആറാംക്ലാസിൽ പഠിക്കുമ്പോഴായിരുന്നു ആത്.. ചന്ദ്രപൂരിൽ നഗരത്തിലെ നിറഞ്ഞ ഓവുചാലിൽ തടസം നീക്കി നന്നാക്കിക്കൊണ്ടിരിക്കെവെയാണ് അദ്ദേഹത്തിന് നെഞ്ച് വേദന വന്നത്. 'ഗോപാൽ..' എന്ന് അമ്മാവനെ ഞെരങ്ങുന്ന ശബ്ദത്തിൽ ഒന്ന് വിളിക്കാൻ മാത്രമേ സാധിച്ചുള്ളൂ. നെഞ്ചിൽ കൈയ്യമർത്തി കെട്ടിനിൽക്കുന്ന അഴുക്കു വെള്ളത്തിലേക്ക് വീഴുകയായിരുന്നു അച്ഛൻ. അമ്മാവൻ ആണ് ഓടിയെത്തിയതും അച്ഛനെ എടുത്തു ഉയർത്തിയതും. ആശുപത്രിയിൽ എത്തിയപ്പോൾ ഓടയിലെ അഴുക്ക് നാറുന്ന അച്ഛനെ പരിശോധിക്കാൻ ഡോക്ടർക്ക് താല്പര്യമില്ലായിരുന്നു. അയാൾ മൂക്കുപൊത്തി അടുത്തുവന്നപ്പോഴേയ്ക്കും മരണം അച്ഛനെ കൂട്ടിക്കൊണ്ടുപോയിരുന്നു. അവസാനസമയത്ത് അടുത്തുണ്ടാവാനോ, അച്ഛന് അല്പം വെള്ളം കൊടുക്കാൻ പോലും കഴിഞ്ഞില്ല.. അച്ഛൻ ഒരുപക്ഷേ ഓടയിലെ അഴുക്കുവെള്ളം....

ആ ചിന്ത വർഷങ്ങളായി തന്റെ മനസിന്റെ ഭാരത്തെ വർദ്ധിപ്പിക്കുകയാണ്..!

'മഹേഷ്..' അമ്മ വിളിക്കുന്നു! താൻ കൂടി കേൾക്കേണ്ട കാര്യമാണെന്നു തോന്നുന്നു. അകത്തേയ്ക്ക് ചെന്നപ്പോൾ അമ്മാവൻ ആകെ വെപ്രാളത്തിലാണ് എന്ന മഹേഷ് കണ്ടു. അദ്ദേഹത്തിന്റെ മുഖം വലിഞ്ഞുമുറുകിയിരിക്കുന്നു.. അമ്മയും അതേ അവസ്ഥയിൽ തന്നെയാണ്. എന്താണ് കാര്യമെന്ന അർത്ഥത്തിൽ അമ്മയെ നോക്കി.

'മോനെ.. രാഗേഷ്... മെശ്രാമിന്റെ മകളെയും കൊണ്ട് ഒളിച്ചോടി.' അല്പനേരത്തേക്ക് എന്താണ് പറയേണ്ടത് എന്ന് മഹേഷിന് മനസിലായില്ല.

രാഗേഷ് അമ്മാവന്റെ മകനാണ്.. തന്റെ സമപ്രായക്കാരൻ.. പേരുകൾ പോലും അങ്ങനെതന്നെ വീട്ടുകാർ തീരുമാനിച്ചതാണ്.. ഒരിക്കൽപ്പോലും അവൻ തന്നോട് ഇത് സൂച്ചിപ്പിച്ചിട്ടേയില്ലല്ലോ..!

'ഇനിയെന്തൊക്കെയാണോ ഭഗവാനെ സംഭവിക്കുക...!' .

അമ്മ തലയ്ക്ക് കൈകൊടുത്ത് വിലപിക്കുകയാണ്.

മെശ്രാം ഉയർന്ന ജാതിയിൽ പെട്ട ആളാണ്. അതാണ് എല്ലാവരെയും ഭയപ്പെടുത്തുന്നത്. ആൾബലവും സ്വാധീനവുമുണ്ട് അയാൾക്ക്. അവരുടെ ആളുകൾ രാഗേഷിനെ തിരഞ്ഞുവരുമെന്ന് ഉറപ്പാണ്. എന്താണ് ചെയ്യുക എന്നറിയാത്ത അവസ്ഥയിലായി മഹേഷ്.

ഒരു വലിയ ജാതിസംഘർഷത്തിന് ഇത് തന്നെ ധാരാളമാണ്. നേരത്തെ തന്നെ തന്റെ ജാതിയിൽപെട്ടവർ വിദ്യാഭ്യാസം നേടുന്നതിനോട് താത്പര്യമില്ലാത്തവരാണ് ഇവിടെയുള്ള ഉയർന്ന വിഭാഗക്കാർ. ഗവണ്മെന്റ് സർവീസുകളിൽ പോലും കീഴ്ജീതിക്കാരന്റെ കീഴിൽ ജോലിചെയ്യാൻ ആകില്ല, അത് അപമാനമാണ് എന്നാണ് അവർ പറയുന്നത്. കാലങ്ങളായി അവഗണിക്കപ്പെട്ടവരാണ് തങ്ങൾ. അതിനിടയിൽ രാഗേഷ് ഇതെന്താണ് ചെയ്തത്! ഇനിയെങ്ങിനെ ഈ പ്രശ്നം പരിഹരിക്കും..!

എന്ത് ചെയ്യണം എന്നറിയാതെ അൽപനേരം മഹേഷ് മൗനമായിരുന്നു. അമ്മാവന്റെയും അമ്മയുടെയും കണ്ണിൽ ഭീതി നിറയുന്നത് മഹേഷ് കണ്ടു. ഫോണെടുത്ത് രാഗേഷിനെ വിളിക്കാൻ ശ്രമിച്ചെങ്കിലും സ്വിച്ച്ഡ് ഓഫ് എന്ന മറുപടിയാണ് കിട്ടിയത്. അല്പസമയത്തിന് ശേഷം പുറത്ത് ഒരു ആരവം കേട്ടു .. അവർ വരികയാണ്.. അമ്മാവൻ തന്റെ മുഖത്തേക്ക് പരിക്ഷീണനായി നോക്കുന്നു. മുറ്റത്തേക്കിറങ്ങി നോക്കിയപ്പോൾ തൊട്ടപ്പുറത്ത് രാഗേഷിന്റെ വീട്ടുമുറ്റത്തേക്കുള്ള വഴിയിലൂടെ കൈകളിൽ കത്തികളും വടികളുമായി ക്ഷുഭിതരായ ഒരു ജനക്കൂട്ടം ഇരച്ചുവരുന്നത് ഉൾക്കിടിലത്തോടെ മഹേഷ് കണ്ടു. അവിടെ അമ്മായിയും രാഗേഷിന്റെ അനിയത്തി ശ്രാവണിയും ഉണ്ട്... !

'പറഞ്ഞത് മറക്കണ്ട...' എന്ന് അമ്മയോട് പറഞ്ഞുകൊണ്ട് അമ്മാവൻ വേഗത്തിൽ പുറത്തേക്ക് വരുന്നു.

എന്താണ് അദ്ദേഹം പറഞ്ഞത്!

അടുക്കളയിൽ നിന്ന് എടുത്ത ഒരു കത്തിയുമായി തന്നെ മറിക

ടന്ന് അമ്മാവൻ വീട്ടിലേക്ക് പാഞ്ഞു പോകുന്നത് ഒരു മിന്നായം പോലെയാണ് മഹേഷ് കണ്ടത്. അയാളും അമ്മാവന്റെ പിന്നാലെ കുതിച്ചു. പിന്നിൽ അമ്മ വിളിക്കുന്ന ശബ്ദം കേട്ടെങ്കിലും മഹേഷ ത് ശ്രദ്ധിച്ചില്ല.

വീട്ടിൽ അമ്മായിയും ശ്രാവണിയും ഭയന്നിരിക്കുകയാണ്..

'നിങ്ങൾ മുന്നിലേക്ക് വരരുത്.. രണ്ടുപേരും പിൻവാതിലൂടെ ഇറങ്ങി അവളെയും കൂട്ടി വയലിലേക്ക് പൊയ്ക്കോ.. അവിടുന്ന് നിന്റെ വീട്ടിലേക്ക് പോകണം.'

ഒരു കത്തി എടുത്ത് അമ്മായിയുടെ കൈയ്യിൽ കൊടുത്ത് അമ്മാവൻ പറഞ്ഞു.

അമ്മയെയും കൂട്ടി പോകുവാനാണ് അമ്മാവൻ പറയുന്നത്. അദ്ദേഹം ഇത് നേരത്തേകണ്ടിരിക്കുന്നു!

'ഒന്നുമെടുക്കണ്ട...വേഗം പോ..' അമ്മാവന്റെ ശബദം ഉയരുന്ന ത് കേട്ട് അമ്മായി ശ്രാവണിയെയും കൂട്ടി പിൻവാതിലിലൂടെ പുറ ത്തിറങ്ങി തന്റെ വീടിന്റെ പിന്നാമ്പുറത്തേക്ക് ഓടുന്നത് മഹേഷ് കണ്ടു.

'നീയും പോ ..' തിരിഞ്ഞ് അമ്മാവൻ തന്നോട് പറയുന്നത് കേട്ടെങ്കിലും മഹേഷ് അനങ്ങിയില്ല. രാഗേഷിന്റെ മുഖമായിരുന്നു മനസ് നിറയെ. അവനെ അവർ എന്തുചെയ്തിരിക്കും..!

മനസ് നടുങ്ങുന്നത് മഹേഷ് അറിഞ്ഞു. അലഞ്ഞുനടക്കുന്ന നാ ട്ടുപന്നികൾ കയറാതിരിക്കാൻ കെട്ടിയ വേലി പൊളിച്ചെറിഞ്ഞ് ഇരച്ച് എത്തിയ ആൾക്കൂട്ടത്തിന് മുന്നിൽതന്നെ മെശ്രാമും അയാ ളുടെ രണ്ട് ആണ്മക്കളും ഉണ്ടായിരുന്നു. അയാളിൽ നിന്ന് ആദ്യം പുറത്ത് വന്നത് ഒരു തെറിയാണ്..

'എവിടെടാ നായിന്റെ മോനെ എന്റെ മകൾ..?'

ഇവിടെയില്ല പറഞ്ഞുകൊണ്ട് മഹേഷിനെ പിന്നിലേക്ക് മാറ്റി മുന്നോട്ടേക്ക് വന്ന ഗോപാലിന്റെ ചെകിടടച്ച് ഒരടി കിട്ടി.. വേച്ച് വീണ അയാളുടെ കൈയ്യിൽ നിന്ന് കത്തി തെറിച്ചുപോയി.. അമ്മാ വനെ പിടിച്ച് എഴുന്നേല്പിക്കാൻ ശ്രമിക്കവേ ആരുടെയോ കുറുവ ടി മഹേഷിന്റെ പുറത്തുവീണു. വേദനകൊണ്ട് പുളഞ്ഞ് അയാൾ നിലത്തേക്ക് ഇരുന്നു..

'അവരെ കിട്ടി..ബസ് സ്റ്റാന്റിൽ നിന്ന്.' ആരോ ഒരാൾ ഫോണ് ഉയർത്തിക്കൊണ്ട് പറയുന്നത് മഹേഷ് കേട്ടു. ആരൊക്കെയോ ചേർ ന്ന് മുറ്റത്തിനരികിലെ വലിയ ആര്യവേപ്പിന്റെ ചുവട്ടിലേക്ക് മഹേ ഷിനെയും ഗോപാലിനെയും വലിച്ചിഴച്ചു..

അയനാന്തരങ്ങൾ

കയർ കൊണ്ട് മരത്തിന് പിന്നീലേക്ക് കൈകൾ ചേർത്ത് കേട്ട വേ ഈ കീഴ്ജാതിപ്പട്ടികളെ ഇന്ന് മര്യാദ പഠിപ്പിക്കണമെന്ന് മെശ്രാമിന്റെ മൂത്തമകൻ ആക്രോശിക്കുന്നത് മഹേഷ് കേട്ടു. ക്ഷമ യാചിച്ച ഗോപാലിന്റെ മുഖത്ത് അയാളുടെ കൈ പതിച്ചു.. ചുണ്ടു പൊട്ടി രക്തമൊലിക്കുന്ന നിസ്സായനായ അമ്മാവന്റെ മുഖം മഹേഷ് കണ്ടു. ആരൊക്കെയോ ആയുധങ്ങളുമായി വീട്ടിലേക്ക് കയറുന്നു...

'ഇവിടെ ആരുമില്ല..'

തിരിച്ചിറങ്ങിവന്ന അവരിലൊരാൾ നിരാശയോടെ പറഞ്ഞു.

കൂട്ടം കൂടി നിൽക്കുന്ന ആളുകളുടെ മുന്നിൽനിന്ന് മെശ്രാം ക്ഷമയാചിക്കുന്ന ഗോപാലിനെ നോക്കി തെറി തുപ്പുകയും മുഖത്ത് ഇടയ്ക്ക് അടിക്കുകയും ചെയ്തുകൊണ്ടിരുന്നു. അരുതെന്ന് പറയാൻ വായ് തുറന്ന് മഹേഷിന്റെ മുഖത്ത് മെശ്രാമിന്റെ കനത്ത കൈ പതിഞ്ഞു.. വായിലേക്ക് ചോര കിനിഞ്ഞ് വരുന്നതിന്റെ രുചി അയാളറിഞ്ഞു. അല്പസമയം കഴിഞ്ഞ് വീടിന് മുന്നിൽ വന്നുനിന്ന ജീപ്പിൽ നിന്നും രാഗേഷിനെയും ഒരു പെണ്കുട്ടിയെയും വലിച്ചിറക്കുന്നത് മഹേഷ് കണ്ടു..പെണ്കുട്ടി കരയുന്നുണ്ട്. രാഗേഷ് തീരെ അവശനാണ്. അവന്റെ തല പൊട്ടി രക്തം ഒലിക്കുന്നുണ്ട്. വസ്ത്രം കീറിപ്പറിഞ്ഞിരിക്കുന്നു.. വണ്ടിയിൽ നിന്ന് വലിച്ച് ഇറക്കിയ പാടെ ഒരാൾ രാഗേഷിനെ അടിച്ചു.. നിലത്തുവീണപ്പോൾ കൈയ്യിൽ പിടിച്ച് വലിച്ചിഴച്ചുകൊണ്ടാണ് അവർ മുറ്റത്തേക്ക് അവനെ കൊണ്ടുവന്നത്.. തലയുയർത്തി നോക്കാൻ പോലും അശക്തനായിരുന്നു രാഗേഷ്. നിസഹായനായിരുന്ന മഹേഷ് ഭയത്തിനപ്പുറം തങ്ങളുടെ അവസാനത്തെ നിമിഷങ്ങളുമായി പൊരുത്തപ്പെടാൻ ശ്രമിക്കുകയായിരുന്നു.

കരയുന്ന മകളുടെ മുടിക്ക് ചുറ്റിപ്പിടിച്ച് ഇളയവന്റെ നേരെ തള്ളി മെശ്രാം.. 'ഇവളെ വീട്ടിലേക്ക് കൊണ്ടുപോ..' അയാൾ അലറി. കരഞ്ഞുകൊണ്ടിരുന്ന പെൺക്കുട്ടിയുമായി ജീപ്പ് തിരികെപ്പോയി.

അവർ രക്തത്തിൽ കുളിച്ച് നിലത്ത് കിടക്കുന്ന രാഗേഷിനെ അടിക്കുകയാണ്..! ചതഞ്ഞുപോയ അവന്റെ കൈകാലുകളിൽ.. നെഞ്ചിൽ..തലയിൽ ഒക്കെ വടികൊണ്ട് അവർ അടിക്കുകയാണ്.. രാഗേഷ് അനങ്ങുന്നില്ല...കരയുന്നില്ല.. ജീവൻ നേരത്തെതന്നെ അവനെ വിട്ട്പോയിക്കാണണം..എന്നിട്ടും വീണ്ടും അവർ അടിക്കുകയാണ്.

മഹേഷ് അത് കാണാനാകാതെ മുഖം തിരിച്ചു.

ആരൊക്കെയോ വടികളുമായി ആക്രോശങ്ങളോടെ തങ്ങളുടെ നേരെ പാഞ്ഞ് വരുന്നത് അയാൾ കണ്ടു.. ഒരു വടി മഹേഷിന്റെ തലയ്ക്ക് മുകളിൽ ഉയർന്ന് താണു.. തലയ്ക്കുള്ളിൽ ഒരു മിന്നൽപ്പിണർ പോലെ..! നെറ്റിയിലൂടെ ചെറുചൂടുള്ള, കൊഴുപ്പുള്ള ഒരു ദ്രാവകം താഴേയ്ക്ക് ഒഴുകുന്നത് മഹേഷ് അറിഞ്ഞു.. ചുറ്റും ഇരുൾ പരക്കുകയാണ്... പടിഞ്ഞാറേ ചക്രവാളത്തിലെ രക്തവർണ്ണമാർന്ന പ്രകാശം വേഗത്തിൽ മങ്ങുന്നു! കഴുത്തിന് ഒട്ടും ബലമില്ലാത്തതുപോലെ അയാളുടെ തല താഴേക്ക് തൂങ്ങി..

3

ഇന്നലെയാണ് മഹേഷ് ഫോൺ ചെയ്തത്. മാരേഗാവിലുള്ള അമ്മവീട്ടിൽ പോയതിനാൽ തിരക്കായിപ്പോയെന്നാണ് പറഞ്ഞത്. മഹേഷിനെക്കുറിച്ച് ഓർക്കുകയായിരുന്നു ഹരി..

ജാതീയമായ വേർതിരിവുകൾ മനസിൽ ആഴത്തിൽ ഉണങ്ങാത്ത മുറിവേല്പിച്ചിട്ടുള്ള ഒരു മനുഷ്യൻ.. അടിച്ചമർത്തപ്പെടുന്നവന്റെ ചരിത്രത്തിൽ അവഗാഹമുള്ള ആളാണ് മഹേഷ്. ചിന്തിക്കുന്നവർ പൊതുവെ അസ്വസ്ഥമായ മനസ്സിനുടമകളായിരിക്കും. ഒരു പക്ഷേ, നാട്ടിൽ സ്വന്തം വിഭാഗക്കാർ അനുഭവിക്കേണ്ടിവന്നിട്ടുള്ള പ്രശ്നങ്ങൾ തന്നോട് പറയുന്നത് മഹേഷിന് അല്പം മനഃശാന്തി നല്കുന്നുണ്ടാകാം..

‘ഗേയ്റ്റ് സർക്കുലർ എന്ന് കേട്ടിട്ടുണ്ടോ ഹരി..?’

ഒരിക്കൽ മഹേഷ് ചോദിച്ചപ്പോൾ ബ്രിട്ടീഷ്ഭരണകാലത്തെ ചരിത്രത്തിന്റെ പിന്നാമ്പുറങ്ങൾ അറിയാത്ത തനിക്ക് കൈമലർത്തി കാണിക്കേണ്ടി വന്നു.

മഹേഷ് തുടർന്നു... ‘വരേണ്യർ കാലങ്ങളായി നീചജാതി എന്നു വിളിക്കുന്ന തോട്ടികളും മറ്റും അടങ്ങിയ ദളിതരെ ‘ഹിന്ദു’ എന്ന നാമത്തിൽ രേഖപ്പെടുത്തിയതിൽ വലിയ തോതിലുള്ള പ്രതിഷേധം വരേണ്യർക്കിടയിൽ ഉണ്ടായിരുന്നു.. അതേത്തുടർന്ന് ഹിന്ദു എന്നതിന് ഒരു മാനദണ്ഡമുണ്ടാക്കാൻ 1911-ലെ സെൻസസ് കമ്മീഷണർ ആയിരുന്ന ഈ എ ഗെയ്റ്റ് ഒരു സർക്കുലർ പുറത്തിറക്കി. പ്രധാനമായും നാല് ചോദ്യങ്ങളാണ് ഒരുവൻ ഹിന്ദുവാണോ എന്നറിയാൻ ഗെയ്റ്റ് സർക്കുലറിൽ രേഖപ്പെടുത്തിയിരുന്നത്.’

ഒരു കഥപോലെ ചരിത്രം പറഞ്ഞുകൊണ്ടിരുന്ന മഹേഷിന്റെ

ചുണ്ടിൽ ഒരു പുഞ്ചിരി തെളിഞ്ഞു വന്നു..

'ബ്രാഹ്മണർ പൂജിക്കുന്ന ക്ഷേത്രങ്ങളിൽ പ്രവേശനമുണ്ടോ..? പൂജാദികർമ്മങ്ങളിൽ ബ്രാഹ്മണരുടെ സേവനങ്ങൾ ലഭ്യമാണോ..? ബ്രാഹ്മണിക് ദൈവങ്ങളെ ആരാധിക്കുന്നുണ്ടോ..? അയിത്തത്തിന് വിധേയമാകുന്നുണ്ടോ...? എന്നിങ്ങനെ ആയിരുന്നു ആ ചോദ്യങ്ങൾ. ആദ്യത്തെ മൂന്ന് ചോദ്യങ്ങൾക്ക് ഉണ്ട് എന്നും, നാലാമത്തെ ചോദ്യത്തിന് ഇല്ല എന്നുമുത്തരം നൽകുന്നവരെ മാത്രമേ ഹിന്ദുവായി പരിഗണിക്കുകയുള്ളൂ എന്നായിരുന്നു ഗെയ്റ്റ് പറഞ്ഞത്.. ഈ സർക്കുലർ പ്രതിക്ഷേധം മൂലം പിൻവലിക്കേണ്ടി വന്നു. ഇത് നടന്നിരുന്നെങ്കിൽ ഹിന്ദു എന്ന പേരിൽ അന്ന് ഇന്ത്യയിൽ എത്ര ശതമാനം ആളുകൾ ഉണ്ടാകുമായിരുന്നു എന്നറിയാമോ ഹരിക്ക്..?'

പത്ത് ശതമാനത്തിൽ കൂടുതൽ ഉണ്ടാകില്ല എന്ന് ഹരിക്ക് ഉറപ്പായിരുന്നു. അതിനർത്ഥം ആ പഴയ പത്ത് ശതമാനത്തിന്റെ പിന്മുറക്കാരും അവരുടെ ആവശ്യങ്ങളുമാണ് ഇന്നും പ്രത്യേകിച്ചും വടക്കേ ഇന്ത്യയിലെ ജാതി വ്യവസ്ഥയെ നിലനിർത്തുന്നത് എന്നാണ്. കുറെയൊക്കെ കേരളത്തിലും ആ പത്ത് ശതമാനത്തിന്റെ പെരുമയെ പുകഴ്ത്തുന്നവർ ഉണ്ട്. തങ്ങൾ നമ്പൂതിരിമാർ മതം മാറിയവരുടെ പിൻതലമുറയാണെന്ന് പറയുന്നതിൽ അഭിമാനം കണ്ടെത്തുന്നവർ തന്റെ ഓർമ്മയിൽ ഉണ്ട്! ആധുനീകകാലത്ത് ഇതിനെല്ലാം രാഷ്ട്രീയമാനം കൈവന്നിരിക്കുന്നു. ദൈവങ്ങളെല്ലാം ഇന്ന് ഇന്ത്യൻ രാഷ്ട്രീയത്തിൽ എത്തിയിരിക്കുന്നു!

'ചരിത്രപരമായി പറഞ്ഞാൽ ആ ചെറിയൊരു ശതമാനം ആളുകളുടെ താൽപര്യങ്ങൾ സംരക്ഷിക്കുന്നതിനായി മതത്തെ ഉപയോഗിച്ചതിന്റെ ഫലമാണ് ആധുനീക ഇന്ത്യയിലെ സാമൂഹ്യവ്യവസ്ഥിതി. സ്വന്തം ദൈവങ്ങളെയും ചരിത്രത്തെയും പാരമ്പര്യത്തെയും നിവൃത്തികേട് കൊണ്ട് മറക്കേണ്ടി വന്ന ഒരുപാട് വിഭാഗങ്ങളുണ്ട് ഇന്ത്യയിൽ. മേൽജാതിസങ്കല്പം അനുകരിച്ചുകൊണ്ട് താഴെക്കിടയിലുള്ളവരും ഉപജാതികളായി തിരിഞ്ഞു നിലകൊണ്ട നൂറ്റാണ്ടുകളുടെ ചരിത്രമുള്ള വിചിത്രദേശമാണ് ഇത്.. ജാതിരാഷ്ട്രീയം പറയുന്ന അട്ടകൾ ഉള്ളിടത്തോളം ആധുനീകകാലത്തും ഇത് മാറുകയുമില്ല.'

മഹേഷിന്റെ മുഖത്ത് തങ്ങിനിന്ന പുഞ്ചിരിയിൽ പുച്ഛം കലർന്നിരുന്നു.

'ബാബ ആവുന്നത്ര ശ്രമിച്ചു. എന്നിട്ടും ജാതി പഴയതുപോലെ തന്നെ. എങ്കിലും അദ്ദേഹം മുന്നോട്ട് വെച്ച ആശയങ്ങളിലും ഭര

ണഘടനയിലും ഒരു വിശ്വാസമുണ്ട്.. എന്നെങ്കിലും സ്ഥിതി മാറു മായിരിക്കും'

അയാൾ നീറുന്ന അവസ്ഥയിലൂടെ കടന്നുപോകുകയാണ് എന്ന് താൻ മനസിലാക്കുന്നുണ്ടായിരുന്നു. ചരിത്രപരമായ അറി വുള്ളവന് മാത്രമേ സാമൂഹ്യമായ അനീതിയെ തിരിച്ചറിയാൻ പറ്റൂ.. അതിനെതിരെ ഒന്നും ചെയ്യാൻ കഴിയില്ലെങ്കിൽ ആ നിസ്സ ഹായത അവനെ പൊള്ളിച്ചുകൊണ്ടിരിക്കും.

'ഹരിക്കറിയുമോ, ആന്ധ്രയിലും മഹാരാഷ്ട്രയിലുമൊക്കെ നക് സലുകളും മാവോയിസ്റ്റുകളും നിലനില്കുന്നതിൽ രാഷ്ട്രീയചൂഷ ണം പിടിവിടാത്ത ജാതിവ്യവസ്ഥിതിക്കുള്ള പങ്ക് വളരെ വലുതാ ണ്. ഈ പ്രസ്ഥാനങ്ങളുടെ വഴി തീർച്ചയായും തെറ്റാണ്. പക്ഷേ, എന്തുകൊണ്ടാണ് സമ്പത്ത് ഉള്ളവരും വരേണ്യരും ഇത്തരം പ്ര സ്ഥാനങ്ങളിലേക്ക് ആകൃഷ്ടരാവാത്തത് എന്ന് ഹരി ആലോചിച്ചി ട്ടുണ്ടോ? കേരളത്തിൽ താരതമ്യേന കാര്യങ്ങൾ മെച്ചമാണ് എന്നാ ണ് ഞാൻ കേട്ടിട്ടുള്ളത്. അതുകൊണ്ട് ഹരി ഒരുപക്ഷേ, ഇതേക്കു റിച്ച് ആലോചിച്ചിട്ടുണ്ടാവില്ല.. അല്ലെ?'

കേരളത്തെക്കുറിച്ചുള്ള ചർച്ചകളിൽ നിന്ന് പൊതുവെ മാറി നിൽ ക്കുകയാണ് പൊതുവെ തന്റെ പതിവ്. ആറുവർഷങ്ങളുടെ വിടവ് കേരളത്തെക്കുറിച്ചുള്ള ഓർമ്മയിൽ നികത്തപ്പെടാതെ കിടക്കുന്നു ണ്ട്. കേരളത്തിലും കാര്യങ്ങൾ അത്ര മെച്ചമല്ല എന്നറിയാമെങ്കി ലും താരതമ്യേന എന്ന ഒരു പദം മഹേഷ് ഉപയോഗിച്ചത് കൊണ്ട് അതെ എന്ന അർത്ഥത്തിൽ താൻ തലകുലുക്കി. മഹേഷിന്റെ ചോ ദ്യം തന്നെ ഇന്നും ചുഴിയിൽപ്പെടുത്തിയിരിക്കുകയാണ്. ഉത്തര ങ്ങൾ കൊടുക്കാൻ തന്റെ കൈയ്യിൽ ഇല്ലെങ്കിലും വെറുതെ അയാ ളെ കേട്ടിരുന്നാൽ മതി..ഉള്ളിലെ തീ കത്തിയടങ്ങുമ്പോൾ മഹേഷ് ചിന്തയിലേക്ക് പോകും..പിന്നെ കുറേനേരം മിണ്ടാതിരിക്കും അയാൾ. തങ്ങളുടെ ചർച്ചകളിൽ രാഷ്ട്രീയവും ജാതിയും സാമ്പ ത്തികവും കലയും എല്ലാം കടന്നുവരാറുണ്ടായിരുന്നു. പലകാര്യ ങ്ങളിലും ആധികാരികമായി മഹേഷ് സംസാരിക്കും. കലയിലും ദാർശനീകതയിലും ആണ് താൻ എന്തെങ്കിലും പറയുക. താൻ കൂടുതലും ഒരു കേൾവിക്കാരൻ ആയിരുന്നല്ലോ..!

മഹേഷിനെകുറിച്ചുള്ള ചിന്തയെ താൽക്കാലികമായി മാറ്റിവെ ച്ച് ഹരി എഴുന്നേറ്റു. ടൗണിൽ പോയി അടുക്കളയിലേക്ക് കുറച്ച് സാധനങ്ങൾ വാങ്ങണം. ഇനിയും താമസിച്ചാൽ അത്താഴം കഴി ക്കൽ നടക്കില്ല. എല്ലാം തീർന്നിരിക്കുന്നു.

● അയനാന്തരങ്ങൾ

അയാൾ ഷർട്ട് മാറ്റി ഇറങ്ങാൻ തുടങ്ങുമ്പോഴാണ് അൻഷിത ഓടി വന്നത്.. 'സാർ.. ആ ടിവി ഒന്ന് ഓണ് ചെയ്യ്.. ഞാനിപ്പോൾ ഒരു വാർത്ത കണ്ടു..'

അവളുടെ തിരക്ക് കണ്ടപ്പോൾ ടൗണിലേക്ക് പോകാനിറങ്ങിയതാണ് എന്ന് പറയാൻ തോന്നിയില്ല ഹരിക്ക്. റൂമിലേക്ക് തിരക്കിട്ട് കയറിയ അൻഷിത പെയിന്റിങ്ങ് സ്റ്റാന്റിന് സമീപം ഇരിക്കുന്ന ടിവി ഓണ് ചെയ്തു. അവളുടെ ചലനങ്ങളും മുഖവും അവൾ ഉത്കണ്ഠയിലാണ് എന്നുപറയുന്നുണ്ടായിരുന്നു..

അൻഷിത വേഗത്തിൽ വാർത്താചാനലുകൾ മാറ്റുന്നത് ഒന്നും മനസിലാകാതെ ഹരി നോക്കിനിന്നു....

'മഹാരാഷ്ട്രയിലെ മുകുട്ബനിൽ രണ്ട് ജാതിക്കാർ തമ്മിലുള്ള സംഘർഷത്തിൽ മൂന്നുപേർ കൊല്ലപ്പെട്ടു. ബന്ധുക്കളായ മഹേഷ്, ഗോപാൽ, രാഗേഷ് എന്നിവരാണ് കൊല്ലപ്പെട്ടത്. രാഗേഷും മഹേഷും ചേർന്ന് ഉയർന്ന ജാതിക്കാരിയായ പെൺകുട്ടിയെ പീഡിപ്പിക്കാൻ ശ്രമിച്ചതാണ് കൊലയ്ക്ക് കാരണമായതെന്ന് പ്രാഥമിക അന്വേഷണത്തിൽ നിന്നും മനസിലായതായി സംഭവത്തെക്കുറിച്ച് പോലീസ് പ്രതികരിച്ചു.'

അൻഷിത തിരിഞ്ഞ് ഹരിയെ നോക്കി..

വാർത്താചാനലിലിൽ മറ്റ് രണ്ടുപേരുടെ ചിത്രങ്ങളോടൊപ്പം മഹേഷിന്റെ ചിത്രം കണ്ട് ഹരി സ്തബ്ധനായി നിലക്കുകയാണ്..!

'സർ..' അവൾ വിളിച്ചു..

അയാൾ തലയ്ക്ക് കൈകൊടുത്തുകൊണ്ട് കസേരയിലേക്കിരുന്നു.

അൻഷിതയും ആ വാർത്ത വിശ്വസിക്കാനാവാത്ത അവസ്ഥയിലായിരുന്നു.

മഹേഷ് സാറിനെ ഹരിസാറിനോടൊപ്പം നിരവധിതവണ താൻ കണ്ടിട്ടുണ്ട്. ഒരിക്കൽ തന്നോടും സംസാരിച്ചിട്ടുണ്ട്. അനിയനെ ഹിസ്റ്ററി പഠിപ്പിക്കുന്ന സാർ എന്നതിൽ കവിഞ്ഞ് ഹരിസാറിന്റെ ഉറ്റസുഹൃത്ത് എന്ന നിലയിലാണ് തനിക്ക് അദ്ദേഹത്തോട് അടുപ്പം തോന്നിയിട്ടുള്ളത്.

ഹരി എന്തുചെയ്യണം എന്നറിയാത്ത അവസ്ഥയിലായിരുന്നു. തനിക്കുള്ള ഒരേയൊരു ബന്ധു ഇല്ലാതായതുപോലെ...! അയാളുടെ ഉള്ളിൽ ആരോടൊക്കെയോ ദേഷ്യം നുരഞ്ഞുപൊന്തി.. ഒടുവിലത് സങ്കടമായി.. ശബ്ദമില്ലാതെ അയാൾ കരഞ്ഞു..

അൻഷിത ആദ്യമായിട്ടാണ് ഹരിയിൽ അത്തരമൊരു ഭാവമാറ്റം

കാണുന്നത്. അത് അവളെയും സങ്കടപ്പെടുത്തി. അൻഷിത അയാളുടെ ശിരസ് തന്റെ ശരീരത്തോട് ചേർത്ത് വെച്ചു..

ഹരിയിൽ നിന്ന് ഒരു തേങ്ങൽ ഉയർന്നു..

4

സുഹൃത്തിന്റെ മരണമുണ്ടാക്കിയ സങ്കടത്തിൽ നിന്ന് ഹരിസാർ ഒട്ടൊക്കെ മുക്തനായിട്ടുണ്ടെങ്കിലും ആ സംഭവത്തിന് ശേഷം ഒരാഴ്ചയോളമായി ഒരു മൂകത അദ്ദേഹത്തെ ബാധിച്ചിട്ടുണ്ട് എന്ന് തനിക്ക് മനസ്സിലായിരുന്നു. അതുകൊണ്ട് തന്നെ സമയം കിടുമ്പോഴൊക്കെ സാറിനോട് സംസാരിക്കാൻ പരമാവധി ശ്രമിക്കുന്നുണ്ട്. താൻ ഹരിസാറിനടുത്തേയ്ക്ക് പോകുന്നതിൽ അമ്മയ്ക്ക് എതിർപ്പുണ്ട്. പുറത്തുകാട്ടുന്നില്ല എന്നേയുള്ളു. തനിക്ക് എന്ത് സംഭവിക്കും എന്ന് ഭയമായിരിക്കാം. അല്ലെങ്കിൽ എല്ലാ അമ്മമാർക്കും ഉള്ള സ്വാഭാവീകമായ ഒരു ചിന്ത ആയിരിക്കാമത്.

വീട്ടിൽ നിന്നും ഇറങ്ങി റോഡ് മുറിച്ചു കടന്ന് ഹരിയുടെ താമസസ്ഥലത്തേയ്ക്കു നടക്കുമ്പോൾ അൻഷിതയുടെ മനസ് ഹരിക്ക് ചുറ്റും ഭ്രമണം ചെയ്യുകയായിരുന്നു.

അമ്മയ്ക്ക് എതിർപ്പുണ്ടെങ്കിലും എതിർപ്പിനെക്കാൾ ഭയമാണ് എന്നാണ് താൻ മനസിലാക്കിയിട്ടുള്ളത്. ഇതുവരെ തന്റെ മനസ് ഹരിസാറിന്റെ മുൻപിൽ തുറന്നുകാട്ടിയിട്ടില്ല. ആഗ്രഹമില്ലാത്തത് കൊണ്ടല്ല. അമ്മയെക്കുറിച്ചുള്ള ചിന്ത തന്നെയാണ് കാരണം. അമ്മയെ വിട്ട് അകലേക്ക് പോകാൻ തനിക്കാവില്ല. അമ്മയും അനിയനും തന്റെ ഉത്തരവാദിത്വമാണ്.

അൻഷിത കയറിച്ചെല്ലുമ്പോൾ ഹരി കസേരയിൽ ചാരി കിടക്കുകയാണ്. അയാളുടെ കണ്ണുകൾ അടഞ്ഞിരിക്കുന്നു. ഒരുപക്ഷേ ഉറങ്ങുകയാകാം..

'സർജി..' അവൾ വിളിച്ചു.

ഹരി പതിയെ കണ്ണ് തുറന്നു..

'അൻഷിത.. എപ്പോൾ വന്നു.. ഞാൻ കണ്ടില്ല.. ഒന്നുമയങ്ങിപ്പോയി.'

'അതങ്ങനെയാണ്..കണ്ണടച്ചാൽ നമുക്ക് ആരേയും കാണാൻ പറ്റില്ല..'

അൻഷിത ചിരിച്ചു.

'എനിക്ക് ചായ വേണം, ഉണ്ടോന്ന് നോക്കട്ടെ..' എന്നു പറഞ്ഞു കൊണ്ട് അവൾ അടുക്കളയിലേക്ക് പോയി.

തനിക്ക് ചായ തരാൻ വേണ്ടിയാണ് അവളുടെ ശ്രമം എന്ന് മന

സിലായ ഹരിയുടെ ചുണ്ടിൽ ഒരു പുഞ്ചിരി വിടർന്നു. താൻ ഇപ്പോഴും സങ്കടത്തിലാണ് എന്നാണ് അവൾ കരുതുന്നത്. മഹേഷിനെക്കുറിച്ച് ഓർക്കുമ്പോൾ ദുഃഖമുണ്ട്. പക്ഷേ, സമയം പകയൊഴികെ എല്ലാത്തിനെയും നേർപ്പിക്കും.

കസേരയിൽ നിന്നെഴുന്നേറ്റ് മുഖം കഴുകി ...കണ്ണാടിയിൽ നോക്കി മുഖം തുടച്ചു മുടി ചീകിയൊതുക്കി. താടിരോമങ്ങൾ അല്പം വളർന്നിരിക്കുന്നു.

മഹേഷ് ഒരിക്കലും ഒരു പീഡനശ്രമത്തിന് കൂട്ടുനിൽക്കില്ല. തനിക്കവനെ അറിയാം. ആ പെണ്കുട്ടിയും രാഗേഷും പ്രണയത്തിലായിരുന്നിരിക്കണം.. ബാക്കിയെല്ലാം ജാതിഭ്രാന്തൻമാരുടെ തന്ത്രങ്ങളാണെന്നുറപ്പാണ്.

'..മിടുക്കൻ. ചായ ഉണ്ടാക്കിയിരുന്നു..അല്ലെ..'

ഹരിയുടെ ചിന്ത മഹേഷിലേക്ക് പൂർണ്ണമായും പറ്റിച്ചേരുന്നതിന് മുന്നേ അൻഷിത ചായയുമായി എത്തി.

താൻ നേരത്തെ ചായ ഇട്ടതാണ്. തണുത്തുപോയത് അവൾ ചൂടാക്കിയിരിക്കുന്നു. ചെറിയ ചൂടുള്ള ചായ കുടിച്ചുകൊണ്ടിരിക്കുമ്പോൾ പെയിന്റിങ് സ്റ്റാന്റിലേക്ക് കണ്ണോടിച്ച് അൻഷിത ചോദിച്ചു.

'പുതിയത് ഒന്നും വരച്ചില്ലേ..?'

ഒരാഴ്ചയായി താൻ ഒന്നും വരച്ചില്ലെന്ന് ഹരിയോർത്തു. വരയ്ക്കാൻ പറ്റിയ മാനസീകാവസ്ഥയിൽ ആയിരുന്നില്ലല്ലോ.

'സർജി ..നമുക്കൊന്ന് നടക്കാൻ പോയാലോ...?'

'പോകണോ...?'

രണ്ട് ചായഗ്ലാസുകളും അടുക്കളയിൽ· കൊണ്ടുപോയി വെച്ച ശേഷം അൻഷിത തിരികെ വന്നു

'.. വാ പോകാം..'

ക്ഷണിച്ചുകൊണ്ട് അവൾ മുറ്റത്തിറങ്ങി നിന്നു.

ഷർട്ട് മാറ്റി, മുടി ചീകി ഹരി പുറത്തേക്കിറങ്ങി.

'ഈ താടിയൊന്ന് ട്രിം ചെയ്തുകൂടെ..?' അൻഷിത ചോദിച്ചു.

ഹരി മറുപടി പറയാതെ താടിയിൽ കൈയ്യോടിച്ചുകൊണ്ട് അവളെ നോക്കി പുഞ്ചിരിച്ചു. അൻഷിതയുടെ പെരുമാറ്റത്തിൽ വന്ന മാറ്റത്തെക്കുറിച്ച് ആലോചിക്കുകയായിരുന്നു അയാൾ. ആദ്യമൊക്കെ തന്നോട് പാലിച്ചിരുന്ന അകലത്തിന് ഇന്നവൾ വലിയ പ്രാധാന്യം നൽകുന്നില്ല. ഇടപെടലിൽ അല്പം അധികാരഭാവം കലർന്നിട്ടുണ്ട്. ഒരു പെൺകുട്ടി കാമുകിയായാൽ അമ്മയെപ്പോലെ

അധികാരം കാണിക്കുമെന്ന് എവിടെയോ വായിച്ചിട്ടുണ്ട്. അവളുടെ ഉള്ളിൽ തന്നോട് പ്രണയമുണ്ട് എന്നറിയാം. തനിക്കും അവളെ ഇഷ്ടമാണ്. പരസ്പരം അധികാരസ്വഭാവത്തിൽ പെരുമാറുന്നത് പ്രണയത്തിൽ സ്വാഭാവീകമായിരിക്കാം എങ്കിലും അവൾ യാഥാർത്ഥ്യബോധത്തോടെ ചിന്തിക്കേണ്ടതുണ്ട്.

അൻഷിത എന്തൊക്കെയോ ചോദിക്കുന്നുണ്ട്..തന്റെ ഇഷ്ടങ്ങളെക്കുറിച്ചാണ്.. ഇഷ്ടമുള്ള വസ്ത്രം ഇഷ്ടമുള്ള ഭക്ഷണം, അങ്ങനെ നീണ്ടുപോയി അവളുടെ ലിസ്റ്റ്, ചോദ്യം ഇഷ്ടമുള്ള നിറത്തിൽ എത്തിയപ്പോൾ ഒരു നിറത്തോടും തനിക്ക് പ്രത്യേകമമതയില്ല എന്ന് ഹരിക്ക് തോന്നി. ചുനാരിയിലെ പ്രധാന വസ്ത്രവ്യാപാര മേഖലയിലേക്ക് നീണ്ടുപോകുന്ന റോഡിലൂടെ കുറേദൂരം നടന്ന ശേഷം അവൾ ഒരു ഇടവഴിയിലേക്ക് കയറി. എങ്ങോട്ടാണ് അൻഷിതയുടെ പാദങ്ങൾ ചലിക്കുന്നതെന്ന് ഹരിക്ക് മനസിലായി. ഒരു സന്യാസി മഠത്തിലേക്കുള്ള വഴിയാണത്..

'എന്താണ്.. സന്യാസിക്കാൻ തീരുമാനിച്ചോ..?'

'ഈ വഴി നല്ല ഭംഗിയല്ലേ..'

പുഞ്ചിരിച്ചുകൊണ്ട് അൻഷിത പറഞ്ഞു..

ശരിയാണ്.. നല്ല പച്ചപ്പുള്ള പരിസരം, തണലുണ്ട്, വഴിയരികിൽ പൂച്ചെടികൾ നട്ടു വളർത്തിയിട്ടുണ്ട്.

ഹരി തലകുലുക്കി.. എന്താണാവോ ഇവളുടെ ഉദ്ദേശ്യം..!

'സർ...ഇനി കേരളത്തിലേക്ക് പോകുന്നുണ്ടോ..?'

ഹരിക്ക് എന്താണ് പറയേണ്ടത് എന്ന് മനസിലായില്ല.. മനസ്സിന്റെ അവസ്ഥ സത്യസന്ധമായി അയാൾ വാക്കുകളിൽ ആവിഷ്കരിച്ചു..

'അറിയില്ല...ഒന്നും തീരുമാനിച്ചിട്ടില്ല.'

'ഉം.. ഇവിടെ നിന്നാൽ നമുക്ക് ഇതുപോലെ എല്ലാ ദിവസവും നടക്കാൻ പോകാം' ഹരിയുടെ നിസംഗമായ മറുപടിയിലേക്ക് തമാശയുടെ മേമ്പൊടി ചേർത്ത് അൻഷിത പറഞ്ഞു.

'ഇതുപോലെ എല്ലാ ദിവസവും നടക്കാൻ വേണ്ടിമാത്രം ഞാനിവിടെ നിൽക്കണം എന്നാണോ പറയുന്നത്..'

ചോദ്യം കേട്ട് അയാളുടെ പുഞ്ചിരിയിലേക്ക് പങ്കുചേർന്നതല്ലാതെ അൻഷിത അല്പനേരത്തേക്ക് ഒന്നും മിണ്ടിയില്ല. അവളുടെ മനസിലൂടെ കടന്നുപോകുന്നത് എന്താണെന്ന് ഹരിക്ക് അറിയാമായിരുന്നു. എങ്കിലും തുടർന്ന് സംസാരിക്കുന്നതിൽ നിന്നും ഉള്ളിലെ അജ്ഞാതമായ ഒരു വ്യഥ അയാളെ തടയുന്നുണ്ടായി

രുന്നു.

അൻഷിത ഒരു വിഷമഘട്ടത്തിലാണ്. അവളുടെ അമ്മയ്ക്ക് തന്നോട് വെറുപ്പൊന്നുമില്ല. മകൾക്ക് മനസ്സിൽ തന്നോടുള്ള അടുപ്പം അവർക്കറിയാമെന്നാണ് തോന്നുന്നത്. പക്ഷേ താൻ മകളെ അവരിൽ നിന്നകറ്റുമോ എന്ന ഭയം ഉണ്ടാകാം. അത് സ്വാഭാവീകമാണ്. അവരെ കുറ്റം പറയാൻ പറ്റില്ല. അൻഷിതയുടെ അനിയൻ സ്പെഷ്യൽ സ്കൂളിൽ പഠിക്കേണ്ടവനാണ്. പ്രത്യേക ശ്രദ്ധ ആവശ്യമാണവന്.. ജന്മനാൽ ഇന്റലക്ച്വലി ഡിസേബിൾഡ് അണ് ആ കുട്ടി. പതിനഞ്ചു വയസ് ആയെങ്കിലും ഒരു അഞ്ചുവയസുകാരനിൽ നിന്ന് വളർന്നിട്ടില്ലാത്ത മനസാണ്. അവന്റെ സ്വന്തം കാര്യങ്ങൾ ചെയ്യാൻ അവന് പറ്റും. പക്ഷേ, എല്ലാം വളരെ പതുക്കെയാണ് ചെയ്യുക.. ബുദ്ധിമുട്ടി വായിക്കാനും എഴുതാനും കഴിയുമെങ്കിലും പറയുമ്പോഴും എഴുതുമ്പോഴും അക്ഷരങ്ങൾ തെറ്റും.. പകുതി വാക്കുകൾ ഉണ്ടാവുകയുമില്ല. അവനെ സ്പെഷ്യൽ സ്കൂളിലേക്ക് മറ്റേണ്ടതിനെക്കുറിച്ച് ഒരിക്കൽ പ്രിൻസിപ്പാളിനോട് താൻ സംസാരിച്ചതാണ്. അതിനുള്ള സൗകര്യം അടുത്തൊന്നുമില്ല എന്ന് അപ്പോഴാണ് മനസിലായത്. അകലേക്ക് അയക്കാൻ അൻഷിതയുടെ അമ്മയ്ക്ക് ഭയമാണ്. കണ്ണെത്താത്തിടത്തേക്ക് അയച്ചാൽ മകൻ ഉപദ്രവിക്കപ്പെട്ടേക്കാം എന്ന് ചിന്തിക്കുന്ന അമ്മ മനസിനെ സമാധാനിപ്പിക്കുക അത്ര എളുപ്പമല്ല.

'സാറിനെ എനിക്കിഷ്ടമാണ്.' അൻഷിത പെട്ടെന്ന് പറഞ്ഞു.

..പ്രതീക്ഷിച്ചതാണ്. അവളിൽ നിന്ന് ഇത്രപെട്ടെന്ന് ഒരു തുറന്ന സമീപനം ഉണ്ടാവുമോ എന്ന കാര്യത്തിൽ മാത്രമെ സംശയമുണ്ടായിരുന്നുള്ളൂ. അൻഷിത ബോൾഡ് ആയ പെൺകുട്ടിയാണ്. പക്ഷേ, അവളുടെ കണ്ണുകൾ തന്റെ കണ്ണുകളുമായി കൂട്ടിമുട്ടുമ്പോൾ പതിയെ താഴേക്ക് പോകുന്നു! അവൾ നോട്ടം മാറ്റുന്നു...! അത് മനോഹരമായ സ്ത്രൈണശരീരഭാഷയാണ്.

'എനിക്കറിയാം..പക്ഷേ, നിനക്ക് പേടിയുണ്ടല്ലേ..?'

ഹരിയുടെ ചോദ്യം കേട്ട അൻഷിത അത്ഭുതമൊഴിയാതെ അയാളുടെ കണ്ണുകളിലേക്ക് നോക്കികൊണ്ട് പറഞ്ഞു..

'എനിക്കമ്മയെ ഒറ്റയ്ക്കാക്കാൻ കഴിയില്ല..'

അവൾ പറയുന്നത് സത്യമാണ്. അൻഷിത ഭയത്തെ തുറന്നു പറയുന്നു. പക്ഷേ, തിരസ്കൃതനാകുമോ എന്ന് ഭയപ്പെടുന്ന സ്വന്തം മനസിന്റെ ഉള്ളറകൾ തുറന്നുകാട്ടാൻ താൻ അശക്തനാണ്. പ്രണയിക്കപ്പെടുന്നു എന്ന ഉറപ്പ് തന്നിൽ സൃഷ്ടിക്കുന്നത് വലി

യ സന്തോഷമാണെങ്കിലും ഇഷ്ടപ്പെടുന്ന രൂപത്തിലേക്ക് സ്വന്തം ജീവിതം പരുവപ്പെടുത്താൻ ലഭിക്കുന്ന ഭാഗ്യനിമിഷത്തിൽ ഒരു തീരുമാനവും എടുക്കാൻ കഴിയാതെ നിൽക്കേണ്ടി വരുന്നത് വാക്കുകൾക്കതീതമായ ദുഃഖമാണ്..

'എനിക്കും ഭയമുണ്ട്..' എന്നു പറയാൻ മാത്രമേ ഹരിക്ക് കഴിഞ്ഞുള്ളു. ഭൂതകാലത്തിന്റെ പിന്നാമ്പുറങ്ങളിലെവിടെയോ മറവിയുടെ താഴിട്ട് പൂട്ടാൻ താൻ ശ്രമിച്ചുകൊണ്ടിരിക്കുന്ന ഓർമ്മകൾ ചുരമാന്തുന്നത് അയാളറിഞ്ഞു.

'അൻഷിതാ... ചില സ്വപ്നങ്ങൾ മനോഹരങ്ങളാണ്.. പക്ഷേ, അവയ്ക് ഒരിക്കലും നമ്മുടെ ഉറക്കത്തിന്റെ ഭാഗമാകാൻ കഴിയില്ലെങ്കിൽ ആ സ്വപ്നങ്ങളെ വെറുതെ വിടുകയാണ് നല്ലത്. സ്വതന്ത്രമായിരിക്കുമ്പോൾ മാത്രമേ അവ മനോഹരമായിരിക്കുകയുള്ളൂ. പ്രീയപ്പെട്ടവയെ മറക്കാനോ വെറുക്കാനോ കഴിയില്ലല്ലോ, അവയുമായി സന്ധിചെയ്യൽ മാത്രമാണ് പരിഹാരം. എത്ര ആഗ്രഹിച്ചാലും ചില സ്വപ്നങ്ങൾ നമ്മുടെ പടിവാതിൽ വരെയേ എത്തുകയുള്ളൂ. നമുക്ക് ഏറ്റവും പ്രീയപ്പെട്ടവയെ ഉപേക്ഷിക്കുക എന്നത് ചിലപ്പോൾ അനിവാര്യതയാകാം. അതുണ്ടാക്കുന്ന സങ്കടം വളരെ വലുതായിരിക്കും. പക്ഷേ, എന്തുചെയ്യാം..!'

ഹരിയുടെ മനസിൽ തനിക്ക് സ്ഥാനമുണ്ടെന്ന് അൻഷിത മനസിലാക്കുകയായിരുന്നു. അതോടൊപ്പം എന്തോ ഒന്ന് അയാളെ നൊമ്പരപ്പെടുത്തുന്നുണ്ട്. അതെന്താണെന്നറിയില്ലെങ്കിലും അയാളുടെ വാക്കുകളിലെ നൊമ്പരം തന്റെ ഹൃദയത്തിലേക്ക് പകരുന്നത് അവളറിഞ്ഞു. അതൊരു ദാർശനീകവ്യഥയാണ്.

.. പക്ഷേ, എന്തുകൊണ്ട് എന്ന ചോദ്യം തന്റെ മുന്നിൽ സന്ധ്യയിലെ നിഴൽ പോലെ അനുനിമിഷം വളരുകയാണ്! രാത്രിയുടെ ഇരുട്ടിലേക്ക് എത്തുന്നതിന് മുൻപ് അതിനുത്തരം തേടണം.

വൈകുന്നേരത്തെ ചൂടുകുറഞ്ഞ വെയിലും ഇലച്ചാർത്തുകളുടെ നിഴലും കെട്ടുപിണയുന്ന പാതയിലൂടെ ഒരു ചെറുകാറ്റ് അവരെ കടന്നുപോയി.

'തിരക്കിട്ട് പടിക്ക് പുറത്തുനിർത്തേണ്ട ഒരു സ്വപ്നമാണോ ഇത്..?' അൻഷിത ചോദിച്ചു.

'അല്ല.. പക്ഷേ,... ' അൻഷിതയുടെ ഭാഷയും ദാർശനീകമാകുകയാണ് എന്നോർത്തുകൊണ്ട് ഹരി ആർദ്ധോക്തിയിൽ നിർത്തി..

സ്വയം തീരുമാനമെടുക്കേണ്ടി വരുന്ന നിമിഷങ്ങളിൽ നിസഹായനായിപ്പോകുന്ന ഒരുവന്റെ മുഖമാണിപ്പോൾ ഹരിസാറിന്..

തന്നോട് ഇഷ്ടക്കുറവൊന്നുമില്ല എന്നത് വ്യക്തമാണ്.. പക്ഷേ, എന്താണ് സാറിനെ ഇത്രയധികം അലട്ടുന്നത്...!

അതറിയാത്തിടത്തോളം ഈ പ്രശ്നത്തിനൊരു പരിഹാരവുമുണ്ടാകില്ല. താനിത് ഇപ്പോൾ പറയണമായിരുന്നോ എന്ന ചിന്ത ഒരു നിമിഷത്തേക്ക് അൻഷിതയുടെ മനസിനെ കുഴക്കി.

'നമുക്ക് തിരിച്ചുപോയാലോ.'

അൻഷിതയുടെ ചിന്തകളെ മുറിച്ചുകൊണ്ട് ഹരി ചോദിച്ചു.

ശരിയാണ്.. നേരം ഒരുപാടായിരിക്കുന്നു. ഹരിസാറിനെ കണ്ടട്ടെയെന്ന് അമ്മയോട് പറഞ്ഞിട്ട് ഇറങ്ങിയതാണ് വീട്ടിൽ നിന്ന്. എന്നാലും അമ്മ അന്വേഷിക്കും.

അൻഷിത ഹരിയെ നോക്കി സമ്മതഭാവത്തിൽ തലയനക്കി.

കാര്യമായൊന്നും സംസാരിക്കാതെ തിരികെ നടക്കുമ്പോൾ രണ്ടുപേരുടെയും മനസ് പ്രണയനൊമ്പരത്താൽ നനഞ്ഞ് ഭാരമേറുന്നത് അവർ പരസ്പരമറിഞ്ഞു. ഒരേ പാതയിൽ, ഒരേ ദിശയിൽ, സമാനചിന്തയിൽ ഇനിയെന്ത് എന്നൊരു ചോദ്യം ബാക്കിയാകുന്നതിന്റെ വ്യഥയിലായിരുന്നു അവർ.

൦൦

മൂന്ന്

1

ആളിക്കത്തുന്ന തീയുടെ വെളിച്ചത്തിലെന്നപോലെ ഒരു പുരുഷ മുഖം തെളിഞ്ഞു വന്നു.. ലഹരി നിറഞ്ഞ് ചുവന്ന കണ്ണുകൾ തുറിച്ചു നോക്കുകയാണ്. വെറ്റിലക്കറയുള്ള പല്ലുകൾ കാട്ടി അയാൾ പൊട്ടിച്ചിരിക്കുന്നു..! അയാളുടെ പിന്നിലായി ഒരു സ്ത്രീ.. പരിചയമുള്ളത് പോലെയുള്ള മുഖങ്ങൾ. പക്ഷേ, എന്തിനാണ് തന്റെ ഉള്ളിൽ ഭയം നിറയുന്നത്..അയാളുടെ ബലിഷ്ഠമായ കൈ നീണ്ടു വരുന്നു. ആരുടെയോ തൊണ്ടയിൽ കുറുകുന്ന ആർത്തനാദം..! രക്തം ഒഴുകിപ്പരക്കുന്നു... ആരാണ് അലറിക്കരയുന്നത്! തന്റെ കൈ നിറയെ രക്തം..

ചുറ്റും നിറഞ്ഞ ഇരുട്ടിലേക്ക് ഹരി ഞെട്ടിയെഴുന്നേറ്റു.. ദുഃസ്വപ്നമായിരുന്നു അത് എന്ന അറിവിൽ അയാൾ ദീർഘ നിശ്വാസമെടുത്തുകൊണ്ട് അല്പനേരം കിടക്കയിലിരുന്നു. പിന്നെ ലൈറ്റ് ഓണ് ചെയ്ത ശേഷം അടുക്കളയിൽ പോയി വെള്ളമെടുത്തു കുടിച്ചു.

തന്നെ ആകെ വിയർത്തിരിക്കുന്നു

കുറച്ചുകാലമായി സ്വപനങ്ങൾ അന്യമായിരുന്നതുകൊണ്ട് സമാധാനമായി ഉറങ്ങുമായിരുന്നു. ഇനിയൊരുപക്ഷേ, അത് സാധ്യമാകണമെന്നില്ല. മഹേഷിന്റെ മരണവും അൻഷിതയുമായുള്ള അടുപ്പം സൃഷ്ടിച്ച സംഘർഷവും ചേർന്ന് തിരശ്ശീലയ്ക്ക് പിന്നിലേക്ക് താൻ മാറ്റിനിർത്തിയ ഓർമ്മകൾക്ക് മനോവേദിയിലേക്കുള്ള വഴി കാട്ടിക്കൊടുത്തിരിക്കുന്നു..!

ഹരി മൊബൈലെടുത്ത് നോക്കി.

മൂന്നര! തനിക്കിനി ഉറക്കം വരുമെന്ന് തോന്നുന്നില്ല. ആവർത്തിക്കപ്പെടുന്ന ആ സ്വപനം തന്നെ വല്ലാതെ ഉലച്ചുകളഞ്ഞിരിക്കു

ന്നു. ജീവിതത്തിലെ എന്നെന്നേക്കുമായി അടഞ്ഞു എന്ന് താൻ കരുതിയ അദ്ധ്യായങ്ങൾ വീണ്ടും തുറക്കപ്പെടുകയാണ്.

ഇനിയാ സ്വപ്നം കാണരുത് എന്നാഗ്രഹിച്ചു കൊണ്ട് ഹരി വീണ്ടും ഉറങ്ങാൻ കിടന്നു. നേരം വെളുത്തു തുടങ്ങിയപ്പോഴേക്കും അയാളുടെ കണ്ണുകൾ ഉറക്കത്തെ സ്വീകരിച്ചു.

ചായകുടിച്ചുകൊണ്ടിരിക്കെ, പ്രഭാതമായിട്ടും ഹരിസാറിനെ കാണാത്തത് എന്താണ് എന്ന് ആലോചിക്കുകയായിരുന്നു അൻഷിത. ഇന്നലെ പിരിയുമ്പോൾ തനിക്ക് അജ്ഞാതമായ ഏതോ കാരണത്താൽ സാർ മനോസംഘർഷത്തിലായിരുന്നു. ഏകനായ ഒരു മനുഷ്യൻ കൂട്ട് ആഗ്രഹിക്കുന്നത് സ്വാഭാവീകമാണ്. പക്ഷേ, ആളുകളെ മനസിലാക്കാനുള്ള പൊതുവായ മാനദണ്ഡങ്ങൾക്കുള്ളിൽ ഹരിസാറിനെ നിർത്താൻ കഴിയുന്നില്ലല്ലോ..! ഇന്നലെ താമസിച്ചതിന് അമ്മ വഴക്ക് പറഞ്ഞു. നാട്ടുകാരെക്കൊണ്ട് പറയിപ്പിക്കരുത് എന്നായിരുന്നു അമ്മ പറഞ്ഞത്. ഇതൊരു നഗരമാണ്. ആർക്കും ആരെയും കുറിച്ച് ചിന്തിക്കാൻ സമയമില്ലാത്ത, അതിന് താൽപര്യമില്ലാത്ത ഈ നഗരത്തിൽ ഇഷ്ടമുള്ളവർ വിവാഹിതരായി ഒരുമിച്ചു ജീവിക്കുന്നു. എന്നിരുന്നാലും, കുറെയൊക്കെ നഗരജീവിതവുമായി പൊരുത്തപ്പെടുന്നു എങ്കിലും, അമ്മയ്ക്ക് പഴയ മൂല്ല്യങ്ങളെ കളയാൻ കഴിയില്ല. താൻ ഇന്നലെ ഹരിസാറിനോട് ഇഷ്ടം തുറന്നു പറഞ്ഞതും തങ്ങളുടെ സംഭാഷണത്തിന്റെ കാതലായ കാര്യങ്ങളും അമ്മയോട് പറഞ്ഞതാണ്. എല്ലാം കേട്ടെങ്കിലും അമ്മ ഒന്നും പറഞ്ഞില്ല. സാറിന്റെ മറുപടി അമ്മയ്ക്ക് സാറിനോടുള്ള മതിപ്പ് കൂട്ടിയിട്ടുണ്ട് എന്നത് ഉറപ്പാണ്.

'അമ്മേ.. ഞാനിപ്പോ വരാം.' ചായ കുടിച്ച ശേഷം അൻഷിത വീട്ടിൽനിന്നിറങ്ങി ഹരിയുടെ താമസസ്ഥലത്തേക്ക് നടന്നു.

അവൾ പറഞ്ഞത് അടുക്കളയിൽ നിന്ന് അനുരാധ കേൾക്കുന്നുണ്ടായിരുന്നു. ഉച്ചയ്ക്കത്തെക്കുള്ള ആഹാരം തയാറാക്കാനുള്ള ശ്രമത്തിലായിരിക്കെ മകളോട് ഹരി പറഞ്ഞതിനെക്കുറിച്ച് ചിന്തിക്കുകയായിരുന്നു അവർ. ഇന്നലെ ഹരിയോട് അവൾ ഇഷ്ടം പേരാണ് എന്നുകേട്ടപ്പോൾ ശാസിക്കാൻ ഒരുങ്ങിയതാണ് താൻ. പിന്നെ അവളുടെ വാശി അറിയാവുന്നതുകൊണ്ട് വെറുതെ താനായിട്ട് തീ കൊളുത്തണ്ട എന്നുകരുതി മിണ്ടാതിരുന്നു. ഒരു പക്ഷേ, ഇതൊരു ചായക്കോപ്പയിലെ കൊടുങ്കാറ്റ് മാത്രമാണെങ്കിലോ..!അവൾ പറഞ്ഞതുപോലെയാണ് കാര്യങ്ങളെങ്കിൽ ഹരിക്ക് അൻഷിതയെ ഇഷ്ടമാണ് എന്നതുറപ്പാണ്. പക്ഷേ, എന്തോ ഒന്ന്

അത് സ്വയം അംഗീകരിക്കുന്നതിൽ നിന്നും അയാളെ തടയുന്നുണ്ട്. അത് ഒരുതരത്തിൽ തനിക്ക് ആശ്വാസമാണ്. എങ്കിലും മകളെ അവളുടെ ജീവിതത്തെ സംബന്ധിക്കുന്ന അത്ര മോശമല്ലാത്ത ഒരാഗ്രഹത്തിൽ നിന്നും പിന്തിരിപ്പിക്കുന്നത് ഒരു നല്ല അമ്മ എന്ന നിലയ്ക്ക് എത്രത്തോളം ശരിയാണ് എന്നതിൽ തനിക്ക് തന്നെ ഒരു ഉറപ്പ് ആവശ്യമാണെന്ന് അനുരാധയ്ക്ക് തോന്നി.

മകൾ തന്നോളം വളർന്നു എന്നത് ശരിയാണെങ്കിലും അവളെടുക്കുന്ന തീരുമാനങ്ങൾ എത്രമാത്രം ശരിയാകും എന്നതിനെക്കുറിച്ച് തനിക്ക് സംശയമുണ്ട്. മാത്രമല്ല, തന്നെയും മോനെയും ഇവിടെ വിട്ടിട്ട് മറ്റൊരിടത്തേക്ക് പോകാൻ അവൾക്ക് പറ്റില്ല എന്ന് അവൾ ഒരിക്കൽ പറഞ്ഞതാണ്. അതുകൊണ്ടുതന്നെ ഹരിയെ പിരിയാൻ പറ്റാത്ത അവസ്ഥയിലേക്ക് എത്തിയാൽ അവൾ പിന്നീട് സങ്കടപ്പെടേണ്ടി വരും. അത് കാണാൻ തനിക്ക് പറ്റില്ല.. അവളുടെ ജീവിതത്തിൽ നിന്നും സന്തോഷത്തെ എടുത്തുമാറ്റിയ ഒരാളായി അവൾ തന്നെക്കുറിച്ച് ചിന്തിക്കുന്ന ഒരവസ്ഥ വരരുത്..

അനുരാധ ചില തീരുമാനങ്ങളിലേക്ക് എത്തുകയായിരുന്നു. ഇക്കാര്യത്തിൽ താൻ ഇടപെടേണ്ട സമയമായി എന്നവർക്ക് തോന്നി.

'അമ്മാ...അമ്മാ...' അർഷിത് ഉച്ചത്തിൽ വിളിക്കുകയാണ്.

അവൻ താമസിച്ചാണ് എഴുന്നേൽക്കുക. അവന്റെ അസുഖത്തിന്റെ പ്രത്യേകത ആണത്. എഴുന്നേറ്റ് വരുമ്പോൾ തന്നെ കണ്ടില്ലെങ്കിൽ ബഹളമാണ്.

അനുരാധ അർഷിതിന്റെ മുറിയിലേക്ക് നടന്നു.

ആദ്യമൊക്കെ പല്ല് തേയ്ക്കാൻ ബ്രഷിൽ പേസ്റ്റ് എടുത്ത് കൊടുത്താൽ അതിൽ പകുതിയും അവൻ തിന്നുമായിരുന്നു. ഇപ്പോൾ ആ സ്വഭാവം കുറെ മാറിയിട്ടുണ്ട്.

അർഷിത് വയറു വേദന ആണെന്ന് കഴിഞ്ഞ ദിവസം പറഞ്ഞത് അനുരാധ ഓർത്തു. ഇനി ഡോക്ടറെ കാണുമ്പോൾ അതുകൂടി പറയണം. സാധാരണ അവന്റെ പ്രായത്തിലുള്ള കുട്ടികളെക്കാൾ ശരീരവളർച്ച ഉണ്ട് അവന്. പക്ഷേ, എല്ലാം വളരെ പതുക്കെയാണ് ചെയ്യുക.

ചായയുമായി അനുരാധ മുറിയിലെത്തിയപ്പോൾ അർഷിത് കിടക്കയിൽ എഴുന്നേറ്റ് ഇരിക്കുകയായിരുന്നു.

അർഷിതിന് തണുത്ത ചായയാണ് ഇഷ്ടം. അത് പെട്ടെന്ന് കുടിക്കണം. അവൻ പല്ലുതേക്കുന്ന സമയത്ത് അനുരാധ അർഷിതിന്റെ

കിടക്ക മടക്കി വെച്ചു. ചില ദിവസങ്ങളിൽ അവൻ കിടക്കയിൽ മൂത്രമൊഴിക്കാറുണ്ട്. അന്ന് തനിക്ക് പിടിപ്പത് പണിയായിരിക്കും. അപ്പോഴൊക്കെ അവന്റെ മുഖം കാണാൻ രസമാണ്. ഒരു അഞ്ചുവയസുകാരന്റെ നാണം കലർന്ന കുറ്റബോധമാണ് ആ മുഖത്ത് കാണുക. എങ്കിലും തന്റെ ഒരു ഉമ്മ കിട്ടുന്നത് വരെ മാത്രമേ അത് ഉണ്ടാവു..

അർഷിത് പല്ലു തേച്ച് വന്നിരിക്കുന്നു.. 'അമ്മാ..' ഒരു ചെറിയ കുഞ്ഞിന്റെ ഭാവവുമായി തന്റെ പിന്നിൽ സാരിയുടെ മുന്താണിയിൽ പിടിച്ച് നിക്കുന്ന പൊടിമീശക്കാരന്റെ മുഖത്തേക്ക് നോക്കിയപ്പോൾ ഉള്ളിലെവിടെയോ ഉറവെടുത്ത നൊമ്പരം കണ്ണുകളിലേക്ക് ഊറിക്കൂടി നിറയുന്നത് അനുരാധ അറിഞ്ഞു. താൻ പോയാൽ ഇവന് ആരുണ്ട് എന്നായിരുന്നു അപ്പോഴവർ ചിന്തിച്ചത്. അവൻ ചായ കുടിക്കുന്നത് നോക്കി നിറഞ്ഞ കണ്ണുകളുമായി അനുരാധ നിന്നു.

അൻഷിത എത്തിയപ്പോൾ വാതിൽ അടഞ്ഞുകിടക്കുകയായിരുന്നു.. ഹരിസാർ എഴുന്നേറ്റിട്ടില്ല

'സാർജീ...' വാതിലിൽ തട്ടിക്കൊണ്ട് അവൾ വിളിച്ചു.

ദുഃസ്വപ്നം നഷ്ടപ്പെടുത്തിയ ഉറക്കം തിരിച്ചുപിടിക്കാൻ ശരീരം താമസിച്ചതിന്റെ ആലസ്യത്തിൽ കിടക്കുമ്പോഴാണ് ആരോ വിളിക്കുന്നത് ഹരി കേട്ടത്.. അയാൾ കണ്ണ് തുറന്ന് എഴുന്നേറ്റു. ആരോ വീണ്ടും വിളിക്കുന്നു. ആർഷിതയാണ്..! നേരം വൈകിയിരിക്കുന്നു. എഴുന്നേറ്റ് കണ്ണുതുടച്ച് ഹരി വേഗം തന്നെ വാതിൽ തുറന്നു..

'എന്തുപറ്റി സർ.. ഇന്ന് ഒരുപാട് നേരത്തെയാണല്ലോ!' മുടി മാടിയൊതുക്കി, മുഖം തുടച്ചുകൊണ്ട് പുറത്തുവന്ന ഹരിയെ നോക്കി അൻഷിത ചിരിച്ചു.

'വാ..' അവളെ ഉള്ളിലേക്ക് ക്ഷണിച്ചുകൊണ്ട് വാതിൽക്കൽ നിന്നും ഹരി വഴിമാറി.

'ഇന്നലെ രാത്രിയിൽ ഉറക്കം ശരിയായില്ല'

അകത്തേക്ക് കയറിയ അൻഷിത അയാളെ ചോദ്യഭാവത്തിൽ നോക്കി ഹരി ഒന്നും മിണ്ടാതെ അടുക്കളയിലേക്ക് നടന്നു. ചായക്കുള്ള വെള്ളം അടുപ്പത്ത് വെച്ച് തിരിഞ്ഞപ്പോൾ മാറത്ത് കൈകൾ പിണച്ചുകെട്ടി വാതിൽക്കൽ അൻഷിത തന്നെ നോക്കിക്കൊണ്ട് നിൽക്കുന്നത് കണ്ടു...

'ഞാനാണോ ഉറക്കം പോകാൻ കാരണം..'

അവളുടെ ശബ്ദത്തിൽ അല്പം ആശങ്ക ഉണ്ടായിരുന്നു.

'ഏയ് അല്ല... ' ഹരി ചിരിച്ചു.

അതെക്കുറിച്ച് തുടർന്ന് എന്ത് പറയണം എന്ന് ഹരിക്ക് അറിയില്ലായിരുന്നു. തങ്ങൾക്കിടയിൽ ഒരേ സമയം സുഖമുള്ളതും എന്നാൽ അനിശ്ചിതവുമായ ഒരു മൗനം കയറിവരുന്നത് അവർ അറിഞ്ഞു.

'മഹേഷ് സാറിന്റെ വീട്ടിലേക്ക് വിളിച്ചിരുന്നോ..?'

അൻഷിത തന്റെ ഉറക്കം ശരിയാവാത്തതിന്റെ കാരണം അന്വേഷിക്കുകയാണെന്ന് ഹരിക്ക് മനസിലായി..

'ഇല്ല.. അവിടെ എന്നെ അറിയുന്നവർ ആരുമില്ലല്ലോ. അല്ലെങ്കിൽ തന്നെ വിളിച്ചിട്ട് അവരോട് എന്താണ് ചോദിക്കേണ്ടത്. വിളിക്കാൻ തോന്നിയില്ല..'

തിളച്ച വെള്ളത്തിലേക്ക് ചായപ്പൊടിയിട്ടുകൊണ്ട് ഹരി തുടർന്നു...

'അൻഷിതാ.. മനുഷ്യർ നഷ്ടങ്ങളുടെ കണക്കുകൾ സൂക്ഷിക്കുന്നത് എന്തുകൊണ്ടാണ് എന്നറിയുമോ?'

അൻഷിതയുടെ കണ്ണുകൾ ഉത്തരം അറിയില്ല എന്നു പറയുന്നത് ഹരി കണ്ടു..

'ജീവിതമെന്നാൽ നേടാനുള്ളതാണെന്നുള്ള ചിന്ത ഉള്ളതുകൊണ്ടാവാം. അതിനാലാവാം ജീവിക്കുന്നത് തന്നെ ലാഭമെന്ന് കരുതുന്നവർക്ക് മാത്രം സന്തോഷിക്കാൻ കഴിയുന്നത്...അല്ലെ? മനുഷ്യർക്ക് ജീവിതത്തെ സ്വതന്ത്രമായി തെരഞ്ഞെടുക്കാൻ കഴിഞ്ഞിരുന്നെങ്കിൽ ലോകം കൂടുതൽ മനോഹരമാകുമായിരുന്നു അല്ലെ? ആലോചിച്ചുനോക്കൂ, ജീവിക്കുന്നത് തന്നെയാണ് ലാഭം എന്ന് എല്ലാവരും കരുതിയിരുന്നെങ്കിൽ ജീവിതം എത്ര സന്തോഷകരമാകുമായിരുന്നു..!'

മഹേഷ്സാറിനെ കുറിച്ച് ചോദിക്കേണ്ടിയിരുന്നില്ല എന്ന് അൻഷിതയ്ക്ക് തോന്നി. ഹരിസാർ വീണ്ടും അസുഖകരമായ ഒരു മനസീകാവസ്ഥയിലേക്ക് പോവുകയാണോ..!

അവളുടെ ചിന്തയെ മുറിച്ചുകൊണ്ട് മനസ്സുവായിച്ചതുപോലെ ഹരിയുടെ ശബ്ദം വന്നു..

'പേടിക്കണ്ട അൻഷിത.. മഹേഷ് പോയത് എനിക്ക് സങ്കടമുണ്ടാക്കിയെന്നത് നേരാണ്. പക്ഷേ അതാലോചിച്ച് ദുഃഖിച്ചിരിക്കുന്ന അവസ്ഥ എനിക്ക് ഇപ്പോഴില്ല..'

ഹരിയുടെ വാക്കുകൾ അൻഷിതയ്ക്ക് അല്പം സമാധാനം നൽകിയെങ്കിലും ശരിക്കും ഹരിയുടെ പ്രശ്നമെന്താണ് എന്ന ചോദ്യം

അവളെ കുഴക്കി.

ഹരി തുടർന്നു..

'അൻഷിതാ..ലോകത്ത് ദിവസവും ഒരുപാട് പേർ മരിക്കുന്നു.. ആരൊക്കെയോ ദുഃഖിക്കുന്നു. ഒരാളുടെ മരണത്തിൽ നാം ദുഃഖിക്കുന്നത് അയാളെ അടുത്തുപരിചയമുണ്ട്, അല്ലെങ്കിൽ അയാൾ നമ്മുടെ ജീവിതത്തിൽ ഏതോ വിധത്തിൽ ഇടപെട്ടിരിക്കുന്നു എന്ന കാരണം കൊണ്ടാണ്. ഞാനും ഭിന്നനല്ല, എങ്കിലും ഞാനിപ്പോൾ ദുഃഖിക്കുന്നത് മഹേഷിനെപ്പോലുള്ളവർക്ക് ഒരിക്കലും സ്വന്തം ജീവിതം പോലും സ്വതന്ത്രമായ ഒരു തെരഞ്ഞെടുക്കൽ അല്ല എന്നതുകൊണ്ടാണ്. നൂറ്റാണ്ടുകളായി സമൂഹം കെട്ടിയ കെട്ടുകൾക്കുള്ളിൽ വീർപ്പുമുട്ടി ജീവിക്കുകയായിരുന്നു അയാൾ.. ഒടുവിൽ അതേ വ്യവസ്ഥിതിയുടെ ഇരയായിത്തന്നെ മഹേഷിന് മരിക്കേണ്ടി വന്നു. അതേക്കുറിച്ചാണ് ഞാനിപ്പോൾ സങ്കടപ്പെടുന്നത്..'

ഹരി പറഞ്ഞുനിർത്തിയപ്പോൾ അയാളുടെ വാക്കുകൾക്ക് തന്റെ കൺമുന്നിൽ വിശാലമായ ഒരർത്ഥം ലഭിക്കുന്നത് അൻഷിത കണ്ടു. കൂടുതൽ ദാർശനീകവും ഗഹനവും ആയി മാറുകയാണ് വാക്കുകൾ. അതിനർത്ഥം ഒളിഞ്ഞിരിക്കുന്ന ഏതോ ദുഃഖം ആദ്ദേഹത്തിൽ ബാക്കിയുണ്ട് എന്നതാണ്. അത് മഹേഷ് സാറിന്റെ മരണമല്ല, സാമൂഹത്തിലെ അനീതിയിലേക്ക് നോക്കി പ്രാപഞ്ചീകമായ ദുഃഖത്തെ പുണരുന്ന കവിമനസിലേക്കോ, അല്ലെങ്കിൽ ദാർശനീകമായി ദുഃഖത്തിന് പരിഹാരം കാണാൻ ശ്രമിച്ച് പരാജയപ്പെടുമ്പോൾ അതെ ചിന്തകൾക്ക് ഇരയായി മാറുന്ന ദുഖിതനായ ചിന്തകനിലേക്കോ ഹരിസാർ എത്തിയിട്ടില്ല.. ഇത് മറ്റെന്തോ ആണ്. തന്റെ ജീവിതവുമായി സ്വന്തം ജീവിതത്തെ കൂട്ടിയിണക്കാൻ ഹരിസാർ ഭയക്കുന്നുണ്ട്..

തന്റെ ചിന്തകളെ തനിക്ക്തന്നെ അജ്ഞാതമായ വഴികളിലേക്ക് തിരിയുന്നതിൽ നിന്നും രക്ഷപ്പെടുത്താൻ അൻഷിത ശ്രമിക്കുന്നുണ്ടായിരുന്നു.. എങ്കിലും ഹരിയെക്കുറിച്ചുള്ള സ്വപ്നങ്ങൾ അവളെ വീണ്ടും അതേ വഴികളിലേക്ക് തന്നെ തിരികെയെത്തിച്ചു.

ഹരി ഒരു ഗ്ലാസിലേക്ക് ചായ പകർന്ന് അവൾക്ക് കൊടുത്തു.

'..ഞാൻ ചായ കുടിച്ചതാണ്..' അവൾ പറഞ്ഞു.

'സാരമില്ലന്നെ.. ഒന്നുകൂടി കുടിക്കാം..' ഹരി പുഞ്ചിരിച്ചു.

അവൾ അയാളുടെ കണ്ണുകളിലേക്ക് നോക്കി... എന്താണ് ഈ കണ്ണുകൾ പറയാൻ മടിക്കുന്ന, തന്നെ അകറ്റി നിർത്തുന്ന ആ തടസം...

'അൻഷിതാ...' പുറത്ത് നിന്ന് അമ്മ ഉച്ചത്തിൽ വിളിക്കുകയാണ്.. ശബ്ദത്തിൽ പരിഭ്രമം കലർന്നിട്ടുണ്ട്.

സാധാരണ അമ്മ ഇത്രയും ഉറക്കെ വിളിക്കാറില്ലല്ലോ..!

ചായഗ്ലാസ് അടുക്കളയിലെ മേശപ്പുറത്ത് വെച്ച് അവൾ പുറത്തേക്ക് ഓടി.. എന്താണെന്നറിയാതെ ഹരിയും അൻഷിതയുടെ പിന്നാലെ കുതിച്ചു..!

2

അർഷിതിനെയും കൊണ്ട് സ്കാനിംഗ് റൂമിന്റെ മുന്നിൽ നിൽക്കുമ്പോൾ മകന് കുഴപ്പമൊന്നുമുണ്ടാകരുതെയെന്ന് പ്രാർത്ഥിച്ചുകൊണ്ടിരുന്നു അനുരാധ.

അവനെ ഇന്നലെ ആശുപത്രിയിൽ കൊണ്ടുവന്നതാണ്. വയറുവേദന ആണെന്ന് പറഞ്ഞ് നിലത്തുകിടന്ന് കരയുന്നത് കണ്ടിട്ടാണ് താൻ ഓടിപ്പോയി മകളെ വിളിച്ചത്. അവൾ അപ്പോൾ ഹരിയുടെ റൂമിൽ ആയിരുന്നു. ഹരി ഉണ്ടായിരുന്നത് കൊണ്ട് എളുപ്പം ഒരു വണ്ടി വിളിച്ച് ആശുപത്രിയിൽ എത്തിക്കാൻ പറ്റി. ഡോക്ടറെ കാണിച്ചപ്പോൾ പെട്ടെന്നുതന്നെ വയർ സ്കാൻ ചെയ്യണം എന്ന് പറഞ്ഞു. വേദന കുറയാനുള്ള ഇൻജക്ഷൻ എടുക്കാൻ സിറിഞ്ചുമായി വന്ന നേഴ്സിനെ കണ്ട് അവൻ പേടിച്ച് തല ഇരുവശത്തേക്കും ഇളക്കിത്തുടങ്ങിയപ്പോൾ ഹരിയാണ് അവനെ പിടിച്ച് നിർത്തിയത്. അടുത്തുനിന്ന തന്നെ നോക്കി 'പേടിക്കണ്ട.. എല്ലാം ശരിയാകും' എന്ന് അയാൾ പറഞ്ഞത് ഒരുതരത്തിൽ തനിക്ക് ആശ്വാസമായി. വെറുതെയാണെങ്കിൽപോലും ചെറിയൊരു വാക്കുകൊണ്ട് ആരെങ്കിലുമൊക്കെ തരുന്ന പ്രതീക്ഷകൾ സങ്കടപ്പെടുന്നവർക്ക് വലിയ ആശ്വാസം തന്നെയാണ്.

വേദന കുറഞ്ഞപ്പോൾ അർഷിതിന്റെ വാടിയ മുഖത്ത് വീണ്ടും ചിരി കണ്ടപ്പോഴാണ് തന്റെ മനോസംഘർഷം അല്പമൊന്ന് കുറഞ്ഞത്.

സ്കാനിംഗ് റൂമിൽ നിന്ന് നേരത്തെ കയറിയ സ്ത്രീ വസ്ത്രം നേരെയാക്കികൊണ്ട് ഇറങ്ങിവന്നു. ഒരാൾകൂടി പോയിവന്നാൽ അടുത്ത ഊഴം തങ്ങൾക്കാണ്. അനുരാധയുടെ ചിന്ത അൻഷിതയിലേക്കും ഹരിയിലേക്കും എത്തി.

തനിക്ക് ചായ വാങ്ങിത്തന്ന ശേഷം അൻഷിതയെയും കൂട്ടി തന്റെയും മോന്റെയും വസ്ത്രങ്ങളെടുക്കാൻ വീട്ടിലേക്ക് പോയ

താണ് ഹരി. ഇന്നലെ ഇവിടെ എത്തിയപ്പോൾ തിരക്കിട്ട് എല്ലാത്തിനും ഓടിനടന്നത് ഹരിയാണ്. വരിയിൽ നിന്ന് ടോക്കണ് എടുത്ത് തന്നതും ഡോക്ടറുടെ റൂമിൽ നിന്ന് പുറത്ത് വന്നപ്പോൾ ചീട്ട് മേടിച്ചുകൊണ്ട് പോയി മരുന്ന് വാങ്ങിവന്നതും ഹരിയാണ്. പണം കൊടുക്കാൻ താൻ തുനിഞ്ഞതാണ്. 'അതൊക്കെ പിന്നെയല്ലേ..' എന്ന് തടസം പറഞ്ഞു അയാൾ. തിരക്കിട്ട് പോന്നത് കൊണ്ട് കൈയ്യിൽ പണം ഉണ്ടാവില്ല എന്ന് കരുതിയിട്ടുണ്ടാകും.

സ്കാനിംഗ് റൂമിൽ നിന്നും അടുത്തയാളും ഇറങ്ങിയപ്പോൾ ചിന്തയിൽ നിന്നുണർന്ന അനുരാധ മകന്റെ കൈപിടിച്ച് അകത്തേയ്ക്ക് കയറി.. റൂമിൽ ഒരു റേഡിയോളജിസ്റ്റും സഹായിയായി ഒരു പെണ്കുട്ടിയും ഉണ്ട്. അയാൾ അനുരാധയുടെ കൈയ്യിൽ നിന്ന് ചീട്ട് വാങ്ങിയ ശേഷം അർഷിതിനോട് സ്കാനിങ് ചെയ്യുന്നതിനുള്ള ബെഡിൽ കിടക്കാൻ ആംഗ്യം കാണിച്ചു. അല്പം പേടിയോടെ പിന്നിലേക്ക് നിന്ന അർഷിതിനെ അനുനയിപ്പിക്കാൻ അയാൾ അവനെ നോക്കി ചിരിച്ചു. അനുരാധ അവനോട് കിടക്കാൻ പറഞ്ഞുപ്പോൾ അർഷിത് മടിയോടെ ബെഡിൽ കിടന്നു.

അൻഷിത രാവിലെ ഒന്നും കഴിച്ചിരുന്നില്ല. ആശുപത്രിക്ക് പുറത്തുള്ള കടയിൽ നിന്നും ഹരിയോടൊപ്പം പ്രാതൽ കഴിച്ചു പുറത്തിറങ്ങവെ അവൾ പറഞ്ഞു

'സാർ.. വേഗം പോയി വരാം.. കുറെ സാധനങ്ങൾ എടുക്കണം.' അവൾ മുന്നോട്ട് നടന്നു.

ശരിയാണ്, തനിക്ക് കുളിച്ച് വസ്ത്രം മാറണം.. ഹരിയോർത്തു. ഇന്നലെ ഇട്ടിരുന്ന വസ്ത്രത്തോടെ പോന്നതാണ്. മിസിസ് ചാറ്റർജിയുടെ വിളികേട്ട് പുറത്തേയ്ക്ക് ഓടിയ അൻഷിതയോട് അർഷിതിന് സുഖമില്ല, വണ്ടി വിളിക്ക്' എന്ന് അവർ പറയുന്നത് കേട്ടപ്പോൾ മേശപ്പുറത്തുന്ന പേഴ്സും മൊബൈലും മാത്രമേ ആകെ എടുക്കാൻ കഴിഞ്ഞുള്ളൂ. ടാക്സി വിളിക്കാൻ ഫോണ് ചെയ്തത് താനാണ്. ഒരു ചെറിയ കുട്ടിയെപ്പോലെ വണ്ടിയിൽ അവൻ കരയുന്നത് കണ്ടപ്പോൾ സങ്കടം തോന്നി. സാധാരണ കുട്ടികളെ പോലെ ആയിരുന്നെങ്കിൽ ആ കുടുംബത്തിന് തണൽ ആകേണ്ടവനാണ്.

ബസിൽ ഹരിയോടൊപ്പം ഇരിക്കുമ്പോൾ അൻഷിതയുടെ മനസ് ആശുപത്രിയിൽ ആയിരുന്നു. അമ്മ ഇപ്പോൾ സ്കാനിങ് റൂമിൽ ആയിരിക്കും. അർഷിത് മറ്റുകുട്ടികളെപ്പോലെ അല്ലാത്തതിനാൽ അവനെ നിയന്ത്രിക്കാൻ അമ്മയ്ക്ക് ബുദ്ധിമുട്ടാണ്. അവൻ അമ്മയേക്കാൾ വളർന്ന് ശരീരബലമുള്ളവനായിരിക്കുന്നു. പക്ഷേ,

അമ്മ പറഞ്ഞാൽ അവൻ അനുസരിക്കുമെന്നുള്ളതാണ് ആശ്വാസം. ഇന്നലെ ഹരിസാർ ഉള്ളതുകൊണ്ടാണ് കാര്യങ്ങളൊക്കെ എളുപ്പമായത്. പുരുഷൻമാരുടെ വാർഡിൽ സ്ത്രീകൾക്ക് പ്രവേശനമില്ല. അർഷിതിന് ഒറ്റയ്ക്കിരിക്കാൻ ഭയമാണ്. അമ്മയില്ലാതെ അവന് പറ്റില്ല. ഒടുവിൽ ഹരിസാറാണ് ആശുപത്രി സൂപ്രണ്ടിന്റെ പ്രത്യേകം അനുമതി വാങ്ങി അവനെ സ്ത്രീകളുടെ വാർഡിൽ കിടത്താനുള്ള സൗകര്യം ചെയ്തത്. താൻ ഒന്നിനും ബുദ്ധിമുട്ടേണ്ടി വന്നില്ല. ഇന്ന് സാറിനോട് വരണ്ട എന്ന് പറയണം. സ്ത്രീകളുടെ വാർഡിൽ പുരുഷന്മാർക്ക് രാത്രി ചെലവഴിക്കാൻ പറ്റില്ല. ഇന്നലെ പുരുഷന്മാരുടെ വാർഡിൽ ആയിരുന്നു അദ്ദേഹം. കൊതുക് ആവശ്യത്തിന് ഉള്ളതുകൊണ്ട് ശരിക്ക് ഉറങ്ങിയിട്ടില്ല എന്നത് മുഖം കണ്ടാൽ മനസിലാകും. അല്ലെങ്കിലും നിലവിളികൾക്കും ഞെരക്കങ്ങൾക്കുമിടയിൽ ഉറക്കം എളുപ്പമല്ലല്ലോ.

ബസിൽ ജാലകത്തിനടുത്തെ സീറ്റിൽ ഇരുന്ന അൻഷിത ഹരിയെ കൺകോണിലൂടെ നോക്കി. ആൾ വേറെ ഏതോ ലോകത്ത് എന്ന പോലെ ഇരിക്കുകയാണ്. എന്തൊക്കെയോ ആലോചിക്കുകയാണ് എന്ന് വ്യക്തം. അകലം പാലിക്കാൻ ശ്രമിക്കുന്തോറും തന്റെ ഉള്ളിൽ ഹരിസാറിനോട് ബഹുമാനവും ഇഷ്ടവും കൂടുകയാണ്. ഈ തോന്നൽ വളരെ ശക്തമാണ്.

മുഖത്ത് കാറ്റടിച്ചപ്പോൾ അൻഷിതയുടെ കണ്ണുകൾ അടഞ്ഞു. അവളുടെ തല പതിയെ അയാളുടെ ചുമലിലേക്ക് ചാഞ്ഞു. തന്റെ ചുമലിൽ ആർഷിതയുടെ ശിരസ് വിശ്രമിക്കുന്നത് അറിഞ്ഞെങ്കിലും ഹരി അനങ്ങിയില്ല .

പാവം..ശരിക്ക് ഉറങ്ങിയിട്ടുണ്ടാവില്ല, ഇന്നലെ രാത്രി ജനറൽ ആശുപത്രിയിൽ ഞെരങ്ങുകയും മൂളുകയും ചെയ്യുന്ന ആളുകളുടെ ഇടയിൽ അവൾ ഉറങ്ങാൻ ബുദ്ധിമുട്ടിയിട്ടുണ്ടാകണം കൂടാതെ അർഷിതിന്റെ അസുഖവും.. ആശുപത്രിയിൽ നല്ല തിരക്കുണ്ടായിരുന്നു. അവിടെ എല്ലാ മനുഷ്യർക്കും ഒരേ മുഖമാണ്. തിരക്കിട്ട് മരുന്ന് വാങ്ങാൻ ഓടുന്നവരായാലും, വരിയിൽ നിൽക്കുന്നവരായാലും, ഡോക്ടറെ കണ്ട് വരുന്നവരായാലും എല്ലാവരുടെ മുഖത്തും ദൈന്യത മാത്രമാണ് ഉള്ളത്.

വേഗത്തിൽ പിന്നിലക്ക് ഓടി പോകുന്ന പുറത്തെ കാഴ്ചകളിലേക്ക് നോക്കിയിരിക്കെ ഇറങ്ങേണ്ട സ്ഥലമെത്താറായിയിരിക്കുന്നു എന്ന് ഹരിക്ക് മനസിലായി. തന്റെ തോളിൽ തല ചേർത്ത് വെച്ച് കണ്ണടച്ച് ഒരു ചെറിയ കുട്ടിയെപ്പോലെ ഇരിക്കുന്ന ആർഷി

തയെ അയാൾ പാളിനോക്കി.

വണ്ടിയുടെ ഗതിവേഗത്തിൽ പിന്നിലേക്ക് തള്ളപ്പെട്ട കാറ്റ് അൻഷിതയുടെ മുടിയിഴകളെ ഹരിയുടെ മുഖത്ത് എത്തിച്ചു. അവയെ വിരൽകൊണ്ട് മാറ്റി ഹരി അൻഷിതയുടെ തലയിൽ പതിയെ തട്ടി.

'അൻഷിതാ... എഴുന്നേൽക്ക്.. ഇറങ്ങാനായി.'

ഹരി പറയുന്നത് കേട്ട് അൻഷിത കണ്ണ് തുറന്നു പുറത്തേക്ക് നോക്കി.

ശരിയാണ്..അടുത്ത സ്റ്റോപ്പിൽ ഇറങ്ങണം. താനൊന്ന് ചെറുതായി മയങ്ങിപ്പോയി. ഹരിയുടെ തോളിൽ ചാരി കിടന്നാണ് താൻ മയങ്ങിയത് എന്നോർത്തപ്പോൾ മനസിൽ ഒരുനിമിഷത്തേക്ക് ജാള്യതയും അതേസമയം ഉള്ളിലെവിടെയോ രഹസ്യാത്മകമായ ഒരു സന്തോഷവും പടരുന്നത് അവളറിഞ്ഞു.

ബസ്സിറങ്ങി നടക്കവേ ഹരി അൻഷിതയെ നോക്കി. ഒന്നും മിണ്ടാതെ നടക്കുകയാണ് അവൾ.

'അൻഷിതാ..നീ വേഗം പോയി ആവശ്യമുള്ള സാധനങ്ങൾ ബാഗിൽ എടുത്ത് വെക്കു. ഫ്ലാസ്ക് എടുക്കാൻ മറക്കണ്ട. അല്ലെങ്കിൽ രാത്രിയിൽ തണുത്ത വെള്ളം കുടിക്കേണ്ടി വരും.'

'സർ, ഇന്നിനി വരണ്ട. സാറിന് ഇന്നലത്തെ ക്ഷീണം ഉണ്ട്. നന്നായി ഒന്ന് ഉറങ്ങ്. ഞാനും അമ്മയും ആശുപത്രിയിൽ ഉണ്ടല്ലോ..' അൻഷിത പറഞ്ഞു.

ഹരി ഒരു നിമിഷം ആലോചിച്ചുനിന്നു. അവൾ പറഞ്ഞത് ശരിയാണ്. ഇനിയെന്തെങ്കിലും ആവശ്യമുണ്ടെങ്കിൽ പോയാൽ മതിയല്ലോ..

'ഉം... ' ഹരി മൂളി.. 'എന്തെങ്കിലും ആവശ്യമുണ്ടെങ്കിൽ എന്നെ വിളിക്കണം..കേട്ടോ' അയാൾ കൂട്ടി ചേർത്തു.

വീടിന് മുന്നിലെത്തിയപ്പോൾ അൻഷിത നിന്നു.

'സർ... താങ്ക് യൂ..'

അവളുടെ ഔപചാരികത കണ്ട് ഹരി ചിരിച്ചുകൊണ്ട് പറഞ്ഞു... 'അതിവിടെ എടുക്കില്ല..' മറുപടി കേട്ട് അവളും ചിരിച്ചു.

'തിരിച്ച് ഇറങ്ങുമ്പോൾ വിളിക്ക്' എന്ന് പറഞ്ഞുകൊണ്ട് അയാൾ തന്റെ താമസസ്ഥലത്തേക്ക് നടന്നു.

ഗേറ്റ് കടന്നപ്പോൾ വലതുവശത്തെ മതിലിനപ്പുറത്ത് നിന്നും ഒരു തല ഉയർന്ന് വരുന്നത് കണ്ടു..

ദേവ്ബന്ധു സാബിന്റെ ഭാര്യയാണ്.

വെളുത്ത് മെലിഞ്ഞ അവരുടെ ചെറിയ മുഖത്ത് പ്രായം വരക

ളിട്ടുതുടങ്ങിയിരിക്കുന്നു. നെറ്റിയിലേക്ക് വീണ നരച്ച മുടിയിഴകളിലേക്ക് നോക്കി ഹരി പുഞ്ചിരിച്ചു.

'ഹരിസാർ...അനുരാധയുടെ മോന് കുറവുണ്ടോ..?..അവർ വന്നോ?'

'ഇല്ല.. കുട്ടിയെ അഡ്മിറ്റ് ചെയ്തു.. അൻഷിത ഡ്രസ് എടുക്കാൻ വന്നതാണ്..' ഹരി പറഞ്ഞു.

'സാർ ഇനി പോകുന്നുണ്ടോ..?.' അവർ വീണ്ടും ചോദിച്ചു..

ആ സ്ത്രീയുടെ ചോദ്യത്തിൽ ദ്വയർത്ഥം ഉള്ളതുപോലെ ഹരിക്ക് തോന്നി. അവർ മറ്റെന്തോ അറിയാൻ ശ്രമിക്കുന്നത് പോലെ..!

ഇല്ല എന്നു പറഞ്ഞുകൊണ്ട് അയാൾ വാതിൽ തുറന്ന് അകത്തേക്ക് കയറി

ഒരിക്കൽ അൻഷിത പറഞ്ഞതാണ് ആ സ്ത്രീക്ക് സംശയമാണ് എന്ന്. എല്ലാത്തിനും സംശയമാണത്രെ! പട്ടാളത്തിൽ നിന്നും റിട്ടയേഡ് ആയി വീട്ടിലിരിക്കുന്ന ഭർത്താവ് ഒന്ന് രണ്ട് തവണ അൻഷിതയുടെ അമ്മയോട് സംസാരിക്കുന്നത് കണ്ടതാണ് അവരുടെ പ്രശ്നം. മുൻപൊന്നും അങ്ങനെയായിരുന്നില്ലത്രേ ആ സ്ത്രീ. താൻ മനസിലാക്കിയിടത്തോളം ദേവ്ബന്ധു സാബിന് കുട്ടികളില്ല എന്നതാണ് പ്രശ്നം എന്ന് തോന്നുന്നു. വാർദ്ധക്യത്തിലേക്ക് കടക്കുമ്പോൾ മനുഷ്യന് ഒരു അരക്ഷിതാവസ്ഥ തോന്നിത്തുടങ്ങും. ആ സമയത്ത് ജീവിതത്തിന് സുരക്ഷ നൽകുന്ന വലിയ പ്രതീക്ഷയാണ് മക്കൾ..! മക്കളില്ലാത്തവരാകട്ടെ പരസ്പരം പ്രതീക്ഷ വെയ്ക്കുന്നു. ഇവിടെ തന്റെ ഭർത്താവിനെ നഷ്ടപ്പെടുമോ എന്ന ഭയം ആ സ്ത്രീയിൽ ഉണ്ടാകാം.. വാർദ്ധക്യാവസ്ഥയിൽ തന്നെ ഭർത്താവുമായി കൂട്ടിയിണക്കുന്ന ഒന്നും അവർക്ക് കണ്ടെത്താൻ കഴിയുന്നുണ്ടാവില്ല.

ഹരിക്ക് മിസിസ് ദേവ്ബന്ധുവിനെക്കുറിച്ച് ഓർത്തപ്പോൾ സഹതാപം തോന്നി.

ഇത്തരം മനുഷ്യർ വെറുക്കപ്പെടേണ്ടവരല്ല, ഭൂതകാലഭൂമികയിൽ എവിടെയെങ്കിലും വെച്ച് ചില ധർമ്മസങ്കടങ്ങൾ അവരുടെ മനസ്സിനോട് പറ്റിച്ചേർന്നിട്ടുണ്ടാകും. അത് കണ്ടെത്തി അതിനോട് സമരസപ്പെടാൻ അവരെ സഹായിക്കുകയാണ് അവരുടെ ജീവിതത്തിൽ സന്തോഷം നിറയ്ക്കാനുള്ള ഏറ്റവും നല്ല വഴി. പറഞ്ഞിട്ട് കാര്യമില്ല, വാർദ്ധക്യത്തിലെ ലൈംഗീകതപോലും അനാവശ്യവും വൃത്തികേടുമായി ചിന്തിക്കുന്ന ദാമ്പത്യസംസ്കാരമാണ് ഇവിടെയുള്ളത്. പിന്നെന്ത് പറയാൻ..!

അയനാന്തരങ്ങൾ

ഉറങ്ങുന്നതിന് മുൻപ് ഒന്നുകുളിക്കണം..വിയർപ്പ് നാറുന്നുണ്ട്.. ചൂട് കാലമായാൽ വിയർത്തുകൊണ്ടേയിരിക്കും.

ശരീരം പുകയുന്നത് പോലെ തോന്നുന്ന കാലാവസ്ഥയാണ്.

ഹരി ബാത്ത് റൂമിലേക്ക് കയറി.

അമ്മയ്ക്കും തനിക്കും അർഷിതിനും വേണ്ട വസ്ത്രമെടുത്ത് ബാഗിൽ വെക്കുകയായിരുന്നു അൻഷിത. ഫ്ലാസ്കിന്റെ കാര്യം ഹരിസാർ ഓർമ്മിപ്പിച്ചത് നന്നായിയെന്ന് അവൾക്ക് തോന്നി. അല്ലെങ്കിൽ ഒരുപക്ഷേ താനത് മറന്നേനെ.

ഫ്ലാസ്ക് കഴുകിത്തുടച്ച് ബാഗിലേക്ക് വെച്ചു അവൾ. ബാഗുമെടുത്ത് വാതിൽ പൂട്ടിയിറങ്ങി.

ഹരിസാറിനെ കണ്ട് യാത്ര ചോദിക്കണം. അദ്ദേഹം വല്ലാതെ ബുദ്ധിമുട്ടിയിട്ടുണ്ട്. എന്തായാലും നാളെ അദ്ദേഹം വരുമെന്ന് ഉറപ്പാണ്. മറ്റുള്ളവരുടെ സങ്കടത്തിൽ പെട്ടെന്ന് അലിഞ്ഞുപോകുന്ന ഒരാളാണ്. അത് താനിഷ്ടപ്പെടുന്ന ഒരു ഗുണമാണ് കാരണം സ്നേഹത്തിന് മനുഷ്യത്വമുള്ളവരുടെ ഹൃദയത്തിൽ മാത്രമേ ജീവിക്കാനാകു.

അൻഷിത ചെല്ലുമ്പോൾ ഹരിയുടെ മുറിയുടെ വാതിൽ ചാരിയിട്ടിരുന്നു.

'സാർജീ..' വാതിൽ തള്ളിത്തുറന്ന് അൻഷിത വിളിച്ചപ്പോൾ അകത്തുനിന്ന് ഹരിയുടെ ശബ്ദം കേട്ടു.

'ഇരിക്കു.. ദാ വരുന്നു..' ഷർട്ടിന്റെ കുടുക്കുകൾ ഇട്ടുകൊണ്ട് ഹരി വന്നു. സാർ ഇപ്പോൾ കുളിച്ചതെയുള്ളൂ എന്ന് വ്യക്തമാണ്.

'സാർ.. ഞാനിറങ്ങട്ടെ... നാളെ വരാം.' അൻഷിത പറഞ്ഞു..

'ഉം.. എന്തെങ്കിലും ആവശ്യമുണ്ടെങ്കിൽ എന്നെ വിളിക്കാൻ മറക്കരുത്.. ഇന്ന് സ്കാൻ ചെയ്താലും റിസൾട്ട് കിട്ടുമ്പോൾ വൈകും. നാളെയെ ഡോക്ടറെ കാണിക്കാൻ പറ്റൂ.' ഹരി പറഞ്ഞു..

'നാളെ ഞാൻ അങ്ങോട്ട് വരാം.' അൻഷിത എഴുന്നേറ്റു.. യാത്ര പറഞ്ഞു പുറത്തേക്കിറങ്ങവെ, മതിലിനപ്പുറത്ത് മിസിസ് ദേവ്ബന്ധുവിന്റെ ശിരസ് കണ്ടു..

'മോൾ..ആശുപത്രിയിലേക്കാണോ..? മോന്റെ അസുഖം കുറഞ്ഞോ..?' അവരുടെ നരച്ച മുടിയിഴകൾ നോക്കിക്കൊണ്ട് അവൾ പറഞ്ഞു, 'ആശുപത്രിയിലേക്കാണ്. വേദന കുറവുണ്ട്...'

അവർ മറ്റെന്തോ ചോദിക്കാൻ തുടങ്ങിയപ്പോഴേക്കും അവൾ പറഞ്ഞു,

'ഞാൻ പോയി വരാം..'

പിന്നെ ഗേറ്റ് തുറന്ന് പുറത്തേക്കിറങ്ങി.

3

രാവിലെ അർഷിതിന് ചായ കൊടുത്തുകൊണ്ട് അവന്റെ അരികിലിരിക്കുകയായിരുന്നു അൻഷിത. ചുരുങ്ങിയ ദിവസങ്ങൾകൊണ്ട് അർഷിത് വല്ലാതെ ക്ഷീണിച്ചിട്ടുണ്ട്.. മരുന്നു കഴിക്കുമ്പോൾ വേദന കുറയുമെങ്കിലും രണ്ടുമൂന്ന് മണിക്കൂർ മാത്രമാണത് നിൽക്കു. അപ്പോഴാണ് അവനൊന്ന് ഉറങ്ങുക. ഉറക്കമുണർന്നാൽ ഇടയ്ക്കിടെ വേദനിക്കുന്നു എന്ന് പരാതിപ്പെടും.. വേദനകൂടുമ്പോൾ കരയും. അവൻ നിർത്താതെ കരയുന്നത് കേൾക്കുമ്പോൾ തന്റെ നെഞ്ചിലേക്ക് ഒരു വലിയ ഒരു സങ്കടം ഉരുണ്ടുകൂടും.

'..ഇത് കഴിച്ചേ...' ഒരു പഴം തൊലികളഞ്ഞ് അർഷിതിന്റെ കൈയ്യിലേക്ക് കൊടുത്തു അവൾ

സാധാരണ ഭക്ഷണത്തോട് അവൻ മടികാണിക്കാത്തതാണ്. ഇപ്പോൾ ഭക്ഷണവും വേണ്ട എന്നുള്ള രീതിയിലാണ് പെരുമാറ്റം. അവന്റെ മുഖത്തും കണങ്കാലിലും ചെറുതായി നീരുണ്ട്. ഇന്ന് ഡോക്ടർ റൗണ്ട്സിന് വരുമ്പോൾ പറയണമെന്ന് അമ്മയോട് പറഞ്ഞിട്ട് പോകാം..

അമ്മ അവന്റെ മുഷിഞ്ഞ വസ്ത്രങ്ങൾ ബാഗിൽ അടുക്കിവയ്ക്കുകയാണ്. ഇനി വീട്ടിൽ കൊണ്ടുപോയി അലക്കിയിടണം. ഡോക്ടർ പറഞ്ഞത് കേട്ടിട്ടാവണം ഇന്നലെ അർഷിതിന്റെ സ്കാനിങ് റിപ്പോർട്ട് ഡോക്ടറെ കാണിച്ചത് മുതൽ അമ്മ സങ്കടത്തിലാണ്. ഹരിസാർ ആണ് അമ്മയോടൊപ്പം ഡോക്ടറോട് സംസാരിച്ചത്. താൻ പുറത്തിരിക്കുകയായിരുന്നു. അവന്റെ വൃക്കകൾക്ക് തകരാറുണ്ട് എന്നാണ് ഡോക്ടർ പറഞ്ഞത്. രോഗം തുടങ്ങിയിട്ട് കുറച്ചായത്രേ. പക്ഷേ, അവൻ വേദനയാണെന്ന് പറഞ്ഞുതുടങ്ങിയിട്ട് കുറച്ചു നാളുകളെ ആയിട്ടുള്ളു. അവന്റെ പുറത്ത് ഒരു വശത്തായിട്ട് ചെറിയ തടിപ്പ് ആദ്യം കണ്ടത് അമ്മയാണ്. ഡോക്ടറെ കാണാൻ ഇരിക്കുകയായിരുന്നു..അപ്പോഴാണ് അവന് അസുഖം കൂടുതലായത്.

ഹരിസാറിനോട് ഇംഗ്ലീഷിൽ എന്തൊക്കെയോ ഡോക്ടർ പറഞ്ഞു എന്നാണ് അമ്മ പറഞ്ഞത്. താൻ കൂടെ പോയിരുന്നെങ്കിൽ മനസിലാക്കാമായിരുന്നു. നമുക്ക് നോക്കാം.. എന്നാണ് ഡോക്ടർ അമ്മയോട് പറഞ്ഞത്. എന്താണെങ്കിലും ഡോക്ടറുടെ റൂമിൽ നിന്ന് പുറത്തുവന്ന ഹരിസാർ എല്ലാം ശരിയാകും,കുഴപ്പമില്ല

എന്ന അർത്ഥത്തിലാണ് സംസാരിച്ചത്. അതുകേട്ടപ്പോൾ അമ്മയ്ക്ക് കുറച്ചൊക്കെ ആശ്വാസം ആയി എന്നുറപ്പാണ്. പക്ഷേ, തനിക്ക് ചില സംശയങ്ങൾ ഉണ്ട്. ഇന്ന് ഹരിസാറിനോട് ചോദിക്കണം. കാണണം എന്ന് പറഞ്ഞിട്ടാണ് ഇന്നലെ വൈകിട്ട് സാർ തിരികെ പോയത് എന്ന് അവളോർത്തു.

താൻ ഇന്നലെ വീട്ടിലേക്ക് പോയില്ല. ഇന്ന് വീട്ടിൽ പോയി അർഷിതിന്റെ വസ്ത്രങ്ങളൊക്കെ അലക്കിയിട്ട് വേറെ എടുത്തു കൊണ്ട് വരണം. ഇന്നലെ അമ്മയുടെ വീട്ടിൽ വിളിച്ച് അർഷിത് ആശുപത്രിയിൽ അഡ്മിറ്റ് ആണെന്ന് പറഞ്ഞിരുന്നു. ഗോബിന്ദ്പൂരിൽ നിന്ന് ഇളയ അമ്മാവൻ ഇന്ന് വരും. ഗ്രാമത്തിലെ അന്ധവിശ്വാസം നിറഞ്ഞ പഴയ ചിന്തകളോട് എതിർപ്പായിരുന്ന അച്ഛന്റെ കടുംപിടിത്തങ്ങൾ കുടുംബങ്ങൾ തമ്മിൽ അകലമുണ്ടാക്കിയിട്ടുണ്ട്. ഇളയ അമ്മാവനൊഴികെ മറ്റാരും ഇപ്പോൾ കാര്യമായ സഹകരണം ഇല്ല. അത്യാവശ്യങ്ങൾ ഉണ്ടെങ്കിൽ വേണമെങ്കിൽ വന്നു പോകാം എന്ന അവസ്ഥയിലാണ് എല്ലാവരും.

അച്ഛൻ ഒരു ശരിയാണ് എന്ന് ഹരിസാർ ഒരിക്കൽ പറഞ്ഞത് അൻഷിത ഓർത്തു. ഹരിസാറിനോട് അച്ഛന്റെ കാര്യങ്ങളും രീതികളും ഒക്കെ പറഞ്ഞുകൊണ്ടിരിക്കുകയായിരുന്നു താൻ. അച്ഛന്റെ തീരുമാനങ്ങൾ അദ്ദേഹം മരിച്ചതിന് ശേഷവും തങ്ങളെ ഒറ്റയ്ക്കാക്കി എന്ന് പറഞ്ഞപ്പോഴാണ് അതുവരെ മിണ്ടാതെ എല്ലാം മൂളിക്കേട്ടുകൊണ്ടിരുന്ന ഹരിസാർ അച്ഛനൊരു ശരിയാണ് എന്ന് അഭിപ്രായപ്പെട്ടത്.

'വിശ്വാസങ്ങൾ എളുപ്പം മാറ്റാൻ കഴിയാത്ത ചിന്തകളാണ് എന്നത് ശരിയാണ്. പക്ഷേ, അവയെക്കാൾ യാഥാർത്ഥ്യമായത് മനുഷ്യനും, മനുഷ്യത്വവുമാണ്.. ഭൂരിഭാഗം മനുഷ്യരും പൂർവീകർ സൃഷ്ടിച്ച രീതികളെ കണ്ണടച്ച് പിന്തുടരുന്നവരാണ്. അവിടെ തന്റെ അച്ഛൻ യഥാർത്ഥത്തിൽ ഒരു ശരിയാണ്' ഹരിസാർ പറഞ്ഞത് തനിക്ക് ഓർമ്മയുണ്ട്.

'മോളെ.. ആ പാത്രം കഴുകിവെയ്ക്ക്'

അമ്മയുടെ ശബ്ദം കേട്ടപ്പോഴാണ് അൻഷിത ചിന്തയിൽ നിന്നുണർന്നത്. അർഷിത് ഭക്ഷണം അല്പമാത്രമായി കഴിച്ച ശേഷം വേണ്ട എന്ന അർത്ഥത്തിൽ തലയിളക്കുകയാണ്. അൻഷിത വെള്ളമെടുത്ത് അവന്റെ മുഖം തുടച്ചു കൊടുത്തശേഷം പാത്രമെടുത്തുകൊണ്ട് കെട്ടിടത്തിന്റെ അറ്റത്ത് ഉള്ള ടാപ്പിന് അടുത്തേക്ക് പോയി.

അനുരാധ ബാഗിന്റെ സിബ്ബ് വലിച്ചിട്ടു. അവൾ പോകുമ്പോൾ കൊടുത്തുവിടണം. അൻഷിത സ്വന്തം കാര്യം നോക്കാൻ പ്രാപ്തിയുള്ളവളാണ് എങ്കിലും മകളെക്കുറിച്ച് തന്റെ മനസിൽ ഭയമുണ്ട്. വിവാഹം നടക്കേണ്ട പ്രായമായി, ഒരുപാട് താമസിച്ചാൽ പ്രശ്നമാണ്. പക്ഷേ, അവൾ തന്നെ വിട്ടുപോകില്ല എന്നുറപ്പാണ്. തങ്ങളോടൊപ്പം കഴിയാൻ തയാറുള്ള ഒരാളെ കണ്ടെത്തുക അല്പം പ്രയാസമാണ്താനും. തന്റെ കുടുംബത്തിൽ അൻഷിതയുടെ പ്രായമുള്ള മിക്കവരുടെയും കല്യാണം കഴിഞ്ഞിരിക്കുന്നു എന്ന് അനുരാധ ഓർത്തു. എന്തെങ്കിലും ഒരു ജോലി വേണം എന്ന നിർബന്ധത്തിലാണ് അവൾ..!

മോന് വൃക്ക തകരാറിലാണ് എന്ന് ഡോക്ടർ പറഞ്ഞപ്പോൾ മുതൽ തന്റെ മനസിന് വലിയ ഭാരമാണ്. കുഴപ്പമില്ല, ശരിയാകും എന്ന് ഡോക്ടർ പറഞ്ഞതാണ്. പിന്നെ ഇടയ്ക്ക് ഹരിയോട് എന്തൊക്കെയോ പറഞ്ഞു അയാൾ. ഇംഗ്ലീഷിൽ ആയത് കൊണ്ട് തനിക്ക് ഒന്നും മനസ്സിലായില്ല. ഹരി കൂടെ ഉള്ളത് വലിയൊരു സമാധാനമാണ്. എല്ലാം കണ്ടറിഞ്ഞ് ചെയ്തുകൊള്ളും. അവധിക്കാലമാണെങ്കിലും അയാൾക്കും എന്തെങ്കിലും തിരക്കുകൾ ഉണ്ടാകുമല്ലോ. പക്ഷേ, വരണ്ട എന്നു പറയാനും തനിക്ക് പറ്റുന്നില്ല. അങ്ങനെ പറഞ്ഞാൽ അത് മോശമായാലോ എന്ന് തോന്നി. കൂടാതെ ഹരിയുടെ സഹായം ഈ സമയത്ത് വളരെ വലുതാണ് എന്ന തിരിച്ചറിവാണ് തന്നെ പിന്നിലേക്ക് വലിച്ചത്. തന്നെ സംബന്ധിച്ചിടത്തോളം ഇപ്പോൾ തന്റെ കുടുംബത്തിനുള്ള ഒരേയൊരു ബന്ധുവിനെപ്പോലെയാണ് ഹരി.

അൻഷിത കഴുകിയ പാത്രവുമായി തിരിച്ചെത്തി..

'അമ്മേ.. ഞാൻ പോയി ഡ്രസ് എടുത്ത് വൈകുന്നേരമാകുമ്പോഴേക്കും വരാം.' അവൾ പറഞ്ഞു.'...പിന്നെ, ഡോക്ടർ വരുമ്പോൾ അവന്റെ മുഖത്തേയും കാലുകളിലെയും നീർവീക്കത്തിന്റെ കാര്യം പറയണം..'

കൈകൾ തുവർത്തിയശേഷം ബാഗ് എടുത്ത് മകൾ പുറത്തേക്ക് പോകുന്നത് അനുരാധ നോക്കിനിന്നു. ആശുപത്രിക്ക് അടുത്തുതന്നെയുള്ള ബസ്സ്റ്റാന്റിലേക്ക് നടക്കുമ്പോൾ അൻഷിതയുടെ ചിന്ത ഹരിയെക്കുറിച്ച് ആയിരുന്നു.

ഹരിസാർ ഇന്ന് ഇതുവരെ ആശുപത്രിയിലേക്ക് വന്നിട്ടില്ല, ഒരുപക്ഷേ തന്റെയൊപ്പം വരാമെന്ന് കരുതിയിരിക്കും. ഇന്നലെ പോകുമ്പോൾ തനിക്ക് ചായ വാങ്ങിത്തന്ന് പിരിഞ്ഞതാണ്. എപ്പോഴും

ആവശ്യമുണ്ടെങ്കിൽ വിളിക്കണം, മറക്കരുത് എന്ന് ഓർമ്മിപ്പിച്ചിട്ടാണ് പിരിയുക. സാർ ഒരു മടിയും കാണിക്കാതെയാണ് തന്നെ സഹായിക്കുന്നത്. മനുഷ്യത്വത്തിന്റെ കാര്യത്തിൽ ചില സൗഹൃദങ്ങൾക്ക് രക്തബന്ധത്തെക്കാൾ ആഴവും പരപ്പും കൂടുതലായിരിക്കും.

അല്ലെങ്കിലും ആരാണ് തങ്ങൾക്ക് ആശ്രയിക്കാൻ ഉള്ളത്! ഇളയമ്മാവൻ വരുമായിരിക്കും. പക്ഷേ, അദ്ദേഹത്തിന് വീടും ജോലിയും ഒഴിവാക്കി എത്ര ദിവസം വരാൻ പറ്റും..! മാത്രമല്ല ശ്യാമ മോസിക്ക് അവരുടെ ഭർത്താവ് മറ്റുള്ളവരുടെ കാര്യത്തിനായി പോകുന്നത് അത്ര ഇഷ്ടമുള്ള കാര്യവുമല്ല. അത് അമ്മയ്ക്കും നന്നായി അറിയാം.

അവൾ റോഡരികിലൂടെ നടന്ന് ബസ് സ്റ്റാന്റിലേക്ക് കയറി..

ഒരു ചായ മാത്രമേ രാവിലെ കുടിച്ചുള്ളൂ. വിശപ്പ് കെട്ടുപോയതുപോലെ..!ഇനി വീട്ടിൽ ചെന്നിട്ട് എന്തെങ്കിലും ഉണ്ടാക്കി കഴിക്കാം.

ബസിൽ ഇരിക്കവേ ഉറക്കക്ഷീണം അൻഷിതയുടെ കൺപോളകളെ വലിച്ചു താഴ്ത്തുന്നുണ്ടായിരുന്നു.. എങ്കിലും ഇടയ്ക്കിടെ പെട്ടെന്ന് കണ്ണ് തുറന്ന് അവൾ പുറത്തെ കാഴ്ചകളിലേക്ക് നോക്കികൊണ്ടിരുന്നു. മാർച്ച് മാസത്തിൽ പുതുമഴ പെയ്തതാണ്. അതിന് ശേഷം ഇടയ്ക്കിടെ മഴ പെയ്യുമെങ്കിലും മഴക്കാലം എന്ന് പറയത്തക്കരീതിയിൽ തുടങ്ങിയിട്ടില്ലാത്തതിനാൽ പകൽ പൊതുവെ നല്ല ചൂടാണ്. മുമ്പത്തെതിനേക്കാൾ കുറഞ്ഞിട്ടുണ്ട് എന്നു മാത്രം.

വഴിയരികിൽ ഒരു വലിയ ഹോർഡിങ്..! കിടക്കക്കമ്പനിയുടെ പരസ്യമാണ്. നിശാവസ്ത്രത്തിൽ ഉറക്കച്ചടവോടെ കിടക്കയിലിരിക്കുന്നു ഒരു പെണ്ണ്..! മഴ പെയ്യുമ്പോൾ അവൾ കിടക്കയിലിരുന്ന് നനയും . അവൾക്ക് ബോധമുണ്ടെങ്കിൽ എന്തുസംഭവിക്കും ! അനങ്ങാൻ കഴിയാതെ മഴ നനഞ്ഞും വെയിലേറ്റും ചിന്തിക്കുന്ന ഒരു ചിത്രം!

ഓർത്തിരിക്കെ അതൊരു തമാശ മാത്രമാണല്ലോ എന്നതിൽ അൻഷിതക്ക് ആശ്വാസം തോന്നി. ആ കാഴ്ച പിന്നിലേക്ക് പോയി. അൻഷിത കണ്ണ് പിൻവലിച്ചു മുന്നോട്ടേക്ക് നോക്കി.

പിന്നോട്ട് നോക്കിയാലും മനുഷ്യന് മുന്നോട്ട് പോകാനെ പറ്റൂ.. ഹരിസാറിന്റെ ഒപ്പം കൂടി തന്റെ മനസും തത്വചിന്ത പറഞ്ഞുതുടങ്ങിയോ..!

അൻഷിതയുടെ ചുണ്ടിൽ ഒരു മന്ദഹാസം വിരിഞ്ഞു.

ഇന്നലെ ഉറങ്ങാൻ അല്പം വൈകി.. അൻഷിതയോട് ഇതെങ്ങിനെ അവതരിപ്പിക്കണം എന്നറിയാതെ തിരിഞ്ഞും മറിഞ്ഞും കിടക്കുകയായിരുന്നു താൻ..അതുകൊണ്ട്തന്നെ വൈകിയാണ് എഴുന്നേറ്റതും. രാവിലെ ഭക്ഷണം കഴിച്ച പാത്രം കഴുകിക്കൊണ്ടിരിക്കെ ഹരിയുടെ മനസ് പ്രക്ഷുബ്ദ്ധമായ അവസ്ഥയിലായിരുന്നു. ഡോക്ടർ പറഞ്ഞ കാര്യങ്ങളെക്കുറിച്ച് ചിന്തിക്കുകയായിരുന്നു അയാൾ.

അൻഷിതയോട് ഇന്ന് തന്നെ കാണണം എന്ന് പറഞ്ഞിട്ടുണ്ട്. അവൾ രാവിലെ ആശുപത്രിയിൽ നിന്ന് പോരും എന്ന് ഇന്നലെ തന്നോട് പറഞ്ഞതാണ്.. പോന്നിട്ടുണ്ടാകും. ഇന്നലെ വൈകിട്ട് മിസിസ് ദേവ്ബന്ധു വീണ്ടും അർഷിതിന്റെ സുഖവിവരം അന്വേഷിച്ചു വന്നിരുന്നു. മരുന്ന് കഴിക്കുന്നുണ്ട്.. ചെറിയ കുറവുണ്ട് എന്ന് മാത്രമേ താൻ പറഞ്ഞുള്ളു..

റൂമിൽ നിന്നും ഫോണ് ബെല്ലടിക്കുന്ന ശബ്ദം കേട്ട് ഹരി പാത്രം എടുത്ത് സ്റ്റാൻഡിൽ വെച്ചശേഷം കോൾ എടുത്തു.

അൻഷിതയാണ്.. ! അവളെത്തി എന്നറിയിക്കാനാണ്.

'ഇങ്ങോട്ട് വരു..ഞാൻ ഇവിടെ ഭക്ഷണം ഉണ്ടാക്കിയിട്ടുണ്ട്..' ഹരി പറഞ്ഞു..

അലക്കിയിട്ട് വരാം എന്ന് പറഞ്ഞ് അൻഷിത ഫോണ് വെച്ചു.

ഹരി മുറ്റത്തേക്കിറങ്ങി..

അൻഷിതയുടെ വീടിന്റെ വാതിൽ തുറന്നിട്ടുണ്ട്. പെട്ടെന്ന് കുറച്ചു തുണിയും ബക്കറ്റുമായി അൻഷിത വീടിന്റെ അരികിലൂടെ പിന്നിലേക്ക് പോകുന്നത് ഹരി കണ്ടു.

അകത്തുകയറി മുറിയുടെ മൂലയിൽ താൻ വരച്ച് വെച്ചിരിക്കുന്ന ചിത്രങ്ങളിലേക്കു നോക്കി ഹരി കസേരയിൽ ചാഞ്ഞിരുന്നു..

കണ്ടുമുട്ടുന്ന മനുഷ്യർക്കെല്ലാം ഓരോ കഥ പറയാനുണ്ടാകും.. നേടിയതിന്റേയോ നഷ്ടപ്പെടുത്തിയതിന്റേയോ കഥ! അതിനപ്പുറം നാമെന്താണ് എന്ന് ചിന്തിക്കുന്നവർ അപൂർവ്വമാണ്. ദൈവമെന്ന സങ്കല്പത്തെ കൂട്ടുപിടിക്കുമെങ്കിലും എഴുത്തുകാരനില്ലാതെ ഒരു പേന തനിയെ എഴുതിക്കൂട്ടിയ കഥപോലെയാണ് സാധാരണക്കാർക്ക് ജീവിതം..! അതുകൊണ്ടാണ് വിധി എന്ന രണ്ടക്ഷരങ്ങൾക്കപ്പുറം അവർക്ക് ജീവിതത്തിന് മറ്റൊരു പേരിടാൻ അറിയാത്തത്. സങ്കടം വന്നാൽ പൊട്ടികരയുകയും സന്തോഷം വന്നാൽ പൊട്ടിചിരിക്കുകയും ചെയ്യുന്ന പച്ചമനുഷ്യരാണ് കൂടുതലും.. അൻഷിതയും അവളുടെ അമ്മയുമൊന്നും വ്യത്യസ്തരാണ് എന്ന് തനിക്ക് തോ

ന്നുന്നില്ല. എല്ലാ മനുഷ്യരും അങ്ങനെയാണ്. ചിലർ ദുഃഖങ്ങളെ താത്വീകരിക്കുന്നു. മറ്റു ചിലർ കണ്ണീരോടെ നേരിടുന്നു. അപൂർവ്വം ചിലർ ഭാരം താങ്ങാനാകാതെ നിത്യമായ ഇരുട്ടിലേക്ക് സ്വയമെറി യുന്നു..!

യഥാർത്ഥത്തിൽ താൻ അസുഖകരമായ ഒരു കാര്യം ചെയ്യാൻ തന്നെ സ്വയം തയാറാക്കുകയാണ് എന്ന് ഹരിക്ക് തോന്നി.

'സാർജി..' അല്പം കഴിഞ്ഞ് പുറത്തുനിന്ന് അൻഷിതയുടെ ശബ്ദം വന്നു. ക്ഷീണം പ്രകടമായ മുഖവുമായി അവൾ പുഞ്ചിരി ച്ചുകൊണ്ട് മുറിക്ക് അകത്തേക്ക് വന്നു.. ഹരി പുഞ്ചിരിച്ചു.. എന്താ കഴിക്കാൻ ഉള്ളത് എന്ന് ചോദിച്ചു കൊണ്ട് അടുക്കളയിലേക്ക് പോ യ അൻഷിതയുടെ പിന്നാലെ അയാളും നടന്നു. ചപ്പാത്തിയും ബാ ജിയും എടുക്കാൻ അവൾ രണ്ട് പാത്രമെടുക്കുന്നത് കണ്ട് ഹരി വിലക്കി.

'ഞാനിപ്പോൾ കഴിച്ചതെയുള്ളൂ..' അയാൾ പറഞ്ഞു.

ഭക്ഷണവുമായി മേശയ്ക്കു മുന്നിൽ ഇരിക്കവേ ഹരിയുടെ മുഖം മ്ലാനമായിരിക്കുന്നത് അൻഷിത ശ്രദ്ധിച്ചു.

'സാർജി.. ഇന്നലെ ഡോക്ടർ എന്താ പറഞ്ഞത്..?'

അൻഷിതയുടെ ചോദ്യത്തിനുള്ള ഉത്തരമായിരുന്നു താൻ ഇതുവരെ മനസിൽ ആവർത്തിച്ച് ഉറപ്പിച്ചതെങ്കിലും പറയേണ്ട സമയമായപ്പോൾ അക്ഷരങ്ങൾ തൊണ്ടയിൽ കുടുങ്ങുന്നത് അയാ ളറിഞ്ഞു.

'നീ കഴിക്കു, അൻഷിത.. ഞാൻ പറയാം..'

ഹരി ചിരിക്കാൻ ശ്രമിച്ചുകൊണ്ട് പുറത്തേക്കിറങ്ങി..

അൻഷിതയുടെ ഉള്ളിൽ സംശയങ്ങളുടെ വേലിയേറ്റം ഉണ്ടാ യി.. ഹരിസാറിന് എന്താണ് പറയാനുള്ളത്!

അവളുടെ വിശപ്പ് അയാളുടെ മനസിലുള്ളതിനെക്കുറിച്ചുള്ള ചിന്തയിൽ വെന്തുപോയി എങ്കിലും വേഗം ഭക്ഷണം കഴിച്ച് പാത്രം കഴുകി വെച്ച ശേഷം തിരികെ വന്നപ്പോൾ ഹരി മുറ്റത്ത് നിൽക്കുകയായിരുന്നു..

അവളെ കണ്ട് മുറിക്കകത്തേക്ക് കയറി വന്ന അയാളുടെ മുഖം ആൾ ഉള്ളിൽ വലിയ സംഘർഷത്തത്തിലാണെന്ന് വിളിച്ചുപറയു ന്നുവെന്ന് അൻഷിതയ്ക്ക് തോന്നി.

കനിവ് കിനിയുന്ന കണ്ണുകളോടെ അൻഷിതയുടെ മുന്നിൽ ഹരി നിന്നു. അൻഷിത ഹരിയുടെ കണ്ണുകളിലേക്ക് നോക്കി.. അവ ളുടെ നോട്ടത്തിൽ അനിശ്ചിതാവസ്ഥയും ചോദ്യഭാവവും ഒരുപോ

ലെ പ്രകടമായിരുന്നു.

അല്പം കഴിഞ്ഞപ്പോൾ അമർത്തിപ്പിടിച്ച കരച്ചിലിന്റെ ഒരു ചീന്ത് തുറന്നിട്ട വാതിലിലൂടെ പുറത്തേയ്ക്ക് വന്നു..!

4

ആശുപത്രി കിടക്കയിൽ ക്ഷീണിതനായി കിടക്കുന്ന അർഷിതിനെ നോക്കി നിന്നു അനുരാധ.. മൂടൽമഞ്ഞിലെന്നപോലെ കണ്ണുനീർ നിറഞ്ഞ് മങ്ങിയ കാഴ്ചയ്ക്കപ്പുറം അവന്റെ മുഖം ! ഒരാഴ്ച്ച കഴിഞ്ഞപ്പോഴേക്കും അവൻ വല്ലാതെ പരിക്ഷീണനായിരിക്കുന്നു. ഇന്നലെ വൈകുന്നേരം അൻഷിത ഹരിയോടൊപ്പം ആശുപത്രിയിൽ വന്നപ്പോഴാണ് മകന്റെ പ്രശ്നം എന്താണെന്ന് താൻ മനസിലാക്കിയത്. അവർ ഇക്കാര്യം തന്നോട് മനപൂർവ്വം പറയാതിരുന്നതാണ്.. തനിക്ക് ഇത് താങ്ങാൻ ആവില്ലെന്ന് അവർക്കറിയാം. പക്ഷേ, മറച്ചുവെക്കേണ്ട വിഷയമല്ലല്ലോ.

മകളുടെ കണ്ണിൽ നനവ് കണ്ടപ്പോൾ എന്താ പറ്റിയത് എന്ന് ചോദിച്ചതാണ്.. അവൾ കരഞ്ഞുകൊണ്ട് തന്നെ കെട്ടിപ്പിടിച്ചു. ആദ്യം കരുതിയത് ഹരിയും അൻഷിതയും തമ്മിലുള്ള എന്തെങ്കിലും പ്രശ്നമായിരിക്കും എന്നാണ്. ഹരിയുടെ മുഖവും മ്ലാനമായിരുന്നു. അമ്മ വിഷമിക്കരുത് എന്ന് പറഞ്ഞാണ് ഹരി പറഞ്ഞുതുടങ്ങിയത്. അയാൾ അമ്മ എന്നുവിളിച്ചതിലെ കൗതുകം മാറും മുൻപേ, പിന്നാലെ വന്ന വാക്കുകൾ തനിക്ക് വിശ്വസിക്കാൻ ആയില്ല.. തല കറങ്ങുന്നത് പോലെ തോന്നി. അൻഷിത തന്നെ പിടിച്ച് ബെഡിൽ ഇരുത്തുകയായിരുന്നു.

അർഷിതിന് വൃക്കയെ ബാധിച്ചിരിക്കുന്നത് ക്യാൻസർ ആകാനാണ് സാധ്യത എന്ന് ഹരിയാണ് പറഞ്ഞത്. പ്രൈമറി ടെസ്റ്റുകൾ കഴിഞ്ഞതുകൊണ്ട് ഡോക്ടർക്ക് ഏകദേശം ഉറപ്പായ രീതിയിൽ ആണത്രെ സംസാരിച്ചത് വൃക്കയെ ക്യാൻസർ ബാധിച്ചാൽ അത് ആദ്യം ലക്ഷണങ്ങളൊന്നും കാണിക്കില്ലത്രേ. മറ്റ് അവയവങ്ങളെ ബാധിക്കുമ്പോഴോ വൃക്കയിൽ രോഗം പഴകുമ്പോഴോ ആണ് മനസ്സിലാവുക. അതുകൊണ്ടാവാം അർഷിതിന് നേരത്തെ വലിയ പ്രശ്നങ്ങൾ ഇല്ലാതിരുന്നത്. അവന്റെ വേദനകൾ സാധാരണ പറയുന്നതുപോലെ ബുദ്ധിമാന്ദ്യമുള്ളതുകൊണ്ട് ഉള്ള സ്വാഭാവീകശാരീരിക ബുദ്ധിമുട്ടുകൾ ആണെന്നാണ് ആദ്യമൊക്കെ കരുതിയിരുന്നത്. അത്തരം പ്രശ്നങ്ങൾ ബുദ്ധിമാന്ദ്യമുള്ള ചില കുട്ടികൾക്ക്

മാനസീകസംഘർഷങ്ങൾ മൂലം ഉണ്ടാകുമെന്ന് ചുനാരിയിലെ ക്ലിനിക്കിലെ ഡോക്ടർ പറഞ്ഞതാണ്. മരുന്നുകളും തരും. വേദന കുറയുമ്പോൾ അവൻ വീണ്ടും സാധാരണപോലെയാകും. ഒരു പക്ഷേ, ക്യാൻസറിന്റെ സാധ്യത അദ്ദേഹം ചിന്തിച്ചിരിക്കില്ല. അതു കൊണ്ട് തന്നെ ഒരുപാട് വൈകി രോഗം മനസിലാക്കാൻ. ഇപ്പോൾ രണ്ടുദിവസമായി ചുമ തുടങ്ങിയിട്ടുണ്ട്. ശ്വാസമെടുത്ത് ചുമയ്ക്കു മ്പോൾ വേദനിച്ച് അവൻ കരയും. ചിലപ്പോൾ ശ്വസിക്കാനും ബുദ്ധിമുട്ട് വരുന്നു. മുഖം നീരുവെച്ചിരിക്കുന്നുവെങ്കിലും കൺതട ങ്ങളിൽ കറുപ്പ് ബാധിച്ചിരിക്കുന്നു. ഓരോ ദിവസവും അവന്റെ ക്ഷീണം കൂടി വരികയാണ്. ഇപ്പോൾ വേദനകാരണം അവൻ ഭക്ഷണം കഴിക്കാനും തയാറാവുന്നില്ല .

ഒരുപക്ഷേ കുറച്ച് നേരത്തെ ഡോക്ടറെ കാണിച്ചിരുന്നെങ്കിൽ രോഗത്തെ കണ്ടെത്താൻ കഴിയുമായിരുന്നു എന്ന് ചിന്തിച്ച് അനു രാധ വിധിയെ പഴിച്ചുകൊണ്ടിരിക്കെ ഫ്ലാസ്കിൽ ചായയും വാങ്ങി ഹരി വന്നു. രാവിലെ വന്നതാണ് ഹരി. ഇന്നലെ തന്റെ അനുജൻ വരാമെന്ന് പറഞ്ഞിരുന്നതാണ്. വന്നില്ല. വിളിച്ചപ്പോൾ എന്തോ അത്യാവശ്യകാര്യമുണ്ട് വരാൻ പറ്റില്ല എന്ന് പറഞ്ഞു അവൻ. ഹരിയുംകൂടി ഇല്ലായിരുന്നെങ്കിൽ തങ്ങൾ എന്ത് ചെയ്യു മെന്നോർത്തു അവർ. ഹരിയുടെ പിന്നാലെ അൻഷിതയും വന്നു.

'അമ്മ ചായ കുടിക്ക്..' അവൾ പറഞ്ഞു, 'ഡോക്ടർ അമ്മയെ ഒന്ന് കാണണം എന്ന് പറഞ്ഞിട്ടുണ്ട്..'

അനുരാധ ചോദ്യഭാവത്തിൽ ഹരിയെയും അൻഷിതയെയും നോക്കി.. ബാക്കി പറഞ്ഞത് ഹരിയാണ്..

'വേറൊന്നുമല്ല, എന്തോ സംസാരിക്കാനാണ്. ഡോക്ടർ റൗണ്ട് സിന് വരാറായി. അതുകഴിഞ്ഞ് അദ്ദേഹത്തിന്റെ റൂമിലേക്ക് പോ കാം...'

ഹരി ദൈന്യതയുടെ മൂർത്തരൂപം പോലെ ബെഡിലിരിക്കുന്ന ആ സ്ത്രീയെ നോക്കി. കഴിഞ്ഞ നാലഞ്ച് ദിവസങ്ങൾ കൊണ്ട് അവർക്ക് ഒരുപാട് പ്രായം കൂടിയതുപോലെ..!

'അമ്മേ..എന്തുവന്നാലും നേരിടാൻ തയാറാവുക തന്നെ വേണം..'

അനുരാധയോട് അങ്ങനെ പറഞ്ഞെങ്കിലും മകൻ വയറിനുള്ളിൽ ചൂണ്ട കൊളുത്തിവലിക്കുന്നതുപോലെയുള്ള വേദനയോടെ കര യുന്നത് കണ്ടുനിൽക്കാൻ മാത്രം കഴിയുന്ന നിസ്സഹായ ആയ അമ്മയാണ് അതെന്ന് ഹരി ഓർത്തു. തന്റെ വാക്കുകൾക്ക് അവരു ടെ ദുഃഖത്തിന്റെ കട്ടിയുള്ള പുറന്തോട് പൊട്ടിക്കാനാവുന്നില്ല

എന്ന തിരിച്ചറിവിൽ പതറി അയാൾ എന്തുചെയ്യണമെന്നറിയാതെ അല്പനേരം നിന്നു.

അർഷിതിന്റെ വെളുത്ത മുഖം കരിവാളിച്ചുപോയിരിക്കുന്നു... രാവിലെ കൊടുത്ത മരുന്നിന്റെ മയക്കത്തിൽ അവൻ കിടക്കുകയാണ്. അവന്റെ സ്കാനിങ് റിപ്പോർട്ട് കാണിച്ചതിന് ശേഷം ഡോക്ടറുടെ മുറിയിൽ നിന്നിറങ്ങുമ്പോൾ സത്യം മറച്ചുപിടിക്കാൻ താൻ ഒരുപാട് പണിപ്പെട്ടു. അവിടെ വെച്ച് മിസിസ് ചാറ്റർജിയോട് താനത് പറഞ്ഞാൽ അവർക്ക് എന്ത് സംഭവിക്കും എന്ന ഭയം ഉണ്ടായിരുന്നു തനിക്ക്. ഡോക്ടർ പറഞ്ഞതും അതാണ്, അവരേ സാവധാനത്തിൽ പറഞ്ഞു മനസിലാക്കുക. ഒരു കൗൺസിലിംഗ് അവർക്ക് നൽകാം എന്നും അദ്ദേഹം പറഞ്ഞിരുന്നു. ക്യാൻസർ മൂന്നാം ഘട്ടത്തിലേക്ക് കടന്ന് അർഷിതിന്റെ ശ്വാസകോശത്തെയും ബാധിച്ചിട്ടുണ്ട് എന്നാണ് പ്രഥമീക നിഗമനം. കുറച്ച് ടെസ്റ്റുകൾ നടത്താനുണ്ട്. രണ്ടാമത് നടത്തിയ ടെസ്റ്റുകളുടെ റിസൾട്ട് വരാൻ ഏഴോ എട്ടോ ദിവസങ്ങൾ എടുത്തേക്കാം. അതിന് ശേഷം അവനെ ചിത്തരഞ്ജൻ നാഷണൽ ക്യാൻസർ ഇൻസ്റ്റിട്യൂട്ടിലേക്ക് മാറ്റണം. താൻ അർഷിതിന്റെ അദ്ധ്യാപകൻ ആണ് എന്ന് പറഞ്ഞപ്പോഴാണ് ഡോക്ടർ അവന്റെ അവസ്ഥ എത്ര ഭീകരമാണ് എന്ന് തന്നോട് തുറന്ന് പറഞ്ഞത്. അർഷിതിന്റെ അടുത്ത ബന്ധുവാണ് എന്നുകരുതിയാവാം തുറന്നുപറയാൻ അദ്ദേഹം ബുദ്ധിമുട്ടുന്നത് കണ്ടപ്പോൾ താൻ സ്വയം പരിചയപ്പെടുത്തിയതാണ്. ചികിത്സയുടെ കാര്യം പറയുമ്പോഴും പ്രതീക്ഷ വേണ്ട എന്ന് അദ്ദേഹത്തിന്റെ മുഖം വ്യക്തമാക്കുന്നുണ്ടായിരുന്നു.

സ്കൂളിൽ വെച്ച് തലകറക്കവും വേദനയും പതിവായപ്പോൾ പ്രോൻസിപ്പാൾ ആണ് അർഷിതിനെ വീട്ടിലിരുത്താൻ അഭിപ്രായപ്പെട്ടത്. മകന് പരീക്ഷ പാസാവാൻ കഴിയില്ല എന്ന് അൻഷിതയ്ക്കും അമ്മയ്ക്കും അറിയാമായിരുന്നു. ഒരുപക്ഷേ, അന്നേ രോഗം അറിയാൻ കഴിഞ്ഞിരുന്നെങ്കിൽ അവനെ രക്ഷിക്കാൻ കഴിയുമായിരുന്നു. ഡോക്ടർ പറഞ്ഞ എല്ലാ കാര്യങ്ങളും ഇപ്പോഴും താൻ അനുരാധയോട് തുറന്ന് പറഞ്ഞിട്ടില്ല എന്ന് ഹരിയോർത്തു.. എങ്ങനെയാണ് മകൻ മരിച്ചുകൊണ്ടിരിക്കുകയാണ് എന്ന സത്യത്തെ അംഗീകരിക്കാൻ ഒരു മാതൃഹൃദയത്തോട് പറയുക..! എന്തുവന്നാലും നേരിടാൻ തയാറാവണമെന്ന് അവരോട് പറഞ്ഞപ്പോൾ താൻ തന്നോട് തന്നെ കളവ് പറയുന്നത് പോലെയാണ് തോന്നിയത്.

തനിക്കെല്ലാം നേരിടാൻ കഴിഞ്ഞിട്ടുണ്ടോ എന്ന ചോദ്യം

അയാളുടെ മനസിലൂടെ ഒരു നിഴൽ പോലെ കടന്നുപോയി.

അൻഷിത പാത്രങ്ങളും ബാഗും അർഷിത് കിടക്കുന്ന കട്ടിലിന് കീഴെ ഒരു പ്ലാസ്റ്റിക് ഷീറ്റ് വിരിച്ച് എടുത്തു വെച്ചു. അപ്പോഴാണ് ഡോക്ടർ റൗണ്ട്സിന് വരുന്നത് കണ്ടത്. അർഷിതിന്റെ ബെഡിൽ എത്തുന്നതിന് മുൻപ് കുറച്ചു രോഗികളെ നോക്കാനുണ്ട്.

ഹരിസാറും അമ്മയും അടുത്ത് തന്നേയുണ്ട്. ഹരിസാർ അർഷിതിന്റെ രോഗാവസ്ഥയെക്കുറിച്ച് പറഞ്ഞപ്പോൾ പൊട്ടിക്കരയുകയായിരുന്നു താൻ. ബയോപ്സിയുടെ കാര്യം സൂചിപ്പിച്ചപ്പോൾ തന്നെ തനിക്ക് അപകടമാണെന്ന് തോന്നിയതാണ്. തന്നെ കരയാൻ സമ്മതിച്ച് ഹരിസാർ അല്പനേരം അനങ്ങാതിരുന്നു..

പിന്നെ അദ്ദേഹമാണ് തന്നെ സമാധാനിപ്പിച്ചത്.

ഒരുകാര്യം ഉറപ്പാണ്.. അർഷിതിന്റെ അവസ്ഥ ഓരോ ദിവസവും വേഗത്തിൽ മോശമായി വരികയാണ്. മുഖത്തും കാലുകളിലും നീര് കൂടിയിട്ടുണ്ട്. ഒന്ന് രണ്ട് ടെസ്റ്റുകൾകൂടി ചെയ്താൽ അവനെ ക്യാൻസർ സെന്ററിലേക്ക് മാറ്റണ്ടിവരും എന്നാണ് ഹരിസാർ പറഞ്ഞത്. ഇതും നല്ല സൗകര്യങ്ങൾ ഉള്ള ആശുപത്രിയാണ്. പക്ഷേ, ക്യാൻസർ സെന്ററിലാകുമ്പോൾ സ്പെഷ്യലിസ്റ്റ്കളുടെ സേവനം എപ്പോഴുമുണ്ടാകും.

'കുറച്ചിങ്ങ് നീങ്ങിനിന്നേ..' തന്റെ ചിന്തകളെ മുറിക്കുന്ന ഹരിസാറിന്റെ ശബ്ദം! ഡോക്ടർ വന്നിരിക്കുന്നു..! അവൾ ഡോക്ടർക്ക് വഴിമാറിക്കൊടുത്തു. ഡോക്ടർ അർഷിതിനെ കേസ് ഷീറ്റ് എടുത്ത് നോക്കിയശേഷം അവന്റെ സ്ഥിതി പരിശോധിക്കുന്നുണ്ട്. അവൻ ഒന്നും അറിയുന്നില്ല

'..ഇന്ന് രാവിലെ അർഷിത് ചുമച്ചിരുന്നു.. ഇപ്പോൾ ഇടയ്ക്ക് ശ്വാസം മുട്ടൽ ഉണ്ടാവുന്നുണ്ട്' അമ്മ പറയുന്നത് എല്ലാം തലയാട്ടി കേട്ടശേഷം ഡോക്ടർ കേസ് ഷീറ്റിൽ എന്തൊക്കെയോ കുറിക്കുന്നു..

'നിങ്ങൾ രണ്ടു പേരും ഒന്നെന്റെ മുറിയിലേക്ക് വരു..'

ഡോക്ടർ പറഞ്ഞശേഷം മുന്നോട്ട് നടന്നു.

'പോയിട്ട് വാ.. ഞാനിവിടെയുണ്ട്..' ഹരിസാർ പറഞ്ഞത് കേട്ട് അർഷിതിനെ ഒന്ന് തിരിഞ്ഞ് നോക്കി മുന്നോട്ട് നടന്ന അമ്മയുടെ പിന്നാലെ തന്റെ കാലുകളും ചലിക്കുകയാണ്..പോയി വാ എന്ന് ഹരിസാർ ആംഗ്യം കാട്ടി..

അൻഷിതയും അമ്മയും പോയപ്പോൾ ഹരി അർഷിതിന്റെ ബെഡിനരികെ സ്റ്റൂളിൽ ഇരുന്നു. ബൈസ്റ്റാന്റിനുള്ള സീറ്റ് ആണത്.

എല്ലാ കട്ടിലുകളുടെ അടുത്ത് ഒരോന്നുണ്ടാകും. വഴിയമ്പലത്തിലെന്ന പോലെ മാറിമാറിവരുന്ന രോഗികളുടെയും അവരുടെ കൂട്ടിരിപ്പുകാരുടെയും ജീവിതത്തിലേക്ക് വികാരരഹിതമായി നോക്കിനില്കുന്ന മൂകസാക്ഷികളാണ് അവ. എത്ര ജീവിതങ്ങൾ, എത്ര മരണങ്ങൾ, എത്രയധികം കണ്ണുനീർത്തുള്ളികൾ!

അന്തരീക്ഷത്തിൽ തങ്ങിനിൽക്കുന്ന, മനം മടുപ്പിക്കുന്ന മരുന്നുകളുടെയും ഡെറ്റോൾ ഒഴിച്ച് തറ തുടച്ചതിന്റെയും സമ്മിശ്രഗന്ധം അയാളുടെ ഓർമ്മയെ ആറു വർഷങ്ങൾ പിന്നിലേക്ക് കൊണ്ടുപോകുകയായിരുന്നു..

അമ്മ ആശുപത്രിയിൽ വെച്ചാണ് മരിച്ചത്. കാലങ്ങളായി കൊണ്ടുനടന്ന അസുഖങ്ങളോടൊപ്പം ആസ്ത്മകൂടി ശല്യം തുടങ്ങിയിരുന്നു. പക്ഷേ, ഒരിക്കൽപോലും അമ്മയുടെ വിവരങ്ങൾ അറിയാനോ അന്വേഷിക്കാനോ,കാണാനോ തനിക്ക് അവസരം ലഭിച്ചിരുന്നില്ലല്ലോ. നിർഭാഗ്യവതിയായ അമ്മയുടെ മകനാണ് താൻ. ചേച്ചി മാത്രമാണ് അമ്മയുടെ കൂടെ ഉണ്ടായിരുന്നത്. ചേച്ചി അമ്മയ്ക്കായി കഞ്ഞി വാങ്ങാൻ ആശുപത്രിക്ക് അടുത്തുതന്നെയുള്ള കടയിൽ പോയ സമയത്തായിരുന്നു അമ്മയുടെ നെഞ്ചിൽ തുടിച്ചുകൊണ്ടിരുന്ന ജീവനെന്ന പ്രതിഭാസം നിലച്ചുപോയത്. അടുത്ത കട്ടിലിലെ രോഗിയുടെ കൂടെ നിൽക്കാൻ വന്നവർ ആരോ ആണ് അവസാനമായി വെള്ളം കൊടുത്തത് എന്ന് പിന്നീട് താനറിഞ്ഞു. ഒരുപക്ഷേ അമ്മയുടെ കണ്ണുകൾ അവസാനമായി തന്നെയും ചേച്ചിയെയും തിരഞ്ഞിരിക്കാം. ചേച്ചി എല്ലാത്തിനും ഉത്തരവാദിയായി തന്നെയാണ് കാണുന്നത്. ഒരുപക്ഷേ ശരിയായിരിക്കാം. അല്ലെങ്കിൽ തെറ്റായിരിക്കാം. അത് തിരുത്തിയിട്ട് താൻ എന്ത് നേടാനാണ്..! അസ്വസ്ഥതയോടെ ഹരി ഓർമ്മകളെ കുടഞ്ഞുകളയാൻ ശ്രമിച്ചു.

അർഷിത് ചെറുതായി ഞെരങ്ങി.. അവൻ എഴുന്നേൽക്കുകയാണോ! ഡ്രിപ് ഉണ്ട് എങ്കിലും അവന്റെ ചുണ്ടുകൾ വരണ്ടിരിക്കുന്നത് ഹരി കണ്ടു.. ടെമ്പറേച്ചർ കൂടുന്നുണ്ടാകും..

അർഷിത് ഒന്ന് കണ്ണു തുറന്ന് ഹരിയെ നോക്കി.. അടുത്ത് അമ്മയില്ലെങ്കിലും അവന് ഏറ്റവും പരിചയമുള്ള ഒരാളെ കണ്ടിട്ടോ അതോ ക്ഷീണം കൊണ്ടോ അവൻ പതിയെ കണ്ണുകളടച്ച് വീണ്ടും ഉറക്കത്തിലേക്ക് വീണു. അവൻ ശ്വാസമെടുക്കുമ്പോൾ നെഞ്ചിൽ നിന്നും കുറുകൽ ശബ്ദം ഉയരുന്നുണ്ട്. അത് വീണ്ടും അസ്വസ്ഥത ഉണ്ടാക്കുന്ന ഓർമ്മകളുണർത്തി.

● അയനാന്തരങ്ങൾ

ദുഃഖത്തെ എത്രയൊക്കെ തത്വികമായി നോക്കിക്കാണാൻ ശ്രമിച്ചാലും അതിന്റെ കാരണത്തിന് മുൻപിൽ അൽപനേരത്തേക്കെങ്കിലും ഏതൊരു മനുഷ്യനും നിസ്സഹായനാകുന്നു. ഒരുതരത്തിൽ അല്ലെങ്കിൽ മറ്റൊരുതരത്തിൽ വേർപാടുകളുടെ മുദ്രകൾ പതിയാത്ത നിമിഷങ്ങളൊന്നും ജീവിതത്തിൽ ഉണ്ടാകില്ല എന്നതാണ് സത്യം. പക്ഷേ, അതിനെ അംഗീകരിക്കാൻ ഏതൊരു മനസിനും അല്പം സമയം ആവശ്യമാണ്. തനിക്കും ഈ ആറു വർഷങ്ങൾ അതിനുള്ള സമയമായിരുന്നു. എന്നിട്ടും അതിന്റെ അനിവാര്യതയെ മനസ്സിലാക്കുന്നതിൽ താൻ പിന്നിലായിപ്പോകുന്നു!

ഹരി ചുറ്റിലും നോക്കി.

സ്വന്തം ജീവനും വേണ്ടപ്പെട്ടവരുടെ ജീവനും കൈയ്യിൽ പിടിച്ച് കുറേപ്പേർ.! അടുത്ത ബെഡിൽ രോഗം ശമിച്ച് പോകാനൊരുങ്ങി ഡിസ്ചാർജ് ഷീറ്റിനായി കാത്തിരിക്കുന്ന ചെറുപ്പക്കാരൻ..അയാളുടെ കണ്ണിൽ അക്ഷമയും ഭാര്യയുടെ കണ്ണിൽ സന്തോഷവും കാണുന്നുണ്ട്..!

രാവിലെ ചായ കുടിക്കാനായി ഇറങ്ങുമ്പോൾ അവർ പോകുകയാണെന്ന് അൻഷിതയോട് പറഞ്ഞിരുന്നു.

ഷോപ്പറുകളിലും മറ്റും സാധനങ്ങൾ നിറച്ച് വസ്ത്രങ്ങൾ മാറി അവർ തയാറായി നിൽക്കുകയാണ്.

അല്പനേരത്തെ കണ്ടുമുട്ടലിൽ, ദുഃഖമോ സന്തോഷമോ ആകട്ടെ, മനുഷ്യർ ബന്ധങ്ങൾ സ്ഥാപിക്കുകയാണ്. അതുതന്നെയാവണം മനുഷ്യൻ എന്ന വാക്കിന്റെ അർത്ഥവും..!

താനിവിടെ ഇരിക്കാൻ തുടങ്ങിയിട്ട് ഏകദേശം അര മണിക്കൂർ ആയിരിക്കുന്നു. അൻഷിതയും അമ്മയും നടന്നു വരുന്നുണ്ട്. അടുത്തുവന്നപ്പോൾ രണ്ടുപേരുടെയും കണ്ണുകൾ കലങ്ങിയിരുന്നത് ഹരി ശ്രദ്ധിച്ചു.

എങ്കിലും അനിവാര്യമായ ഭാവിയെ പുൽകാൻ തയാറായവരുടെ ഭാവമായിരുന്നു അവരുടെ മുഖത്ത്..

കരഞ്ഞിട്ടുണ്ടാവണം... കരയട്ടെ..!

'ടെസ്റ്റ് ചെയ്ത് റിസൽട്ട് കിട്ടിയാൽ ക്യാൻസർ സെന്ററിലേക്ക് പോകാം എന്നാണ് ഡോക്ടർ പറഞ്ഞത്..' അൻഷിത പറഞ്ഞു.

'ഉം...' അയാൾ പറഞ്ഞു. 'അർഷിത് ഇടയ്ക്കൊന്ന് കണ്ണ് തുറന്നിരുന്നു.. പിന്നെ മയങ്ങി..'

ഇരിപ്പിടം അനുരാധയ്ക്ക് ഇരിക്കാനായി നീക്കിയിട്ടുകൊണ്ട് അയാൾ എഴുന്നേറ്റു.

'ഒന്ന് പുറത്തിറങ്ങിയിട്ട് വരാം' എന്നു പറഞ്ഞ് പുറത്തേക്കിറങ്ങിയ ഹരിയുടെ പിന്നാലെ അൻഷിതയും നടന്നു..

'ഡോക്ടർ എന്ത് പറഞ്ഞു.'

പടവുകൾ ഇറങ്ങി ആശുപത്രി മുറ്റത്തെ വലിയ വൃക്ഷത്തിന്റെ കീഴിലെ ഇരിപ്പിടങ്ങൾക്ക് നേരെ നീങ്ങുമ്പോൾ അയാൾ ചോദിച്ചു. കരിയിലകൾ വീണ് കിടക്കുന്ന തണലിലെ കോൺക്രീറ്റ് ബെഞ്ചിൽ അവർ ഇരുന്നു..

'അവിടെ വേറൊരു സ്ത്രീ കൂടി ഉണ്ടായിരുന്നു. ഇവിടുത്തെ സൈക്കോതെറാപ്പിസ്റ്റ് ആണ്.. കുറെ സംസാരിച്ചു.. അമ്മയും ഞാനും കരഞ്ഞു..'

അൻഷിതയുടെ വാക്കുകളിൽ നിന്നും ഡോക്ടർ ഒരു നല്ല കൗൺസിലിംഗ് നൽകിയിരിക്കുന്നു എന്ന് ഹരിക്ക് മനസിലായി. അത് നന്നായി. മാറ്റാൻ കഴിയാത്ത മരണത്തെക്കുറിച്ച് ദുഃഖിക്കുകയല്ല, അതിന്റെ അസ്തിത്വത്തെ മനസിലാക്കുകയാണ് വേണ്ടത് എന്ന് ഇരുവരും അംഗീകരിക്കുന്നു. താനും അത്രയേ ആഗ്രഹിച്ചിരുന്നുള്ളൂ..!

അൻഷിത തുടർന്നു.. '...എനിക്കറിയാം, എനിക്ക് അനിയനോടും അമ്മയോടും കടമകളുണ്ട്.. അമ്മയ്ക്കും അവനോട് കടമകളുണ്ട്. അവന്റെ ഇനിയുള്ള കുറച്ചുനാളത്തെ ജീവിതം എളുപ്പമാക്കാൻ പറ്റുന്നതൊക്കെ ചെയ്യണം..'

അവളുടെ ശബ്ദം ഇടറുന്നുണ്ടായിരുന്നു.

വിശാലമായ ആശുപത്രി മുറ്റത്ത് നിരവധി ആളുകൾ പോയും വന്നും നല്ല തിരക്കായിരിക്കുന്നു..

ഏതൊക്കെയോ രോഗങ്ങളാൽ പീഢിതരായവരും അവരുടെ ബന്ധുക്കളും സുഹൃത്തുക്കളുമൊക്കെയായി തനിക്കറിയാത്ത ആരൊക്കെയോ ബഞ്ചുകളിൽ ഇരിക്കുന്നുണ്ട്. സുനിശ്ചിതമെങ്കിലും അസ്വീകാര്യമായ ഒരു പ്രതിസന്ധിയിലേക്ക് നോക്കിയിരിക്കുന്ന അവരിൽനിന്നും ഒട്ടും വ്യത്യസ്തരല്ലാത്ത രണ്ട് പേർ മാത്രമാണ് ഈ ആളുകൾക്കിടയിൽ തങ്ങൾ എന്ന് അൻഷിത തിരിച്ചറിയുകയായിരുന്നു.

ജീവിക്കാൻ ആഗ്രഹിക്കുന്ന മനുഷ്യന് സന്തോഷിക്കാൻ മാത്രമല്ല സങ്കടപ്പെടാനും ഒരു കൂട്ട് ആവശ്യമുണ്ട്.

ഒരുതരത്തിൽ പറഞ്ഞാൽ സങ്കടപ്പെടാനാണ് കൂട്ടുവേണ്ടത്.

അവൾ ഹരിയുടെ മുഖത്തേക്ക് നോക്കി.

മിഴികൾ നിറയെ കനിവുമായി അയാൾ അവളെ നോക്കി ഇരി

ക്കുകയായിരുന്നു.

5

ഹോസ്പിറ്റലിൽ നിന്നും മടങ്ങവേ ബസിലെ സീറ്റിൽ ചാരിയിരിക്കുകയായിരുന്നു ഹരി..

കാറ്റ് വീശുന്നുണ്ട്. പകലിൽ നഗരത്തെ തപിപ്പിക്കുന്ന വെയിലിൽ നിന്നും ആശ്വാസം ലഭിക്കുന്നത് വൈകുന്നേരത്തെ തണുത്ത കാറ്റ് വീശുമ്പോഴാണ്.. അത് മഴയുടെ മുന്നോടിയാണ്. ബസിൽ തിരക്ക് കുറവാണ്. നാട്ടിലെപോലെയല്ല, ഇവിടെ ഗ്രാമങ്ങളിലൂടെ സഞ്ചരിക്കുമ്പോൾ ആളുകൾ വണ്ടിയിൽ കോഴിയും ചാക്ക് കെട്ടുകളും ഒക്കെ കയറ്റും. കണ്ടക്ടർക്ക് ചെറിയൊരു കൈമടക്ക് കൊടുത്താൽ മതി. ചുനാരിയിലെത്തുന്നതിന് മുൻപ് മുകുട്ബനിൽ ജോലിചെയ്യുമ്പോൾ ഒരിക്കൽ ചന്ദ്രപൂരിൽ പോയത് ഹരിയുടെ ഓർമ്മയിൽ തെളിഞ്ഞു.

ഒരു ആടിനെയും കൊണ്ടാണ് ഒരു കർഷകൻ വണ്ടിയിൽ കയറിയതെങ്കിൽ മറ്റൊരാളുടെ കൈയ്യിൽ കോഴിയായിരുന്നു. ആട് കരയുകയും ഗ്രാമീണരായ ആളുകൾ ഉച്ചത്തിൽ സംസാരിക്കുകയും ചിരിക്കുകയും ചെയ്യുന്നു. അന്ന് തനിക്കതൊക്കെ അത്ഭുതമായിരുന്നു. അതിനിടയിൽ ഒരു കോഴി കെട്ടഴിഞ്ഞ് ബസിനുള്ളിൽ പറന്നു. ആകെ ബഹളമായെങ്കിലും ആരും ദേഷ്യപ്പെട്ടില്ല. അവിടെ ഇത്തരം യാത്രകൾ സാധാരണമാണ് എന്ന് അന്നാണ് തനിക്ക് മനസിലായത്.

ശ്ലഥചിന്തകളിൽ മടുപ്പുള്ളതുപോലെ കണ്ണുകൾ അടഞ്ഞു വരുന്നു...വൈകുന്നേരത്തെ തണുത്ത കാറ്റിന് വിയർപ്പാറ്റാൻ മാത്രമല്ല, ക്ഷീണിച്ച ശരീരത്തെ ഉറക്കത്തിലേക്ക് വേഗത്തിൽ കൊണ്ടുപോകാനും കഴിയും. കണ്ണുകൾ ആയാസത്തോടെ തുറന്നുപിടിച്ച് ഇരിക്കവേ പിന്നിലേക്ക് മറയുന്ന കാഴ്ചകളിൽ ഒന്നിൽ ഒരു വീട് അലങ്കരിച്ചിരിക്കുന്നത് ഹരി കണ്ടു.

ഒരു വിവാഹവീടാകാം.. ഇവിടുത്തെ ആഘോഷങ്ങളൊക്കെ നല്ല പൊലിമയുള്ളതാണ്. പ്രത്യേകിച്ചും വിവാഹങ്ങൾ. രാവേറെ ചെന്നാലും അഞ്ചോ ആറോ വലിയ സൗണ്ട് ബോക്സുകളിൽ നിന്ന് വരുന്ന പാട്ടുകൾ തുടർന്നുകൊണ്ടിരിക്കും. ആണുങ്ങളും പെണ്ണുങ്ങളും പാട്ടിനൊപ്പം ചുവടുവെയ്ക്കും.. ആഘോഷപൂർവ്വമാണ് ഓരോ വിവാഹങ്ങളും നടക്കുക. സ്ത്രീധനവും നൽകി മകളുടെ വിവാഹം നടത്തിക്കഴിയുമ്പോഴേക്കും ഒരു ശരാശരി മനുഷ്യൻ കടത്തിൽ മുങ്ങിയിട്ടുണ്ടാകും. അതുകൊണ്ട് തന്നെ പണ്ട്

പെണ്കുഞ്ഞുങ്ങൾ പിറന്നയുടനെ കഴുത്ത്ഞെരിച്ച് കൊന്ന് കളയുമായിരുന്നു ചിലയിടങ്ങളിൽ എന്ന് കേട്ടിട്ടുണ്ട്. പല നിർദ്ധനകുടുംബങ്ങളിലെയും പെൺകുട്ടികൾ ഉപഭോക്താക്കളെ കാത്തിരിക്കുന്ന സോനാഗച്ചിയിലെ ഊടുവഴികളിൽ നിഴലുകളായി അവസാനിക്കുകയാണ് പതിവ്. വിവാഹം അന്തസിന്റെ പ്രകടനമായി മാറിയിരിക്കുന്നു എല്ലായിടത്തും..!

എല്ലാം വിഡ്ഢിത്തരങ്ങളാണ് എന്ന് ഹരിക്ക് തോന്നി..

രണ്ട് മനുഷ്യഹൃദയങ്ങൾ ഒരുമിച്ച് ചേരുന്നതിന് എത്രയധികം നിബന്ധനകൾ ആണ്..! ഉപാദികളോട് കൂടി ബന്ധങ്ങളെ നിലനിർത്താൻ ശ്രമിക്കുന്ന മനുഷ്യർ ഉപാദികൾ ഇല്ലാതെ സ്നേഹിക്കണമെന്ന് പറയുന്നിടത്തോളം വിഡ്ഢിത്തം വേറെന്തുണ്ട്..!

ബസിന്റെ ബെൽ അടിക്കുന്ന ശബ്ദം ഹരിയെ ചിന്തയിൽ നിന്നുണർത്തി. തനിക്ക് ഇറങ്ങാനായിരിക്കുന്നു..

ക്ഷീണിച്ച് കറുപ്പ് പടർന്ന അർഷിതിന്റെ മുഖം നോക്കി ഇരിക്കുകയായിരുന്നു അൻഷിത. ആശുപത്രിയിൽ വന്നിട്ട് ഒരാഴ്ച കഴിഞ്ഞിരിക്കുന്നു.ഓരോ ദിവസവും അവന്റെ അവസ്ഥ മോശമായി വരികയാണ്.. ഡോക്ടർ വന്ന് പോയതിന് ശേഷം വൈകുന്നേരം മരുന്ന് കഴിച്ച് വേദന അല്പം കുറഞ്ഞപ്പോൾ താനാണ് അവന് ഭക്ഷണം കൊടുത്തത്. അവന്റെ ചിരിപോലും തളർന്നുപോയിരിക്കുന്നു. ചെറുപ്പത്തിൽ ആദ്യമൊന്നും തന്റെ അനിയന് എന്താ പ്രശ്നം എന്ന് തനിക്ക് മനസ്സിലായിരുന്നില്ല. പ്രായത്തിൽ വലിയ വ്യത്യാസം തങ്ങൾക്കിടയിൽ ഉണ്ടായിരുന്നില്ലല്ലോ. ഒരിക്കൽ തന്റെ പുസ്തകം എടുത്ത് കളിച്ച അവനെ താൻ അടിച്ചു. പിന്നെ അമ്മയാണ് പറഞ്ഞത്..അവന് സുഖമില്ല..അടിക്കരുത് എന്ന്. അതിൽപിന്നെ താനവനോട് വഴക്കുണ്ടാക്കിയിട്ടില്ല.

അപ്രതീക്ഷിതമായി തങ്ങളുടെ കുട്ടിക്കാലം ഓർമ്മായിൽ തെളിഞ്ഞപ്പോൾ അൻഷിതയുടെ കണ്ണിൽ നീർ പൊടിഞ്ഞു..

അവനെ ആദ്യമായി സ്കൂളിൽ കൊണ്ടുപോയത് താനാണ്. പേടി കാരണം കുറേ ദിവസം തന്റെ ഒപ്പം ആയിരുന്നു അവൻ ഇരുന്നത്.. അവന്റെ വായിൽ നിന്ന് എപ്പോഴും വെള്ളമൊലിച്ചുകൊണ്ടിരിക്കും. അത് തുടച്ചു കൊടുക്കുമായിരുന്നു ആദ്യമൊക്കെ. കുറച്ചുകാലം കഴിഞ്ഞപ്പോഴേക്കും വളരെ പതുക്കെയാണെങ്കിലും പല്ല് തേക്കാനും അവന്റെ ഡ്രസ് ഇടാനും, ഒക്കെ അമ്മ അവനെ പഠിപ്പിച്ചു. ഒരു ചെറിയ കാര്യം ചെയ്യാൻ പോലും അവൻ കഷ്ടപ്പെടുന്നത് കണ്ട് ഇടയ്ക്ക് അമ്മ നിശബ്ദമായി കരയുന്നത് കാണാം..

പൊകെപ്പോകെ അത് നിന്നു. കണ്ണുനീർ കൊണ്ട് അവന്റെ അവസ്ഥ മാറില്ല എന്ന് മനസിലായപ്പോൾ ആ വിധിയെ അമ്മ സ്വീകരിച്ചതാവണം.. എങ്കിലും ഉള്ളിൽ കരയുന്നുണ്ടാകാം.

അൻഷിതയുടെ ഓർമ്മകൾക്ക് തടയിട്ടുകൊണ്ട് ഫ്ലാസ്കുമായി ഒരു പഴകി നിറം മങ്ങിയ ചിത്രം പോലെ അമ്മ വരുന്നത് അവൾ കണ്ടു. മുടി നന്നായി ചീകി കെട്ടിവെക്കാതെ, ഉലഞ്ഞവസ്ത്രങ്ങൾ നേരെയാക്കാതെ അമ്മ വീടിന് പുറത്തിറങ്ങാറില്ലായിരുന്നു. കടയിൽ നിന്നും ചൂടുവെള്ളം വാങ്ങാനായി പോയതാണ്. എന്ത് വാങ്ങാൻ ആണെങ്കിലും രാത്രി ഒമ്പത് മണിക്ക് മുൻപ് ചെയ്യണം എന്നാണ് ആശുപത്രിയിലെ നിയമം. ഒൻപത് മണി കഴിഞ്ഞാൽ പിന്നെ ആരെയും വാർഡിൽ നിന്ന് പുറത്തേക്കോ അകത്തേക്കോ വിടില്ല.

അനുരാധ അടുത്തുവന്നപ്പോഴേക്കും അൻഷിത സ്റ്റൂളിൽ നിന്ന് എഴുന്നേറ്റ് പായ എടുത്ത് ബെഡിനരികെയായി നിലത്ത് വിരിച്ചു. രോഗികളുടെ ഒപ്പം നിൽക്കുന്നവരൊക്കെ അങ്ങനെയാണ് ഉറങ്ങുക. രണ്ട് കട്ടിലുകൾക്കിടയിലുള്ള ഇടുങ്ങിയ സ്ഥലത്ത് പായ വിരിച്ച് കിടക്കും. എങ്കിലും ഉറക്കം ആശുപത്രിയിൽ വളരെ അപൂർവ്വമായ ഒന്നാണ്. രോഗികളുടെ ഞെരക്കങ്ങളും മൂളലും ഡ്യൂട്ടിറൂമിലേക്ക് പോകുകയും വരികയും ചെയ്യുന്ന ആളുകളുടെ ബഹളവും അതിനിടയിൽ അർഷിത് ഉണരുന്നുണ്ടോ എന്നുള്ള ശങ്കയും എല്ലാം ചേർന്ന് ഉറക്കത്തെ ആശുപത്രിയുടെ പടിക്ക് പുറത്ത് നിൽക്കുകയാണ് ചെയ്യുക..!

ജനറൽ ആശുപത്രിയായത് കൊണ്ട് ആരോരുമില്ലാത്ത രോഗികളും സർവ്വസാധാരണമാണ്. കഴിഞ്ഞ ദിവസമാണ് ഒരു വൃദ്ധൻ മരിച്ചത്. കടത്തിണ്ണയിൽ സുഖമില്ലാതെ കിടന്ന അയാളെ ഏതോ സംഘടനയുടെ പ്രവർത്തകർ ആണ് ആശുപത്രിയിൽ എത്തിച്ചത്. അയാളുടെ കൂടെ വേറെ ആരുമുണ്ടായിരുന്നില്ല. അടുത്തുള്ള ബെഡിൽ കിടക്കുന്ന രോഗിയുടെ ബന്ധുക്കളോ, സന്നദ്ധപ്രവർത്തകരോ ഒക്കെ ആണ് അങ്ങനെയുള്ളവർക്ക് ഭക്ഷണം നൽകുക. ദുരന്തമുഖത്ത് മനുഷ്യർക്ക് തൊട്ടടുത്തുള്ളവർ ആണല്ലോ ബന്ധുക്കൾ..!

ഒന്നിൽ നിന്ന് മറ്റൊന്നിലേക്ക് ചിന്തകൾ സഞ്ചരിക്കെ തന്റെ കണ്ണുകളിലേക്ക് ഉറക്കം കയറിവരുന്നത് അൻഷിത അറിഞ്ഞു..

ഒരു കൈ തലയ്ക്കടിയിൽ വെച്ച് ചെരിഞ്ഞു കിടന്നുറങ്ങുന്ന മകളെ നോക്കി സ്റ്റൂളിൽ ഇരുന്നു അനുരാധ. ഉറങ്ങട്ടെ.. നല്ല ക്ഷീ

ണമുണ്ടാകും. അർഷിതിന്റെ രോഗാവസ്ഥ അവളെ വല്ലാതെ മാറ്റ യിട്ടുണ്ട്. ആദ്യമുണ്ടായിരുന്ന പകപ്പ് ഇപ്പോഴില്ല..എല്ലാം കണ്ടറിഞ്ഞ് ചെയ്യുന്നു. അർഷിതിന് തന്നെപ്പോലെ തന്നെയാണ് അവൾ..

മറ്റൊരു അമ്മയെപ്പോലെ..!

അർഷിത് വളരെ ക്ഷീണിച്ചിട്ടുണ്ട്. ഭക്ഷണം വളരെ കുറവാണ് കഴിക്കുന്നത്. മയക്കവും വേദനയും ഇല്ലാത്ത സമയം നോക്കി കൊ ടുത്താൽ അല്പം കഴിക്കും. എല്ലാത്തിനോടും തന്റെ മനസ് ഇപ്പോൾ പൊരുത്തപ്പെട്ടുകഴിഞ്ഞു എന്ന് അവർക്ക് തോന്നി. ഉറ ങ്ങുന്ന രണ്ടു മക്കളെയും നോക്കിക്കൊണ്ട് ചതുപ്പിൽ താണുപോ യ, ഭാരമേറിയ ഒരു ശിലപോലെ അനുരാധ ഇരുന്നു.

ബസ്സിറങ്ങി വീട്ടിലേക്കുള്ള വഴിയേ നടക്കവേ ഹരിയുടെ മന സ് ആശുപത്രിയിലേക്ക് സഞ്ചരിക്കുകയായിരുന്നു. അവിടെ ഉറ ങ്ങുന്ന അർഷിതിനെയും അവന് കാവലിരിക്കുന്ന അൻഷിതയെ യും അനുരാധയെയും അയാൾ സങ്കല്പിച്ചു.

അവർ ഉറങ്ങാൻ കിടന്നിരിക്കും ഇപ്പോൾ. താൻ കാണുമ്പോ ഴൊക്കെ അവരുടെ കണ്ണുകളിൽ ഉറക്കച്ചടവ് ഉണ്ടായിരുന്നു. അർ ഷിത് രാത്രിയിൽ എഴുന്നേറ്റ് കരയുമ്പോൾ ഉറങ്ങുന്നത് എങ്ങനെ യാണ്..! ഇപ്പോൾ അൻഷിത തന്നോട് വളരെ അടുത്തിട്ടുണ്ട് എന്ന് ഉറപ്പാണ്. മനസ് പലപ്പോഴും അകന്ന് നിൽക്കാൻ പറഞ്ഞിരുന്നെ ങ്കിലും ഉള്ളിന്റെയുള്ളിൽ താനും അവളെ ആഗ്രഹിച്ചിരുന്നു എന്ന താണ് സത്യം. പക്ഷേ, അതിന് ഇത്തരമൊരു സാഹചര്യം ഉണ്ടാ വേണ്ടി വന്നത് ദുഃഖകരമാണ്.

അവളിൽ നിന്ന് അകന്ന് നിൽക്കാൻ തനിക്ക് തന്റേതായ കാര ണങ്ങൾ ഉണ്ട്.. അവളോട് ഒരിക്കൽ അത് പറയേണ്ടി വരും. അപ്പോൾ അവൾ എന്ത് തീരുമാനമായിരിക്കും എടുക്കുക എന്ന താണ് തന്നെ ഭയപ്പെടുത്തുന്നത്. ചിലർ മനസിൽ ഒരു ശിലയിലെ ന്നവണ്ണം ചില ചിത്രങ്ങൾ കൊത്തിവെക്കും. പിന്നീട് അത് മായ് ക്കേണ്ടി വന്നാൽ ഒരുപാട് കഷ്ടപ്പെടും. മായണമെങ്കിൽ ആ കോറി യിടപ്പെട്ട ചിത്രങ്ങൾ തേഞ്ഞുതീരണം. അത് സാധ്യമല്ല എന്ന സത്യത്തെ അംഗീകരിക്കാൻ കഴിയാതെ, വസ്ത്രത്തിൽ പറ്റിയ കറ ഇളക്കിക്കളയാൻ കഴിയാതെ വസ്ത്രം ഉരച്ചുരച്ച് ഒടുവിൽ കീറിപ്പോകുന്നതുപോലെ സ്വയം ചീന്തിപ്പോകും അവർ. അൻഷി തയ്ക്ക് താൻമൂലം അത്തരമൊരവസ്ഥ ഉണ്ടാവാൻ പാടില്ല എന്ന് തോന്നലാണ് തന്നെ അവളിൽ നിന്നും അകറ്റിനിർത്തിയത്. പക്ഷേ ഇപ്പോഴെന്തുകൊണ്ടോ അവൾക്ക് തന്നെ മനസിലാക്കാൻ

കഴിയും എന്ന് തോന്നിത്തുടങ്ങിയിരിക്കുന്നു! അവളിൽ നിന്ന് അകന്നു നിൽക്കാൻ ശ്രമിക്കുമ്പോഴൊക്കെ അവളെകുറിച്ചുള്ള ചിന്ത വിടാതെ പിന്തുടരുന്നു..! ഒരു സന്യാസിയുടെ മനസോടെ ജീവിച്ച തനിക്ക് എന്താണ് പറ്റിയത്..! അതോ താൻ സ്വയം അഭിനയിക്കുകയായിരുന്നോ..!

ഇരുട്ട് വീണെങ്കിലും മങ്ങിയ നിലാവ് വെളിച്ചം നൽകിയ വഴിയിലൂടെ നടക്കവേ മഴ പെയ്യാത്തത് നന്നായി എന്ന് ഹരിക്ക് തോന്നി. ആകാശത്തു അവിടവിടെ മേഘങ്ങൾ പെയ്യാൻ കഴിയാത്ത സങ്കടത്തിലെന്നപോലെ പതിയെ ഒഴുകുന്നുണ്ട്. ഇന്ന് ചൂട് കൂടുതൽ ആയിരിക്കും. ഫാൻ ഇടാതെ ഉറങ്ങാൻ ബുദ്ധിമുട്ടാണ്. വൈദ്യുതി സപ്ളൈ പോകാതിരുന്നാൽ നന്നായിരുന്നു. ഒന്നോ രണ്ടോ മണിക്കൂർ കൊണ്ട് വൈദ്യുതി വന്നില്ലെങ്കിൽ പിന്നെ കുറഞ്ഞത് ഒരു ദിവസത്തേക്ക് എങ്കിലും നോക്കേണ്ടതില്ല.

വീടെത്തിയിരിക്കുന്നു..

താക്കോൽ തപ്പിയെടുത്ത് വാതിൽ തുറന്ന് റൂമിലേക്ക് കയറാൻ തുടങ്ങവെ ഹരി തിരിഞ്ഞ് റോഡിനപ്പുറത്തേക്ക് നോക്കി. വെളിച്ചമില്ലാതെ അൻഷിതയുടെ വീട് സാന്ദ്രമായ ദുഃഖത്തിന്റെ ഒരു പ്രതീകം പോലെ ഇരുളിലാഴ്ന്ന് നിൽക്കുന്നു. ഗേറ്റ് പൂട്ടിയിരിക്കുകയാണ്. താക്കോൽ അൻഷിതയുടെ കൈയ്യിൽ ആയിരിക്കും. അല്ലായിരുന്നെങ്കിൽ നാളെ രാവിലെ മുറ്റമൊക്കെ ഒന്ന് അടിച്ചു വാരി വൃത്തിയാക്കി ഇടാമായിരുന്നു. കരിയിലയും മറ്റും വീണ് ആകെ വൃത്തികേടായിട്ടുണ്ടാകും.

ഹരി അകത്തേക്ക് കയറി...

അയാളുടെ പിന്നിൽ വാതിൽ പതുക്കെ അടഞ്ഞു.

6

ചുറ്റും കണ്ണെത്താത്താദൂരത്തോളം ജലമാണ്.. നിർത്താതെ തിരയടിക്കുന്നു.! ഒരു പാറയുടെ മുകളിൽ ഇരിക്കുകയാണ് താൻ...! തൊട്ടുമുന്നിൽ നിന്ന് സഹായത്തിന് വേണ്ടി ആരോ കരയുന്നു..

അയാൾ ഇരമ്പിയാർക്കുന്ന കടലിലേക്ക് നോക്കി.. ഒരാൾ കൈ ഉയർത്തി വിളിക്കുന്നു! ഇടയ്ക്ക് താണു പോകുന്നു.. ആരാണത്..? കൺതടങ്ങൾക്കുചുറ്റും കറുപ്പ് ബാധിച്ച ക്ഷീണിതമായ മുഖം.!.. അർഷിത് അയാൾ മുങ്ങിത്താഴുകയാണ്..

ഹരി വെള്ളത്തിലേക്ക് ചാടി.. അർഷിത് താണുപോകുന്നത്

മങ്ങിയ വെളിച്ചത്തിൽ കാണാം..

അയാൾ വേഗം അർഷിതിനടുത്തേക്ക് മുങ്ങി ചെല്ലാൻ ശ്രമിച്ചെങ്കിലും കഴിഞ്ഞില്ല. ആരോ വലിച്ച് താഴ്ത്തുന്നതുപോലെ അർഷിത് അഗാധമായ ജലത്തിനടിയിലെ ഇരുട്ടിലേക്ക് മറഞ്ഞു..

തനിക്ക് ശ്വാസം മുട്ടുന്നു...!

ഹരി തിരികെ ജലോപരിതലത്തിലേക്ക് തുഴഞ്ഞു..

കൈകാലുകൾ തളരുന്നത് പോലെ.. കഴിയുന്നില്ല..!

പാറയുടെ മുകളിൽ നിന്ന് ആരോ തന്റെ പേര് ഉറക്കെ വിളിക്കുന്നുണ്ട്.. ആ ശബ്ദം കൂടുതൽ ഉച്ചത്തിലാകുന്നു..

ഹരി ഞെട്ടിയെഴുന്നേറ്റു... അതൊരു സ്വപ്നമാണെന്ന് തിരിച്ചറിയാൻ അയാൾക്ക് നാലഞ്ച് നിമിഷങ്ങൾ വേണ്ടി വന്നു.. ഫോൺ നിറുത്താതെ ബെല്ലടിക്കുന്നു.. സ്ക്രീനിൽ അൻഷിതയുടെ നമ്പർ.. വെളുപ്പിന് നാലുമണിയായതെയുള്ളൂ..! എന്താണ് ഇപ്പോൾ വിളിക്കുന്നത് എന്ന് ചിന്തിച്ച മനസ് അപായസൂചന നൽകുന്നുണ്ടായിരുന്നു.

ഹരി ഫോൺ കാതോട് ചേർത്തു.

മറുവശത്തുനിന്നും അമർത്തിപ്പിടിച്ച ഒരു തേങ്ങലുയർന്നു..

'സാർ .. അർഷിതിന് അസുഖം കൂടുതലായി.. ഐസിയുവിലേക്ക് മാറ്റി.. സാർ ഒന്നു വേഗം വരാമോ..?'

അൻഷിതയുടെ ശബ്ദം വിറയ്ക്കുന്നുണ്ട്.

'ഞാൻ ഇപ്പോൾത്തന്നെ വരാം' എന്ന് പറഞ്ഞ് ഫോൺ വെച്ച ശേഷം തിരക്കിട്ട് മുഖം കഴുകി വസ്ത്രമണിഞ്ഞ് അയാൾ പുറത്തേക്ക് നടന്നു..

ഐസിയുവിന്റെ മുൻപിലെ കസേരയിൽ ശബ്ദമില്ലാതെ കരഞ്ഞുകൊണ്ടിരിക്കുന്ന അമ്മയെ സാമാധാനിപ്പിക്കാൻ ശ്രമിച്ചുകൊണ്ടിരുന്നു അൻഷിത. അവന് കുഴപ്പമൊന്നും ഉണ്ടാവില്ല എന്ന് അമ്മയോട് പറയുമ്പോഴും തന്റെതന്നെ വാക്കുകളെ സ്വയം വിശ്വസിക്കാനാവാത്തതിന്റെ ധർമ്മസങ്കടത്തിലായിരുന്നു അവൾ. അത്രയധികം മോശമായിരിക്കുന്നു അർഷിതിന്റെ അവസ്ഥ! രാത്രി താൻ വല്ലാതെ ഉറങ്ങിപ്പോയി. രാത്രിയിലെപ്പോഴോ അവന്റെ കരച്ചിൽ കേട്ട് ഉറക്കമുണർന്നപ്പോൾ അമ്മ അവനെ ആശ്വസിപ്പിക്കുന്നുണ്ടായിരുന്നു. അതിന് ശേഷം അമ്മ ഉറങ്ങിയിട്ടുണ്ടാവില്ല.. പിന്നെ താൻ എഴുന്നേൽകുന്നത് അമ്മയുടെ ഉറക്കെയുള്ള വിളി കേട്ടാണ്. ഉറക്കച്ചടവുള്ള കണ്ണുകളിലേക്ക് വന്നത് നെഞ്ചിൽ കൈയ്യമർത്തി ഞരങ്ങുകയും കരയാൻ ശ്രമിക്കുകയും ചെയ്യുന്ന അർഷിത്തിന്റ

ചിത്രമാണ്. അവന് കരയാൻ കഴിയാത്തത് പോലെ.. ശ്വാസമെടുക്കാൻ കഴിയാത്തത് പോലെ..! താൻ ഓടിപ്പോയി ഡ്യൂട്ടിറൂമിൽ വിവരമറിയിച്ചു. അത്യാഹിതവിഭാഗത്തിൽ ഡ്യൂട്ടിയിലുണ്ടായിരുന്ന ഡോക്ടർ ഉടനെതന്നെ അർഷിതിനെ ഐസിയുവിലേക്ക് മാറ്റി. അവരെ പിന്തുടർന്ന് ഐസിയുവിലേക്ക് ഓടുമ്പോൾ അമ്മ കരയുന്നുണ്ടായിരുന്നു. എന്താണ് ചെയ്യേണ്ടത് എന്നാലോചിച്ചു നിന്ന് തനിക്ക് ഹരിസാറിന്റെ മുഖമാണ് മുന്നിൽ തെളിഞ്ഞത്.. സാർ ഉടനെ എത്തുമായിരിക്കും. ഇടയ്ക്ക് ഒരു നേഴ്സ് പുറത്തിറങ്ങിയപ്പോൾ അവരോട് വിവരം തിരക്കിയതാണ് താൻ.. 'പേടിക്കണ്ട.. ഡോക്ടർ നോക്കുന്നുണ്ട്..' എന്ന് പറഞ്ഞ് അവർ വേഗം പോയി.

ഹരിസാർ ഒന്നുവേഗം വന്നിരുന്നെങ്കിൽ...!

അവളുടെ കണ്ണുകൾ പുറത്തേയ്ക്കുള്ള വഴിയിലേക്ക് നീണ്ടു.

ചന്ദൻലാലിന്റെ ടാക്സിയിലിരിക്കവേ വണ്ടിക്ക് വേഗത പോരെന്ന് തോന്നി ഹരിക്ക്.. താൻ അയാളെ ഉറക്കത്തിൽ നിന്ന് വിളിച്ചുണർത്തി കൊണ്ടുവന്നതാണ്.. കണ്ണുതിരുമി പുറത്തുവന്ന അയാൾ തന്നെ കണ്ട് ഒന്ന് അമ്പരന്നു..

'സാർജി...ആപ്..! ക്യാ ഹുവാ..?' എന്നായിരുന്നു അയാളുടെ ആദ്യത്തെ ചോദ്യം.

ചുനാരിയിലെ പ്രശസ്തമായ സ്കൂളിലെ കേരളക്കാരനായ അദ്ധ്യാപകൻ എന്ന നിലയിൽ ആ ഭാഗത്ത് എല്ലാവരും തന്നെയറിയും. മിക്കവരുടെയും മക്കളെ കഴിഞ്ഞ ആറു വർഷമായി താൻ പഠിപ്പിക്കുന്നു. ചന്ദൻലാലിന്റെ മക്കളും തന്റെ സ്കൂളിൽ ആണ്. ഈ നാട്ടിൽ വന്ന കാലം മുതലേയുള്ള പരിചയമാണ്.

ചന്ദൻലാലിനോട് കാര്യം പറഞ്ഞ ഉടനെ അയാൾ പുറപ്പെടുകയായിരുന്നു. ഒരു ഗ്ലാസ് വെള്ളം പോലും അയാൾ കുടിച്ചിട്ടില്ല എന്ന് ഹരിയോർത്തു.

പൊക്കം കുറഞ്ഞ് തടിച്ച ശരീരമുള്ള ചന്ദൻലാൽ വണ്ടിയോടിക്കവേ ഹരിയോട് അർഷിതിന്റെ രോഗത്തെക്കുറിച്ച് ചോദ്യങ്ങൾ ചോദിച്ചുകൊണ്ടേയിരുന്നു. അയാൾ അവന്റെ അവസ്ഥയിൽ സഹതപിക്കുകയും, 'ഒരു തരത്തിൽ ചിന്തിച്ചാൽ, ഒരുപാട് കാലം ജീവിച്ചാലും ആ കുട്ടിക്ക് എന്ത് ജീവിതമാണുള്ളത്..!' എന്ന് പറയുകയും ചെയ്തു. ജീവിതം ജീവിച്ച് സൃഷ്ടിക്കേണ്ടതെല്ലേ? എന്ന് ചോദിക്കാൻ തോന്നിയെങ്കിലും ഹരി ഒന്നും പറഞ്ഞില്ല. മനുഷ്യരല്ലേ.. താൻ കരുതുന്നതുപോലെ പറയണം എന്നില്ലല്ലോ എന്നായിരുന്നു അയാൾ ചിന്തിച്ചത്.

ചന്ദൻലാൽ വീണ്ടും സംസാരിച്ചുകൊണ്ടിരുന്നു.. ചോദിക്കുന്നതിന് മറുപടി പറയുന്നുണ്ടെങ്കിലും ഹരിയുടെ മനസ് ആശുപ്രതിയിലായിരുന്നു.

'ചന്ദൻ ജീ.. നമുക്ക് വേഗം ആശുപത്രിയിൽ എത്തണം. അവിടെ അവർ മാത്രമേയുള്ളൂ' ഹരി പറഞ്ഞതു കേട്ട് ചന്ദൻലാൽ ആക്സിലേറ്ററിൽ കാലമർത്തി..

'അവരുടെ ബന്ധുക്കളാരും വന്നിട്ടില്ലേ..?' അയാൾ ചോദിച്ചു..

'ഇല്ല .. ഇന്ന് മിസിസ് ചാറ്റർജിയുടെ ഇളയ അനിയൻ വരുമായിരിക്കും' ഹരി തനിക്ക് കിട്ടിയ അപൂർണ്ണമായ അറിവ് പങ്കിട്ടു..

നേരം വെളുത്തിട്ടില്ലാത്തതിനാൽ തിരക്കൊഴിഞ്ഞ വീഥിയിലൂടെ ടാക്സി മുന്നോട്ട് കുതിച്ചു.

ചന്ദൻലാലിന്റെ സംസാരത്തിൽ നിന്നും അർഷിതിന്റെ രോഗാവസ്ഥയുടെ കാര്യം ആ ഭാഗത്ത് എല്ലാവരും തന്നെ അറിഞ്ഞിട്ടുണ്ടെന്ന് ഹരി മനസിലാക്കി. വാക്കുകളും വാർത്തകളും കാറ്റുപോലെ സഞ്ചരിക്കുന്നു. വീണിടത്ത് പുതിയ രൂപത്തിൽ മുളയ്ക്കുന്നു.!

നഗരമുണരാത്തതുകൊണ്ട് ആളുകളുടെ അസാന്നിദ്ധ്യവും ഏറെക്കുറെ വിജനമായ റോഡിൽ തെരുവ് വിളക്കുകളുടെ വെളിച്ചവും വണ്ടിയുടെ ഹെഡ്ലൈറ്റിന്റെ പ്രകാശവും ചേർന്ന് നഗരത്തിന് ഒരു സറിയലിസ്റ്റിക് സ്പർശം നല്കുന്നുവെന്ന് ഹരിക്ക് തോന്നി. തന്റെ ചിത്രങ്ങളിൽ പകർത്താൻ ശ്രമിക്കാറുള്ള ഏകാന്തതയെപോലെ വിഷാദാത്മകമായ ഭാവം ആ തെരുവുകളെ ചൂഴ്ന്ന് നിന്നിരുന്നു.

ഹരിയുടെ ചിന്ത വീണ്ടും അയാളിലേക്ക് തന്നെ മടങ്ങിവന്നു.

താൻ നാട്ടിൽ നിന്ന് പോരുമ്പോൾ ബന്ധനങ്ങളും ബന്ധങ്ങളുമൊഴിഞ്ഞ് ഭാരമില്ലാതെയായ മനസോടെയാണ് വണ്ടി കയറിയത് എങ്കിലും മുകുട്ബനിൽ എത്തിയപ്പോൾ മഹേഷ് തന്റെ സുഹൃത്തായി, ഇവിടെയിപ്പോൾ താൻ ആരുടെയോ ആരൊക്കെയോ ആവുകയാണ്. ഇപ്പോഴും ഉള്ളിൽ മടിയുണ്ടെങ്കിലും ആർക്കെങ്കിലും സ്വന്തമായി, ആരെങ്കിലുമായി ജീവിക്കണം എന്ന ശക്തമായ ആഗ്രഹത്തിന് തന്നെത്തന്നെ വിട്ടുകൊടുക്കുകയാണ്. ഇത് തന്റെ തെരഞ്ഞെടുക്കൽ തന്നെയാണ്. അറിഞ്ഞോ അറിയാതെയോ മനുഷ്യൻ തന്റെ ജീവിതഗതിയെ തെരഞ്ഞെടുക്കുന്നു. ഒരുവനും അയാൾക്ക് ചുറ്റുമുള്ളവരും ചെയ്യുന്നതും ചെയ്യാതിരിക്കുന്നതുമായ ഒരുപാട് പ്രവർത്തികളുടെ പരിണതിയാണ് അവന്റെ ജീവിതം. എല്ലാത്തിൽ നിന്നും അകന്നു നിന്നാലും ഒന്നും മാറാതിരിക്കില്ല,

കാരണം എല്ലാവരും അവരവരുടെ ജീവിതം കൊണ്ട് ഏതെങ്കിലുമൊരു വിധത്തിൽ മറ്റൊരാളെ സ്വാധീനിക്കുന്നു. ഇതൊരു ചങ്ങലയാണ്... പക്ഷേ, അർഷിതിനെപ്പോലുള്ള കുട്ടികളുടെ ജീവിതം ആരുടെ തെരഞ്ഞെടുക്കൽ ആയിരുന്നു...! ചില ജീവിതങ്ങൾ അങ്ങനെയാണ്... ചോദിച്ചാൽ ദൈവം പോലും കൈമലർത്തിക്കാണിക്കും. അല്ലെങ്കിലും അതിനപ്പുറം ദൈവസങ്കൽപ്പങ്ങൾക്ക് എന്താണ് കഴിയുക!

'സാർജി നമ്മളെത്തി..' ഹരിയുടെ ചിന്തകൾക്ക് തടയിട്ടുകൊണ്ട് ചന്ദൻലാലിന്റെ ശബ്ദം അയാളെ ഉണർത്തി. വണ്ടി ആശുപത്രിയിൽ മുറ്റത്തേക്ക് കയറ്റി പാർക്ക് ചെയ്ത് അവർ വണ്ടിയിൽ നിന്നിറങ്ങി. ഹരി പിൻപോക്കറ്റിൽ നിന്നും പേഴ്സ് എടുത്തു.

'അത് പിന്നെ മതി.. ഇവിടെ ആവശ്യങ്ങളുണ്ടാകില്ലേ..!'

ഹരിയെ തടഞ്ഞുകൊണ്ട് ചന്ദൻലാൽ പറഞ്ഞു.

അവർ ഐസിയുവിന്റെ മുന്നിലെത്തുമ്പോൾ അനുരാധ കരഞ്ഞുകലങ്ങിയ കണ്ണുകളോടെ ഇരിക്കുകയായിരുന്നു. അടുത്തേക്ക് വന്ന ഹരിയെ കണ്ട് അൻഷിത കസേരയിൽ നിന്ന് എഴുന്നേൽക്കുന്നത് ഒരു സ്വപ്നത്തിലെന്നപോലെയാണ് അവർ കണ്ടത്. മകനെക്കുറിച്ചുള്ള ചിന്തകളിൽ നിന്ന് പുറത്തുകടക്കാനാകാതെ ഇരിക്കുകയായിരുന്നു അവർ. എന്താണ് പറയേണ്ടത് എന്നറിയാതെ നിസ്സഹായത മൂർത്തരൂപം പൂണ്ട അവരുടെ മുന്നിൽ ഹരിയും ചന്ദൻലാലും നിന്നു. പെട്ടെന്ന് ഐസിയുവിന്റെ വാതിൽ തുറന്ന് ഡോക്ടർ പുറത്തേക്ക് വന്നു..

എല്ലാവരുടെയും കണ്ണുകൾ അയാളുടെ നേരെ നീണ്ടു.

'ഞങ്ങൾ ശ്രമിച്ചു..പക്ഷേ, അവനെ രക്ഷിക്കാൻ കഴിഞ്ഞില്ല..' പരാജിതന്റെ ഭാവത്തോടെ ഡോക്ടർ ഹരിയുടെ മുഖത്തേക്ക് നോക്കി. 'ഇത്തരം പ്രശ്നങ്ങളുള്ളവരിൽ കാർഡിയാക്ക് അറസ്റ്റിനുള്ള സാധ്യത കൂടുതലാണ്. അതാണിവിടെ സംഭവിച്ചതും..'

അനുരാധയോട് ഖേദം അറിയിച്ചശേഷം ഡോക്ടർ നടന്നുപോയി.. സാരിത്തുമ്പ് കടിച്ചുപിടിച്ച് കണ്ണുനീർ ഒഴുക്കിനിന്ന അവരിൽ നിന്ന് അമർത്തിയ കരച്ചിൽ പുറത്തുവരുന്നുണ്ടായിരുന്നു. കരഞ്ഞുകൊണ്ട് അൻഷിത അമ്മയെ കെട്ടിപ്പിടിച്ചു നിന്നു. തന്റെ ഉള്ളിലെ

൦൦

വിടെയോ സങ്കടം ഉറവിടുന്നതറിഞ്ഞ് ഹരി മുഖം തിരിച്ചു..

നാല്

1

കുറച്ച് നാളുകളായി ബ്രഷ് എടുത്തിട്ട്.. അർഷിതിന്റെ അസുഖവും മരണവുമൊക്കെയായി ബന്ധപ്പെട്ട് ഓടിനടന്നതിനാൽ ആകെ തിരക്കായിരുന്നു.. താനും ചന്ദൻലാലും അല്ലാതെ വേറെ ആരും ഉണ്ടായിരുന്നില്ല. പൂജാരിയെ വിളിച്ചതും കർമ്മത്തിനുള്ള സാധനങ്ങൾ എത്തിച്ചതും ചന്ദൻലാലാണ്. അയാളുടെ ടാക്സി ഓരോ ആവശ്യങ്ങൾക്കായി നിറുത്താതെ ഓടുകയായിരുന്നു. അയാൾക്ക് ഹോസ്പിറ്റലിലേക്ക് പോയതിനും മറ്റുമായി കൊടുക്കാനുണ്ടായിരുന്ന തുക ഇന്നലെയാണ് കൊടുത്തത്. ഇനിയും കൊടുക്കാനുണ്ട്. ഇന്നലെ പണം കൊടുത്തപ്പോൾ ബാക്കി ഉടനെ തരാം എന്ന് അയാളോട് താൻ പറഞ്ഞതാണ്.

'അത് കുഴപ്പമില്ല സർ.. പതുക്കെ മതി..' എന്നായിരുന്നു അയാളുടെ മറുപടി. പണമുണ്ട്.. ബാങ്കിൽ പോകേണ്ട താമസമേയുള്ളൂ. നാളെയോ മറ്റന്നാളോ ആയി ബാക്കി കൊടുക്കണം. അൻഷിതയെയും മിസിസ് ചാറ്റർജിയെയും സംബന്ധിച്ചിടത്തോളം അർഷിതിന്റെ മരണം തീർച്ചയായും ഒരു ശൂന്യത ഉണ്ടാക്കിയിട്ടുണ്ട്. താനവരുടെ സ്വന്തമോ ബന്ധമോ അല്ലെങ്കിലും തനിക്ക് അവരിൽ നിന്ന് മുഖം തിരിക്കാനാകുന്നില്ലെന്ന് ഹരിയോർത്തു. അവരെ സഹായിക്കുമ്പോൾ താൻ നഷ്ടത്തെക്കുറിച്ച് ചിന്തിക്കാറില്ല.. മാനസികമായി അവർ തന്റെ ആരൊക്കെയോ ആയിരിക്കുന്നു.. സംസ്കാരത്തിന് വന്നു പോയതിന് ശേഷം ബന്ധുക്കളാരുംതന്നെ ആ വീട്ടിലേക്ക് വന്നിട്ടില്ല. തിരക്കുകളാകാം.. അല്ലെങ്കിൽ അൻഷിതയുടെ അച്ഛനോടുണ്ടായിരുന്ന വിരോധം ഒരു സൗകര്യമായി കണ്ടതുമാകാം. ഈ തിരക്കുകളുടെ ഇടയിൽ തനിക്ക് വേറൊന്നും

ചെയ്യാൻ കഴിഞ്ഞില്ല.. രണ്ടാഴ്ചയിലേറെയായി വരയും നിന്നുപോയിരിക്കുന്നു .

എന്തെങ്കിലും ചെയ്യണമെന്ന ചിന്തയോടെ, ഒരു പുതിയ അനുഭവത്തിനുള്ള ആഗ്രഹത്തോടെ അയാൾ തന്റെ വീടിന്റെ മുൻപിലെ പടികളിലിരുന്നു. മഴമേഘങ്ങളോട് സല്ലപിച്ച് ഭൂമിയെ മറന്ന പൊക്കുവെയിൽ ഇടയ്ക്ക് വെറുതെ എത്തിനോക്കുന്നുണ്ട്. മഴക്കാലത്തിലേക്ക് ഇനിയും ദൂരമൊരുപാടുണ്ടെങ്കിലും ഇന്ന് മഴയുണ്ടായേക്കും. റോഡിനപ്പുറത്ത് നിശബ്ദമായി നിലകൊള്ളുന്ന വീട്ടിലേക്ക് അയാളുടെ കണ്ണുകൾ ചെന്നു. മനുഷ്യവാസം മറന്നതുപോലെയായിരുന്നു ആ വീട്.. ഇപ്പോൾ പതിയെ ഉണർന്നുതുടങ്ങിയിരിക്കുന്നു.

മിസിസ് ചാറ്റർജി തുണികളുമായി വീടിന്റെ പിന്നിലേക്ക് പോകുന്നത് ഹരി കണ്ടു.

ദുഃഖഭരിതമായ ചുറ്റുപാടുകളിലൂടെ കുറേനാളുകൾ കഴിഞ്ഞുപോയിരിക്കുന്നു. അർഷിതിന്റെ മരണം തീർത്ത സങ്കടത്തിൽ നിന്നും അവർ ഒട്ടൊക്കെ പുറത്തുവന്നിട്ടുണ്ട്. ഇന്നലെയാണ് ജനലിലൂടെ അൻഷിതയുടെ മുഖത്ത് ഒരു തളർന്ന ചിരി കണ്ടത്. താൻ ഫോൺ ചെയ്ത് സംസാരിക്കാറുണ്ടെങ്കിലും അർഷിതിന്റെ മരണശേഷം ഇതുവരെ തന്റെ റൂമിലേക്ക് അവൾ വന്നിട്ടില്ല. അവൾ വരും..ഓരോ മനസുകളെയും ക്ഷതങ്ങളിൽ നിന്ന് രക്ഷിക്കുന്നതിനായി കാലം വേദനാജനകമായ ചിലതിനെ മറവിയിലൊളിപ്പിക്കുന്നു... മറ്റു ചിലതിനോട് പൊരുതാൻ മനുഷ്യരെ തയ്യാറാക്കുന്നു. നേരം ഉച്ചയോടടുത്തിട്ടുണ്ട്.. ഭക്ഷണം കഴിച്ചിട്ടില്ല. ഇനി വല്ലതും ഉണ്ടാക്കിയിട്ട് വേണം കഴിക്കാൻ. കുറച്ചുനാളുകളായി എല്ലാത്തിന്റെയും സമയം തെറ്റിയിരിക്കുകയാണ്.

അയാൾ അകത്തേയ്ക്ക് കയറി.

കാർമേഘങ്ങൾ ആകാശം മൂടിവരുന്നു.. മഴ ഉടനെയുണ്ടാവാം. അലക്കിയിട്ട പുതപ്പുകളൊന്നും ഉണങ്ങിയിട്ടില്ല. വീടിന് പിന്നിൽ ചാർത്തിയെടുത്ത ഷെഡിലേക്ക് അവയെ മാറ്റി ഇടുകയായിരുന്നു അനുരാധ. അർഷിത് ഇനി ജീവിതത്തിൽ ഇല്ല എന്ന് വിശ്വസിക്കാൻ അവർക്ക് പ്രയാസം തോന്നി.

അവന്റെ മുറിയും വസ്ത്രങ്ങളും എല്ലാം നൊമ്പരമുണർത്തുന്ന ഓർമ്മകളാണ് എങ്കിലും അവയോട് പൊരുത്തപ്പെടാൻ ശ്രമിക്കുകയാണ് താൻ. കഴിഞ്ഞ സംഭവങ്ങൾ അർഷിതയെ വല്ലാതെ മാറ്റിയിട്ടുണ്ട്. കുട്ടിത്തം കളഞ്ഞുപോയ ഒരുവളെപ്പോലെ അവൾ

പെട്ടെന്ന് മുതിർന്നിരിക്കുന്നു. രാവിലെ താൻ വിളിച്ചാൽ മാത്രം നേരത്തെ എഴുന്നേൽക്കുന്ന സ്വഭാവമുള്ളവൾ നേരത്തെ എഴുന്നേൽ കുകയും വീട്ടിലെ കാര്യങ്ങളെല്ലാം കണ്ടറിഞ്ഞ് ചെയ്യുകയും ചെയ്യുന്നു. ഒരുപക്ഷേ താൻ വിശ്രമിക്കട്ടെ എന്ന് കരുതിയിട്ടാകും.

പുതപ്പുകൾ ഷെഡിലെ അഴയിൽ വിരിച്ച ശേഷം ഉണങ്ങിയ വസ്ത്രങ്ങളുമായി അനുരാധ പിൻവാതിലിലൂടെ അകത്തേക്ക് കയറി.

അൻഷിത അടുക്കളയിലുണ്ട്.. കറിക്ക് അരിയുകയാണ് അവൾ. കഴിഞ്ഞ ഒരാഴ്ചയായി അവൾ പുറത്തെങ്ങും പോയിട്ടില്ല. അല്ലെ ങ്കിൽ സമയം കിട്ടിയാൽ ഹരിയുടെ അടുത്തേക്കെങ്കിലും പോകു ന്നതാണ്. ആറു വയസിന്റെ വ്യത്യാസത്തിനപ്പുറം അർഷിതിന് അവൾ ഒരമ്മയെപ്പോലെ തന്നെയായിരുന്നു. വീട്ടിലെ കാര്യങ്ങൾ ചെയ്യാൻ മടിയായിരുന്നെങ്കിലും അവന്റെ കാര്യങ്ങളിൽ ഒരു മുട ക്കവും വരുത്തിയിട്ടില്ല. ഇപ്പോൾ ഒരുപക്ഷേ ഉള്ളിലെ സങ്കടത്തെ മറക്കാൻ മനപൂർവ്വം ഓരോ കാര്യങ്ങളിലേക്ക് തിരിയുന്നതാകാം.

'അമ്മേ.. ചായവേണോ..?'

കയറിവന്ന അമ്മയെ കണ്ട് അൻഷിത ചോദിച്ചു..

'ഇപ്പോൾ വേണ്ട, ഞാനെടുത്ത് കുടിച്ചോളാം..' എന്നു പറഞ്ഞ് അനുരാധ അടുത്ത മുറിയിലേക്ക് കടന്നു. ഉണങ്ങിയ തുണികൾ മടക്കി വെക്കണം..

'ഞാനൊന്ന് ഹരിസാറിനെ കണ്ടിട്ട് വരാം.' അൻഷിത ചായ കുടിച്ചുകൊണ്ട് തന്റെ പിന്നാലെ വരുന്നത് അനുരാധ കണ്ടു.

'ഉം.. വൈകിട്ട് ഭക്ഷണമുണ്ടാക്കണ്ട എന്ന് ഹരിസാറിനോട് പറ യു.. ഇവിടെ നിന്ന് കൊടുക്കാം..' അനുരാധ പറഞ്ഞു.

സമ്മതാർത്ഥത്തിൽ മൂളിക്കൊണ്ട് അൻഷിത അടുക്കളയിലേക്ക് പോയി. ഗ്ലാസ് കഴുകി വെച്ച ശേഷം അവൾ പുറത്തേക്ക് ഇറങ്ങു ന്നത് അനുരാധ കണ്ടു.

ഹരിയില്ലായിരുന്നെങ്കിൽ തങ്ങൾ വീണുപോയേനെ. ഈ സങ്ക ടാവസ്ഥയിൽ തങ്ങായി നിന്നത് അയാളാണ്. സ്വന്തക്കാർക്ക് പണ്ടേ തന്റെ കാര്യത്തിൽ താൽപര്യമില്ല. ഇടയ്ക്കിടെ സുഖമന്വേ ഷിക്കാറുള്ള തന്റെ ഇളയവന് പോലും ഗ്രാമത്തിലെ തന്റെ പങ്ക് ഭൂമിയിൽ കണ്ണുണ്ട് എന്നറിയാം. മുൻപ് ഒരിക്കൽ അവനത് വിൽ ക്കുന്നതിനെക്കുറിച്ച് സൂചിപ്പിച്ചതുമാണ്..

ബന്ധങ്ങൾ എന്നതൊക്കെ പലപ്പോഴും വെറുതെയാണ്.. ആ നിലയ്ക്ക് ഹരി തങ്ങളുടെ ജീവിതത്തിൽ ഉയർന്ന സ്ഥാനത്ത്

തന്നെയാണ്. ആദ്യമൊക്കെ തനിക്ക് അയാളെ അംഗീകരിക്കാൻ ഒരു ബുദ്ധിമുട്ടായിരുന്നു. എന്നാൽ ഇന്ന് അയാൾ തന്റെയും മകളുടെയും കൂടെ ഉണ്ടായിരുന്നെങ്കിൽ എന്ന് ആഗ്രഹിക്കുന്നതിൽ ഒട്ടും അത്ഭുതം തോന്നുന്നില്ല. കഴിഞ്ഞ കുറച്ചുദിവസങ്ങൾ അത്രയേറെ തന്നെ മാറ്റിയിരിക്കുന്നു. ഹരിയോട് ഒരിക്കലും ഇഷ്ടക്കുറവ് തോന്നിയിട്ടില്ല. എങ്കിലും ഒരു പെൺകുട്ടിയുടെ അമ്മ എന്ന നിലയിൽ ഉള്ളിലെ ചില സംശയങ്ങൾ ബാക്കിയുണ്ട്. ചോദിക്കണമെന്ന് കരുതിയെങ്കിലും അത് ചോദിക്കാൻ സമയം കിട്ടിയില്ല.

ചെറുതായി തല വേദനിക്കുന്നു...

ചായ കുടിച്ചിട്ട് ഒന്ന് കിടക്കണം..

അവർ അടുക്കളയിലേക്ക് നടന്നു.

'സാർജി..' പുറത്തുനിന്നും അൻഷിതയുടെ വിളികേട്ട് ഹരി ഭക്ഷണം കഴിച്ച ശേഷം കഴുകിയ കൈ ഒരു ടൗവ്വലിൽ തുടച്ചുകൊണ്ട് പുറത്തേക്ക് വന്നു. അയാളുടെ മുഖത്ത് അവളെ കണ്ടതിലുള്ള സന്തോഷം വ്യക്തമായിരുന്നു. പുഞ്ചിരിയോടെ അൻഷിത അകത്തേക്ക് കയറി..

'വേറൊന്നും വരച്ചില്ല അല്ലെ..?' പുറത്തെ തുറന്ന മുറിയുടെ മൂലയിലേക്ക് കണ്ണോടിച്ചുകൊണ്ട് അവൾ ചോദിച്ചു. ആ ചോദ്യം ഔപചാരീകത മാത്രമാണെന്ന് അയാൾക്ക് തോന്നി..

'ഇല്ല.. സമയം കിട്ടിയില്ല..നീ ഭക്ഷണം കഴിച്ചോ ?.'

അയാളുടെ ചോദ്യത്തിന് 'കഴിച്ചു' എന്ന് മറുപടി പറഞ്ഞുകൊണ്ട് അവൾ കസേരയിലിരുന്നു.. ആകാശം മഴമേഘങ്ങൾ കൊണ്ട് നിറയുകയും വെയിൽ മങ്ങുകയും ചെയ്തു.

'..ഇപ്പോൾ മഴ പെയ്യും...' ഹരി പുറത്തേക്ക് നോക്കിക്കൊണ്ട് പറഞ്ഞു.. അയാൾ ഒരു കസേര അവളുടെ അടുത്തേക്ക് നീക്കിയിട്ട് ഇരുന്നു...

അവർ പരസ്പരം ഒന്നും മിണ്ടാതെ പുറത്തേക്ക് നോക്കിയിരിക്കെ മഴ ചാറിത്തുടങ്ങി..പിന്നെ കനം വെച്ച് വലിയശബ്ദത്തോടെ പെയ്തുതുടങ്ങി. താളമേളഭരിതമായ ഒരു ഗാനം പോലെ കനത്തുപെയ്യുന്ന മഴയിലൂടെ കാറ്റ് വീശിയടിച്ചപ്പോൾ വാതിലിനരികത്തായി ഇരുന്ന അവരുടെ ശരീരത്തിലേക്ക് ജലത്തുള്ളികൾ തെറിച്ചു. മുഖത്ത് വെള്ളം വീണപ്പോൾ അൻഷിത കണ്ണുകൾ ഇറുക്കിയടക്കുന്നത് ഹരി കണ്ടു. മഴ പെട്ടെന്ന് കൊണ്ടുവന്ന തണുപ്പിൽ നിന്ന് തങ്ങളുടെ പങ്ക് നുകർന്നുകൊണ്ട് അവരിരുന്നു.

'അൻഷിതാ.. നാം ജീവിക്കുന്നത് എന്തിനാണെന്ന് അറിയാമോ?'

അൻഷിതയെ സംബന്ധിച്ചിടത്തോളം ആ ചോദ്യത്തിന് ഉത്തരം ലളിതമായിരുന്നു..

'ജീവിക്കാൻ..' അവൾ മറുപടി പറഞ്ഞു..

ഹരി അതിനുപകരമായി ഒന്നും പറഞ്ഞില്ല.

അയാൾ വീണ്ടും ചോദിച്ചു..

'നാം കരയുന്നത് എന്തുകൊണ്ടാണെന്നറിയാമോ..?'

'സങ്കടം വരുമ്പോൾ..'

ഇതൊക്കെ എളുപ്പമാണ് എന്ന ഭാവത്തോടെ അവൾ വീണ്ടും പറഞ്ഞു.. അതേസമയം ഇത്ര ലളിതമായ ചോദ്യങ്ങൾ എന്തുകൊണ്ടാണ് ഹരി ചോദിക്കുന്നത് എന്ന് അവൾ അത്ഭുതപ്പെട്ടു.

'അല്ല...' എന്നായിരുന്നു ഹരിയുടെ മറുപടി. അത് അൻഷിതയ്ക്ക് വീണ്ടും അത്ഭുതമായി.

'നാം ഭക്ഷണം കഴിക്കുന്നത് എന്തുകൊണ്ടാണ് എന്നറിയാമോ..?' ഹരി പിന്നെയും ചോദിച്ചു..

'വിശക്കുന്നത് കൊണ്ട് എന്ന് ഞാൻ പറയുമ്പോൾ അതും അല്ല എന്ന് പറയാനല്ലേ?' അൻഷിത തിരിച്ചുചോദിച്ചു..

അവളുടെ ചുണ്ടിന്റെ കോണിൽ മനോഹരമായ ഒരു ചിരി വിരിയുന്നത് ഹരി കണ്ടു..

'അൻഷിതാ .. ഞാൻ നിന്നോട് പറയുന്നത് ഒരു രഹസ്യമാണ്.. എല്ലാവർക്കുമറിയുന്ന എന്നാൽ ആരും ശ്രദ്ധിക്കാത്തതുകൊണ്ട് മാത്രം രഹസ്യമായി മാറിയ ഒരു വലിയ രഹസ്യം..' ഹരി നാടകീയമായി പറഞ്ഞു തുടങ്ങി..

ഹരിയുടെ കഥപറയുന്നതുപോലെയുള്ള ശൈലി ആസ്വദിച്ച് അൻഷിതയിരുന്നു.. ഹരിസാർ ഇങ്ങനെയാണ് വാക്കുകൾ കൊണ്ട് പിടിച്ചുനിർത്തും...

'അൻഷിതാ... നാം ജീവിക്കുന്നത് സന്തോഷത്തിനായാണ്. ജീവിതത്തിൽ നിന്ന് ഒരു തരത്തിലും സന്തോഷം ലഭിക്കുന്നില്ലെങ്കിൽ നാം ആത്മഹത്യ ചെയ്യും.

'അപ്പോൾ എപ്പോഴും സങ്കടം അനുഭവിക്കുന്നവരോ..?' അൻഷിതയുടെ ചോദ്യം ഹരിയുടെ ചിന്തയെ ചുഴിഞ്ഞ് നോക്കുന്നത് പോലെയായിരുന്നു..

'അവരുടെ ജീവിതത്തിലും ദുഃഖത്തിന് ഇടവേളകളുണ്ട്. എല്ലാവരുടെ ജീവിതത്തിലും ഉണ്ട്. ആ ഇടവേളകളിൽ കൊച്ചുസന്തോഷങ്ങൾ അവരെ തേടി വരുന്നുണ്ട്. അതാണവരെ ജീവിക്കാൻ പ്രേരിപ്പിക്കുന്നത്. ചിലരാകട്ടെ ദുഃഖിക്കുന്നതിൽ സന്തോഷം

കണ്ടെത്തുന്നു..'

ഹരിയുടെ വാക്കുകൾ കേട്ട് അൻഷിത ചിന്തിച്ച് ഇരിക്കവേ, വീണ്ടും അയാളുടെ ശബ്ദം കേട്ടു.. 'ഭക്ഷണം കഴിക്കുന്നത് വിശപ്പു മാറാനല്ല അൻഷിതാ.. വിശപ്പുമാറുമ്പോൾ ലഭിക്കുന്ന ആശ്വാസ ത്തിന് വേണ്ടിയാണ്. അത് സന്തോഷമാണ്.'

ഹരി പറയുന്നതിന്റെ ആഴങ്ങളിലേക്ക് ഇറങ്ങാൻ അൻഷിത ശ്രമിക്കുന്നുണ്ടായിരുന്നു.. അയാൾ പറയുന്നത് സത്യമാണ് എന്ന് അവൾക്ക് തോന്നി.

'കരച്ചിൽ വേദനയെ മറികടക്കാനുള്ള ശരീരത്തിന്റെയും മന സിന്റെയും പ്രതിപ്രവർത്തനത്തിന്റെ ഭാഗമാണ്.. അതും നമുക്ക് ആശ്വാസം നൽകുന്നു.. അതിജീവനത്തിന്റെ രസതന്ത്രമാണത്.'

ഒന്ന് നിർത്തിയ ശേഷം ഹരി തുടർന്നു..

'അതായത്.. കരയുക എന്നത് നാം ജീവിക്കാനാഗ്രഹിക്കുന്നു എന്നതിന്റെയും സന്തോഷിക്കുക എന്നത് നാം ജീവിക്കുന്നു എന്ന തിന്റെയും തെളിവുകളാണ്..സന്തോഷമാണ് ജീവിതത്തിന്റെ അമൃ ത്. നാം തന്നെ ആണ് അതിന്റെ സൃഷ്ടാക്കൾ. നാം എന്നതിന് കേ വലം വ്യക്തികൾ എന്നതിനേക്കാൾ ആഴമുള്ള അർത്ഥമുണ്ട്. അത് സമൂഹത്തെ, സൗഹൃദത്തെ, പ്രണയത്തെ, ഒത്തുചേരലുകളെ, പര സ്പരാശ്രിതത്വത്തെ, സഹകരണത്തെ ഒക്കെ സൂചിപ്പിക്കുന്ന ഒരു വാക്കാണ്..'

ഹരി അൻഷിതയുടെ കണ്ണുകളിലേക്ക് നോക്കി.. അവരുടെ കണ്ണുകൾ കണ്ണുകൾ പരസ്പരം ഉടക്കിയപ്പോൾ അവൾ നോട്ടം മാറ്റി.. അവൾക്ക് മനസിലായി വരുന്നുണ്ടായിരുന്നു.. തന്റെ ദുഃഖ ത്തെ വെറുമൊരു ഓർമ്മ മാത്രമാക്കാനുള്ള ശ്രമങ്ങളാണ്. പക്ഷേ,..

അവളുടെ ചിന്തയെ മുറിച്ചുകൊണ്ട് ഹരി വീണ്ടും സംസാരിച്ചു തുടങ്ങി .. 'എല്ലാ ദുഃഖങ്ങളും ഓർമകളാകും അൻഷിത.. സ്വാഭാവീ കമായും മറ്റൊരു ദുഃഖത്തെ നേരിടാനുള്ള പരിശീലനങ്ങളായി അവയെല്ലാം മാറും.. കാരണം നമുക്ക് അതിജീവിച്ചേ പറ്റൂ.. അല്പ സമയം വേണ്ടിവന്നേക്കാം.'

അയാളുടെ കൈ അവളുടെ കൈപ്പത്തിയെ പൊതിഞ്ഞു പിടി ച്ചു.. ഞാനുണ്ട് എന്ന് പറയുന്നത് പോലെ.

മുഖമുയർത്താതെ ഹരിയെ പാളിനോക്കിയപ്പോൾ താൻ മഴ ത്തുള്ളികൾപോലെ പെയ്യുകയാണെന്ന് അൻഷിതയ്ക്ക് തോന്നി.. മഴയാണ് അകത്ത്!

അവർ രണ്ടുപേരും അവരവരുടെ ഉൾത്തടത്തിലെ മുറിയിലിരു

ന്ന് ആ മഴ നനയുന്നുണ്ടായിരുന്നു..!

2

ചന്ദൻ ലാലിന്റെ പണം കൊടുത്ത ശേഷം ഹരി നഗരത്തിലെ തിരക്കിലേക്കിറങ്ങി നടന്നു.

മുൻപ് നടത്തമൊരുപതിവായിയിരുന്നു. മഹേഷ് ഉണ്ടായിരുന്നപ്പോൾ എന്തെങ്കിലും വിശേഷദിവസങ്ങളിലോ പച്ചക്കറിയോ മറ്റോ വാങ്ങാനുള്ളപ്പോഴോ അയാളോടൊപ്പം നടക്കാൻ വരുന്നത് നഗരത്തിലേക്കാണ്.. തിരക്കുള്ള, വൃത്തിഹീനമായ തെരുവും നാറുന്ന ഓടയുമെല്ലാം ഉണ്ടെങ്കിലും നഗരത്തിന്റെ സൗന്ദര്യമെന്നാൽ ആൾക്കൂട്ടത്തിന്റെ സൗന്ദര്യമാണ് എന്ന് തോന്നി ഹരിക്ക്.

ഇതുവരെ കാണാത്തവരെ കാണുന്നതിന്റെ, അവരെ സാകൂതം നോക്കുന്നതിന്റെ സൗന്ദര്യം..! പരിചയമില്ലാത്ത ഒരാളെ നോക്കി പരിചയം കാണിച്ച് ചിരിക്കുമ്പോൾ ഒരു പുഞ്ചിരി തിരികെ കിട്ടുന്നതിന്റെ സൗന്ദര്യം..! ശ്രദ്ധിക്കുകയും, ശ്രദ്ധിക്കപ്പെടുകയും ചെയ്യുന്നതിന്റെ സൗന്ദര്യം..! താനിത്തരം അവസരങ്ങളെ ദാർശനിക വൽക്കരിക്കും.. പക്ഷേ, മഹേഷാണെങ്കിൽ '.. വായിൽ നോക്കുന്നതിന്റെ സൗന്ദര്യം എന്ന് പറഞ്ഞാൽ പോരെ..' എന്ന് ചോദിക്കുമായിരുന്നു.

അയാളങ്ങനെ ചോദിച്ചിട്ടുമുണ്ട്.. ഒരിക്കൽ മഹേഷ് പറഞ്ഞത് 'ഹരി, താങ്കളൊരു മഹാനായ കവിയാണ്.. അനവസരത്തിലെ അനാവശ്യ കവി..!' എന്നാണ്. തന്റെ ചിന്തകളുടെ ദാർശനികമൂടുപടത്തെ കീറിയെറിഞ്ഞ് യാഥാർത്ഥ്യത്തിന്റെ, പച്ചമണ്ണിന്റെ ഭാഷയിൽ സംസാരിക്കുമായിരുന്നു മഹേഷ്..

'ഹലോ സർ.. നടക്കാനിറങ്ങിയതാണോ..?'

ശബ്ദം കേട്ട് ചിന്തകളിൽ നിന്നുണർന്നെങ്കിലും എതിരെ വന്ന ആളെ തിരിച്ചറിയാൻ ഒരു നിമിഷമെടുത്തു..

നഗരത്തിൽ ഇലക്ട്രോണിക്സ് റിപ്പയറിങ് ഷോപ്പ് നടത്തുന്ന സുന്ദർ ബസു ആണ്..പക്ഷേ തനിക്ക് അയാളെ പരിചയം ഏഴാം ക്ലാസിൽ പഠിക്കുന്ന മുകുൾജ്യോതി ബസുവിന്റെ പിതാവ് എന്ന നിലയിലാണ്..

'അതേ.. ഒന്ന് നടക്കാൻ ഇറങ്ങിയതാണ്..'

ചായ കുടിക്കാനുള്ള അയാളുടെ ക്ഷണത്തെ സ്നേഹപൂർവ്വം നിരസിച്ച് ഹരി മുന്നോട്ട് നടന്നു.

മുഖം നിറയെ ചിരിയുള്ള, നിരുപദ്രവകാരിയെന്ന് ഒറ്റനോട്ടത്തിൽ

തോന്നുന്ന ഒരു മനുഷ്യനാണ് ബസു. പക്ഷേ, ശുദ്ധൻ ദുഷ്ടന്റെ ഫലം ചെയ്യും എന്നാണ് അയാളെക്കുറിച്ച് മുകുളിന്റെ ക്ലാസ്സ് ടീച്ചർ പറയുന്നത്. കാരണം വേറൊന്നുമല്ല, അയാളുടെ മകൾ നന്നായി പഠിക്കുമെങ്കിലും പിറ്റിഎ മീറ്റിങ്ങിന് വന്നാൽ ഏറ്റവുമധികം ബഹളമുണ്ടാക്കുന്ന ആളാണ് അയാൾ. രണ്ടാംപാദ പരീക്ഷയ്ക്ക് ഒന്നാമത്തേതിനേക്കാൾ മാർക്ക് കൂടുന്നതാണ് കുട്ടിയുടെ പഠനമികവ് എന്നാതാണ് അയാളുടെ പക്ഷം. അയാൾ മാത്രമല്ല ഇവിടെ ഏറെക്കുറെ എല്ലാവരും അങ്ങനെ തന്നെയാണ്..!

നഗരത്തിന്റെ ഗന്ധത്തിന് കട്ടി കൂടിയപ്പോൾ നടന്നു നടന്ന് താൻ റയിൽവേ സ്റ്റേഷന് അടുത്തെത്തിയിരിക്കുന്നു എന്ന തിരിച്ചറിവിൽ നടത്തം മതിയാക്കി തിരികെ പോരാനൊരുങ്ങി ഹരി. സബ്ജി വാങ്ങാൻ അയാൾ അയാൾ തൊട്ടടുത്തുള്ള മാർക്കറ്റിലേക്ക് നടന്നു. മാർക്കറ്റിന്റെ ഒരു ഭാഗം പച്ചക്കറി ആണ്..അങ്ങോട്ടക്കാണ് പോകേണ്ടതും..

ചന്തയിൽ വന്നിട്ടുള്ള സ്ത്രീകൾ ആവശ്യമുള്ളവയെല്ലാം ലക്ഷ്യബോധത്തോടെയാണ് വാങ്ങുന്നത്. എന്ത് കറിക്ക് ആണ് ഓരോന്നും എന്നവർക്കറിയാം. തനിക്ക് എന്തുതന്നെ വാങ്ങിയാലും എന്തെങ്കിലും ഒരു കറി എന്നാണ് ചിന്ത.

മാർക്കറ്റിലേക്ക് കടന്ന് അത്യാവശ്യം സാധനങ്ങളും പച്ചക്കറികളും വാങ്ങി മറുവശത്തെ വഴിയിലൂടെ പുറത്തേക്കിറങ്ങുകയായിരുന്നു ഹരി..

'..സർജീ..'

ബഹളമയമായ ചന്തയിൽ പരിചയമുള്ള സ്ത്രീശബ്ദം കേട്ട് ഹരി തിരിഞ്ഞുനോക്കി.. അൻഷിതയാണ്..!

'സബ്ജി വാങ്ങാൻ ഇറങ്ങിയതാണ്..'

അപ്രതീക്ഷിതമായി കണ്ടതിലുള്ള അത്ഭുതം ഹരിയുടെ കണ്ണുകളിൽ കണ്ട് അൻഷിത പറഞ്ഞു..

അവളുടെ കൈയ്യിൽ ഒരു സഞ്ചി നിറയെ പച്ചക്കറികൾ ഉണ്ട്.. ചീരയും മുരിങ്ങാക്കയും സഞ്ചിയുടെ അരികിലൂടെ പുറത്തേക്ക് എത്തിനോക്കുന്നു..

താൻ ചന്ദൻലാലിന്റെ വീട്ടിൽ പോയ സമയത്താവണം അൻഷിത ടൗണിലേക്ക് പോന്നത്..

'പോകാറായോ..?' ഹരി ചോദിച്ചു.

'ഇപ്പോൾ പോകാം.. ഇതുകൂടി..' എന്നു പറഞ്ഞുകൊണ്ട് അടുത്തുകണ്ട പച്ചക്കറിക്കടയിൽ നിന്നും ഒരു കോളീഫ്ലവർ തെര

ഞ്ഞെടുത്ത് കടയിലെ തുലാസിലേക്ക് ഇട്ടു അവൾ.

തനിക്കും കോളിഫ്ളവർ ഇഷ്ടമാണ് എന്ന് ഹരിയോർത്തു.. സാധാരണ അതിൽ പെട്ടെന്ന് പുഴു പിടിക്കും. അതാണൊരു പ്രശ്നം.

'ഒരു ചായ കുടിച്ചിട്ട് പോയാലോ..'

ഹരിയുടെ ചോദ്യം കേട്ട് അൻഷിതയുടെ മുഖത്ത് ചിരി വിടർന്നു.. താൻ അത് ആഗ്രഹിച്ചതെയുള്ളൂ.. അപ്പോഴേക്കും ഹരിസാർ പറഞ്ഞിരിക്കുന്നു..!

മാർക്കറ്റിൽ നിന്ന് പുറത്തേക്കിറങ്ങവെ സ്ഥിരമായി കാണാറുള്ള, ഇരുണ്ട നിറമുള്ള, മെലിഞ്ഞ മുട്ട വില്പനക്കാരി ഹരിയെ നോക്കി ചിരിച്ചു..അവരുടെ മൂക്കത്തി സൂര്യപ്രകാശത്തിൽ തിളങ്ങി.

മഹേഷ് ഒരിക്കൽ തന്നെ ഈ മുട്ടക്കാരിയേക്കുറിച്ച് പറഞ്ഞ് കളിയാക്കിയതാണ്. മിക്കപ്പോഴും കാണുന്നവരാണ്, അദ്ധ്യാപകരാണ് എന്നറിയാം എന്നതിനാൽ താനില്ലാത്ത ഒരവസരത്തിൽ ഒറ്റയ്ക്ക് മാർക്കറ്റിൽ വന്ന മഹേഷിനോട് തന്നെക്കുറിച്ച് അവർ അന്വേഷിച്ചു എന്നതാണ് കാരണം. അവന് അതൊക്കെ ഒരു രസമായിരുന്നു. അറിവില്ലായ്മ കൊണ്ടും ദുരഭിമാനം കൊണ്ടും അന്ധരായവരുടെ സമൂഹത്തിൽ തിരസ്കൃതനായിരുന്നു എങ്കിലും ജീവിതം ആസ്വദിക്കാൻ അറിയാമായിരുന്നു മഹേഷിന്. ഒരുപക്ഷേ ജീവിതത്തിന്റെ മൂല്യം അറിയുന്നതുകൊണ്ടാവാം.

മുട്ടവില്പനക്കാരിക്ക് ഒരു ചിരി സമ്മാനിച്ച് മുന്നോട്ട് ഹരി നടന്നു. പിന്നാലെ അൻഷിതയും. നടവഴിക്ക് വീതികൂടിയ ഇടത്ത് എത്തിയപ്പോൾ അൻഷിത മുന്നോട്ട് കയറി.. ഹരിയുടെ ഒപ്പം നടന്നുതുടങ്ങി.

'അൻഷിതാ ..ഒരു കാര്യം ചോദിച്ചാൽ ദേഷ്യപ്പെടുമോ...?'

ഹരിയുടെ ചോദ്യത്തിൽ അല്പം കുസൃതി ഉണ്ടായിരുന്നു..

ഇല്ല എന്ന അർത്ഥത്തിൽ അൻഷിത ഹരിയെ നോക്കി തലയാട്ടി..

'..നീ എപ്പോഴെങ്കിലും മാംസം കഴിച്ചിട്ടുണ്ടോ..?'

ഹരിയുടെ ചോദ്യം കേട്ട് അവൾ ഒന്ന് പരുങ്ങി.. അതുകണ്ടപ്പോൾ താൻ ചോദിക്കാൻ പാടുണ്ടായിരുന്നോ എന്ന് അയാൾക്ക് സംശയം തോന്നി..

അൻഷിത താനറിഞ്ഞിടത്തോളം ജാതിവ്യവസ്ഥയ്ക്ക് ഒപ്പം നില്കുന്ന ആളല്ലെങ്കിലും ചെറുപ്പം മുതലേ ശീലിച്ചുവരുന്ന ചില ആചാരങ്ങൾ അവളുടെ ജീവിതക്രമം ആയിമാറിയിട്ടുണ്ടെങ്കിൽ ഇത്തരം ചോദ്യങ്ങൾ പോലും അവളുടെ ശരികൾക്കെതിരെയുള്ള

വെല്ലുവിളി ആയിത്തോന്നിയേക്കാം. അൻഷിത ചാറ്റർജി കുടുംബത്തിൽ പെട്ടവളാണ്. ചാറ്റർജി എന്നാൽ പഞ്ചഗൗഡ ബ്രാഹ്മണർ ആണ്.. എന്നാൽ ഹരിയെ അതിശയിപ്പിച്ചുകൊണ്ട് അൻഷിത സംസാരിച്ചുതുടങ്ങി..

'ഞാൻ പറയാം.. പക്ഷേ, അമ്മയോട് പറയരുത്...'

അവൾ കഴിച്ചിട്ടുണ്ട്..പെണ്ണ് ആള് കൊള്ളാലോ..!

'കോളേജിൽ പഠിക്കുന്ന സമയത്ത് കൂട്ടുകാരുടെ ഒപ്പം ഞാൻ കഴിച്ചിട്ടുണ്ട്...ചിക്കൻ... നല്ല ടേസ്റ്റ് ആണ്..' അവൾ തുടർന്നു..

'ഒപ്പം പഠിക്കുന്നവരിൽ കൃസ്ത്യൻസ് ഉണ്ട്.. അവർ എപ്പോഴും കൊണ്ടുവരും.. അങ്ങനെ കഴിച്ചതാണ്..പക്ഷേ ഇവിടുന്ന് ഒന്നും ഇല്ലാട്ടോ.. അമ്മയറിഞ്ഞാൽ എന്നെ കൊല്ലും..'

അതുകേട്ട് ഹരി ചിരിച്ചു..

'പേടിക്കണ്ട ..ഞാൻ പറയില്ല..ഭക്ഷണം ഒക്കെ ഓരോരുത്തരുടെ താൽപര്യമല്ലെ..'

അടുത്തുകണ്ട ചെറിയ റസ്റ്റോറന്റിലേക്ക് കയറവെ അയാൾ പറഞ്ഞു..

3

അടുക്കളയിലെ പണികളൊക്കെ ഒന്നൊതുക്കി ശേഷം പുറത്ത് ചെടികളുടെ ചുവട്ടിൽ വളർന്ന് നിന്ന കളകൾ പറിച്ചുകളയുകയായിരുന്നു അനുരാധ.

കുറച്ചുനാളുകളായി തനിക്ക് ശ്രദ്ധിക്കാൻ കഴിയാത്തത് കൊണ്ട് കളകൾ നന്നായി വളർന്നിട്ടുണ്ട്.. കൂടാതെ മഴയും കിട്ടിയല്ലോ. നല്ല മഴകിട്ടിയാൽ പിന്നെ തളിർപ്പുകൾ പെട്ടെന്ന് വരും.

'ഓ..അനുരാധാ..' ഗേറ്റിന് മറുപുറത്ത് നിന്ന് വന്ന സ്ത്രീശബ്ദത്തിലേക്ക് അനുരാധ ശ്രദ്ധിച്ചു..

ആരാണ് വിളിക്കുന്നത്..!

ചെടികളുടെ ചുവട്ടിൽ നിന്ന് എഴുന്നേറ്റ അനുരാധ മതിലിനപ്പുറത്ത് നിൽക്കുന്ന സ്ത്രീയേക്കണ്ടു..

മിസിസ് ദേവ്ബന്ധു ആണ്..

കുറച്ചായി ഇങ്ങോട്ട് വരാറില്ല അവർ. മുന്പ് സ്ഥിരമായി വരുമായിരുന്നു.. വരുമ്പോൾ പറയുന്നതെല്ലാം ചുറ്റുമുള്ള ആളുകളുടെ കുറ്റവും കുറവുമായിരുന്നു.. അവരെ പിണക്കണ്ട എന്ന് കരുതി കേട്ടിരുന്നു. അത് കേട്ടുകൊണ്ട് വന്ന അൻഷിത രണ്ടുപേരോടുമാ

യി 'നിങ്ങൾക്ക് ആളുകളുടെ കുറ്റം അല്ലാതെ വേറൊന്നുമില്ലേ പറയാൻ' എന്ന് ചോദിച്ചു.. അതിന് ശേഷം അൻഷിത ഇല്ലാത്തപ്പോൾ വരുമായിരുന്നു.. കുറച്ചു മാസങ്ങൾക്ക് മുന്പ് ദേവ്ബന്ധു സാബ് ഒന്നു രണ്ട് തവണ തന്നോട് സംസാരിക്കുത് അവർ കണ്ടു.. ഒരിക്കൽ അതുമായി ബന്ധപ്പെട്ട് അവർ തമ്മിൽ ചെറിയൊരു വഴക്കുണ്ടായി എന്നാണ് താനറിഞ്ഞത്. പിന്നെ അവർ ഈ ഗേറ്റ് കടക്കുന്നത് അർഷിതിന്റെ മരണം നടന്ന അന്നാണ്..

ഇപ്പോൾ എന്തിനാണ് അവർ വന്നത് എന്ന സംശയം അനുരാധയുടെ മനസിൽ തെളിഞ്ഞു..

അനുരാധ ചിരിച്ചു കൊണ്ട് ഗേറ്റ് തുറന്ന് അവരെ അകത്തേക്ക് ക്ഷണിച്ചു.. പക്ഷേ, അവർ ഗേറ്റിനപ്പുറത്ത് തന്നെ നിന്നു

'ഞാൻ ചെടികൾക്കിടയിലെ കള പറിക്കുകയായിരുന്നു..കുറെ നാളായില്ലേ, ശ്രദ്ധിക്കാത്തത് കൊണ്ട് മുഴുവൻ കാട് പിടിച്ചു..' അനുരാധ പറഞ്ഞു..

'നമ്മൾ എന്തൊക്കെ ശ്രദ്ധിച്ചാലാണ് അനുരാധാ..' മിസിസ് ദേവ്ബന്ധു പറഞ്ഞുതുടങ്ങിയപ്പോൾ തന്നെ അവർക്ക് വേറെന്തോ പറയാനുണ്ടെന്ന് അനുരാധയ്ക്ക് തോന്നി..

'മോളെവിടെ?' അവർ മകളെക്കുറിച്ച് ചോദിച്ചപ്പോൾ അനുരാധയുടെ ആകാംഷ വർദ്ധിച്ചു

'അവൾ ടൗണിൽ വരെ പോയതാ' അനുരാധ പറഞ്ഞു.

'എന്നോട് വിരോധമൊന്നും തോന്നരുത്' മിസിസ് ദേവ്ബന്ധു മുഖവുരയോടെ പറഞ്ഞുതുടങ്ങി '... നിന്റെ മോളെ ഒന്ന് ശ്രദ്ധിക്കുന്നത് നല്ലതാ.. ഞാൻ നിന്നോട് സ്നേഹമുള്ളത് കൊണ്ട് പറയുന്നതാ..' അനുരാധയോട് അനുഭാവം പ്രകടിപ്പിക്കുന്നതുപോലെ അവർ തുടർന്നു..

'കാര്യം ആ ഹരി അറിഞ്ഞിടത്തോളം കുഴപ്പമില്ലാത്ത ആളാണ്.. പക്ഷേ, നമ്മുടെ മക്കളെ നമ്മൾ സൂക്ഷിക്കണം..'

'നിങ്ങൾ എന്താണ് പറയുന്നത്..അതിനിപ്പോൾ എന്ത് സംഭവിച്ചു എന്നാ..?' അനുരാധ ചോദിച്ചു..

'അല്ല....ഒന്നും സംഭവിച്ചിട്ടല്ല..'

ശബ്ദം താഴ്ത്തിക്കൊണ്ട് അവർ തുടർന്നു..

'നിന്റെ മകൾ എപ്പോഴും ആ ഹരിയുടെ അടുത്ത് പോകുകയും വരികയും ഒക്കെ ചെയ്യുന്നുണ്ടല്ലോ.. ആളുകൾ അതുമിതുമൊക്കെ പറഞ്ഞു തുടങ്ങിയാൽ പിന്നെ പറഞ്ഞിട്ട് കാര്യമില്ലല്ലോ..? എന്നോട് പിണങ്ങണ്ട കേട്ടോ... ഞാൻ പറഞ്ഞത് നിന്റെ മനസിലിരുന്നാൽ

മതി.. ആരോടും പറയണ്ട.'

ആരോടും പറയണ്ട എന്നത് കൊണ്ട് അവർ ഉദ്ദേശിച്ചത് അൻഷിതയെ ആണെന്ന് തനിക്കറിയാം..

'ആളുകൾക്ക് എന്താണ് പറഞ്ഞുകൂടാത്തത്.. അതൊക്കെ സത്യമാവണം എന്നുണ്ടോ..?' അനുരാധ ചോദിച്ചു..

തന്റെ ശബ്ദത്തിൽ ദേഷ്യം കലരുന്നത് അവർ അറിഞ്ഞു..

'എന്റെ മകളെ എനിക്കറിയാം.. അവൾക്ക് അവളെ സൂക്ഷിക്കാനുമറിയാം..'

'അയ്യോ.. എന്നോട് ദേഷ്യപ്പെടല്ലേ.. ഞാൻ നിന്നോടുള്ള ഇഷ്ടം കൊണ്ട് പറഞ്ഞതാണ്..'

മിസിസ് ദേവ്ബന്ധുവിന്റെ ശബ്ദം അനുരാധയോടുള്ള അനുതാപം കൊണ്ടെന്നതുപോലെ മൃദുലമായി..

'...ഞാൻ പോകട്ടെ. അദ്ദേഹം അന്വേഷിക്കുന്നുണ്ടാകും..'

അവർ അനുരാധയോട് യാത്ര പറഞ്ഞു വേഗം തന്റെ വീടിനെ ലക്ഷ്യമാക്കി നടന്നു...

മിസിസ് ദേവ്ബന്ധുവിനോട് എതിർത്തു പറഞ്ഞെങ്കിലും അനുരാധയുടെ മനസ് അവർ പറഞ്ഞതിനെക്കുറിച്ച് തന്നെ ചിന്തിക്കുകയായിരുന്നു... എവിടെയോ ഒരു ആപൽശങ്ക ഉള്ളതുപോലെ അവർക്ക് തോന്നി..

ഹരിയോടൊപ്പം വീടിന് മുന്നിൽ ഓട്ടോറിക്ഷയിൽ വന്നിറങ്ങുമ്പോൾ വളരെ സന്തോഷവതിയായിരുന്നുഅൻഷിത..

വണ്ടിക്കൂലി കൊടുക്കാൻ അൻഷിത തിനിഞ്ഞുവെങ്കിലും ഹരി സമ്മതിച്ചില്ല.. അയാൾതന്നെ കൊടുത്തു..

ഹരിയോട് യാത്രപറഞ്ഞ് ഗേറ്റ് കടന്ന് വീട്ടിലേക്ക് കയറുമ്പോൾ അവൾ ഒന്നുകൂടി തിരിഞ്ഞു നോക്കി.. ഹരിസാർ വാതിൽ തുറക്കുകയാണ്..

'എവിടെയായിരുന്നു ഇതുവരെ.. സമയമെത്രയായി എന്ന് വല്ല വിചാരവുമുണ്ടോ നിനക്ക്...?'

അനുരാധയുടെ ശബ്ദം അവളെ ചിന്തയിൽ നിന്നുണർത്തി.

താൻ ഒരുപാട് താമസിച്ചില്ലല്ലോ..അമ്മയ്ക്കെന്തു പറ്റി..!

'ഹരിസാറും.ഉണ്ടായിരുന്നു ടൗണിൽ.. ഞങ്ങൾ ഒരു ചായ കുടിച്ചു.. അത്രയേ താമസിച്ചുള്ളൂ...'

'ഉം...' മകളുടെ മറുപടി കേട്ട് അനുരാധ ഒന്ന് കനത്തിൽ മൂളുക മാത്രം ചെയ്തു..

അൻഷിത പച്ചക്കറി നിറഞ്ഞ സഞ്ചിയുമായി അകത്തേക്ക് കട

ന്നു.

4

'..ഹരി സാർ...തുറന്ന് ചോദിക്കുന്നത് കൊണ്ട് എന്നോട് വിരോധമൊന്നും തോന്നരുത്..'

മുഖവുരയോടെ അനുരാധ പറഞ്ഞുതുടങ്ങിയപ്പോൾ ഹരി ജാഗരൂകനായി.

സാധാരണ നീണ്ട സംഭാഷണമൊന്നും അവരുമായി തനിക്ക് ഒരിക്കലും ഉണ്ടായിരുന്നില്ലല്ലോ.. മുൻപ് അൻഷിത പറഞ്ഞ വാക്കുകളിൽ നിന്നും ലഭിച്ച പ്രേരണ മൂലം പിന്നീട് എപ്പോഴെങ്കിലും ഒരു ചിത്രപ്രദർശനം നടത്താനുള്ള തയാറെടുപ്പിലായിരുന്നു രാവിലെമുതൽ . കുറച്ചു ചിത്രങ്ങൾ കൂടി വരയ്ക്കണമെന്ന് കരുതി ബ്രഷും പെയിന്റുമൊക്കെ എടുത്തതാണ്. ഒരെണ്ണം വരച്ചു. ഉച്ച കഴിഞ്ഞ് ഒരു ക്യാൻവാസ് ബോർഡ് അടിച്ചപ്പോഴാണ് മിസിസ് ചാറ്റർജിയുടെ വരവ്. മുറ്റത്ത് നിന്ന് തന്നെ വിളിച്ചു അവർ.. സന്തോഷത്തോടെ അകത്തേക്ക് ക്ഷണിച്ച് ഒരു കസേര നീക്കിയിട്ട് ഇരിക്കാൻ പറഞ്ഞതിന് ശേഷം ആണ് അവർ അല്പം മനോസംഘർഷത്തിലാണെന്ന് തനിക്ക് മനസിലായത്..

ഹരി ചോദ്യഭാവത്തിൽ അനുരാധയെ നോക്കി..

'...നോക്കു.. സർ, ഞാൻ കുറെ നാളായി ഇത് പറയണം എന്ന് കരുതുന്നു.. സാർ ഞങ്ങളെ വിഷമഘട്ടത്തിൽ ഒരുപാട് സഹായിച്ചിട്ടുണ്ട്..'

തന്റെ മനസിൽ അവർ പറഞ്ഞുവരുന്നത് എന്താണെന്നറിയാനുള്ള ആകാംഷ വർധിക്കുന്നത് ഹരി അറിഞ്ഞു.

'അൻഷിതയെക്കുറിച്ച് സാറിന് അറിയാമല്ലോ, നിങ്ങൾ തമ്മിലുള്ള അടുപ്പത്തെക്കുറിച്ച് അവൾ എന്നോട് പറഞ്ഞിട്ടുണ്ട്...'

അവർ പറഞ്ഞുവരുന്നത് എന്താണെന്ന് ഹരിക്ക് മനസിലായി.. താൻ ഭയന്ന നിമിഷങ്ങൾ അടുത്തെത്തിയിരിക്കുന്നു..!

'ഞങ്ങൾക്ക് സാറിനെക്കുറിച്ച് കാര്യമായി ഒന്നും അറിയില്ല.. സാറിന്റെ കുടുംബത്തേക്കുറിച്ച് ഒന്നും അറിയില്ല..'

അനുരാധ ഒരു നിമിഷം നിർത്തി.. വീണ്ടും പറഞ്ഞുതുടങ്ങിയപ്പോൾ അവർക്ക് കൂടുതൽ ആത്മവിശ്വാസമുണ്ടായിരുന്നു..

'... നാട്ടുകാർ പലതും പറഞ്ഞേക്കാം. അവൾ ഒരു പെൺകുട്ടിയല്ലേ..! ലോകം ഒരുപാടൊന്നും മാറിയിട്ടില്ല എന്ന് സാറിനറിയാമല്ലോ... എന്താണെങ്കിലും സാറിന് പറയാനുള്ളത് കേൾക്കാനാണ്

ഞാനിപ്പോൾ വന്നത്.'

അവരുടെ വാക്കുകൾക്ക് എന്ത് മറുപടി പറയണം എന്ന ചിന്തയോടെ ഹരി നിശബ്ദനായി. താനിത് പ്രതീക്ഷിച്ചതാണ്.. പക്ഷേ, ഈ നിമിഷം ഇത്ര പെട്ടെന്ന് അടുത്തെത്തുമെന്ന് കരുതിയില്ല..

പറഞ്ഞുകൊണ്ടിരുന്നത് നിർത്തിയശേഷം അനുരാധ ഹരിയുടെ മുഖത്തേക്ക് നോക്കി..അയാൾ ചിന്തിക്കുകയാണ് എന്ന് വ്യക്തം.

'...എനിക്കിനി മകളായിട്ടും മകനായിട്ടും അവൾ മാത്രമേയുള്ളൂ.. എന്റെ ജീവിതത്തിന്റെ പ്രതീക്ഷയും അവളാണ്. എനിക്ക് അവളെ ദൂരേക്ക് അയക്കാൻ കഴിയില്ല. അവൾക്കും പോകാൻ താല്പര്യമില്ല.'

അവർ പറയുന്നത് സത്യമാണെന്ന് ഹരിക്കറിയാമായിരുന്നു. മുൻപ് അൻഷിതയും സൂചിപ്പിച്ചതാണ്.

'അതുകൊണ്ടാണ് സാറിനെക്കുറിച്ചും നാടിനെക്കുറിച്ചും എല്ലാം അറിയണം എന്ന് ഞാൻ പറഞ്ഞത്... യഥാർത്ഥത്തിൽ നിങ്ങളെ അവളുടെ ഭർത്താവായി സങ്കല്പിക്കുന്നതിൽ എനിക്കൊരു ബുദ്ധിമുട്ടും ഇല്ല.. പക്ഷേ അത്തരം ചിന്തകൾക്കപ്പുറത്ത് ഞാനൊരു ഉത്തരവാദിത്വമുള്ള അമ്മയല്ലേ.'

അവർ പറയുന്നത് എല്ലാം ഹരി നിശബ്ദനായി കേട്ടിരുന്നു..

തന്റെ മനസ് ആകെ കലങ്ങിയ അവസ്ഥയിലായിരിക്കുന്നു.. മനസിലെ ഭൂതകാലച്ചെപ്പിൽ താൻ അടച്ചുവെച്ചതെല്ലാം തുറന്നു പറയേണ്ട സമയം വന്നിരിക്കുന്നു. ഇനിയും മൂടിവെക്കുന്നതിൽ അർത്ഥമില്ല. ആരെയും വിഷമിപ്പിക്കാൻ തനിക്ക് വയ്യ.. അവർ പറയുന്നതും ശരിയാണ്.

ആകെ പരിക്ഷീണനായ പോലെ ഇരിക്കുന്ന ഹരിയെ നോക്കിയിരിക്കെ അനുരാധ അസ്വസ്ഥയായി.. ഹരിയോടൊപ്പം കൂടുതൽ സമയം ചെലവഴിക്കുന്നതിനെക്കുറിച്ച് മകളോട് കഴിഞ്ഞ ദിവസം ചെറിയൊരു വഴക്ക് ഉണ്ടാക്കിയിരുന്നത് അവർ ഓർത്തു. അവൾ വലിയ വാശിക്കാരിയാണ്.. പഴയകാലഘട്ടത്തിന്റെ പല മൂല്യങ്ങളും ആവശ്യമില്ലത്തവയായി കരുതുന്ന ഒരു പുതിയ തലമുറയുടെ ഭാഗമാണ്. മറ്റൊരു വഴിയിലേക്ക് ഇവരുടെ അടുപ്പം തിരിയുന്നതിന് മുന്നേ താനിടപെടുന്നത് നല്ലതാണ് എന്ന് തോന്നിയതുകൊണ്ടാണ് ഇന്ന് സംസാരിക്കാൻ തീരുമാനിച്ചത്. താൻ വരുമ്പോൾ ഹരി വരയ്ക്കാനുള്ള തയാറെടുപ്പിലായിരുന്നു.. മുൻപൊരിക്കൽ ലോകം അറിയുന്ന ആളാകും ഹരി എന്ന് അൻഷിത പറഞ്ഞത്

അനുരാധയുടെ ഓർമ്മയിലേക്കെത്തി.

അവൾക്ക് ഹരിയോട് വളരെ മതിപ്പാണ്.. എന്തുപറഞ്ഞാലും അവൾ കേൾക്കില്ല. സ്നേഹിക്കുന്നവർക്ക് സ്നേഹം മാത്രമാണ് ശരി.. അത് തെറ്റാണ് എന്ന് പറയാനും കഴിയില്ലല്ലോ.

'..നിങ്ങൾ രണ്ടുപേരും വിദ്യാഭ്യാസം ഉള്ളവരാണ്.. അവളെക്കാൾ നിങ്ങൾക്ക് ഒരുപാട് ലോകപരിചയവുമുണ്ട്.. ഇത് ഇപ്പോൾ തുറന്ന് പറഞ്ഞില്ലെങ്കിൽ ശരിയാവില്ല എന്ന് തോന്നിയത് കൊണ്ടാണ് സംസാരിക്കുന്നത്..'

അനുരാധ പറഞ്ഞു നിർത്തി ഹരിയുടെ വാക്കുകൾക്കായി കാതോർത്തു

മിസിസ് ചാറ്റർജി 'പറയൂ' എന്ന വാക്ക് ഉപയോഗിക്കാതെ തന്നെ നിർബന്ധിക്കുകയാണ്.. അവർക്ക് അതിനുള്ള അവകാശവുമുണ്ട്..

'മിസിസ് ചാറ്റർജി.... അൻഷിത വീട്ടിലുണ്ടെങ്കിൽ ഒന്ന് വിളിക്കാമോ.. എനിക്ക് പറയാനുള്ളത് നിങ്ങളോട് രണ്ട് പേരോടുമാണ്.'

ഹരിയുടെ വാക്കുകൾ അവരിൽ അത്ഭുതമുണ്ടാക്കിയെങ്കിലും അവർ ഫോണിൽ അൻഷിതയെ വിളിച്ചു.. അവർ വിളിക്കാൻ കത്തുനിന്നതുപോലെ അൻഷിത വീടിന് പുറത്തേക്കിറങ്ങി വരുന്നത് ജനലിലൂടെ ഹരി കണ്ടു.

ഇതാണ് നല്ലത്..എല്ലാം തുറന്ന് പറയാം. തീരുകയാണെങ്കിലും തുടങ്ങുകയാണെങ്കിലും അത് ഈ നിമിഷത്തിൽ നിന്ന് തന്നെയാകട്ടെ. വിടാതെ പിന്തുടരുന്ന ഒരു സത്യത്തിൽ നിന്ന് ഒരുപാടുകാലത്തേക്ക് ഓടിയൊളിക്കാൻ കഴിയില്ല എന്നത് സത്യമാണ്. ഒരിക്കലെങ്കിലും അതിനെ തിരിഞ്ഞു നിന്ന് എതിരിട്ടേ പറ്റൂ. ജീവിതത്തിൽ പ്രായോഗീകതയ്ക്കപ്പുറം സത്യസന്ധത നിർബന്ധിതമായ ചില നിമിഷങ്ങളുണ്ട്.. ചില ബന്ധങ്ങളുണ്ട്.. അവരോട് താൻ നുണകൾ പറഞ്ഞിട്ടോ മറച്ചുവെച്ചിട്ടോ എന്ത് നേടാനാണ്..

ഹരി സ്വയം സാമാധാനിപ്പിക്കാൻ ശ്രമിച്ചു.. തനിക്ക് വേണമെങ്കിൽ എല്ലാം മറച്ചുവെയ്ക്കാം.. ആരും അറിയാൻ പോകുന്നില്ല.. പക്ഷേ, അൻഷിതയോട് അങ്ങനെ ചെയ്യാൻ കഴിയുന്നില്ല.

ഗേറ്റ് തുറന്ന് ആകാംഷ നിറഞ്ഞ മുഖവുമായി അൻഷിതയെത്തി.. ചെറിയൊരു പകപ്പുണ്ടായിരുന്നു അവളുടെ മുഖത്ത്..

ഒരു കസേര നീക്കിയിട്ട് അവളോട് ഇരിക്കാൻ പറഞ്ഞു ഹരി.. അമ്മയെ ഒന്ന് നോക്കിയ ശേഷം അൻഷിത അല്പം മടിയോടെ

കസേരയിൽ ഇരുന്നു.

'ഞാൻ പറയുന്ന കാര്യങ്ങൾ ശ്രദ്ധിച്ചു കേൾക്കണം..'

ഹരി പറഞ്ഞുതുടങ്ങി..

'ഞാനൊരു സാധാരണക്കാരനായ മനുഷ്യനാണ്.. ആരെയും പറ്റിക്കാൻ ഞാൻ ആഗ്രഹിക്കുന്നില്ല.. പ്രത്യേകിച്ചും നിങ്ങളെ രണ്ടുപേരെയും. ഞാൻ പറയുന്നത് എല്ലാം സത്യമാണ്.'

അവസ്ഥതയോടെ, കോടതിമുറിയിൽ നില്കുന്നതുപോലെ ഹരി പറയുന്നത് കേട്ട് അൻഷിതയുടെ മനസിൽ ശങ്ക പടർന്നു..

ഹരി കസേരയിൽ ഇരിക്കെ കൈകൊണ്ട് മുഖവും കണ്ണും ആവർത്തിച്ച് തുടച്ചു. അയാൾ സംഘർഷാവസ്ഥയിലാണ് അങ്ങനെ ചെയ്യാറുള്ളത് എന്ന് അൻഷിതയ്ക്ക് അറിയാമായിരുന്നു.

ഹരിസാർ ഗൗരവമായതെന്തോ പറയാൻ തുടങ്ങുകയാണ്..

അവർ രണ്ടുപേരും കാത് കൂർപ്പിച്ചു...

'മിസിസ് ചാറ്റർജി... ഞാനൊരു കൊലപാതകിയാണ്..'

കുറ്റബോധത്തിന്റെ ചുവയുള്ള ഹരിയുടെ വാക്കുകൾ ആദ്യം അവിശ്വസനീയമായിത്തോന്നിയെങ്കിലും ശബ്ദത്തിൽ നിറഞ്ഞുനിന്ന സത്യസന്ധത അവരിലേക്ക് ഒരു നടുക്കമായി പടർന്നു..!

അഞ്ച്

1

'മോനെ.. ഹരിക്കുട്ടാ...'

മുന്നിൽ നിവർത്തിവെച്ച പുസ്തകത്തിൽ നിന്നും മുഖമുയർത്തി ഹരി അമ്മയെ തിരിഞ്ഞു നോക്കി..

'അച്ഛൻ വരാറായി...മോൻ ഒന്നും പറയരുത് ട്ടൊ..!'

അമ്മയുടെ ശബ്ദത്തിൽ ഒരു യാചനാഭാവം കലർന്നിട്ടുണ്ട്. ഒന്ന് രണ്ട് വർഷങ്ങളായി അമ്മയ്ക്ക് തന്നെക്കുറിച്ച് ഭയമാണ്. അച്ഛനോട് എതിർത്ത് എന്തെങ്കിലും പറഞ്ഞാൽ അതുവലിയ വഴക്കാകും എന്ന് അമ്മയ്ക്കറിയാം.

ഓർമ്മവെച്ച കാലം മുതൽ എല്ലാ വൈകുന്നേരങ്ങളിലും കരയുന്ന അമ്മയുടെ മുഖമേ താൻ കണ്ടിട്ടുള്ളു എന്ന് ഹരിയോർത്തു.

'അച്ഛൻ വന്ന് എന്ത് ബഹളമുണ്ടാക്കിയാലും മോൻ പുറത്തുവരണ്ട.. മുറിയിലിരുന്ന് പഠിച്ചോ.. നാളെകഴിഞ്ഞ് പരീക്ഷയല്ലേ..'

അമ്മയുടെ ഓർമ്മപ്പെടുത്തലുകൾക്ക് പിന്നിൽ തന്റെ പരീക്ഷയെക്കുറിച്ചുള്ള പേടിയല്ല, അതിലപ്പുറം അച്ഛനോട് താൻ വഴക്കുണ്ടാക്കുമോ എന്ന പേടിയാണ്. പ്ലസ് വൺ പരീക്ഷ നാളെകഴിഞ്ഞ് തുടങ്ങുകയാണ്. സയൻസ് ഗ്രൂപ്പ് ഇഷ്ടപ്പെട്ട് എടുത്തതാണ്. എങ്ങനെയെങ്കിലും പഠിച്ച് ഒരു ജോലിയിൽ എത്തണം.. എന്നിട്ട് അമ്മയെയും കൂട്ടി ഈ നരകത്തിൽ നിന്ന് എങ്ങോട്ടെങ്കിലും രക്ഷപ്പെടണം എന്ന ആഗ്രഹം മനസിൽ കയറിക്കൂടിയിട്ട് കാലങ്ങളായി.

ആദ്യമൊക്കെ അച്ഛൻ വഴക്കുണ്ടാക്കുമ്പോൾ പേടിച്ച് താൻ മുറിക്കുള്ളിൽ ഒളിച്ചിരിച്ചിക്കുമായിരുന്നു...ഒടുവിൽ തെറിയും തല്ലും സഹിക്കാൻ കഴിയാതെയാണ് പ്രതികരിച്ചുതുടങ്ങിയത്.. അന്നുമുതൽ അമ്മയ്ക്ക് ഭയമാണ്. താനോ അച്ഛനോ അമ്മയ്ക്ക് നഷ്ടപ്പെടുമോ എന്ന ഭയം..എത്രയോ തവണ എങ്ങോട്ടെങ്കിലും പോകാം

എന്ന് അമ്മയോട് പറഞ്ഞിരിക്കുന്നു! അമ്മയ്ക്ക് ആരേയും നഷ്ട പ്പെടുത്താൻ ആകില്ല. അതാണ് അമ്മയുടെ പരാജയം എന്ന് ചില പ്പോൾ തോന്നിയിട്ടുണ്ട്..

ഹരി മുറിക്ക് പുറത്തേക്കിറങ്ങുമ്പോൾ അമ്മ മുറ്റത്തിനരികിൽ കഴുകാനായി വെച്ച പാത്രങ്ങൾ തിരക്കിട്ട് കഴുകുകയായിരുന്നു..

ഈ സമയത്തെങ്ങാനും അച്ഛൻ വന്നാൽ പാത്രങ്ങൾക്കെല്ലാം ചിറക്കുമുളയ്ക്കുമെന്ന് ഹരിയോർത്തു.. തന്നെക്കാൾ രണ്ട് വയസി ന് മൂത്തതാണ് ചേച്ചി. എങ്കിലും തന്റെ അത്രയും പോലും ക്ഷമയി ല്ല. മാത്രമല്ല വാശിക്കാരിയുമാണ്. ഒരിക്കൽ അച്ഛൻ മദ്യപിച്ച് തെറി പറഞ്ഞപ്പോൾ എതിർത്തുപറഞ്ഞു. അന്ന് അച്ഛൻ ചേച്ചിയെ ഒരു പാട് തല്ലി. പക്ഷേ, എന്നിട്ടും ചേച്ചി കരഞ്ഞില്ല. ചേച്ചിയെ ഇനി ഇവിടെ നിർത്തണ്ട എന്ന പറഞ്ഞ് മൂത്ത അമ്മാവൻ അവരുടെ വീട്ടിലേക്ക് കൂട്ടികൊണ്ട്പോയതാണ്. ഇഷ്ടമല്ലെങ്കിലും, അച്ഛന്റെ കൂടെ ഇവിടെ ജീവിക്കുന്നതിലും നല്ലത് അതാണ് എന്ന് പറഞ്ഞ് അമ്മ ചേച്ചിയെ സമ്മതിപ്പിച്ചു. അതിന്റെ ഫലം അമ്മയ്ക്ക് പിറ്റേ ന്ന് അച്ഛന്റെ കൈയ്യിൽ നിന്ന് കിട്ടി. അമ്മയുടെ വെട്ടാനായി കത്തി യെടുക്കാൻ അച്ഛൻ വിറകുപുരയിലേക്ക് പോയ സമയത്ത് അമ്മ യുടെ കൈപിടിച്ച് താൻ കുന്നിൻ മുകളിലേക്ക് ഓടുകയായിരുന്നു. എങ്ങനെയാണ് അമ്മയ്ക്ക് സഹിക്കാൻ കഴിയുന്നത് എന്നത് തനി ക്കത്ഭുതമാണ്. അമ്മയ്ക്ക് അച്ഛനെ ഇട്ടിട്ടു പൊയ്ക്കൂടേ എന്ന് ഒരി ക്കൽ ചോദിച്ചപ്പോൾ എങ്ങോട്ട് പോകാനാണ്..എങ്ങനെയാണ് ജീവിക്കുക എന്നായിരുന്നു അമ്മയുടെ മറുചോദ്യം. അമ്മയ്ക്ക് ഭയ മായിരുന്നു. സ്വയം ഒന്നിനും കഴിവില്ല എന്ന തോന്നലാണ് അമ്മ യ്ക്ക്. നല്ല സാമ്പത്തികശേഷി ഉണ്ടായിരുന്ന അമ്മയുടെ വീട്ടുകാർ അങ്ങനെയാണ് അമ്മയെ വളർത്തിയത്.

സ്വന്തമായി സമ്പാദിക്കാൻ കഴിയാത്ത ഒരു സ്ത്രീയ്ക്കും സ്വന്തന്ത്രമായി ജീവിക്കുന്നതിനെക്കുറിച്ച് ചിന്തിക്കാൻ പോലും ധൈ ര്യമുണ്ടാവില്ല എന്ന് ഒരിക്കൽ ക്ലാസ്സ് എടുത്തുകൊണ്ടിരിക്കുമ്പോൾ ബാലകൃഷ്ണൻ സാർ പറഞ്ഞത് ഹരിയോർത്തു. തനിക്കപ്പോൾ ഓർമവന്നത് അമ്മയെയാണ്. വർഷങ്ങളായി ഒരു മാറ്റവുമില്ലാതെ തുടരുന്ന ഒന്നാണ് അച്ഛന്റെ മദ്യപാനം.. ഈ കുടിയൊന്ന് നിർത്തി ക്കൂടെ എന്ന് താൻ ഒരിക്കൽ അച്ഛനോട് ധൈര്യം സംഭരിച്ച് ചോ ദിച്ചതാണ്.

'എടാ പട്ടിക്കഴുവേറി..' എന്നത് മാത്രമായിരുന്നു അന്ന് അച്ഛൻ പറഞ്ഞതിൽ മറ്റുള്ളവർ കേൾക്കെ പറയാൻ പറ്റുന്ന ഒരേയൊരു

തെറി. അച്ഛന്റെ കൈയ്യിൽ കിട്ടിയാൽ അന്ന് തന്നെ കൊല്ലുമായിരുന്നു. പുറമെ നിന്ന് ആരെങ്കിലും ഇടപെടാൻ വന്നാൽ പിന്നെ അവരോടാകും.. പിന്നാലെ അമ്മയ്ക്കുള്ളത് കിട്ടും. വന്നവരും അമ്മയും തമ്മിലുള്ള ഇല്ലാത്ത അവഹിതബന്ധത്തിന്റെ കഥകൾ അച്ഛൻ തെറിപ്പാട്ട്കെട്ടി പാടുമ്പോൾ താൻ ചെവി പൊത്തിയിരിക്കും.. ഒരിക്കൽ അമ്മയെ തല്ലുന്നത് കണ്ടിട്ട് സാധുവായ മേപ്പുറത്തെ രാഘവേട്ടൻ 'എന്തിനാ ദിവാകരാ നീ അവളെ തല്ലുന്നത്' എന്ന് ചോദിച്ചതാണ്.. പാവത്തിന്റെ രണ്ട് പല്ല് അന്ന് പോയി.

അമ്മയെ വിളിക്കാതെ ഹരി അടുക്കളയിൽ പോയി വെള്ളമെടുത്ത് കുടിച്ച് തിരികെ വന്നു.. പുസ്തകത്തിലേ കറുത്ത അക്ഷരങ്ങളിലേക്ക് നോക്കിയിരിക്കുമ്പോൾ ചിന്തയിലേക്ക് തന്റെ ജീവിത ചിത്രങ്ങൾ കറുത്ത വേട്ടയുറുമ്പുകളെപ്പോലെ നിരയിട്ടുവരുന്നത് ഹരി കണ്ടു..

നല്ല ആരോഗ്യമുള്ള ആളായത്കൊണ്ട് അച്ഛനെ എല്ലാവർക്കും പേടിയാണ്. നാട്ടിൽ മീശ വിറപ്പിച്ച് നടക്കുന്നവരെല്ലാം അച്ഛന്റെ കൂട്ടുകാരുമാണ്. മരം ലോഡിങ് കഴിഞ്ഞ് വൈന്നേരം കമ്പി എടുത്ത് തോളിൽ വെച്ച് ആടിയാടി വീട്ടിൽ വരും. ചില ദിവസങ്ങളിൽ അച്ഛൻ താമസിച്ചാണ് വീട്ടിൽ വരിക.. അന്ന് ലോഡിങ്ങിന് കൊണ്ടുപോകുന്ന കമ്പി തോളിൽ ഉണ്ടാവില്ല..

'നിന്റെ കെട്ടിയോന്റെ കമ്പി ആ തേവിടിശ്ശി ശ്യാമളയുടെ വീട്ടിൽ ആണല്ലോ രത്നമ്മേ..?' ഒരിക്കൽ അയൽക്കാരി ജാനാകിയേട്ടത്തി അമ്മയെ കളിയാക്കി. അന്നതിന്റെ അർത്ഥം തനിക്ക് മനസിലായില്ല. അത് മനസിലാക്കാൻ കുറേക്കാലം എടുത്തു..! കാണുമ്പോഴൊക്കെ തന്നോട് വലിയ സ്നേഹം കാണിക്കുന്ന ശ്യാമളയെ പക്ഷേ, തനിക്ക് കണ്ടുകൂടാ.. എന്തോ വെറുപ്പാണ് അവർ അടുത്തുവരുമ്പോൾ.

അച്ഛന്റേത് വലിയ തറവാടായിരുന്നു. ഇളയ മകനായ അച്ഛൻ തനിക്ക് വീതം കിട്ടിയതെല്ലാം കുടിച്ചും ചീട്ടുകളിച്ചും നശിപ്പിച്ചതാണ്.. സ്വന്തം പങ്ക് കിട്ടിയത് തീർന്നപ്പോൾ അമ്മയുടെ വീതം ചോദിക്കാൻ നിർബന്ധിച്ചു.. ഒടുവിൽ അതും തീർത്തു.. ഇപ്പോൾ ഒന്നരയേക്കർ പറമ്പും വീടുമുണ്ട് ആകെ ബാക്കി.. അച്ഛന്റെ സ്വഭാവം അറിയുന്ന അച്ഛച്ഛൻ തന്റെ പേർക്ക് എഴുതിയിട്ടതാണ്. അതിന് മരിച്ചു മണ്ണടിഞ്ഞിട്ടും ഇന്നും അദ്ദേഹത്തിനെ തെറി പറയും അച്ഛൻ.. അമ്മയ്ക്ക് എല്ലാത്തിനും സാക്ഷിയായിരിക്കാനെ കഴിയുന്നുള്ളൂ.

അയനാന്തരങ്ങൾ

ചില ദിവസങ്ങളിൽ അമ്മയുടെ മുഖത്ത് അച്ഛന്റെ കൈ പതിഞ്ഞ കരിവാളിപ്പ് കാണാം. ഒരിക്കൽ കറുത്ത് കിടക്കുന്ന അമ്മയുടെ പുറം എണ്ണയിട്ട് ഉഴിഞ്ഞ് കൊടുത്തപ്പോൾ അമ്മ കാണാതെ താൻ കരഞ്ഞു.. ഒന്നും ചെയ്യാനാകുന്നില്ലല്ലോ എന്ന സങ്കടമായിരുന്നു മനസ് നിറയെ. ഇപ്പോൾ ആകെ മടുത്തിരിക്കുന്നു..

അമ്മ മിണ്ടിയാൽ 'അവളുടെയൊരു നാക്ക്..ഞാൻ വിയർത്ത് കൊണ്ടുവരുന്നത് നക്കിയിട്ട് എന്നോട് മുന്നോട്ട് വെയ്ക്കുന്നോ.. നായെ' എന്ന് പറഞ്ഞ് വഴക്കുണ്ടാകും.. മിണ്ടാതിരുന്നാൽ.. 'എന്താടി നിന്റെ നാക്കിറങ്ങി പോയോ..' എന്ന് പറഞ്ഞ് തല്ലും.. എത്ര മുളക് ചേർത്താലും കറിക്ക് എരിവ് ഇല്ലെന്നാണ് അച്ഛൻ പറയുക.. ചാരായം കുടിച്ച് രുചി പോയതാണെന്നെങ്ങാനും അമ്മ പറഞ്ഞു പോയാൽ പിന്നെ ആകെ വഴക്കാകും..

ആകെയൊരു രക്ഷ വീടിരിക്കുന്ന കുന്നാണ്.. പറമ്പിന്റെ ആദ്യത്തെ അരയേക്കർ നിരന്ന ഭാഗമാണ് അതുകഴിഞ്ഞാൽ കുന്നാണ്. അച്ഛൻ തല്ലാൻ ഓടിക്കുമ്പോൾ അമ്മയെയും കൂട്ടി താൻ അങ്ങോട്ടാണ് പോകുക. തങ്ങളെ കാണാതെ വരുമ്പോൾ അച്ഛൻ ഉറക്കെ തെറി പറയും.. നാട്ടിലുള്ള എല്ലാ ആണുങ്ങളുടെയും പേര് പറഞ്ഞ് അമ്മ അവരുടെയൊപ്പം പോയി എന്ന് പറയും.. ഒടുവിൽ വെളുപ്പിന് മൂന്ന് മണിയാകുമ്പോഴേക്കും ബഹളമടങ്ങി തങ്ങൾ ഇറങ്ങിവരുമ്പോൾ അച്ഛൻ വീടിന്റെ തിണ്ണയിൽ മലർന്നുകിടന്നു കൂർക്കം വലിക്കുന്നുണ്ടാകും....

എല്ലാ ദിവസവും മുടങ്ങാതെ അച്ഛൻ തന്റെ മനസിൽ വരയ്ക്കുന്ന ആ കറുത്ത ചിത്രത്തിൽ നിന്ന് ഹരി പുറത്തേക്ക് മുഖം തിരിച്ചു..

നേരം ഇരുട്ടിത്തുടങ്ങിയിട്ടുണ്ട്.. ഇനി.. !

'മോനെ ... അച്ഛൻ വരുന്നുണ്ട്..' ഭയം നിറഞ്ഞ ശബ്ദത്തോടെ അമ്മ പറഞ്ഞു.'ഇന്ന് നല്ലോണം കുടിച്ചിട്ടുണ്ട്.. എന്ത് പറഞ്ഞാലും മോൻ ഒന്നും പറയല്ലേ..'

'നായിന്റെ മോനെ... നിന്റെ തള്ളേടെ......'

അച്ഛന്റെ ശബ്ദം ഉയർന്ന് കേൾക്കാം.

ആരേയോ തെറി പറയുകയാണ്..

ഇടറുന്ന പാദങ്ങൾ അടുത്തു വരുന്നു..തന്റെ നെഞ്ച് വേഗത്തിൽ മിടിക്കുന്നു എന്ന് ഹരിക്ക് തോന്നി.. ജനലിലൂടെ വരാന്തയിലേക്ക് നോക്കവേ അച്ഛൻ തൂണിൽ പിടിച്ച് നിക്കുന്നത്കാണാം. രോമം നിറഞ്ഞ നെഞ്ചും വയറും കാണത്തക്ക വിധം ഷർട്ടിന്റെ കുടുക്കു

കൾ ഒന്നൊഴികെ ബാക്കിയെല്ലാം പോയിട്ടുണ്ട്...

'ചോറെടുക്കെടി നായെ...'

വരാന്തയിലേക്ക് കയറി വന്ന അച്ഛന്റെ ചെമ്പരത്തിപ്പൂവുപോലെ ചുവന്ന കണ്ണുകളിൽ നിന്ന് അമ്മയോടുള്ള വെറുപ്പും ആരോടോക്കെയോ ഉള്ള ദേഷ്യവും ചിതറുന്നുണ്ട്.. അമ്മ വേഗം അടുക്കളയിലേക്ക് പോയി. നടുമുറിയിലേക്ക് കയറിയ അച്ഛൻ മേശയുടെ അടുത്തേക്ക് കസേര നിരക്കിയിട്ട് ഇരിക്കുന്നത് പാതിചാരിയ വാതിലിലൂടെ ഹരി കണ്ടു..

അച്ഛനെ പ്രതീക്ഷിച്ച് ചോറെടുത്ത് മേശപ്പുറത്ത് വെച്ചിരുന്നത് മൂടി തുറന്ന്, ഒരു ഗ്ലാസിൽ വെള്ളവും എടുത്ത് അടുത്ത് വെച്ചിട്ട് അമ്മ അച്ഛന്റെ കൈയ്യകലത്തിൽ നിന്ന് മാറി കണ്ണിൽ നിറഞ്ഞ ഭയത്തോടെ നിന്നു...

കറിയെടുത്ത് മുഴുവനായി ചോറിലേക്കോഴിച്ച് കഴുകാത്ത കൈകൊണ്ട് കുഴച്ച് ഒരു ഉരുള അച്ഛൻ വായിലേക്കിട്ടു...

പിന്നെ അച്ഛൻ വായ് തുറന്നപ്പോൾ പുറത്ത് വന്നത് ഒരു തെറിയാണ്..

'എന്നാ....പൂ..... ആണെടി ഉണ്ടാക്കി വെച്ചിരിക്കുന്നത്...? ഉപ്പുമില്ല എരിവുമില്ല.. ഇത് പട്ടിപോലും തിന്നില്ല..'

തെറിക്ക് പിന്നാലെ ചോറുപാത്രം അമ്മയ്ക്ക് നേരെ പറന്ന് ചെല്ലുന്നത് ഹരി കണ്ടു..

കണ്ണിൽ എരിവുള്ള കറി വീണ് അമ്മ കരഞ്ഞുകൊണ്ട് പുറത്തേക്കോടി..

അച്ഛന്റെ തെറിവാക്കുകൾക്കൊപ്പം വെളുപ്പിൽ ചുവപ്പ് രാശി പടർന്ന കുഞ്ഞുപൂക്കൾ പോലെ ചോറ് മുറിയിൽ നിറയെ തെറിച്ചു വീണു.

2

കുന്നിൻമുകളിൽ കാടുവെട്ടാത്ത പറമ്പിൽ കരിയിലയും ചുള്ളിക്കമ്പുകളും എരിയുന്ന വെളിച്ചത്തിൽ പുസ്തകം മടിയിൽ വെച്ച് ഹരി ഇരുന്നു..

വലുതായി തീകൂട്ടാൻ തനിക്ക് ഭയമാണ്.. അച്ഛൻ കണ്ടാലോ.. ഭയന്ന് വിളർത്തതുപോലെ ആളുന്ന ചെറുതീയുടെ വെളിച്ചത്തിനപ്പുറം ഇരുട്ടാണ്. മുകളിൽ പേടിപ്പെടുത്തുന്ന ഭാവത്തിൽ മരത്തലപ്പുകളുടെ കറുത്ത നിഴൽ കാണാം. അതിനുമപ്പുറം മരങ്ങൾക്കിട

യിലൂടെ കാണാവുന്ന, പ്രകാശം കുറഞ്ഞ ആകാശം. അത് തന്റെ തന്നെ മനസാണെന്ന് ഹരിക്ക് തോന്നി.. പ്രതീക്ഷകളസ്തമിച്ചവരുടെ മനസുപോലെ.. പ്രകാശമില്ലാതെ

കുറെ നേരമായി ഇരിപ്പ് തുടങ്ങിയിട്ട്. താഴെ വീട്ടിൽ നിന്ന് അച്ഛന്റെ ശബ്ദം മങ്ങി കേൾക്കാം.. ഇടയ്ക്ക് അത് ഉയർന്നുവരും.. പിന്നെ പതിയെ താഴും. തെറിവാക്കുകളുടെ ഒഴുക്കു നിലയ്ക്കുന്നില്ല..! അമ്മയെയും തന്നെയും കാണാത്തതിൽ ഉള്ള ദേഷ്യമാണ് തീർക്കുന്നത്.

വൈകിട്ട് അമ്മയെ തല്ലാൻ തുടങ്ങിയതാണ് അച്ഛൻ.. അമ്മയുടെ കാതിൽ ആകെയുള്ള മൊട്ടുകമ്മൽ വിൽക്കാൻ ചോദിച്ചിട്ട് കൊടുത്തില്ല എന്നതായിരുന്നു കാരണം.. അമ്മയുടെ കാതിൽ നിന്നും ബലമായി പറിച്ചെടുക്കാനുള്ള ശ്രമമായിരുന്നു. അമ്മ വേദനകൊണ്ട് കരയുന്നത് കേട്ടപ്പോഴാണ് താൻ അച്ഛനെ തള്ളിമാറ്റി അമ്മയെ പിടിച്ചുവലിച്ചുകൊണ്ട് കുന്നിമുകളിലെ ഇരുട്ടിലേക്ക് ഓടിയത്.. അത്തരം സന്ദർഭങ്ങളിൽ പുസ്തകവും വിളക്കും ഒരു വെട്ടുകത്തിയും നേരത്തെ തയാറാക്കി വെച്ചിട്ടുണ്ടാകും.. വർഷങ്ങളായുള്ള ശീലമാണ്. കുഞ്ഞായിരുന്ന സമയത്ത് അച്ഛൻ ഓടിക്കുമ്പോൾ, തന്നെ എടുത്തുകൊണ്ട് ഒളിച്ചിരിക്കുമായിരുന്നു എന്ന് അമ്മ പറഞ്ഞ് കേട്ടിട്ടുണ്ട്. അമ്മയ്ക്ക് രാത്രിയെ പേടിയായിരുന്നു.. പക്ഷേ, സ്വന്തം ജീവനേക്കാൾ വലുതല്ലല്ലോ.

'കുട്ടന് ഉറക്കം വരണുണ്ടോ..? നാളെ പരീക്ഷയല്ലേ.. പഠിച്ചത് മതി..ഇനി ഉറങ്ങിക്കോ..'

കരിയില കൂട്ടിയിട്ട് തീ കത്തിച്ച് ഉറക്കം കൂടുകെട്ടുന്ന കണ്ണിമകൾക്ക് അമ്മയെ കാവലാളാക്കി മുൻപും താൻ അക്ഷരങ്ങളെ ചുട്ടുതിന്നിട്ടുണ്ട് എന്ന് ഹരിയോർത്തു. ..

പത്താം ക്ളാസിൽ പഠിക്കുന്ന സമയത്തായിരുന്നു അത്. അന്നും തനിക്ക് ഭയമായിരുന്നു.. ഇന്നുമതെ.. എങ്കിലും 'ഇനിയുമെത്രകാലം ഇങ്ങനെ' എന്ന ചോദ്യം ആരോ ഉള്ളിലിരുന്ന് ചോദിക്കുന്നുണ്ട്.. ഉത്തരമറിയാത്ത ചോദ്യം..!

അടുത്തിരിക്കുന്ന അമ്മയുടെ കണ്ണിൽ എരിയുന്ന തീയുടെ പ്രതിബിംബം കണ്ടു. സങ്കടത്തിന്റെ കനൽ എരിയുകയാണ്.. തനിക്കത് കെടുത്താൻ കഴിയുന്നില്ലല്ലോ!

തന്റെ കൈ പതിയെ കാതിൽ തൊട്ടപ്പോൾ വേദനിച്ച് ഒരു സീൽക്കാരാശബ്ദമുണ്ടാക്കി അമ്മ. പിടിവലിയിൽ അമ്മയുടെ ചെവി മുറിഞ്ഞിട്ടുണ്ട് എന്നുറപ്പാണ്..

'സാരമില്ല കുട്ടാ.. ഇതെല്ലാം അമ്മയുടെ വിധിയാ..' തേങ്ങലോടെ അമ്മ പറയുന്നത് ഹരി കേട്ടു..

'കുട്ടാ.. നിന്റെ ജീവിതത്തിലും ഒരു പെണ്ണുണ്ടാകും.. ഒരു പെണ്ണിന്റെ അവശതയിലും രോഗാവസ്ഥയിലും അവളിൽ സൗന്ദര്യം കാണാൻ കഴിയാത്തവർക്ക് അവളെ സ്നേഹിക്കാനാകില്ല എന്ന് നീയോർക്കണം.'

അമ്മ സ്വന്തം ജീവിതം ഓർത്തെടുക്കുകയാവാം.. അമ്മയ്ക്ക് സൗന്ദര്യമില്ല എന്നതും അച്ഛൻ നിത്യേന പറയുന്ന ഒരു കാരണമാണല്ലോ.

'കണ്ടാൽ പട്ടി കഞ്ഞികുടിക്കാത്ത മോന്തയാണെങ്കിലും നാല് കാശിന്റെ ഗുണമുണ്ടാകുമെന്ന് കരുതിയാ കെട്ടിയത്. ഇപ്പോൾ അതുമില്ല.' അച്ഛൻ പറയുന്നത് കേട്ടിട്ടുണ്ട്.

അന്നൊക്കെ അമ്മ നിശബ്ദയായി കരയുമായിരുന്നു..

തീയുടെ പ്രകാശവും വിളക്കും ചേർന്ന് വെളുത്ത പുസ്തകത്താളുകളിൽ നിന്ന് കറുത്ത അക്ഷരങ്ങളെ പുറത്തേക്ക് വലിച്ചിടുന്നുണ്ടെങ്കിലും തനിക്ക് അവയൊന്നും പെറുക്കിയെടുക്കാൻ ആകുന്നില്ല. ഇപ്പോൾ താനും പണ്ടത്തെപ്പോലെയല്ല..മാറിയിരിക്കുന്നു. പണ്ട് ഭയം മാത്രമായിരുന്നെങ്കിൽ ഇപ്പോൾ അച്ഛനെ കാണുമ്പോഴേ ഉള്ളിൽ വെറുപ്പ് നിറയുന്നു.. തെറി കേൾക്കുമ്പോൾ ഉള്ളിൽ ഭയത്തോടൊപ്പം ദേഷ്യവും വർദ്ധിക്കുന്നു..!

ഒരിക്കൽ കുന്നിമ്പുകളിൽ അമ്മയോടൊപ്പം ഇരിക്കെ ദേഷ്യത്തിൽ താൻ അച്ഛനെ ആദ്യമായും അവസാനമായും ഒരു തെറി പറഞ്ഞു..

അന്ന് അമ്മ തന്നോട് ദേഷ്യപ്പെട്ടു

'അങ്ങനെയൊന്നും പറയരുത്..അത് നിന്റെ അച്ഛനാണ്.'

അത്ഭുതം തോന്നിയിട്ടുണ്ട് അമ്മയ്ക്ക് ഇത് എങ്ങനെ സാധിക്കുന്നു എന്ന്..! ചരിത്രപാഠപുസ്തകത്തിൽ വിപ്ലവം നടത്തിയ അടിമകളുടെ കഥ താൻ പഠിച്ചിട്ടുണ്ട്. പക്ഷേ, ഒരു മനുഷ്യനാൽ അടിമയെപ്പോലെ അവഗണിക്കപ്പെട്ടിട്ടും അയാളോടുള്ള മര്യാദയെ ഓർക്കുകയാണ് അമ്മ.. അയാളോടുള്ള സ്നേഹത്തെ മനസിൽ സൂക്ഷിക്കുകയാണ്.

ആളിക്കത്തിക്കൊണ്ടിരുന്ന തീയുടെ വെളിച്ചത്തിൽ അമ്മയുടെ മുഖത്ത് നോക്കിയപ്പോൾ താൻ പഠിച്ച ചരിത്രങ്ങളൊക്കെ നുണകളാണെന്ന് പറയാൻ ഭൂതകാലത്തിന്റെ പ്രതിനിധിയായെത്തിയ ഒരു ചരിത്രകഥാപാത്രമാണതെന്ന് തോന്നി ഹരിക്ക്.

അമ്മയെന്തിനാണ് അച്ഛനെ സ്നേഹിക്കുന്നത്! ഇതുതന്നെയാ

ണോ സ്നേഹം എന്ന് ചോദിക്കണമെന്നുണ്ട് തനിക്ക്. പക്ഷേ, താൻ കൂടി ഇനി അമ്മയുടെ കണ്ണുനീരിന് കാരണമാകരുത്.

കണ്ണുകളെ എത്ര തുറന്നു പിടിച്ചിട്ടും അടഞ്ഞു പോകുന്നു..!

സമയം രണ്ടുമണിയെങ്കിലും ആയിട്ടുണ്ടാകും..

'കുട്ടന് ഉറക്കം വരുന്നുണ്ടോ.. അമ്മയുടെ മടിയിലേക്ക് തല വെച്ചോ..!'

ഹരി ഒട്ടിയ കവിളിണകളിൽ കണ്ണുനീരൊഴുകിയുണങ്ങിയ അമ്മയുടെ മുഖത്തേക്ക് നോക്കി..

അമ്മയ്ക്കും ഉറക്കം വരുന്നുണ്ട്.. പക്ഷേ, ഉറങ്ങാൻ പേടിയുണ്ട്.. ഉറങ്ങുന്ന നേരത്ത് തങ്ങളെത്തേടി അച്ഛൻ വരുമോ എന്ന പേടി..!

താഴേ നിന്ന് വലിയ ശബ്ദത്തിൽ തെറിപ്പാട്ടു കേൾക്കാം. അജ്ഞാതരായ ശത്രുക്കളെ ഭാവനയിൽ കണ്ട് തെറിപറഞ്ഞ് മടുത്ത് ഉറക്കത്തിലേക്ക് പോകുന്നതിന് മുന്നേയാണ് സാധാരണ അച്ഛൻ പാട്ട് തുടങ്ങുക..

ഇനി എല്ലാം കഴിഞ്ഞ് അച്ഛനൊന്ന് ഉറങ്ങുമ്പോൾ വെളുക്കാനാകും.. അതുവരെ ഉറങ്ങിയും ഉണർന്നും ഇവിടെ ഇരിക്കണം..

ഹരി അമ്മയുടെ മടിയിലേക്ക് തലചായ്ച്ചു.. അമ്മയുടെ കൈവിരലുകൾ തന്റെ മുടിയിഴകളിലൂടെ ചലിക്കുന്നു.. കണ്ണുകൾ അടഞ്ഞു വരുന്നു... പതിയെ തീയുടെ വെളിച്ചം മങ്ങുകയാണ്..

ഇരുട്ടിന് കട്ടി കൂടിവരുന്നു!

'ഹരിക്കുട്ടാ.. എഴുന്നേൽക്ക്..' ദൂരെ നിന്നും ആരോ കരഞ്ഞു കൊണ്ട് വിളിക്കുന്നത് പോലെ.. ശബ്ദം അകന്നുപോകുന്നു..!

ഹരി കണ്ണുതുറന്നു.. അമ്മയാണ്.. എന്തിനാണ് അമ്മ വിളിക്കുന്നത്..! ആരോ അമ്മയെ പിടിച്ച് വലിക്കുന്നു.. അമ്മയുടെ മുടിയിൽ ചുറ്റിപ്പിടിച്ചിരിക്കുകയാണ് ഒരു കൈ...

'മോനെ..'

ഹരി ഞെട്ടിയെഴുന്നേറ്റു..താനിപ്പോഴും അമ്മയുടെ മടിയിൽ തന്നെയാണ്.. സ്വപനമായിരുന്നു അത്..! ഹരി ദീർഘമായൊന്നു ശ്വസിച്ചു.. അമ്മ മയങ്ങിയെന്നു തോന്നുന്നു..

ചെവിയോർത്തപ്പോൾ താഴെ നിന്നും ശബ്ദമൊന്നും കേൾക്കുന്നില്ല... ഒന്നുകൂടി ശ്രദ്ധിച്ചു.. ഇല്ല ഒന്നുമില്ല..!

'അമ്മേ.' അമ്മയുടെ മടിയിൽ നിന്നും എഴുന്നേറ്റ് ഹരി വിളിച്ചു.. മരത്തിൽ ചാരിയിരുന്ന് മയങ്ങിപ്പോയിട്ടാവണം അമ്മ ഞെട്ടിയുണർന്നു ചുറ്റും നോക്കി.

'താഴേക്ക് പോകാം...അച്ഛൻ ഉറങ്ങീന്നാ തോന്നുന്നത്..'

അമ്മ അണഞ്ഞുതുടങ്ങിയ തീയിൽ നിന്നും വിളക്ക് കത്തിച്ചു. അതു കൈയ്യിൽവാങ്ങി നാളത്തിന് പിന്നിലായി ഒരു ചിരട്ട പിടിച്ചു മുന്നിൽ നടന്നു ഹരി.. എങ്കിലും അവന്റെ ഒരു കൈയ്യിൽ അമ്മയുടെ കൈ ഉണ്ടായിരുന്നു.

ഇങ്ങനെയുള്ള ഒരു സന്ദർഭത്തിൽ അമ്മ തന്നെ പഠിപ്പിച്ചതാണ് ആ വിദ്യ. ചിരട്ട അങ്ങനെ പിടിച്ചാൽ പെട്ടെന്ന് വിളക്ക് കെട്ടുപോകില്ല.. മുന്നിലേക്ക് അല്പം കൂടുതൽ വെളിച്ചവും കിട്ടും.. അമ്മ തൊട്ടുപിന്നാലെയുണ്ട്. ഇടയ്ക്ക് കുഴികളോ മറ്റോ ഉണ്ടെങ്കിൽ അമ്മയോട് പറയണം.. പിന്നിലേക്ക് വെളിച്ചം കാണിക്കണം..

പറമ്പിൽ നിന്നും മുറ്റത്തേക്ക് കയറവേ ഇരുളിലാണ്ട വീട്, നഷ്ടപ്പെട്ട ഉറക്കം വീണ്ടെടുക്കാൻ ശ്രമിച്ചുകൊണ്ട്, നിശബ്ദമായി കണ്ണടച്ച് കിടക്കുകയാണെന്ന് ഹരിക്ക് തോന്നി.. ശബ്ദമുണ്ടാക്കാതെ വീട്ടിലേക്ക് കയറവേ കണ്ടു.

അച്ഛൻ നിലത്ത് കിടക്കുകയാണ്.. കാലുകൾ അകത്തി, കൈകൾ അകത്തി.. കുടുക്കകളെല്ലാം പൊട്ടിയ കുപ്പായത്തിൽ തുറന്ന നെഞ്ചുകാട്ടി മലർന്ന് കിടന്ന് ഉറങ്ങുകയാണ്.

വായ് തുറന്ന് കൂർക്കം വലിക്കുന്നുണ്ട്..

അങ്ങനെ അച്ഛനെ കണ്ടപ്പോൾ വെറുപ്പ് മനസിലേക്ക് ഇരച്ചു വരുന്നത് ഹരിയറിഞ്ഞു.

'വാ.' ശബ്ദമുണ്ടാക്കാതെ അച്ഛനെ മറികടന്ന് അമ്മ മന്ത്രിക്കുന്നത് പോലെ അവനെ അകത്തേക്ക് വിളിച്ചു..

'കുട്ടൻ ഉറങ്ങിക്കോ.'

ഹരി തന്റെ മുറിയിൽ കയറി ശബ്ദമില്ലാതെ വാതിലടച്ചു..

പിന്നെ കിടക്കയിലേക്ക് വീണു..

3

ഹരിയുടെ രക്തം തിളച്ചു...

കുറെ നേരമായി അച്ഛൻ തെറി തുടങ്ങിയിട്ട്.. ഉറക്കം തൂങ്ങുന്ന കണ്ണുകളുമായി പരീക്ഷയ്ക്ക് എന്തൊക്കെയോ എഴുതിയെന്നു വരുത്തിയിറങ്ങിപ്പോന്നതാണ് താൻ. വൈകിട്ട് വീട്ടിലെത്തിയപ്പോൾ വീണ്ടും തലേന്നത്തേത് പോലെ തന്നെയാണ് കാര്യങ്ങൾ. അമ്മ വീട് വിട്ട് ഇറങ്ങിപ്പോകണം എന്നതാണ് ആവശ്യം. ഇതുവരെ മിണ്ടാതിരുന്നിട്ടും അച്ഛൻ അമ്മയെ ഉപദ്രവിച്ചുതുടങ്ങിയിരിക്കുന്നു.

അയനാന്തരങ്ങൾ

'ഞാനിറങ്ങിപ്പോയിട്ട് നിങ്ങൾക്ക് ആ തേവിടിശ്ശി ശ്യാമളയെ കൂട്ടി ജീവിക്കാനല്ലേ..?'

ആദ്യമായാണ് അത്രയും ഉച്ചത്തിൽ അമ്മ സംസാരിക്കുന്നത് താൻ കേൾക്കുന്നത്..!

അമ്മ ചീറുകയാണ്..

'ഇത്രകാലവും ഞാൻ സഹിച്ചു.. നിങ്ങളുടെ ആട്ടും തുപ്പും കേട്ട്, അടിമയെപ്പോലെയാണ് ഞാനിവിടെ ജീവിക്കുന്നത്..'

അച്ഛന്റെ അതിക്രമങ്ങൾ കുറയുന്ന പകലുകളിൽ ഇടയ്ക്ക് പതം പറഞ്ഞ് കരയുമ്പോൾ മാത്രമാണ് അമ്മയിൽ ഇത്തരം വിവാചകങ്ങൾ കേട്ടിട്ടുള്ളൂ. ഇതുവരെ പറയാൻ ശബ്ദമില്ലാതെ വീർപ്പുമുട്ടിയ ഒരാൾക്ക് ശബ്ദം ലഭിച്ചതുപോലെ അമ്മ പറഞ്ഞു തീർക്കുകയാണ്...

'അതേടി നായെ...' അച്ഛന്റെ ശബ്ദം അമ്മയുടെ വാൾക്കുകൾക്ക് മീതെ ഉയർന്നു.. 'എന്റെ വിയർപ്പ് തിന്നുന്ന അടിമതന്നെയാ നീ.. എനിക്ക് ഇഷ്ടമുള്ളവരെ കൂട്ടി ഞാൻ ജീവിക്കും.. നീ ആരാടി ചോദിക്കാൻ..?'

ആദ്യമായി ഉയർന്ന അമ്മയുടെ ശബ്ദം കേട്ട് അച്ഛനൊന്ന് പകച്ചുപോയെങ്കിലും തെറിപ്പദങ്ങളുടെ അകമ്പടിയോടെ ആ പകപ്പിൽ നിന്ന് അച്ഛൻ പുറത്തുകടന്നിരിക്കുന്നു.. ഉള്ളിലെ മദ്യം ചിന്തയുടെ അവസാനകണികയും കലക്കിക്കളയുമെന്ന് തനിക്കറിയാം. ഇത് അപകടമാണ് എന്ന് തന്റെ മനസ് പറയുന്നുണ്ട്.. എന്താണ് ഇപ്പോൾ ചെയ്യുക..

'എന്റെ മോനെ കരുതിയാണ് ഞാൻ സഹിച്ചത്. അതുകൊണ്ട് ഇനി കാര്യമില്ല എന്നെനിക്കറിയാം...'

അമ്മയിൽ രോഷം കത്തിക്കയറുന്നത് ഭയതോടെയാണ് ഹരി കണ്ടത്.. ആ ഭാവം അമ്മയ്ക്ക് അന്യമാണെന്നാണ് താൻ ഇതുവരെ കരുതിയിരുന്നത്.

'..നിങ്ങൾ ആ തേവിടിശ്ശിയോടൊപ്പം ജീവിക്കാം എന്ന് കരുതണ്ട.. ജീവനുണ്ടെങ്കിൽ ഞാൻ അതിന് സമ്മതിക്കില്ല...'

'എന്നാൽ ഇനി നിനക്ക് ജീവൻ വേണ്ടടി നായെ..'

കത്തിയെടുക്കാൻ അച്ഛൻ വിറകുപുരയിലേക്ക് പാഞ്ഞുപോകുന്നത് കണ്ടപ്പോൾ ഭയം തന്നെ കീഴടക്കുന്നത് അവനറിഞ്ഞു..

'അമ്മേ ഓടിക്കോ...'

താൻ വിളിച്ചുപറഞ്ഞത് കേട്ട് അമ്മ ഓടുന്നത് റോഡിലേക്കാണ്... എങ്ങോട്ടാണ് അമ്മ പോകുന്നത്..! സാധാരണ കുന്നിന്മുകളി

ലേക്കാണ് തങ്ങൾ പോകുക.

പിന്നിൽ അച്ഛന്റെ തെറി വാക്കുകൾ ഉയരുന്നുണ്ട്. അമ്മ വേഗത്തിൽ പോവുകയാണ്.. ഹരി ഓടി അമ്മയോടൊപ്പമെത്തി..

'അമ്മെ... എവിടെ പോകുവാ..?'

'.. ഇന്ന് ഇതിനൊരു തീരുമാനം ഉണ്ടാക്കണം...'

ആ ശബ്ദം ഉറച്ചതാണ്..

കുറച്ചു ദൂരം മുന്നോട്ട് ചെന്നപ്പോഴാണ് അമ്മയുടെ ദിശ മനസിലായത്.. ശ്യാമളയുടെ വീട്ടിലേക്കാണ്..!

ഒരു കിലോമീറ്ററോളം പോകണം..

റോഡിൽ നിന്ന് കുറച്ച് ഉള്ളിലേക്ക് മാറി ഒരു പഴയവീട്. ശ്യാമളയെക്കുറിച്ച് നാട്ടിൽ ആരും നല്ലത് പറഞ്ഞ് കേട്ടിട്ടില്ല. ചാരായം വാറ്റും, വേശ്യാവൃത്തിയും ഒക്കെയാണ് അവരുടെ ജീവിതമാർഗങ്ങൾ . നാട്ടുകാർ അച്ഛനെക്കുറിച്ചും അവരെക്കുറിച്ചും മോശമായി പറയുന്നത് താൻ കേട്ടിട്ടുണ്ട്. ചില ദിവസങ്ങളിൽ അച്ഛൻ വീട്ടിൽ വരാറില്ല. ശ്യാമളയുടെ വീട്ടിലായിരിക്കും അന്ന്.

എന്തായാലും അവിടെയൊരു വഴക്ക് ഉണ്ടാകുമെന്ന് ഹരിക്ക് ഉറപ്പായിരുന്നു.

അവർ ചെന്നു കയറുമ്പോൾ വീടിന്റെ മുൻവശത്തെ തിണ്ണയിൽ ഒരു വൃദ്ധ ഉണ്ടായിരുന്നു.. ശ്യാമളയുടെ അമ്മയാണ്.

'ആ തേവിടിശ്ശി ഇല്ലേ ഇവിടെ...' ഉറക്കെയുള്ള ചോദ്യം കേട്ട് വൃദ്ധ ഞെട്ടി. മുൻപിൽ നൈറ്റി എടുത്ത് കുത്തി, മുടി വാരിക്കെട്ടി കൂസലില്ലാത്ത ഭാവവുമായി ശ്യാമള അകത്ത് നിന്ന് ഇറങ്ങിവരുന്നത് ഹരി കണ്ടു..

'എന്നാടി എന്റെ വീട്ടുമുറ്റത്ത് വന്ന് ചെലയ്ക്കുന്നെ....?'

അവരുടെ ചോദ്യം കേട്ട് അമ്മയുടെ മുഖം വലിഞ്ഞുമുറുകി..

'ഈ നാട്ടിൽ പെണ്ണ് കെട്ടാത്ത ഒരുപാട് പേരുണ്ട്.. പിന്നെ എന്റെ കെട്ടിയവനെ കുടിപ്പിച്ച് പൈസയും ആരോഗ്യവും ഊറ്റിയെടുക്കുന്നത് എന്തിനാടി..'

അമ്മ ദേഷ്യം കൊണ്ട് വിറയ്ക്കുന്നത് ഹരി കണ്ടു...

'ഞാൻ എനിക്കിഷ്ടമുള്ളത് ചെയ്യും. നിന്റെ കെട്ടിയവന് നിന്നെ വെണ്ടെങ്കിൽ ഇട്ടിട്ട് പോയിക്കൂടെ..?'

അമ്മയുടെ ദേഷ്യമോ വാക്കുകളോ അവരെ തൊട്ടിട്ടില്ല എന്ന മട്ടിൽ ശ്യാമള ചോദിച്ചു..

അതുവരെ താൻ കടിച്ചുപിടിച്ചു നിന്ന ദേഷ്യം അണപൊട്ടുമെന്ന് ഹരിക്ക് തോന്നി..

'ഞാൻ അങ്ങേരെ ഇവിടെ കിടത്തും, ചിലപ്പോ അങ്ങേരെ കെട്ടും.. ഇവിടെ കിടന്ന് തുള്ളാതെ ചോദിക്കാനുള്ളതൊക്കെ പോയി നിന്റെ കെട്ടിയവനോട് ചോദിക്ക്...' ശ്യാമള പറഞ്ഞു. അതുകൂടി കേട്ടപ്പോൾ ഹരിയുടെ സർവ്വനിയന്ത്രണങ്ങളും നഷ്ടമായി. തെറിവാക്ക് തുപ്പിക്കൊണ്ട് മുന്നോട്ട് കുതിച്ച ഹരിയുടെ കൈ ശ്യാമളയുടെ കഴുത്തിൽ അമർന്നു.

അവർ ശ്വാസം കിട്ടാതെ പിടഞ്ഞു.

അമ്മ തന്നെ പിന്നിൽ നിന്ന് വലിക്കുന്നുണ്ട്..

'മോനെ.. അവളെ വിട്..' അമ്മ പിന്നിലേക്ക് ശക്തിയായി വലിച്ചപ്പോഴാണ് താൻ കൈ അയച്ചത്.. കഴുത്ത് തിരുമി ചുമച്ചുകൊണ്ട് താഴെക്കിരുന്നു ശ്യാമള.. അമ്മ തന്നെ വലിച്ച് വഴിയിൽ എത്തിച്ചിരിക്കുന്നു. പിന്നിൽ ആ സ്ത്രീയുടെ ശബ്ദം കേട്ടു .

'നിന്റെ തന്തയുടെ കൊച്ചാണ് എന്റെ വയറ്റിലുള്ളതെങ്കിൽ ഞാൻ അങ്ങേരുടെ കൂടെ തന്നെ പൊറുക്കും.'

അത് കേട്ട് അമ്പരപ്പിൽ തിരിഞ്ഞു നോക്കുമ്പോൾ ശ്യാമളയുടെ കണ്ണിൽ കനൽ കത്തി നിൽക്കുന്നത് ഹരി കണ്ടു.

'നീയെന്തിനാ അങ്ങനെ ചെയ്തത്..?' അമ്മ ചോദിച്ചെങ്കിലും ഒന്നും മിണ്ടിയില്ല.. തന്റെ ശരീരം അപ്പോഴും വിറയ്ക്കുകയാണ്.

'അവൾ പറഞ്ഞത് അമ്മ കേട്ടോ..?'

അമ്മ നിശ്ശബ്ദയായിരിക്കുന്നത് കണ്ടപ്പോൾ അമ്മയ്ക്കെല്ലാം അറിയാമെന്ന് തോന്നി. തിരികെ വീട്ടിലെത്തുമ്പോൾ അച്ഛൻ അവിടെ ഉണ്ടായിരുന്നില്ല. വീണ്ടും കുടിക്കാൻ പോയതാവാം.. ഇനി വന്നിട്ട് ബാക്കി തീർക്കുമായിരിക്കും. അച്ഛൻ ശ്യാമളയുടെ വീട്ടിലേക്ക് പോകുമ്പോൾ അവർ എന്തായിരിക്കും പറഞ്ഞുകൊടുക്കുക എന്നോർത്തപ്പോൾ തന്നിൽ വീണ്ടും ഭയം ഉണരുന്നത് ഹരി അറിഞ്ഞു.

അടുക്കളയിലെ കുറെ പാത്രങ്ങൾ മുറ്റത്തും പറമ്പിലുമായി ചിതറി കിടക്കുന്നു..! ഉമ്മറത്തുണ്ടായിരുന്ന നാല് കസേരകളും പൊട്ടിത്തകർന്ന് മുറ്റത്ത് കാണാം. .. അമ്മയെ വെട്ടാൻ അച്ഛൻ എടുത്ത വെട്ടുകത്തി മുറ്റത്തിന്റെ ഒരു വശത്ത് കിടക്കുന്നുണ്ട്..

ഒരു വശത്ത് എന്തോ കത്തുന്നു..! തുണി കത്തുന്ന മണം...!

അടുത്ത് ചെന്ന് നോക്കിയപ്പോഴാണ് മനസിലായത്.. അമ്മയുടെ വസ്ത്രങ്ങൾ ആണ്..കത്തിത്തീരാറായിരിക്കുന്നു.. തങ്ങളെ കൈയ്യിൽ കിട്ടാത്ത കലിക്ക് അച്ഛൻ ചെയ്തതാണ്.

ഒന്നും ബാക്കിയില്ലാതെ കത്തിപ്പോയ തന്റെ വസ്ത്രങ്ങൾക്ക്

മുന്നിൽ തലയ്ക്ക് കൈ കൊടുത്ത് അമ്മ ഇരിക്കുന്നത് കണ്ടു.

നേരം ഇരുട്ടിത്തുടങ്ങിയിരിക്കുന്നു.. ഇനി ഏത് സമയത്തും അച്ഛൻ വരാം..

എന്താണ് ചെയ്യുക എന്ന ചിന്ത തലച്ചോറിൽ എവിടെയുമെത്താതെ നിൽക്കുന്നു.. സാധാരണ സങ്കടപ്പെടുന്ന അമ്മ എന്തുകൊണ്ടായിരിക്കാം ഇത്രയധികം അച്ഛനോട് ഇന്ന് കയർത്ത് സംസാരിച്ചത്...! നിരാശമാത്രം നൽകുന്ന ജീവിതം അമ്മയ്ക്ക് നേരത്തെതന്നെ മടുത്തിട്ടിട്ടുണ്ടാകണം.

ഇപ്പോൾ വഴിമുട്ടിയിരിക്കുന്നു..

ഇരുൾ പതിയെ പരക്കുന്നതുകണ്ട് ഹരി ഉമ്മറത്ത് വിളക്ക് കത്തിച്ചുവെച്ചു..നിമിഷങ്ങൾക്ക് വളരെ ദൈർഘ്യമുള്ളതുപോലെ അവന് തോന്നി.

അച്ചനെ കാണുന്നില്ലല്ലോ.. ഒരുപക്ഷേ ഇന്നിനി വരില്ലായിരിക്കും. ചില ദിവസങ്ങളിൽ വരാറില്ല.. അപ്പോഴൊക്കെ ശ്യാമളയുടെ വീട്ടിലാണെന്നാണ് അയല്പക്കക്കാർ പറയുന്നത്. പലപ്പോഴും അച്ഛൻ ഒരിക്കലും വരാതിരുന്നെങ്കിൽ എന്ന് താൻ ഒരുപാട് ആഗ്രഹിച്ചിട്ടുണ്ട് എന്ന് ഹരിയോർത്തു.

ചിന്തകൾക്ക് മീതെ കാൽപെരുമാറ്റം കേട്ടു..

അച്ഛനാണോ.. ഒന്നും മിണ്ടാതെ വരുന്നത് എന്താണ്..

ജനലിലൂടെ പുറത്തേക്ക് നോക്കിയ ശേഷം വാതിൽ തുറന്ന് അമ്മ മുറ്റത്തേക്കിറങ്ങുന്നത് കണ്ട് പിന്നാലെ ഹരിയുമിറങ്ങി.

ലഹരിയിറങ്ങാത്ത കണ്ണുകളുമായി അച്ഛൻ മുറ്റത്തുണ്ട്..

കൂടെ ഒരു സ്ത്രീ..

മങ്ങിയ വെളിച്ചത്തിൽ ഹരി കണ്ടു..

ശ്യാമള..

'നീനക്കിവളെ കൊല്ലണം അല്ലെടി. നിന്നോട് ഇറങ്ങിപ്പോകാനല്ലേ ഞാൻ പറഞ്ഞത്. എനിക്ക് ഇനി നിന്നെ വേണ്ട.' അമ്മയുടെ മുഖത്ത് നോക്കി പ്രതികാരം ചെയ്യുന്നതുപോലെ അച്ഛൻ ശ്യാമളയുടെ നേരെ കൈ ചൂണ്ടുകയാണ് '..ഇനിമുതൽ ..ദാ.. ഇവൾ എന്റെ കൂടെ പൊറുക്കും.'

അച്ചന്റെ വാക്കുകൾ കേട്ട് അമ്മ സ്തബ്ദ്ധയായി നില്കുന്നത് ഹരിക്ക് കാണാമായിരുന്നു.. മുറ്റത്തേക്കിറങ്ങി നിൽക്കവേ അച്ഛന്റെ കണ്ണുകളിൽ നിന്ന് കനൽ ചിതറി തന്റെ നേരെ വീഴുന്നത് ഹരി കണ്ടു.

'നിന്റെ മോന്റെ പേരിലാണെന്ന് കരുതി തുള്ളണ്ട നീയ്. ഇത്

എന്റെ വീടാ... ഇറങ്ങിക്കോണം ഇവിടുന്ന്..'

അച്ഛന്റെ ശബ്ദം ഉച്ചത്തിലായി..

പിന്നിൽ നില്കുന്ന ശ്യാമളയുടെ മുഖത്ത് എന്തോ നേടിയ ഭാവമാണെന്ന് ഹരി കണ്ടു.

'ഇതിനെല്ലാം കാരണക്കാരി നീയാടി തേവിടിശ്ശി...'

ആദ്യത്തെ അമ്പരപ്പിൽ നിന്ന് മുക്തയായ അമ്മ ദേഷ്യവും സങ്കടവും കലർന്ന് ശ്യാമളയുടെ നേരെ ചീറി.

'നീ കാരണമാണ് ഈ വീട് നശിച്ചത്.. നീ അങ്ങനെ ജയിച്ചു എന്ന് കരുതണ്ട. എല്ലാം കണ്ട് മുകളിലൊരാളുണ്ട്. ഇതിന് നീ അനുഭവിക്കും'

അമ്മ ശ്യാമളയെ ചീത്തവിളിക്കുന്നത് കേട്ട് അച്ഛൻ ദേഷ്യത്തോടെ മുന്നോട്ട് വരുന്നത് ഹരി കണ്ടു. അമ്മ ഹരി നിൽക്കുന്ന വശത്തേക്ക് നീങ്ങി..

'നിങ്ങൾ മാത്രമല്ല ഈ വീടിന് വേണ്ടി കഷ്ടപ്പെട്ടിട്ടുള്ളത്.. ഞാനും എന്റെ മോനും ഉണ്ട്. ഇത് ഞങ്ങളുടെകൂടി വീടാണ്. ഞങ്ങൾ ഇറങ്ങുമെന്ന് നിങ്ങളും ഇവളും സന്തോഷിക്കണ്ട..'

അമ്മ പിന്നോട്ട് നീങ്ങിക്കൊണ്ട് പറഞ്ഞു.

മുന്നോട്ടേക്ക് കയറിവന്ന അച്ഛൻ കൈവീശുന്നത് ഹരി കണ്ടു. തഴമ്പ് നിറഞ്ഞ് കൈ അമ്മയുടെ മുഖത്ത് വീണു.. നിലത്തേക്ക് വീണ അമ്മയെ ഹരി താങ്ങി. അമ്മയുടെ ചുണ്ട് പൊട്ടി രക്തം വരുന്നുണ്ട്..അച്ഛൻ തിടുക്കത്തിൽ ചുറ്റും പരതിനോക്കുന്നത് ഹരി കണ്ടു..

ഓടി അകത്തേക്ക് കയറിയ അച്ഛൻ കൈയിലൊരു കത്തിയുമായി തിരികെ വരുന്നു.. രംഗം പന്തിയല്ല എന്നു കണ്ടിട്ടാവാം ശ്യാമള മുന്നോട്ടേക്ക് വന്ന അച്ഛന്റെ കൈയ്യിൽ പിടിച്ച് പിന്നിലേക്ക് വലിച്ച് വേണ്ട എന്നു പറയുന്നുണ്ട്..

'നീയങ്ങ് മാറിനിൽക്കടി..' അച്ഛൻ ശ്യാമളയെ തള്ളിമാറ്റി..

അവർ വേച്ചുപോയി നിലത്തേക്ക് വീണു.

'ഈ നായിന്റെ മോളെ ഞാനിന്ന് തീർക്കും.'

തലയ്ക്ക് മീതെ ഉയർത്തിപ്പിടിച്ച കത്തിയുമായി അച്ഛൻ മുന്നോട്ടേക്ക് വരുന്നത് നിലത്ത് വീണ അമ്മയെ താങ്ങി തൊട്ടു പിന്നിൽ ഇരുന്ന ഹരി കണ്ടു.. തീക്കനൽ പോലെ ചുവന്ന കണ്ണുകളിൽ ദയയോ സംശയമോ ഹരി കണ്ടില്ല.

എന്താണ് ചെയ്യുക എന്നാലോചിച്ചപ്പോൾ കൺമുന്നിൽ വന്നതും കൈയ്യിൽ തടഞ്ഞതും ഒരു കത്തിയാണ്.. നേരത്തെ അച്ഛൻ

അമ്മയെ വെട്ടാൻ എടുത്ത കത്തി..!

'അമ്മയെ തൊടരുത്..വെട്ടും ഞാൻ..'

കത്തിയെടുത്ത് ഭയം നിറഞ്ഞ ശബ്ദത്തോടെ പറഞ്ഞപ്പോൾ മുന്നോട്ടാഞ്ഞ അച്ഛന്റെ വേഗത ഒന്ന് കുറഞ്ഞത് ഹരി കണ്ടു. അടുത്ത നിമിഷത്തിൽ ആ മുഖത്തേക്ക് രക്തം ഇരച്ചുകയറി..

'ഞാൻ കൊണ്ടു വരുന്നത് തിന്നിട്ട് എന്റെ കൈയ്യിൽ കടിക്കുന്നോടാ നായെ.. നിന്നെയും കൊല്ലും, നിന്റെ തള്ളയെയും കൊല്ലും'

മുന്നോട്ട് കുതിച്ച അച്ഛൻ അമ്മയുടെ കഴുത്തിന് മുകളിൽ കത്തി ഉയർത്തുകയാണ്..!

എന്ത് ചെയ്യണം എന്ന് ചിന്തിക്കാൻ കഴിയാത്ത ആ ഒരു നിമിഷത്തിൽ ഹരി കണ്ണുകൾ അമർത്തി അടച്ചു.. താൻ കത്തി വീശുകയാണ് എന്നു മാത്രം അവനറിഞ്ഞു..

'അയ്യോ ...ഓടിവായോ.. വെട്ടിക്കൊല്ലുന്നേ..'

...ആരാണ് അലറിക്കരയുന്നത്.. അമ്മയാണോ.. അതോ ശ്യാമളയോ.... ! അച്ഛൻ രക്തത്തിൽ കുളിച്ച് നിലത്ത് കിടന്ന് പിടയ്ക്കുന്നു! ചുറ്റും രക്തത്തിന്റെ ചൂര്...

തന്റെ കൈപ്പുറത്ത് ചൂടുള്ളതെന്തോ ഒഴുകിയിറങ്ങുന്നു!

...രക്തം .. അച്ഛന്റെ രക്തം ..!

ആരൊക്കെയോ ഓടി വരുന്നു..

'...മോനെ.. എന്താടാ പറ്റിയത്...'

ആരോ ചോദിക്കുന്നുണ്ട്. രാഘവേട്ടനാണെന്ന് തോന്നുന്നു..

ശരീരം തളരുന്നതുപോലെ ഹരിക്ക് തോന്നി...

തന്റെ കൈയ്യിൽ നിന്ന് കത്തി താഴേക്ക് ഊർന്നു പോകുന്നു. കുഴഞ്ഞ് ഹരി നിലത്തേക്ക് വീണു.

കൈത്തലങ്ങൾ കൊണ്ട് മുഖം പൊത്തിയിരിക്കുന്ന ഹരിയെ നോക്കിയിരിക്കുമ്പോൾ എന്തുപറയണം എന്നറിയാത്ത അവസ്ഥയിലായിരുന്നു അനുരാധ. മകൾ അടുത്ത് തന്നെ സ്തബ്ധയായി ഇരിക്കുകയാണെന്ന് അവർ കണ്ടു. കേട്ടതൊക്കെ അവർക്ക് വിശ്വസിക്കാൻ പ്രയാസമായിരുന്നു. പരോപകാരിയും ശാന്തസ്വഭാവിയാണ് ഹരി. ഒരിക്കൽപ്പോലും അയാൾ കയർത്ത് സംസാരിക്കുന്നത് താൻ കണ്ടിട്ടില്ല. അങ്ങനെയുള്ള ഒരാൾ ഇത്ര ക്രൂരമായ ഒരു കാര്യം ചെയ്തു എന്ന് പറഞ്ഞാൽ എങ്ങനെയാണ് വിശ്വസിക്കുക!

ഹരി മുഖമുയർത്തിയപ്പോൾ അയാളുടെ കണ്ണുകൾ നിറഞ്ഞൊഴുകുന്നത് അവർ കണ്ടു.

'അതിനു ശേഷം പോലീസും കോടതിയുമൊക്കെയായി കുറച്ചുനാൾ കടന്നുപോയി...'

ഭീതീതവും ദുഃഖഭരിതവുമായ ഓർമകളുടെ വർത്തമാനകാലത്തിലേക്കുള്ള പ്രവാഹം കവിളുകളിലേക്കൊഴുകിയില്ലെങ്കിലും നിറഞ്ഞ കണ്ണുകൾ തുടച്ച് ഹരി പറഞ്ഞുതുടങ്ങി..അയാളുടെ ശബ്ദം വിറയാർന്നിരുന്നു.

'ഞാൻ അന്ന് മൈനർ ആയിരുന്നു.. സ്വയരക്ഷയ്ക്ക് വേണ്ടി മിനിമം ബലം പ്രയോഗിച്ച് ചെയ്തതാണെന്ന് സ്ഥാപിക്കാൻ കഴിഞ്ഞാൽ എനിക്ക് രക്ഷപെടാനുള്ള സാധ്യതകൾ ഉണ്ടായിരുന്നു. പക്ഷേ, എനിക്ക് വേണ്ടി മാത്രമല്ല അമ്മയെ രക്ഷിക്കാനാണ് പ്രാഥമീകമായി അത് ചെയ്തത് എന്ന വാദവും വന്നു.'

ഹരി ഒന്ന് ദീർഘമായി നിശ്വസിച്ച ശേഷം തുടർന്നു..

'സ്വയരക്ഷയ്ക്ക് വേണ്ടിയുള്ള ഒരു ജീവിയുടെ ജൈവീകപ്രേരണ എന്നതിനപ്പുറം കൊലപാതകം മുൻകൂട്ടി ചെയ്തതാണ് എന്ന് തെളിയിക്കാൻ ആയില്ല എങ്കിൽകൂടി സ്വശരീരമല്ലാത്ത അമ്മയെ രക്ഷിക്കാൻ എന്ന കാര്യം കൂടി ഉൾപ്പെട്ടിരുന്നതിനാൽ കൊലപാതകം സാന്ദർഭീകമായി സംഭവിച്ചുപോയതെങ്കിലും കൊലപാതകം തന്നെ എന്ന് വന്നു.'

ഒന്നും മിണ്ടാതെ നിശ്ചലയായി ഇരിക്കുന്ന അൻഷിതയുടെ മുഖത്തേക്ക് നോക്കി ഹരി.. ആ ഭാവം എന്താണ് എന്ന് ഹരിക്ക് മനസിലായില്ല. എങ്കിലും അവളിൽ ഭയമില്ല എന്നത് അയാളെ സംബന്ധിച്ചിടത്തോളം ആശ്വാസകരമായിരുന്നു.

'ഒടുവിൽ എനിക്ക് ആറു വർഷത്തെ ശിക്ഷ കിട്ടി.. ഒരു വർഷം ജുവനൈൽ ഹോമിലും ബാക്കി ജയിലിലുമായി തീർത്തു.. ഞാൻ പഠിച്ചതൊക്കെ ജയിലിൽ വെച്ചാണ്.. ജയിലർ ആണ് സഹായിച്ചത്..'

അനുരാധയുടെ മുഖം അവർ എന്താണ് പറയേണ്ടത് എന്നറിയാത്ത അവസ്ഥയിലാണെന്ന് വിളിച്ചുപറയുന്നുണ്ടായിരുന്നു.

'ഞാനിതുവരെ ആരോടും ഇതൊന്നും പറഞ്ഞിട്ടില്ല. മഹേഷിനുപോലും ഇതൊന്നും അറിയില്ലായിരുന്നു. അൻഷിതയോട് എല്ലാം പറയണം എന്നുണ്ടായിരുന്നു. ഒരു അവസരം കിട്ടിയില്ല..'

ഹരി അൻഷിതയെ നോക്കി.. തന്നെ ഉറ്റുനോക്കുന്ന അവളുടെ കണ്ണിൽ നനവ് പടരുന്നത് അയാൾ കണ്ടു..

സങ്കടത്തിനേക്കാൾ അത് കനിവിന്റേത് ആയിരുന്നു.

'നിങ്ങൾ എന്നെ എങ്ങനെ മനസിലാക്കും എന്നോർത്ത് എനി

ക്ക് ഭയമായിരുന്നു.'

ഒരു നിമിഷം നിർത്തിയശേഷം തന്നോട് തന്നെയെന്നപോലെ ഹരി തുടർന്നു..

'പക്ഷേ, മറച്ചുവെയ്ക്കാനും എനിക്ക് കഴിയുമായിരുന്നില്ല. ഇത് അനിവാര്യമായ ഒരു ദിവസം വരുമെന്ന് എനിക്കറിയാമായിരുന്നു.'

ഹരിയുടെ വാക്കുകളിലെ വ്യഥ അൻഷിതയ്ക്ക് മനസിലാകുന്നുണ്ടായിരുന്നു.. അവൾക്ക് അയാളോട് മതിപ്പ് തോന്നി.

മുൻപിലിരിക്കുന്നത് സത്യസന്ധനായ ഒരു മനുഷ്യനാണ്. അല്ലായിരുന്നെങ്കിൽ തങ്ങളോട് മറ്റെന്തെങ്കിലും പറഞ്ഞാൽ മതിയായിരുന്നു. നഷ്ടം സംഭവിച്ചേക്കാം എന്നറിഞ്ഞിട്ടും അയാൾ തുറന്നുപറയാൻ തയാറായിരിക്കുന്നു. ബന്ധങ്ങൾ എല്ലാക്കാലത്തും നന്നായിരിക്കണം എന്നാഗ്രഹിക്കുന്ന മനുഷ്യർക്ക് മാത്രമേ അത് സാധിക്കു..

'എനിക്ക് എന്റെ അമ്മയെ അവസാനമായി ഒന്നു കാണാൻ പോലും പറ്റിയില്ല. അമ്മ അസുഖമായി ആശുപത്രിയിൽ കിടന്നാണ് മരിച്ചത്.. അമ്മയുടെ ചിത കത്തിക്കാനാണ് പോലീസുകാരുടെ അകമ്പടിയോടെ ഞാനെത്തിയത്.'

ഹരിയുടെ തൊണ്ടയിൽ ഗദ്ഗതം തടയുന്നത് അൻഷിതയും അനുരാധയും കേട്ടിരുന്നു. കണ്ണുകളിൽനിന്ന് ദുഃഖം വീണ്ടും ആർത്തുപെയ്യുമോ എന്ന സംശയം തോന്നിയതുകൊണ്ടാകാം ഹരി മുഖം അവരിൽ നിന്ന് തിരിച്ചു.

'പുറത്തിറങ്ങിയ ശേഷം ഞാൻ പെങ്ങളെ കാണാൻ ചെന്നു.. അവൾ പറഞ്ഞു ഇനി വരരുത് എന്ന്. ഭർത്താവിന്റെ വീട്ടുകാരുടെ അന്തസിന് ഒരു കൊലപാതകി പറ്റില്ലത്രേ.'

ഹരി ശ്വാസമെടുക്കാനായി ഒന്ന് നിർത്തി..

'അവൾ പറഞ്ഞത് അവളുടെ നിവൃത്തികേടാണ് എന്നെനിക്കറിയാം.'

സ്വയം വിശ്വസിപ്പിക്കാനാണ് അയാൾ അത് പറയുന്നതെന്ന് അൻഷിതയ്ക്ക് തോന്നി.

'സാരമില്ല മോനെ.. എല്ലാം കഴിഞ്ഞില്ലേ.'

അത്രയും നേരം കേട്ടിരുന്നശേഷം ആദ്യമായി അമ്മ സംസാരിച്ചതിൽ മോനെ എന്ന വിളി കലർന്നത് അൻഷിതയിൽ അത്ഭുതമുണർത്തി. ഹരിസാറിനെ ആശ്വസിപ്പിക്കണമെന്നും എന്തെങ്കിലും പറയണമെന്നും തനിക്ക് നേരത്തെതന്നെ തോന്നിയതാണ്. പക്ഷേ, അമ്മയുടെ സാന്നിധ്യം ആണ് തന്നെ പിന്നിലേക്ക് വലിച്ചത്..

'എനിക്ക് പിന്നെ അവിടെ നിൽക്കാൻ തോന്നിയില്ല.. ആരുമില്ല തായി എന്ന ഒരു തോന്നൽ ശക്തമായതോടെ അവിടെ എന്നെ അറിയുന്ന കണ്ണുകളുടെ നോട്ടങ്ങൾ എനിക്ക് ഭാരമായിരുന്നു.. പിന്നെ ഞാൻ നാട് വിട്ടു പോന്നു..ഒരു സന്യാസി ആവണമെന്നൊ ക്കെ തോന്നിയിരുന്നു അന്ന്.'

ഹരിസാറിന്റെ സംസാരരീതി സാധാരണഗതിയിലേക്കെത്തിയെ ങ്കിലും വാക്കുകളിലെ ഭാവം കഠിനമായ ഹൃദയവ്യഥയാണ്. അത് ഒട്ടും കുറഞ്ഞിട്ടില്ലെന്ന് അൻഷിതയ്ക്ക് തോന്നി.

'പിന്നീട് രണ്ട് വർഷം ഒരു തമിഴ്നാട്ടിൽ സന്യാസമഠത്തിന്റെ കീഴിലുള്ള സേവനസംഘത്തിന്റെ കൂടെയായിരുന്നു. ദൈവവും ഞാനും തമ്മിൽ ബന്ധമൊന്നുമില്ലെങ്കിലും ആ കാലഘട്ടം എന്നെ മാറ്റി. പുതിയ കാഴ്ചപ്പാടുകൾ വന്നു. ഒട്ടൊക്കെ സാഹചര്യങ്ങളോ ട് പൊരുത്തപ്പെടാനും കഴിഞ്ഞു. പിന്നീട് അവരോട് യാത്ര ചോദി ച്ച്, കൂടെയുണ്ടായിരുന്ന ഒരാൾ തന്ന വിലാസവുമായി മുകുട്ബ നിൽ എത്തി.. അവിടെ നിന്നാണ് മഹേഷിനെ കൂട്ടുകിട്ടുന്നത്. പിന്നെ അവിടുന്ന് ഇങ്ങോട്ട് വന്നു.'

അത്രയും പറഞ്ഞ് 'ഒന്ന് മുഖം കഴുകട്ടെ' എന്നു പറഞ്ഞുകൊ ണ്ട് ഹരി എഴുന്നേറ്റപ്പോൾ 'മോനെ... ഞാനിറങ്ങട്ടെ..' എന്നു പറ ഞ്ഞുകൊണ്ട് അനുരാധയും എഴുന്നേറ്റു.. ഇന്നലെവരെ അവർ അങ്ങനെ വിളിച്ചിട്ടില്ല എന്ന് ഹരിയോർത്തു.. ആ സംബോധനയു ടെ പിന്നാലെ തന്റെ ഓർമ്മകൾ വർഷങ്ങളുടെ പിന്നിലേക്ക് സഞ്ചരിക്കുന്നുണ്ട്..

ഹരി അടുക്കളയിലേക്ക് പോയപ്പോൾ അനുരാധയും അൻഷി തയും പരസ്പരം നോക്കി. ഞാനിപ്പോൾ വരണോ എന്ന രീതിയി ലാണ് അൻഷിത നോക്കുന്നത് എന്ന് അനുരാധയ്ക്ക് മനസിലാ യി..

'നീ ഹരിയോട് എന്തെങ്കിലും പറയു...അവനാകെ വിഷമത്തി ലാണ്' പുറത്തേക്കിറങ്ങിയ അനുരാധ തിരിഞ്ഞ് നിന്ന് അൻഷിത യെ ഓർമ്മപ്പെടുത്തി..

'വേഗം വന്നേക്കണം.'

ഒരു കുഗ്രാമത്തിൽ ജനിച്ച് വളർന്ന് ഈ നഗരത്തിന്റെ പ്രാന്തപ്ര ദേശമല്ലാതെ മറ്റൊന്നും കണ്ടിട്ടില്ലാത്ത അമ്മയ്ക്ക് എങ്ങനെയാ ണ് തന്നെ ഇത്രയും മനസിലാക്കാൻ കഴിയുന്നത് എന്ന് അൻഷിത അത്ഭുതപ്പെട്ടു.. അമ്മയെ അച്ഛൻ ഒരുപാട് ഇഷ്ടപ്പെട്ടിരുന്നതും ഇതുകൊണ്ടാവാം. ഉള്ളിലെ പരമ്പരാഗതമായ സങ്കുചിതചിന്തകൾ

ക്കുമപ്പുറത്താണ് നേരിന്റെയും കരുണയുടെയും വെളിച്ചമെരിയുന്നത് എന്ന് അമ്മ മനസ്സിലാക്കിയിട്ടുണ്ട്..

അനുരാധ ഇറങ്ങിയപാടെ അൻഷിത അടുക്കളയിലേക്ക് ചെന്നു. ഹരിസാർ മുഖം കഴുകിയ ശേഷം ടൗവൽ കൊണ്ട് തുടയ്ക്കുകയാണ്.. സാർ അനുഭവിച്ച ആത്മസംഘർഷങ്ങൾ എത്ര വലുതായിരിക്കും..! എന്നിട്ടും അറിഞ്ഞിടത്തോളം സാർ സ്വന്തം ആദർശങ്ങളെ കൈവിട്ടിട്ടില്ല. സാറിന്റെ ദുരിതപൂർണ്ണമായ ഭൂതകാലത്തിനോ കൈപ്പേറിയ അനുഭവങ്ങളും ഒരു മോശമായ മനുഷ്യനാക്കി സാറിനെ മാറ്റിയില്ല. അൻഷിത ഓർത്തു..

സാറിനോട് തന്റെ മനസിൽ അദമ്യമായ ഒരടുപ്പം തോന്നുന്നു. തങ്ങളുടെ ജീവിതത്തിന്റെ വഴി സുന്ദരമായ ഒരു കാല്പനീകഭൂമികയിലേക്ക് തിരിയുന്നതുപോലെ.

ദുഃഖഭരിതമായ ആ നിമിഷത്തിലും താനെങ്ങനെ ചിന്തിച്ചതിൽ അൻഷിതയ്ക്ക് അത്ഭുതം തോന്നി! ഹരി തിരിഞ്ഞ് അൻഷിതയെ നോക്കി പുഞ്ചിചിരിച്ചു. അവൾ തന്നെ നോക്കി നിൽക്കുകയാണ്..

എന്താണ് അവളുടെ മനസിൽ.. !

എന്തായാലും വെറുപ്പുണ്ടാവില്ല എന്ന് ഹരിക്ക് മനസിലായി.

'മാറിക്കെ, ചായ വെക്കട്ടെ..എനിക്ക് ചായവേണം.'

ഹരിയുടെ വിഷാദം നിറഞ്ഞ ചിരി കണ്ട് അൻഷിത മുന്നോട്ട് നീങ്ങി..

'ഓ.. ആയിക്കോട്ടെ'

ഹരി ചിരിച്ചുകൊണ്ട് വാതിൽക്കലേക്ക് മാറി.

തനിക്കായാണ് അവൾ ചായ ഇടുന്നത്..

'വിഷമമില്ലെങ്കിൽ ചോദിക്കട്ടെ' പാത്രത്തിൽ വെള്ളമെടുത്ത് അടുപ്പത്ത് വെയ്ക്കെ മുഖവുരയോടെ അൻഷിത ചോദിച്ചു..

'എന്ത് വിഷമം .. ! ചോദിച്ചോളൂ', ഹരി പറഞ്ഞു.

'പിന്നെ ഒരിക്കലും നാട്ടിലേക്ക് പോയില്ലേ.'

ഇത് താൻ പ്രതീക്ഷിച്ച ചോദ്യമാണെന്ന് ഹരിയോർത്തു.

'പോയിരുന്നു.. സേവനസംഘത്തിനൊപ്പം രണ്ടുവർഷം നിന്നുവെന്ന് പറഞ്ഞല്ലോ. അതിന് ശേഷം നാട്ടിലേക്ക് പോയി.. എന്റെ വീട് കാണണമെന്നുണ്ടായിരുന്നു.. എന്റെ ജീവിതത്തെ അടിമുടി ഉലച്ചുകളഞ്ഞ ആ സംഭവത്തെ മറികടക്കാൻ കഴിഞ്ഞുവെന്ന് എനിക്ക് സ്വയം ബോധ്യപ്പെടുത്തണമായിരുന്നു.'

'എന്നിട്ട്...?' അൻഷിതയുടെ ശബ്ദത്തിൽ ആകാംഷ നിറഞ്ഞു..

'അവിടെയും എനിക്ക് ഒരു സർപ്രൈസ് ഉണ്ടായിരുന്നു.'

ഹരിയുടെ വാക്കുകൾ അൻഷിതയുടെ കാതുകളെ അയാളിലേക്ക് ക്ഷണിച്ചു..

5

ഗ്രാമത്തിൽ ബസ് ഇറങ്ങിയശേഷം ഹരി ചുറ്റും നോക്കി..

ഉച്ച കഴിഞ്ഞ നേരമാണ്..ചെറുതായി മഴ ചാറുന്നുണ്ട്..ഏട്ടുവർഷങ്ങൾക്ക് ശേഷവും കാര്യമായ മാറ്റങ്ങളൊന്നും വന്നിട്ടില്ല. ആകെയുള്ള മാറ്റം റോഡ് നന്നായിട്ടുണ്ട്, അതിലൂടെ ബസ് ഓടിത്തുടങ്ങിയിട്ടുമുണ്ട് എന്നതാണ്..

കവലയിലെ പഴയ ഓലമേഞ്ഞ ചായക്കട ആസ്ബറ്റോസ് ഷീറ്റ് ഇട്ടിട്ടുണ്ട്..വേറെ ഒരു മാറ്റവുമില്ല.. ബസ്സിറങ്ങി ഒരുവൻ ചുറ്റും നോക്കുന്നത് കണ്ടിട്ടാവാം ചായക്കടയിലെ ചൂടുപിടിച്ച ചർച്ചയ്ക്കിടെ ആരൊക്കെയോ എത്തിനോക്കുന്നുണ്ട്. എല്ലാവരെയും തനിക്ക് ഓർമ്മ വരുന്നുണ്ട്. പക്ഷേ, അവർ തന്നെ തിരിച്ചറിയുമോ..?

ആ ചിന്ത തന്നെ അസ്വസ്ഥനാക്കുന്നത് ഹരിയറിഞ്ഞു. സ്വാമിജിയോടൊപ്പമുള്ള രണ്ടുവർഷത്തെ ജീവിതം വളർത്തിയ ചെറിയ താടിക്ക് തന്നെ സംരക്ഷിക്കാൻ കഴിയുമോ എന്നതിൽ ഹരിക്ക് സംശയമുണ്ടായിരുന്നു.

ചായക്കടയുടെ അരികിലൂടെ നീണ്ടുപോകുന്ന ചെമ്മൺ പാതയിലേക്ക് അയാളുടെ കാലുകൾ ചലിച്ചു.

അവിടെ നിന്ന് വേഗം പോകാൻ ഉള്ളിലിരുന്ന് ആരോ തന്നെ നിർബന്ധിക്കുന്നതുപോലെ.

ആ പാതയ്ക്ക് വലിയ മാറ്റമൊന്നുമില്ല.. ഇതിലെ നടന്നാൽ വീട്ടിലെത്താം.. തന്റെ ഇവിടേക്കുള്ള വരവിന് ഒരു ലക്ഷ്യമുണ്ട്. ഭൂതകാലത്തെ നേരിടാൻ തനിക്ക് കഴിയുമെന്ന് സ്വയം ബോധ്യപ്പെടുത്തേണ്ടതുണ്ട്.. മനോസംഘർഷത്തിലായിരുന്ന തന്നോട് കാര്യങ്ങളൊക്കെ ചോദിച്ചറിഞ്ഞ ശേഷം മനസ് തയാറാകുമ്പോൾ നാട്ടിലേക്ക് പോകണം എന്ന് ഉപദേശിച്ചത് സേവനസംഘത്തിലെ സ്വാമിജിയാണ്. രണ്ട് ദിവസം മുൻപ് സേവനസംഘത്തിലെ സുഹൃത്തുക്കളോട് യാത്രപറഞ്ഞ് ഇറങ്ങിയതാണ്.

പാദങ്ങൾ മറന്നുതുടങ്ങിയ മൺപാതയെ ഓർത്തെടുത്തതുകൊണ്ട് മുന്നോട്ട് ചലിക്കേ ഹരിയുടെ ചിന്ത സ്വാമിജിയിലേക്കെത്തി.

സാധാരണ മതങ്ങൾ മുന്നോട്ട് വെക്കുന്ന ജീവിതരീതിയെ സ്വീകരിച്ച് കാഷായവസ്ത്രവും രുദ്രാക്ഷവുമൊക്കെ ആയി മന്ത്രതന്ത്രങ്ങളെക്കുറിച്ച് സംസാരിക്കുകയും ശ്ലോകങ്ങൾ ചൊല്ലുകയും

ചെയ്യുന്ന സന്യാസിമാരെ ഒരുപാട് താൻ കണ്ടിട്ടുണ്ട്. എന്നാൽ ഇദ്ദേഹം വളരെ വ്യത്യസ്തനായിരുന്നു.. ദൈവമില്ല എന്ന് തന്നോട് പറഞ്ഞ സ്വാമിജി തനിക്ക് ഒരു അത്ഭുതമായിരുന്നു. ഈശ്വരൻ എന്ന വാക്ക് നമുക്ക് അറിയാത്തതിനെക്കുറിച്ചുള്ള ഗുണാത്മകമായ മുൻവിധിയെ സൂചിപ്പിക്കുന്ന ഒന്ന് മാത്രമാണ് എന്നായിരുന്നു അദ്ദേഹത്തിന്റെ അഭിപ്രായം.

ഹരിയുടെ ചിന്തകളെ മുറിച്ചുകൊണ്ട് ശക്തിയായി ഇടിയുടെ ശബ്ദം മുഴങ്ങി.

കനത്ത മഴ പെയ്തേക്കാം..ഒരു ചെറുപ്പക്കാരൻ മുണ്ട് മാടിക്കുത്തി എതിരെ നടന്നുവരുന്നുണ്ട്.. എവിടെയോ കണ്ടു മറന്നതു പോലെ..!

അയാൾ തന്നെ അടിമുടി നോക്കിക്കൊണ്ട് കടന്നുപോയി.

മുൻപ് നാട്ടിൽ കാണാത്ത ഒരാൾ ആയതിനാലാവാം.

ഹരി വേഗം നടന്നു..

വീട് എത്താറായിരിക്കുന്നു..

ഉയരം കുറഞ്ഞ പടവുകളിലേക്ക് കാലെടുത്തുവെയ്ക്കുമ്പോൾ ആയിരമായിരം ഓർമ്മകളുമായി ഭൂതകാലം തലച്ചോറിൽ മിന്നിമറയുന്നത് ഹരിയറിഞ്ഞു.. മുറ്റത്തേക്ക് കയറിയപ്പോൾ ഹൃദയം സമ്മിശ്രവികാരങ്ങളാൽ വേഗത്തിൽ തുടിച്ചുകൊണ്ടിരുന്നു.

ഓർമ്മകൾ തനിക്ക് ചുറ്റും നൃത്തം ചെയ്യുന്നത് പോലെ.. വീട് ആളനക്കം ഇല്ലാതെ നിൽക്കുന്നു. പൂട്ടിയിട്ടുണ്ട്.. ആരായിരിക്കാം അവസാനമായി വീട് പൂട്ടിയത്..! ഇവിടെ അവസാനമായി വന്നത് അമ്മയുടെ ചിതയ്ക്ക് തീ കൊളുത്താനായിരുന്നു.. അന്ന് കണ്ണീർ നിറഞ്ഞ കണ്ണുകളും കുറ്റബോധത്തോടെ കുനിഞ്ഞ ശിരസുമായി നിൽക്കുമ്പോൾ ആളുകൾ തന്നെക്കുറിച്ച് എന്ത് പറയുന്നു എന്നോ അവർ തന്നെ നോക്കുന്നുണ്ടോ എന്നോ ചിന്തിച്ചിരുന്നില്ല.. പക്ഷേ, ഇവിടെ നിന്ന് പോയതിന് ശേഷം ആ ചിന്തകൾ തന്നെ അലട്ടിയിരുന്നു..

ഇറയത്ത് തൂക്കിയിട്ട ഉമിക്കരി പാത്രത്തിനുള്ളിൽ താക്കോൽ ഉണ്ടാകുമോ..! നിറം മങ്ങിയ സാരിയുടുത്ത് വരാന്തയിലെ തൂണിൽ ചാരി അമ്മ നിൽക്കുന്ന ചിത്രം മനസിലെത്തിയപ്പോൾ ഉള്ളിലെവിടെയോ മുള്ളുതറയ്ക്കുന്നതുപോലെ !

ഹരിയുടെ കണ്ണുകൾ ഉമിക്കരിപാത്രത്തിനടുത്തേക്ക് ചെന്നു.

അതവിടെത്തന്നെയുണ്ട്.. പരതിയപ്പോൾ താക്കോൽ കിട്ടി. താക്കോലിൽ കാര്യമായി തുരുമ്പ് പിടിച്ചിട്ടില്ല. ആരായിരിക്കാം

അവസാനമായി വീട് പൂട്ടിയിരിക്കുക. ചേച്ചിയായിരിക്കാം.. പക്ഷേ, ഒരിക്കലും ചേച്ചി ഇങ്ങോട്ട് വന്നിട്ടില്ല എന്നാണ് ജയിലിൽ നിന്നിറങ്ങി കാണാൻ ചെന്നപ്പോൾ ചേച്ചി പറഞ്ഞത്.. ഒരു പക്ഷേ, ചേച്ചിയുടെ അടുത്തേക്ക് പോകുന്നതിന് മുന്നേ അമ്മ തന്നെ പൂട്ടിയതാവാം..

തന്റെ കണ്ണ് നനയുന്നുവോ..! ഹരി താക്കോലിൽ മുറുകെപ്പിടിച്ചു. വാതിൽ തുറന്ന് അകത്തു കയറിയപ്പോൾ മനം മടുപ്പിക്കുന്ന ഒരു മണമുണ്ടായിരുന്നു വീടിന്.. വർഷങ്ങളായി ആരും തുറക്കാത്തത് കൊണ്ടാവാം..

തന്റെയും അമ്മയുടെയും മുറികളിലൂടെ കയറിയിറങ്ങി ഓർമ്മകളുടെ ഭാരവുമായി തിരികെ ഇറയത്ത് വന്നിരിക്കെ താരതമ്യേന വൃത്തിയായി കിടക്കുന്ന മുറ്റം അയാളിൽ സംശയങ്ങളുണർത്തി.. ആരും നോക്കാനില്ലാത്ത ഒരു വീട്.. പക്ഷേ, മുറ്റത്ത് കാര്യമായി കരിയിലകളോ ചപ്പുചവറുകളോ കാണാനില്ല.. ഇന്നലെയോ അതിന് മുൻപോ ആരോ അടിച്ചുവാരി വൃത്തിയാക്കിയതുപോലെയാണ് മുറ്റം..! ചുറ്റും മരങ്ങൾ വളർന്ന് നിൽക്കുന്ന പറമ്പാണ്. കരിയിലകൾ ഒരുപാട് അട്ടികളായി ഉണ്ടാവേണ്ടതാണ്... പക്ഷേ, ആരാണ് ഇത് വൃത്തിയാക്കിയിടുന്നത്? വർഷങ്ങളായി മനുഷ്യസ്പർശമില്ലായിരുന്നു. പക്ഷേ, മുറ്റവും വീടിന്റെ ചുറ്റുപാടും പാഴ്ചെടികൾ വളർന്നിട്ടില്ല..

ആരോ ഇവിടം വൃത്തിയാക്കി ഇടുന്നുണ്ടെന്ന് വ്യക്തം. ആരായിരിക്കാമത് എന്നാലോചിച്ചിട്ട് ഒരുത്തരവും മനസ്സിൽ തെളിയാത്തതിൽ നിരാശ തോന്നി.

തന്റെ ഇങ്ങോട്ടുള്ള വരവിന് ഒരു ലക്ഷ്യമുണ്ടെന്ന് ഹരിയോർത്തു..

..അത് പൂർത്തിയാവണങ്കിൽ ഒരാളെക്കൂടി കണ്ടേ തീരു. ആ കൂടികാഴ്ച്ചയുടെ പരിസമാപ്തി എന്താവുമെന്നറിയില്ല. പക്ഷേ, തന്റെ മനസിന് സമാധാനം കിട്ടണമെങ്കിൽ ഇതും ആവശ്യമാണ്..

വീട്ടിൽ നിന്ന് ഇറങ്ങവെ പടിക്കെട്ടിൽ വെച്ച് ഹരി തിരിഞ്ഞു നോക്കി.. എവിടെയെങ്കിലും പോയി താൻ വരാൻ വൈകിയാൽ ആ വലിയ വീടിന്റെ തൂണിൽ ചാരി അമ്മ ഒറ്റയ്ക്ക് തന്നെ കാത്ത് നിൽക്കുന്നത് വീണ്ടും ഓർമ്മയിൽ തെളിയുന്നു..!

അച്ഛന്റെ തെറിപ്പാട്ടും പുലയാട്ടും മുറ്റത്ത് ഉയരുന്നതുപോലെ!

ചിന്തകളോട് സമരസപ്പെടാൻ ശ്രമിച്ചുകൊണ്ട് പടികളിറങ്ങി റോഡിലൂടെ കുറെ ദൂരം മുന്നോട്ട് നടന്നശേഷം ഒരു ഇടവഴിയിലേക്ക്

തിരിയുന്നിടത്ത് ഓർമ്മകളിലേക്ക് നോക്കുന്നതുപോലെ ഹരി അൽ പനേരം നിന്നു.

പിന്നെ ഇടവഴിയിലേക്ക് തിരിഞ്ഞ് വീണ്ടും നടന്നു. പശുവിന് വെള്ളം കൊടുത്ത് തിരികെ വരികയായിരുന്നു ശ്യാമള..

'ചേച്ചി.' ഒരു പുരുഷശബ്ദം കേട്ട് അവൾ തിരിഞ്ഞു നോക്കി..

നീണ്ട ജുബ്ബയും പാന്റ്സും ധരിച്ച് ഒരു ചെറുപ്പക്കാരൻ നിൽക്കുന്നു.. താടി വളർന്ന മുഖം.. ആരാണ്..

മുൻപ് താനെവിടെയോ കണ്ടതുപോലെ ..

'ഹരി.'

അല്പസമയം സ്തബ്ദയായതുപോലെ നിന്നശേഷം ശ്യാമളയുടെ ചുണ്ടിൽ നിന്ന് വീണ പേരിനോടൊപ്പം അവരുടെ മുഖത്ത് വിവിധ ഭാവങ്ങൾ മിന്നിമറയുന്നത് ഹരി കണ്ടു.

ഒരു നിമിഷത്തേക്ക് എന്താണ് ചെയ്യേണ്ടത് എന്നറിയാത്ത അവസ്ഥയിലായിരുന്നു ശ്യാമള. അവൻ എന്തിനാണ് വന്നത് എന്ന ചിന്ത ഒരുനിമിഷത്തേക്ക് ഭയപ്പെടുത്തിയെങ്കിലും മനസാന്നിധ്യം വീണ്ടുകിട്ടിയപ്പോൾ ഹരിയെ അവർ ഇരിക്കാനായി മടിയോടെ ക്ഷണിച്ചു..

'ഹരി.. വാ ഇരിക്ക്.'

ഹരി അവരെ ശ്രദ്ധിക്കുകയായിരുന്നു.. ആൾ മാറിപ്പോയിരിക്കുന്നു. ഒരു ഇരുത്തം വന്ന ഭാവമുണ്ട് മുഖത്ത്. ശരീരം അല്പം ക്ഷീണിച്ചിട്ടുണ്ട്.. പഴയ കൂസലില്ലായ്മ ആ മുഖത്ത് കണ്ടില്ല..

എന്ത് പറയണം എന്നറിയാതെ ശ്യാമളയുടെ മനസ് വാക്കുകൾക്കായി പരതുമ്പോൾ കസേരയിൽ ഇരുന്നുകൊണ്ട് ഹരി പറഞ്ഞു..

'ചേച്ചി എന്നെ തിരിച്ചറിയില്ല എന്നാണ് ഞാൻ കരുതിയത്.'

'നീ നിന്റച്ഛന്റെ തനിപ്പകർപ്പാണ്.. അത്രയും വണ്ണമില്ല എന്നേയുള്ളു. താടിയുണ്ടെങ്കിലും എനിക്ക് മനസിലാകും.'

പെട്ടെന്ന് പറഞ്ഞെങ്കിലും വേണ്ടായിരുന്നു എന്ന് ശ്യാമളയ്ക്ക് തോന്നി.. ഹരി ചിരിച്ചു..

അയാളുടെ ചിരിയിൽ വിഷാദം കലർന്നത് ശ്യാമള കണ്ടു..

അവരുടെ കണ്ണിൽ നീർ നിറഞ്ഞു..

'മോനെ, നിന്നോട് മാപ്പ് ചോദിക്കാനുള്ള അർഹത എനിക്കുണ്ടോ എന്നറിയില്ല.. ഞാൻ കാരണമാണ് എല്ലാം..ഞാൻ ഒന്നും ആലോചിക്കാതെ.'

ശ്യാമളയിൽ നിന്ന് ഒരു തേങ്ങലുയർന്നു. അവർ കരയുന്നത് കണ്ട് ഹരിക്ക് വല്ലായ്മ തോന്നി..

'നിന്റെ അമ്മ പാവമായിരുന്നു...ഞാനാണ്..'

'എല്ലാം ..കഴിഞ്ഞില്ലേ... സാരമില്ല..'

ഹരി പെട്ടെന്ന് പറഞ്ഞു.. ഉള്ളിൽ നിന്ന് എന്തോ ഭാരം പെട്ടെന്ന് ഒഴിയുന്നത് പോലെ ഹരിക്ക് തോന്നി.. ഈ കൂടിക്കാഴ്ച എങ്ങനെയാവും എന്ന് തനിക്ക് അറിയില്ലായിരുന്നല്ലോ!

'ആ സംഭവത്തിന് ശേഷം എന്താണ് ചെയ്യേണ്ടത് എന്ന് എനിക്കറിയില്ലായിരുന്നു മോനെ.. ആ പഴയ ശ്യാമളയല്ല ഇന്ന് ഞാൻ.'

ഹരി കേട്ടുകൊണ്ടിരുന്നു. ചില മാറ്റങ്ങൾ കാണാനുണ്ട്. എന്നവന് തോന്നി ..വീട് നന്നാക്കിയിട്ടുണ്ട്.. പഴയതുപോലെ കുടിയന്മാർ ആരും ഈ വീട് അന്വേഷിച്ച് വരുന്നുണ്ടാവില്ല. വാറ്റ് നിർത്തിയിരിക്കണം.

'പഴയ തൊഴിൽ ഉപേക്ഷിച്ചു.. ആ സംഭവത്തിന്റെ അടുത്ത കൊല്ലം അമ്മ മരിച്ചു. അപ്പോഴേക്കും മോനുണ്ടായിരുന്നു.. പിന്നെ അവൻ മാത്രമായി എന്റെ ജീവിതം.'

ഹരി ശ്യാമളയെ നോക്കി.. ഏത് മകൻ.. എന്ന ചോദ്യം അയാളുടെ കണ്ണുകളിൽ അവൾ കണ്ടു..

അവർ മന്ദഹസിക്കുന്നത് ഹരി കണ്ടു...

'അവൻ കളിക്കാൻ പോയേക്കുവാ..ഇപ്പൊ വരും.'

ഹരി സംശയം മാറാത്ത കണ്ണുകളോടെ നോക്കിയിരിക്കുന്നത് കണ്ട് അവർ പറഞ്ഞു..

'നിന്റെ അനിയൻ.. അങ്ങനെ പറയാൻ പാടുണ്ടോ എന്നറിയില്ല എനിക്ക്.' ശ്യാമള ഒന്ന് നിർത്തിയ ശേഷം തുടർന്നു..

'....പക്ഷേ, അത് സത്യമാണ്.'

അന്ന് അമ്മയോടൊപ്പം ഇവിടെ വന്നപ്പോൾ ശ്യാമള പറഞ്ഞത് ഓർമ്മയിലെത്തി. അമ്മയുടെ നിശബ്ദത കണ്ടപ്പോൾ അന്നേ തനിക്ക് സംശയമുണ്ടായിരുന്നു.

ആറേഴു വയസ് പ്രായം തോന്നുന്ന ഒരു ബാലൻ ഷർട്ടിടാതെ നിക്കർ മാത്രമിട്ട് വഴിയിലൂടെ മുറ്റത്തേക്ക് ഓടി വരുന്നത് ഹരി കണ്ടു. വീടിന്റെ തിണ്ണയിൽ ഇരിക്കുന്ന അപരിചിതന് നേരെയുള്ള അവന്റെ നോട്ടത്തിനെ ഹരിയൊരു പുഞ്ചിരി കൊണ്ട് നേരിട്ടു..

അവൻ തിണ്ണയിലേക്ക് കയറി.

'മോന്റെ പേരെന്നാ..?'

ഹരിയുടെ ചോദ്യത്തിന് ചെറുതായി ചിരിച്ച് നാണത്തോടെ അമ്മയുടെ പിന്നിൽ മറഞ്ഞുനിന്ന് അവൻ മറുപടി പറഞ്ഞു..

'ദീപു.'

'മോനെവിടെയാണ് എന്നൊരു വിവരവും ഉണ്ടായിരുന്നില്ല. ശിക്ഷയുടെ കാലാവധി കഴിയുമ്പോൾ വരുമെന്നാണ് ഞാൻ പ്രതീക്ഷിച്ചിരുന്നത്.' ശ്യാമള ചോദിച്ചു..

'വരണമെന്ന് തോന്നിയില്ല അല്ലെ..?'

'വരണമെന്ന് തോന്നിയിരുന്നു.. പക്ഷേ, പഴയ ഓർമ്മകളെ നേരിടാനുള്ള മനോധൈര്യം ഉണ്ടായിരുന്നില്ല.'

ഹരിയുടെ ചുണ്ടിൽ ചെറിയൊരു മന്ദഹാസം വിടർന്നു..

വൈകുന്നേരമായിരിക്കുന്നുവെന്ന് ഹരി കണ്ടു. നേർത്ത വെയിലിനോടോപ്പം ചേർന്ന് മരനിഴലുകൾ ദൈർഘ്യമാർന്നതായിരിക്കുന്നു.

'നിന്റെ അമ്മയെ എനിക്ക് ഒരിക്കലും മറക്കാൻ ആകില്ല.. ഞാനൊരുപാട് ഉപദ്രവിച്ചിട്ടുണ്ട്. പക്ഷേ, എന്നിട്ടും നിന്റെ അച്ഛന്റെ മരണശേഷം ഒരിക്കൽ ദീപുവിനേയും കൊണ്ട് ആശുപത്രിയിൽ ആയപ്പോൾ കൈയ്യിൽ പണമില്ലാതിരുന്ന സമയത്ത് നിന്റമ്മ എന്നെ സഹായിച്ചിട്ടുണ്ട്.'

ശ്യാമളയുടെ വാക്കുകൾ കേട്ട് ഹരി ശരിക്കും അത്ഭുതപ്പെട്ടു.. അത് അവിശ്വസനീയമായി അയാൾക്ക് തോന്നി..

'അന്ന് ഞാനും നിന്റെ അമ്മയും അടുത്തടുത്ത ബെഡ്ഡുകളിലായിരുന്നു കിടന്നത്. രത്നേച്ചിയെ കാണുമ്പോഴൊക്കെ എനിക്ക് വലിയ പാപബോധം ആയിരുന്നു.. എന്നെ നോക്കി ചിരിക്കാറില്ലെങ്കിലും, എന്നോട് മിണ്ടാറില്ലെങ്കിലും ഇവൻ സുഖമില്ലാതെ കരയുമ്പോളൊക്കെ നിന്റെ അമ്മ പാളി നോക്കുമായിരുന്നു.. ഒരിക്കൽ നിന്റെ അമ്മ ഉച്ചയ്ക്ക് ഭക്ഷണം വാങ്ങിക്കൊണ്ട് വന്നപ്പോൾ ഒരു പൊതി കൂടുതൽ വാങ്ങി എനിക്ക് കൊണ്ടുത്തന്നു. ഞാൻ അന്ന് രാവിലെ ഭക്ഷണമൊന്നും കഴിക്കാത്തത് രത്നേച്ചി കണ്ടിട്ടുണ്ടായിരുന്നു..അന്ന് ഞാൻ രത്നേച്ചിയെ കെട്ടിപ്പിച്ച് ഒരുപാട് കരഞ്ഞു.. ചെയ്തതിനെല്ലാം ക്ഷമ ചോദിച്ചു.'

ശ്യാമള കണ്ണു തുടച്ചുകൊണ്ട് പറയുന്നത് ഒരു ഭാവന നിറഞ്ഞ കഥപോലെ ഹരി കേട്ടുകൊണ്ടിരുന്നു..

'അന്ന് നിന്റെ അമ്മ പറഞ്ഞത് എന്താണെന്നറിയാമോ...?' ശ്യാമള തുടർന്നു..

'നീ ചെയ്തത് തെറ്റാണ് ശ്യാമളെ.. നിന്നോട് എനിക്ക് ക്ഷമിക്കാൻ കഴിയുമോ എന്നറിയില്ല.. പക്ഷേ, ഈ കുഞ്ഞ് എന്ത് തെറ്റാണ് ചെയ്തത് എന്ന്.'

ശ്യാമള കണ്ണുതുടയ്ക്കുന്നത് ഹരി കണ്ടു.

'എന്നോട് മിണ്ടാറില്ലെങ്കിലും നിന്റെ വീട്ടിൽ എന്തെങ്കിലും ഉണ്ടാക്കിയാൽ ഇവന്റെ കൈയ്യിൽ കൊടുത്തു വിടും. രത്നേച്ചി മരിക്കുന്നതിന് മുൻപ് ഇവൻ കൂടുതൽ സമയവും അവിടെത്തന്നെ യായിരുന്നു.. രത്നേച്ചി എന്നോട് ക്ഷമിച്ചിരിക്കില്ല.. പക്ഷേ, എന്നെ വെറുത്തിരുന്നില്ല.. ഞാനെപ്പോഴും ആലോചിക്കും എങ്ങനെ യാണ് ചേച്ചിക്ക് അതിന് കഴിഞ്ഞത് എന്ന്..!'

അവരുടെ പിന്നിൽ നിന്ന ദീപു ഓടി അകത്തേക്ക് പോയി

ശ്യാമളയുടെ ഓരോ വാക്കുകളും ഹരിക്ക് അത്ഭുതമായിരുന്നു. അമ്മയെക്കുറിച്ച് ഓർത്തപ്പോൾ ഉള്ളിൽ അഭിമാനം നിറയുന്നത് ഹരി അറിഞ്ഞു.

'ഞാൻ കരുതി നീ ഒരിക്കലും എന്നോട് ക്ഷമിക്കില്ല എന്ന്..' ശ്യാമള തുടർന്നു..

'ആദ്യം നിന്നെ കണ്ടപ്പോൾ എന്താണ് പറയേണ്ടതെന്നോ ചെയ്യേണ്ടതെന്നോ എനിക്ക് മനസ്സിലായില്ല..'

'എല്ലാം കഴിഞ്ഞതല്ലേ..' ഹരി പറഞ്ഞു '...അതൊക്കെ ഇനിയും ഓർത്തുകൊണ്ടിരുന്നിട്ട് എന്തിനാ.. എന്റെ മനസിന് ആത്യന്തിക മായി സമാധാനം ലഭിക്കുന്ന ഒരു വഴി കണ്ടെത്തണമായിരുന്നു.'

ഒന്ന് നിർത്തിയശേഷം ഹരി തുടർന്നു..

'ചേച്ചിയായിരുന്നോ വീടിന്റെ മുറ്റം അടിച്ചുവാരിയിട്ടത്..?'

'....ഉം..' ശ്യാമള മൂളി..'ഞാനാണ്..' ഹരി പറഞ്ഞതുപോലെ എന്റെ മനസിന് സമാധാനം ലഭിക്കുന്ന ഒരു മാർഗം ഞാനും കണ്ടെത്തണമായിരുന്നു.'

അവർ ഉള്ളിൽ ഓരോ ദിവസവും കരയുകയാണെന്ന് ഹരിക്ക് തോന്നി. ഒന്നോർത്താൽ താനും അവരുമെല്ലാം ഒരേ നാണയത്തി ന്റെ വശങ്ങൾ തന്നെയാണ്. കൈയ്യിൽ ഒരു പമ്പരവുമായി ദീപു പുറത്ത് വന്നു.. അവൻ മുറ്റത്തേക്കിറങ്ങി..

'..ഞാൻ പോകട്ടെ... നാളെ ഞാൻ തിരികെ പോകും.'

ഹരി എഴുന്നേറ്റു.

'മോന് വിരോധമില്ലെങ്കിൽ ഇവിടെ കൂടാം.' മടിച്ചാണ് ശ്യാമള പറഞ്ഞത്.

'വേണ്ട .. ഒന്നുമായിട്ടല്ല.. ഇന്ന് പഴയ ഓർമ്മകളോട് യുദ്ധം ചെയ്ത് ആ വീട്ടിൽ കഴിയണം.'

ഹരി പുഞ്ചിരിക്കുന്നത് നോക്കി ശ്യാമള നിന്നു.. അവന്റെ അച്ഛനെപ്പോലെ തന്നെയാണ് ചിരി..!

'ഇനിയെപ്പോഴാ ഇങ്ങോട്ട്.'

'വരാം..' ഹരി മുറ്റത്തേക്കിറങ്ങി..

പോക്കറ്റിൽ നിന്നും കുറച്ച് നോട്ടുകൾ എടുത്ത് ദീപുവിന്റെ കയ്യിൽ കൊടുത്തു..

'മോൻ എന്തെങ്കിലും വാങ്ങിക്കോട്ടോ.'

അത് കണ്ട് തടയാൻ തോന്നിയെങ്കിലും എന്തുകൊണ്ടോ ശ്യാമള പിൻവലിഞ്ഞു..

ശ്യാമളയോട് അവർക്കെന്തെങ്കിലും ആവശ്യമുണ്ടോ എന്ന് ചോദിക്കാൻ ഹരിക്ക് മടിയായിരുന്നു. അവർ ഒന്നും വേണ്ട എന്നേ പറയു എന്ന് അയാൾക്ക് ഉറപ്പായിരുന്നു..

'പോട്ടെ..'

ഹരി യാത്ര പറഞ്ഞിറങ്ങി പടിക്കൽ എത്തിയപ്പോൾ ദീപു ചോദിക്കുന്നത് കേട്ടു..

'ആ മാമൻ ആരാമ്മേ.. ?'

'അത് മാമനല്ല.. ഏട്ടൻ..' ശ്യാമളയുടെ വാക്കുകൾ പിന്നിൽ നിന്ന് കാതുകളിൽ വന്നു വീണപ്പോൾ മനസ് നിറഞ്ഞ ഒരു പുഞ്ചിരിയോടെയാണ് താൻ നടക്കുന്നത് എന്ന് ഹരിക്ക് തോന്നി.

6

അടുക്കളയുടെ വാതിൽപ്പടിയിൽ ചാരി നിന്ന് ഭൂതകാലത്തിലേക്ക് നോക്കി സംസാരിച്ചുകൊണ്ടിരുന്ന ഹരിയെ കേട്ടുകൊണ്ട് എല്ലാം മറന്നതുപോലെ നിൽക്കുകയായിരുന്നു അൻഷിത.

'ദേ.. വെള്ളം തിളച്ചു.. പൊടിയിട്.'

ഹരിയുടെ ശബ്ദം കേട്ടാണ് അയാളുടെ വാക്കുകൾ സൃഷ്ടിച്ച ലോകത്ത് നിന്ന് അവൾ പുറത്ത് കടന്നത്.

ശരിയാണ് വെള്ളം തിളച്ചിരിക്കുന്നു..

'എല്ലാം കഴിഞ്ഞുപോയ കാര്യങ്ങൾ അല്ലെ സാർ.. ഇനി അതൊന്നും ഓർക്കണ്ട..'

അങ്ങനെ പറഞ്ഞെങ്കിലും ബോധപൂർവ്വം സാധ്യമാകുന്ന ഒന്നല്ല മറവി എന്നോർത്തുകൊണ്ട് തിളയ്ക്കുന്ന വെള്ളത്തിലേക്ക് ചായപ്പൊടിയിട്ടുകൊണ്ട് അൻഷിത ചോദിച്ചു.

'സാറിപ്പോൾ ഇതെല്ലാം ഓർക്കേണ്ടി വന്നത് അമ്മ കാരണമാണ്..അല്ലെ..?'

'ഇതൊരു അനിവാര്യതയാണ് അൻഷിതാ.. ആരും കാരണമല്ല.' ഹരിയുടെ സംസാരത്തിൽനിന്ന് ദുഃഖത്തിൽ നിന്ന് അയാൾ

എളുപ്പം രക്ഷപ്പെട്ടിരിക്കുന്നു എന്ന് അൻഷിതയ്ക്ക് മനസിലായി..

ഒരുപക്ഷേ, അതൊരു മൂടുപടവുമാകാം. ദുഃഖിക്കുന്ന മനുഷ്യർ തങ്ങൾ സന്തുഷ്ടരാണ് എന്ന് ആവർത്തിച്ച് പറയുന്നത് ദുഃഖത്തിൽ നിന്ന് രക്ഷനേടാനുള്ള മനസിന്റെ ശ്രമം മൂലവുമാകാം.. എന്തായാലും കാലം കുറച്ചായതല്ലേ.. കാലം എല്ലാ മുറിവുകളും ഉണക്കുമെന്നാണ് പറയുന്നത്. അല്ലായിരുന്നെങ്കിൽ സാറിന് ശ്യാമളയെ പോയി കാണാൻ കഴിയുമായിരുന്നില്ല.

ഹരി തുടർന്നു.. 'തന്റെ അമ്മ ചെയ്തത് അവരുടെ ഉത്തരവാദിത്വം മാത്രമാണ്... അമ്മയല്ലാതെ വേറെ ആരാണ് നിന്നെക്കുറിച്ച് ആവലാതിപ്പെടുക..!'

ഹരി പറയുന്നത് കേട്ട് അൻഷിത മന്ദഹസിച്ചു.

ചിരിക്കുമ്പോൾ നുണക്കുഴികൾ വിരിയുന്ന അവളുടെ കവിൾത്തടങ്ങളെ നോക്കി ഹരി നിന്നു..

ഉള്ളിൽ പ്രണയം ഉണരുന്നുണ്ടോ...! അൻഷിതയോട് ഈ സാർ വിളി അവസാനിപ്പിക്കാൻ പറഞ്ഞാലോ എന്ന് ചിന്തിച്ചിട്ടുണ്ട്. പക്ഷേ, അന്ന് വേണ്ട എന്ന് വെച്ചതാണ് താൻ..! കാരണം ഈ ബന്ധം രണ്ടുപേർക്കും ഒരു പ്രയാസമായി പരിണമിക്കുന്നത് തനിക്ക് ഇഷ്ടമായിരുന്നില്ലല്ലോ.

ഇപ്പോഴും ഒന്നും ഉറപ്പു പറയാറായിട്ടില്ല എന്ന് ഹരിയോർത്തു. തനിക്ക് പറയാനുള്ളത് കേട്ടിട്ടും മിസിസ് ചാറ്റർജി ഒന്നും പറഞ്ഞിട്ടില്ല. ഒരുപക്ഷേ അൻഷിതയെ ഇവിടെ നിൽക്കാൻ അനുവദിച്ചത് ഒരു ഗ്രീൻ സിഗ്നൽ ആയിരിക്കാം. അല്ലെങ്കിൽ തന്നോടുള്ള സഹതാപം മൂലം തന്റെ മനസിനെ സാന്ത്വനിപ്പിക്കാനുള്ള അവരുടെ ഒരു ശ്രമം മാത്രമായിരിക്കാം.

'എന്താ ആലോചിക്കുന്നത്..!'

അൻഷിതയുടെ ചോദ്യം അയാളെ ചിന്തയിൽ നിന്നുണർത്തി..

ഒന്നുമില്ല എന്ന അർത്ഥത്തിൽ ചുമൽ കുലുക്കി തന്നെ നോക്കി ചിരിക്കുന്ന ഹരിയെ നോക്കുമ്പോൾ തന്റേയുള്ളിൽ പ്രണയം പൂക്കുന്നത് അൻഷിത അറിഞ്ഞു.. എങ്കിലും അതിന്റെ ഭാവി അനിശ്ചിതമാണ് എന്ന ചിന്ത അവളെയും കുഴക്കുന്നുണ്ടായിരുന്നു.

എന്തായിരിക്കും അമ്മയുടെ മനസിൽ.. സമുദായവും മറ്റുമൊക്കെ നോക്കുന്ന കുടുംബക്കാർ തങ്ങളെ ഒറ്റപ്പെടുത്തുമായിരിക്കും..

അച്ഛൻ കൂടെയില്ലാത്തത് ഒരു വലിയ നഷ്ടമാണ്. ഉണ്ടായിരുന്നെങ്കിൽ തന്നെ അച്ഛന് മനസിലാകുമായിരുന്നു. അമ്മയ്ക്കും എതിർപ്പുണ്ടാവില്ല. പക്ഷേ, ഒറ്റയ്ക്ക് അമ്മ ബന്ധുക്കളുടെ ചോദ്യ

ങ്ങൾക്ക് ഉത്തരം പറയേണ്ടി വരും.. കടംകഥകൾ നെയ്യുന്ന വലയിൽ കുടുങ്ങിയിരിക്കുകയാണ് മനസ്!

അൻഷിത പകർന്ന് നൽകിയ ചായ വാങ്ങവേ ഹരി ചോദിച്ചു

'അൻഷിതാ.. നിനക്ക് പേടിയുണ്ടോ?'

ഉണ്ടെന്നോ ഇല്ലെന്നോ അവൾ പറഞ്ഞില്ല..

ഒന്നും മിണ്ടാതെ തന്നെ നോക്കി പുഞ്ചിരിക്കുന്നുണ്ടെങ്കിലും അൻഷിതയെ നോക്കി നിൽക്കെ അവളുടെ മനോസംഘർഷം അയാൾക്ക് മനസിലായി.

'സ്വന്തം ജീവിതത്തിലെ ശരികൾ നിലനിൽക്കണമെങ്കിൽ ചുറ്റുപാടുകളിലെ കുറെയേറെ ശരികളോട് യുദ്ധം ചെയ്യേണ്ടി വരുമെന്ന് ഹരിസർ തന്നെയല്ലേ പറഞ്ഞത്.'

ചായ കുടിക്കുന്ന ഹരിയെ നോക്കി അൻഷിത തുടർന്നു.

'..ചെയ്തുനോക്കാം.. എവിടെവരെ എത്തുമെന്നറിയാമല്ലോ.'

അൻഷിതയ്ക്ക് ധൈര്യമുണ്ട്..പക്ഷേ, എത്രമാത്രം എന്ന ചോദ്യം ബാക്കിയാണെന്ന് ഹരിക്ക് തോന്നി.

'സാർ ഒരു സേവനസംഘത്തെക്കുറിച്ച് പറഞ്ഞല്ലോ..? ഒരു സ്വാമിജിയെ കുറിച്ചും..അപ്പോൾ മുതൽ ചോദിക്കണം എന്ന് കരുതിയതാണ്.. നിരീശ്വരവാദിയായ സ്വാമിമാരൊക്കെ ഉണ്ടാകുമോ..?'

അൻഷിതയുടെ ചോദ്യം കേട്ട് ഹരി ചിരിച്ചു.. പക്ഷേ, അവൾ കാര്യമായിതന്നെ ചോദിച്ചതാണ് എന്ന് അയാൾക്ക് അറിയാമായിരുന്നു.

'വ്യാഖ്യാനപരമായി ചിന്തിച്ചാൽ ഹിന്ദൂയിസത്തിന്റെ അടിസ്ഥാന ഗ്രന്ഥങ്ങൾ ആയി നാമറിയുന്ന വേദങ്ങളിൽ പോലും നിരീശ്വര ചിന്തകളുണ്ട്..'

ഹരി പറഞ്ഞത് കേട്ട് വിടർന്ന കണ്ണുകളുമായി അൻഷിത ഇരുന്നു. അവളെ സംബന്ധിച്ച് അതൊരു പുതിയ അറിവായിരുന്നു.

ഹരി തുടർന്നു, 'പക്ഷേ, സ്വാമിജി ഒരു മതത്തിന്റെയും വക്താവ് ആയിരുന്നില്ല.. അദ്ദേഹത്തിന്റെ അഭിപ്രായത്തിൽ സ്വന്തം മനഃസംതൃപ്തിക്കായി സമൂഹത്തിനോ വ്യക്തിക്കോ നൽകുന്ന സേവനം ജീവിതവ്യതമാകുന്നതാണ് സന്യാസം. അങ്ങനെ ചിന്തിക്കാനായിരുന്നു അദ്ദേഹത്തിന് ഇഷ്ടം.'

ഹരി സ്വാമിജിയെക്കുറിച്ച് വാചാലനാകുന്നത് കേൾക്കുമ്പോൾ അയാൾ ഹരിയെ വളരെ സ്വാധീനിച്ചിട്ടുണ്ട് എന്ന് അൻഷിതയ്ക്ക് മനസിലായി..

'അദ്ദേഹം ഒരിക്കലും പൂജ ചെയ്ത് ഞാൻ കണ്ടിട്ടില്ല, ഒരു മന്ത്ര

മോ പ്രാർത്ഥനയോ ചൊല്ലി കേട്ടിട്ടില്ല. എല്ലാ ദിവസവും പ്രഭാതത്തിലും സന്ധ്യയിലും ചിന്താമഗ്നനായി അല്പനേരം ശാന്തമായി കണ്ണടച്ചിരിക്കും. ധ്യാനമാണോ എന്ന് ഒരിക്കൽ ചോദിച്ചപ്പോൾ പറഞ്ഞത് ചെയ്തതിനെക്കുറിച്ചും ചെയ്യാൻ പോകുന്നതിനെക്കുറിച്ചുമുള്ള വിലയിരുത്തൽ ആണ് എന്നാണ്.. വെളുത്ത ജുബ്ബയും കാവിമുണ്ടും മാത്രമായിരുന്നു അദ്ദേഹത്തിന്റെ വേഷം.. ജീവിതത്തിന് സ്വന്തമായി ഒരു വ്യാഖ്യാനമുള്ള വളരെ വ്യത്യസ്തനായ ഒരു മനുഷ്യനായിരുന്നു. രാവിലെ ഭക്ഷണമുണ്ടാക്കി ഇറങ്ങും. ദിവസം ഒരു നേരമെങ്കിലും ഭക്ഷണമുണ്ടാക്കി തെരുവിൽ ഉള്ളവർക്ക് എത്തിക്കും. അസുഖമായി ആരോരുമില്ലാതെ കിടക്കുന്നവർക്ക് വേണ്ടി പണം കണ്ടെത്തും..മരുന്ന് വാങ്ങി കൊടുക്കും. ഇതൊക്കെയാണ് ചെയ്യാനുള്ളത്. ഒരുപാട് പേർ സഹായിക്കുമായിരുന്നു. ഒരിക്കൽ ഞാൻ ചോദിച്ചു സ്വാമിജിക്ക് മറ്റുള്ളവരെ പോലെ മുഴുവൻ കാവി ആക്കിയാൽ എന്താണ് എന്ന്.. അങ്ങനെ ഒരു നിർബന്ധവുമില്ല.. കാവിയിൽ മണ്ണ് പറ്റിയാൽ പെട്ടെന്ന് അറിയില്ലല്ലോ അതുകൊണ്ട് മാത്രമാണ് ഉടുക്കുന്നതെന്ന്.'

ഹരി ചിരിക്കുന്നത് കണ്ട് അൻഷിതയും ആ ചിരിയിൽ പങ്കുചേർന്നു.

'ശിക്ഷ കഴിഞ്ഞ് മനോഭാരത്തോടെ ഒരു സന്യാസി ആവണം എന്നു തീരുമാനിച്ച് സ്വാമിജിയുടെ കൂടെ കൂടിയതായിരുന്നു ഞാൻ. പക്ഷേ, സന്യാസത്തിന്റെ ലക്ഷ്യം ഈശ്വരനിൽ ലയിക്കുക എന്നതോ പുണ്യം നേടുക എന്നതോ പാപഭാരം കഴുകിക്കളയുക എന്നതോ ഒന്നുമല്ല, മറിച്ച് സഹജീവികളിൽ ഈശ്വരനെ കണ്ടെത്തുക എന്നതാണ് എന്ന് ഞാൻ അവിടുന്ന് പഠിച്ചു. എന്റെ മനോഭാരത്തെ മറികടക്കാൻ എന്നെ സഹായിച്ചത് അദ്ധേഹമാണ്.'

ഹരി ചായഗ്ളാസ് അടുക്കളയിലെ സിങ്കിൽ വെച്ചു.

എന്തുകൊണ്ടാണ് സ്വാമിജിയോട് ഹരിക്ക് ഇത്രയടുപ്പം എന്ന് അൻഷിതയ്ക്ക് മനസിലാവുന്നുണ്ടായിരുന്നു..

'ഏറ്റവും.. രസകരമായ കാര്യം എന്തെന്നെറിയാമോ.'

ഹരി വീണ്ടും പറഞ്ഞുതുടങ്ങി..

'അദ്ദേഹം വിവാഹിതനായിരുന്നു.. ഒരു കുഞ്ഞിന്റെ അച്ഛനുമായിരുന്നു..'

ഹരി അൻഷിതയെ നോക്കി. കഥയിലെ പ്രതീക്ഷിക്കാത്ത വഴിത്തിരിവിലേക്ക് അത്ഭുതത്തോടെ ഉറ്റുനോക്കി നിൽക്കുകയാണവൾ.

'സാധാരണ സന്യാസിമാർ കല്യാണം കഴിക്കറില്ലല്ലോ എന്ന്

ഒരിക്കൽ ഞാൻ ചോദിച്ചു.. സന്യാസം സമൂഹസേവ ആണെങ്കിൽ അതിന് സ്വന്തം ഹൃദയത്തെ അറിയുന്ന, സമാനചിന്താഗതി ഉള്ള ഒരാൾ കൂടെയുള്ളത് ശരിയായ തീരുമാനങ്ങളെടുക്കാൻ സഹായിക്കില്ലേ എന്ന് അദ്ദേഹം തിരികെ ചോദിച്ചു. അദ്ദേഹത്തിന്റെ മകനും സംഘത്തിൽ ഉണ്ടായിരുന്നു. മകന് അടിസ്ഥാനവിദ്യാഭ്യാസം നൽകിയ ശേഷം അധ്വാനിച്ച് പഠിക്കണം എന്നു പറഞ്ഞ് കൂടെ കൂട്ടിയതാണ്. അവൻ അധ്വാനിച്ചു തന്നെ പഠിച്ചു..ജോലിയായി. എങ്കിലും ഇടവേളകളിൽ അച്ഛനെ സഹായിക്കാൻ എത്തും..ഞങ്ങൾ നല്ല സുഹൃത്തുക്കൾ ആയിരുന്നു..സ്വാമിജിയെ സമ്പന്ധിച്ചിടത്തോളം എല്ലാ മനുഷ്യരും മൃഗങ്ങളാണ്. ബൗദ്ധീക,വൈകാരീക ആവശ്യങ്ങൾ നിറവേറ്റപ്പെടേണ്ട, ചിന്തിക്കുന്ന മൃഗങ്ങൾ. വ്യക്തിയുടെ ലൈംഗീകത സ്വതന്ത്രമായ ഒരു തെരഞ്ഞെടുക്കൽ ആണ് എന്നാണദ്ദേഹം പറഞ്ഞത്. എല്ലാത്തിലും സാമൂഹീകജീവിതത്തിന് അനുഗുണമായ ഒരു തുലനാവസ്ഥ കണ്ടെത്തണം എന്നുമാത്രം'

'അതെന്തൊരു സന്യാസിയാണ്..?..' അൻഷിത ചോദിച്ചു.. 'അങ്ങനെയൊക്കെ ജീവിക്കാൻ ദീക്ഷ നൽകിയ വ്യവസ്ഥിതി സമ്മതിക്കുമോ..?'

'അത് തന്നെയാണ് അദ്ദേഹത്തിന്റെ വിജയം.' ഹരി പറഞ്ഞു..

അദ്ദേഹത്തിന് ഒരു മതമോ ആചാര്യനോ ദീക്ഷ നല്കിയിട്ടില്ല. അത് അനാവശ്യമാണ് എന്ന ചിന്തയായിരുന്നു അദ്ദേഹത്തിന്. പണ്ട് വേദം പഠിക്കാൻ പോയിട്ട് ആചാര്യന്മാരോട് തർക്കിച്ച് പഠിത്തം നിർത്തിയ ആളാണ്. ജീവിതം മനുഷ്യന്റെ കൈകളുടെ സൃഷ്ടി ആണ് എന്ന് ഇടയ്ക്കിടെ പറയും. സ്വാമിജി എന്ന പേരുപോലും മറ്റുള്ളവർ നൽകിയതാണ്. ഞാൻ മുകുട്ബനിലേക്ക് വരുന്നതിന് മുമ്പ് അദ്ദേഹത്തെ പോയി കണ്ടിരുന്നു. എന്നിൽ ദുഃഖം ബാക്കി നിൽക്കുന്നുണ്ട്. ദുഷ്ടന്മാരുടെ ദുഃഖം എളുപ്പം മാറ്റാൻ കഴിയും. ഉള്ളിൽ നന്മയുള്ളവരുടെ ദുഃഖം മാറാൻ കാലതാമസം എടുക്കും എന്നാണ് അദ്ദേഹം എന്നെ നോക്കി അന്ന് പറഞ്ഞത്.'

ഇത്രയധികം വാചാലനായി ഹരിസാറിനെ ആദ്യമായി കാണുകയായിരുന്നു അൻഷിത. ഒരുപക്ഷേ മനസിലെ ദുഃഖഭരിതമായ തടസം നീങ്ങിയതായിരിക്കാം കാരണമെന്ന് അവൾക്ക് തോന്നി.

'അദ്ദേഹം പറഞ്ഞത് ശരിയാണ് എന്ന് എനിക്ക് മനസ്സിലായി. ഞാൻ എന്നിൽ നിന്ന് ഒളിച്ചോടുകയാണ് അതുകൊണ്ടാണ് നാട്ടിൽ ചെന്നപ്പോൾ നാട്ടുകാരെ കാണുന്നതിനോട് എനിക്ക് വിമുഖത ഉണ്ടായിരുന്നത്. എനിക്ക് ഉള്ളിൽ ഭയമുള്ളതുപോലെ

ആയിരുന്നു. ഇപ്പോൾ നിന്റെ അമ്മ ചോദിച്ചില്ലായിരുന്നെങ്കിൽ.. ഞാൻ എന്നും, ഒരു പക്ഷേ,, ആ ഭയത്തോടെ ജീവിച്ചേനെ. നിന്റെ മുൻപിൽ നിൽക്കുമ്പോഴൊക്കെ ഞാനൊരു കുറ്റവാളിയെപ്പോലെ നിന്നേനെ.'

അതുതന്നെയാണ് വാക്കുകളുടെ ഈ പ്രവാഹത്തിന് കാരണം. ഹരിസാർ സ്വാതന്ത്രനായിരിക്കുന്നു. സാധാരണ ചിരിയിൽ വിഷാദത്തെ ഒതുക്കി തന്നോട് സംസാരിക്കുന്ന ഹരിസാർ ഇന്ന് സന്തോഷത്തോടെ മനസ് തുറക്കുന്നത് കണ്ട് അൻഷിതയ്ക്ക് സന്തോഷം തോന്നി. പെട്ടെന്നാണ് ഓർമ്മ വന്നത് ...

'...അയ്യോ സാർ.. വേഗം വരണമെന്നാ അമ്മ പറഞ്ഞിരിക്കുന്നത് . ഞാനത് മറന്നുപോയി..പോട്ടെ..'

അൻഷിത ധൃതിയിൽ ഹരിയെ മറികടന്ന് അടുക്കളയ്ക്ക് പുറത്തേക്കിറങ്ങി.. പിന്നെ എന്തോ ഓർത്തെന്നതുപോലെ തിരികെ ഹരിയുടെ മുന്നിലേക്ക് വന്ന് അയാളുടെ കണ്ണുകളിലേക്ക് നോക്കി. അവളുടെ കണ്ണിൽ ഒരു തിളക്കം ഉണ്ടായിരുന്നു..

'അമി തൊമയ് ബാലോബാഷി.'

ബംഗാളിയിൽ ആണ് പറഞ്ഞതെങ്കിലും, അത് മുൻപ് അവൾ പറഞ്ഞ വാചകമാണെങ്കിലും, അതിന് എന്തോ ഒരു സുഖം ഉണ്ട്. ഇന്നൊരു പക്ഷേ, തുറന്ന മനസോടെ അവളെ സ്വീകരിക്കാൻ തനിക്ക് കഴിയുന്നതുകൊണ്ടാകും കൂടുതൽ സന്തോഷം തോന്നുന്നത്.

അൻഷിത ധൃതിയിൽ വീടിന്റെ പടികൾ ഇറങ്ങിപ്പോകുമ്പോൾ പിന്നാലെ ഹരിയും ചെന്നു ..

○○

റോഡ് മുറിച്ച് കടന്ന് അവൾ പോയെങ്കിലും തന്റെ മനസ് അവളിൽ നിന്ന് തിരികെ വരാൻ മടിക്കുന്നതുപോലെ ഹരിക്ക് തോന്നി.

ആറ്

1

വീടിനകം തുടച്ച് വൃത്തിയാക്കിക്കൊണ്ടിരുന്നെങ്കിലും അനുരാധയുടെ ചിന്ത ആ പ്രവർത്തിയിൽ ആയിരുന്നില്ല. തനിക്ക് ഒരു ഉത്തരത്തിലേക്ക് എത്താൻ ആവുന്നില്ല എന്ന് അവർക്ക് തോന്നി..

ഹരിയോട് വിരോധമില്ല, ഹരി മോശമാണ് എന്ന ചിന്തയും ഇല്ല. എന്നിരുന്നാലും, ഒരു തരത്തിൽ ചിന്തിക്കുമ്പോൾ, ഹരി പറയുന്നതൊക്കെ വിശ്വസിക്കുകയല്ലാതെ വേറെ വഴിയില്ല എന്നതൊരു പ്രശ്നമാണ്. അതേസമയം അയാളെ അവിശ്വസിക്കേണ്ട കാര്യമെന്താണ് എന്ന ചോദ്യവും മനസിൽ ശക്തമായി ഉയരുന്നുണ്ട്. മകളുടെ ഇഷ്ടം ഇതാണെങ്കിലും താൻ സമ്മതം മൂളിയാൽ കുടുംബക്കാരോട് എതിർത്തുനിൽക്കേണ്ടി വരും. അവർ പണ്ടേ അകന്നതാണ് എങ്കിലും വിവാഹം എന്നതൊക്കെ കുടുംബത്തിന്റെ പേരിനെ മൊത്തത്തിൽ ബാധിക്കുന്നതിനാൽ എതിർപ്പുകൾ ഉണ്ടായേക്കും.

മുറിതുടച്ച് പുറത്തിറങ്ങിയപ്പോൾ അൻഷിത സന്തോഷത്തോടെ കയറി വരുന്നത് കണ്ടു. റോഡിന്റെ മറുവശത്ത് വീടിന്റെ മുറ്റത്ത് ഹരി നിൽക്കുന്നുണ്ട്. ദേവ്ബന്ധു സാബിന്റെ വീട്ടിലേക്ക് നോക്കിയ അനുരാധയ്ക്ക് എന്തോ പന്തികേട് തോന്നി. മിസിസ് ദേവ്ബന്ധു മതിലിനടുത്ത് നിന്ന് വേഗം നടന്നകലുന്നു..!

അവർ അവിടെ എന്താണ് ചെയ്തുകൊണ്ടിരുന്നത്! താൻ ഇറങ്ങിയപ്പോൾ അവർ മുറ്റത്ത് ഹരിയുടെ വീടിനോട് ചേർന്ന് മതിലിനടുത്ത് ഉണ്ടായിരുന്നു. ശ്രദ്ധിച്ചാൽ അവിടെ പറയുന്നതെല്ലാം അപ്പുറത്ത് കേൾക്കാൻ കഴിയും എന്നുറപ്പാണ്. ഇനി അവർ

എന്തെങ്കിലും കേട്ടിരിക്കുമോ..?

അതോർത്തപ്പോൾ തന്റെയുള്ളിൽ ഒരു നടുക്കമുണരുന്നത് അവർ അറിഞ്ഞു.

മുറ്റത്തേക്ക് കയറിയ അൻഷിത അമ്മ ആലോചിച്ചിരിക്കുന്നത് കണ്ട് എന്താണെന്ന് ചോദിച്ചെങ്കിലും ഒന്നുമില്ലെന്ന് ചുമൽ കുലുക്കി അനുരാധ.

മിസിസ് ദേവ്ബന്ധുവിന്റെ സ്വഭാവം തനിക്കറിയാവുന്നതാണ്. ഇത്തരത്തിലൊരു വലിയ രഹസ്യം അവർ ഒരിക്കലും സൂക്ഷിക്കാൻ ആഗ്രഹിക്കില്ല. ഒന്നാമത് ഏഷണി അവരുടെ സ്വഭാവമാണ്. മറ്റൊന്ന് തന്നോട് അവർക്ക് രഹസ്യമായി ഒരു ശത്രുതയുണ്ട്. അവരുടെ ഭർത്താവിനോട് സംസാരിച്ചതിൽ നിന്നുണ്ടായ സംശയം അവരിൽ ഉള്ളതുകൊണ്ട് താനും മോളും മോശമാണ് എന്നു വരുത്തിത്തീർക്കാൻ കിട്ടുന്ന അവസരം അവർ ഉപയോഗിച്ചേക്കാം..

അനുരാധ ഒരു ഉൾഭയത്തോടെ മിസിസ് ദേവ്ബന്ധുവിന്റെ വീട്ടിലേക്ക് നോക്കി.

മുറ്റത്ത് അവരെ കാണുന്നില്ല..!ദൈവമേ..അവർ ഒന്നും കേട്ടിരിക്കരുതെ..!

അനുരാധയുടെ മനസ് പ്രാർത്ഥനയിലായി.

അമ്മ കുറച്ചുനേരമായി ആലോചിച്ചിരിക്കുന്നത് അൻഷിത ശ്രദ്ധിച്ചു.

തന്റെയും ഹരിസാറിന്റെയും കാര്യമായിരിക്കുമോ അമ്മ ആലോചിക്കുന്നത്. എതിർപ്പുകൾ ഉണ്ടാകുമെന്ന് അമ്മയ്ക്കറിയാം. ഒരു പക്ഷേ അതായിരിക്കാം.

'അമ്മ എന്താ ആലോചിക്കുന്നത്...?'

അകത്തുനിന്നും ഇറങ്ങിവന്ന് അൻഷിത ചോദിച്ചത് കേട്ട് അനുരാധ ചിന്തയിൽ നിന്നുണർന്ന് അവളെ നോക്കി..

'ഹരി സാറിനെ കുറിച്ചാണോ..? അറിവില്ലാത്ത പ്രായത്തിൽ അറിയാതെ സംഭവിച്ചുപോയ ഒരു തെറ്റ് മാത്രമല്ലേ അത്..?'

അനുരാധ മകളുടെ മുഖത്ത് നോക്കി. അവളുടെ മനസിൽ ഹരി ആഴത്തിൽ പതിഞ്ഞിരിക്കുന്നു എന്നുറപ്പാണ്..

'ഹരിയെക്കുറിച്ചല്ല മോളെ.. ' അനുരാധ തുടർന്നു..' കുറച്ചുനേരം മുൻപ് മിസിസ് ദേവ്ബന്ധുവിനെ മതിലിനടുത്ത് കണ്ടിരുന്നു.'

അമ്മയുടെ വാക്കുകളിൽ നിന്നും ഒരു ആപൽശങ്ക തന്റെ മനസിലേക്ക് ഊർന്നിറങ്ങുന്നത് അൻഷിത അറിഞ്ഞു.

അവരുടെ രീതി തനിക്കറിയാം. ഒന്നും മനസിൽ വെയ്ക്കാത്ത

സ്ത്രീയാണ്..! ഈ നാട്ടിൽ ഹരിസാറിന് ഉള്ള സൽപ്പേര് തങ്ങളുടെ ബന്ധത്തിൽ പ്രധാനമാണ്. ഇവിടെ എല്ലാവർക്കും ഹരിസാറിനെ നന്നായി അറിയാം. അധ്യാപകജോലിയിലൂടെയും നല്ല പെരുമാറ്റത്തിലൂടെയും സാർ നേടിയെടുത്ത സൽപ്പേര് അമ്മയുടെ വീട്ടുകാരുടെ മുന്നിൽ പിടിച്ചു നിൽക്കാൻ തങ്ങൾക്ക് ഒരു ആയുധം തന്നെയാണ്.

ഒരു ഭയം അൻഷിതയുടെ മനസിൽ നിറഞ്ഞെങ്കിലും അവൾ അമ്മയുടെ മുന്നിൽ അത് പ്രകടമാക്കിയില്ല.

'അവർ ഒന്നും കേട്ടിരിക്കില്ലന്നെ.. നമ്മൾ പതുക്കെയല്ലേ സംസാരിച്ചത്.'

അവൾ പറഞ്ഞതുകേട്ട് അനുരാധ ഒരു മൂളലോടെ എഴുന്നേറ്റ് അകത്തേക്ക് നടന്നു.

ഒന്നും സംഭവിക്കില്ലായെന്ന് അൻഷിത സ്വയം വിശ്വസിപ്പിക്കാൻ ശ്രമിച്ചെങ്കിലും ഒരു അനിശ്ചിതാവസ്ഥ അവളുടെ മനസിനെ മഥിച്ചുകൊണ്ടിരുന്നു. ഹൃദയഭാരത്തോടെ അനുരാധ എഴുന്നേറ്റ് അത്താഴത്തിനുള്ള ഒരുക്കങ്ങൾക്കായി അടുക്കളയിലേക്ക് പോയപ്പോൾ ഹരിയുടെ റൂമിന് നേരെ ഒന്ന് നോക്കിയതിന് ശേഷം അൻഷിത അമ്മയുടെ പിന്നാലെ നടന്നു

ഒന്നുറങ്ങിയെഴുന്നേറ്റ ഹരി മുഖം കഴുകിയശേഷം മുറ്റത്തേക്ക് വന്നു.. കുറെ നേരമായി ഉറങ്ങുന്നു. സാധാരണ പതിവില്ലാത്തതാണ്. കാലാവസ്ഥ മാറുന്നത് കൊണ്ടാകാം.. അപൂർവ്വമായേ ഉച്ചയ്ക്ക് ഉറങ്ങാറുള്ളൂ. ഇപ്പോൾ നല്ല ഉന്മേഷം തോന്നുന്നുണ്ട്...

അൻഷിതയുടെ വീട്ടിലേക്ക് നോക്കിനിൽക്കെ അവൾ ഇന്ന് ഇതുവരെ വന്നില്ലല്ലോ എന്ന് ഹരിയോർത്തു..

ഇന്നലെ സംസാരിച്ച് പോയതാണ് അമ്മയും മകളും.. ഇന്ന് രാവിലെ ജനലിലൂടെ ചിരിച്ചുകൊണ്ട് കൈ വീശിക്കാണിച്ചതാണ്. 'വീട്ടിൽ പണിയുണ്ട് പിന്നെകാണാം' എന്നൊരു മെസ്സേജ് കണ്ടിരുന്നു. രണ്ട് ദിവസങ്ങളായി തന്റെ മനസിൽ സന്തോഷം നിറയുന്നുണ്ട്. ഭാവിയെക്കുറിച്ച് ആലോചിച്ചുകൂട്ടുന്നുണ്ട് മനസ്.

എല്ലാ ചിന്തകളിലും അൻഷിതയുമുണ്ട്.

ഹരി തിരികെ വീട്ടിലേക്ക് കയറി.. പുറത്തെ ഓഫീസ് മുറിയുടെ മൂലയിൽ ഒരു ബോർഡ് പെയിന്റിങ്ങിന് വേണ്ടി തയാറാക്കി വെച്ചിരുന്നതിന്റെ മുൻപിൽ നിന്നു..

ഇന്ന് ഉച്ചയോടെ ബോർഡ് അടിച്ച് എടുത്ത് വെച്ചതാണ് താൻ.. എന്ത് വരയ്ക്കും എന്ന ചിന്തയായിരുന്നു.. ഉച്ചയ്ക്ക് ഭക്ഷണശേ

ഷം ആലോചിച്ചിരുന്ന് മടുത്തപ്പോൾ ചുമ്മാ കിടന്നു.. ഉറങ്ങിപ്പോയി.. സാധാരണ റിയലിസം ആണ് ചെയ്യാറുള്ളത് പക്ഷേ, ഉള്ളിലെ ആനന്ദം അമൂർത്തമായ ഭാവങ്ങളെ പകർത്താനാണ് ഇപ്പോൾ തന്നെ പ്രേരിപ്പിക്കുന്നത്..!

എന്താണ് ചെയ്യുക..!

ഹരി ബ്രഷ് എടുത്തു..

അയാളുടെ കൈ നിർത്താതെ ചലിച്ചുകൊണ്ടിരുന്നു.

ഇരുണ്ടവർണ്ണങ്ങളെക്കാൾ തെളിഞ്ഞ നിറങ്ങളായിരുന്നു ഹരി തിരഞ്ഞെടുത്തത്..

സൂര്യരശ്മികളെത്തിനോക്കുന്ന വെൺമേഘങ്ങളിൽ നിന്നും പല വർണ്ണങ്ങളിലുള്ള പൂക്കൾ വീണുകൊണ്ടിരിക്കുന്നു.. മനോഹരിയായ ഒരു പെൺകുട്ടി ആനന്ദാതിരേകത്തോടെ ആ പൂക്കളിൽ പാദങ്ങളൂന്നി മുന്നോട്ട് പോവുകയാണ്.. താഴെ താഴ്‌വരയിൽ മഞ്ഞിന്റെ നേരിയ മൂടുപടത്തിനപ്പുറം നിഗൂഢതയുടെ വനം ഒളിഞ്ഞിരിക്കുന്നു...

വരച്ചു കഴിഞ്ഞ് ഹരി പിന്നിലേക്ക് മാറിനിന്ന് നോക്കി..

അയാൾക്ക് തൃപ്തിയായി..

പുറത്ത് വെയിൽ മങ്ങിയിരിക്കുന്നു.. വൈകുന്നേരമായി.

താൻ വരച്ചുകൊണ്ടിരുന്നതിനാൽ നേരം പോയതറിഞ്ഞില്ല.

ബ്രഷ് കഴുകി ഹരി ഒരു തുണിയിൽ തുടച്ച് എടുത്തുവെച്ചു.

അപ്പോഴാണ് ഫോണ് ബെൽ അടിച്ചത്..

സ്കൂൾ പ്രിൻസിപ്പാൾ ജോൺസാറിന്റെ ചിത്രം തെളിഞ്ഞു.. ഈ സമയത്ത് സാർ എന്തിനായിരിക്കും വിളിക്കുന്നത്. സാറിന്റെ ഭാര്യയും കുട്ടികളും നാട്ടിലേക്ക് പോയതാണ്. ഒരാഴ്ച കഴിഞ്ഞ് സാർ പോകും. പിന്നെ സ്കൂൾ തുറക്കുന്നതിന് ഒരാഴ്ച്ച മുൻപേ വരൂ.. ഇനി സാർ നേരത്തെ പോകുന്നുണ്ടാവുമോ.. ? എങ്കിൽ എന്തെങ്കിലും ചുമതലകൾ ഏല്പിക്കാനായിരിക്കും. സാധാരണ അതാണ് പതിവ്. താൻ നാട്ടിൽ പോകാറില്ല എന്ന് സാറിനറിയാം.

'ഹലോ സർ... സുഖമാണോ'

ഹരിയുടെ ചോദ്യത്തിന് പിന്നാലെ ഉദ്വേഗം നിറഞ്ഞ ജോൺ സാറിന്റെ ശബ്ദം കാതിലെത്തി..

'ഹരിസാർ.. ഒന്ന് സ്കൂളിലേക്ക് വരാമോ.. ? ഒരു കാര്യം പറയാനുണ്ട്..!'

ഇപ്പോൾ വരാം എന്ന് പറഞ്ഞ് ഹരി ഫോൺ വെച്ചു.

സാധാരണ ഈ സമയത്ത് സാർ വിളിക്കാറില്ല.. എന്തോ അർ

ജന്റ് ആണ് എന്നുറപ്പ്.. എന്തായിരിക്കുമത്!

ഹരി വേഗംതന്നെ വസ്ത്രമെടുത്ത് അണിഞ്ഞ് പോകാനിറങ്ങി.

അപ്പോഴേക്കും വീണ്ടും ഫോൺ ബെല്ലടിച്ചു..

ചന്ദൻലാലാണ്.. സാധാരണ വിളിക്കാറേയില്ലല്ലോ എന്ന ചിന്തയോടെ ഹരി കോൾ അറ്റൻഡ് ചെയ്തു..

'സാർ എവിടെയാണ്.. റൂമിലുണ്ടോ..?'

ചന്ദൻലാൽ തിടുക്കത്തിലാണ്..

'അല്ല ചന്ദൻജി, ഞാൻ സ്കൂളിലേക്ക് പോകുകയാണ്.'

'എങ്കിൽ ഇതിലെ വരു.. ഞാനും വരുന്നുണ്ട് സ്കൂളിലേക്ക്.'

അയാൾ ഫോൺ വെച്ചു..

സ്കൂൾ പിടിഎ അംഗമാണെങ്കിലും എന്തിനാണ് ചന്ദൻജി ഇപ്പോൾ സ്കൂളിലേക്ക് വരുന്നത്..! എന്തോ പ്രശ്നമുണ്ട്..

പക്ഷേ, തനിക്ക് എല്ലാം കൂടി കൂട്ടിവായിക്കാൻ കഴിയുന്നില്ലല്ലോ.!

ചന്ദൻലാലിന്റെ വീട് ലക്ഷ്യമാക്കി ഹരി വേഗത്തിൽ നടന്നു.

2

ചന്ദൻലാലിന്റെ കാർ മെയിൻ റോഡിൽ നിന്നും സ്കൂളിലേക്കുള്ള വഴിയിലേക്ക് തിരിഞ്ഞു. അയാൾ ഇതുവരെ തന്നോട് ഒന്നും മിണ്ടിയില്ല എന്ന് ഹരിയോർത്തു. സാധാരണ നന്നായി സംസാരിക്കുന്ന ആളാണ്. എന്തോ ഗൗരവമായ കാര്യം അയാളെ ചിന്താധീനനാക്കുന്നുണ്ട്.

സ്കൂളിന്റെ മുറ്റത്തേക്ക് കാർ കയറ്റിയിട്ട് അവർ ഇറങ്ങി. പ്രിൻസിപ്പാളിനോട് സംസാരിച്ചുകൊണ്ട് അഞ്ചാറുപേർ നിൽക്കുന്നത് ഹരി കണ്ടു. എല്ലാവരും പി ടി എ എക്സിക്യൂട്ടീവ് അംഗങ്ങളാണ്. അടിയന്തിര കാര്യമുണ്ട് എന്നത് ഉറപ്പാണ്. അല്ലെങ്കിൽ ഇവർ ഈ സമയത്ത് എത്തില്ല. സാധാരണ മീറ്റിംഗിന് കത്തയച്ചാൽ പോലും പലരും വരാറില്ല .

ഹരിയും ചന്ദൻലാലും വരുന്നത് കണ്ട് ജോൺസാർ മുന്നോട്ട് വന്നു..

'ഹരി.. വരു. നമുക്ക് ഒരു മീറ്റിങ് ഉണ്ട് അതാണ് ഞാൻ വരാൻ പറഞ്ഞത്.'

അവരുടെ പിന്നാലെ ഹാളിലേക്ക് നടക്കേ മറ്റുള്ളവരുടെ മുഖങ്ങളിൽ ഗൗരവമാണെന്ന് ഹരി കണ്ടു.

സ്കൂളിന്റെ കോൺഫറൻസ് ഹാളിൽ ലൈറ്റ് തെളിഞ്ഞു.

എല്ലാവരും നിശ്ശബ്ദരായിരിക്കെ ജോൺ സർ എഴുന്നേറ്റു.

'ബഹുമാന്യരായ പിടിഎ എക്സിക്യൂട്ടീവ് അംഗങ്ങളെ.'

അദ്ദേഹം പറയുന്നത് ഹരി കാതുകൂർപ്പിച്ച് കേട്ടിരുന്നു..

'അടിയന്തിരമായി ചേരേണ്ടി വന്ന ഈ മീറ്റിങ്ങിന്റെ ലക്ഷ്യം ഹരിസാറുമായി ബന്ധപ്പെട്ട് നിങ്ങളുടെ ഇടയിലുള്ള ചില സംശയങ്ങൾക്ക് മറുപടി പറയുകയും അതിന്റെ നിജസ്ഥിതി ഹരിസാറിനോട് ചോദിച്ച് അറിയുകയും ചെയ്യുക എന്നതാണ്.'

ഹരിയുടെ മനസിൽ പെട്ടെന്ന് ആസന്നമായ ഒരു വിപത്തിനെക്കുറിച്ചുള്ള സൂചന കിട്ടിയെങ്കിലും അത് എന്താണ് എന്നതിനെക്കുറിച്ച് ഉറപ്പിക്കാൻ കഴിഞ്ഞില്ല.

'ഈ സ്കൂളിന്റെ പ്രിൻസിപ്പാൾ എന്ന നിലയിൽ സ്ഥാപനത്തോട് കടമകളുള്ളതിനാൽ ആണ് നിങ്ങളുടെ എല്ലാവരുടെയും നിർദ്ദേശം അനുസരിച്ച് ഞാൻ ഇക്കാര്യത്തെ കുറിച്ച് ഹരിസാറിനോട് ചോദിക്കുന്നത്.'

ജോൺ സാർ തന്നോട് ചോദിക്കുന്നതിന്റെ ഉത്തരവാദിത്വം ഒറ്റയ്ക്ക് ഏറ്റെടുക്കാൻ അദ്ദേഹം തയാറല്ല. അതിനർത്ഥം ഈ മീറ്റിങ് അദ്ദേഹത്തിന്റെ താൽപര്യമല്ല എന്നാണ്... ഹരിയുടെ മനസിലൂടെ പലവിധചിന്തകൾ നിമിഷങ്ങൾക്കുള്ളിൽ കടന്നുപോയി. തന്റെ നേരെയുള്ള ജോൺ സാറിന്റെ ചോദ്യം ഹരി കേട്ടു..

'ഹരിസാറിന് എന്നോട് ഒന്നും തോന്നരുത്... ഇവിടെ വരുന്നതിന് മുമ്പ് സാർ ഒരു കൊലപാതകം നടത്തിയിട്ടുണ്ടെന്ന് ഇവരുടെ വീടുകളിലേക്ക് ആരോ ഫോണ് ചെയ്ത് പറഞ്ഞിട്ടുണ്ട്. ജയിൽ ശിക്ഷ കഴിഞ്ഞ് ഇറങ്ങിയതാണ് എന്ന്.. അതിന്റെ സത്യാവസ്ഥ അറിയാനാണ് ഇപ്പോൾ വിളിപ്പിച്ചത്.'

തന്റെ ഹൃദയം വേഗത്തിൽ മടിക്കുന്നത് ഹരി അറിഞ്ഞു.

അൻഷിതയോടും അമ്മയോടും താൻ എന്ത്കൊണ്ട് ഈ രഹസ്യം പങ്കുവെക്കാൻ ഭയന്നോ ആ ഭയം ഇപ്പോൾ സത്യമായി വന്നിരിക്കുന്നു.. ആരോ തന്റെ രഹസ്യത്തെ പുറത്തുവിട്ടിരിക്കുന്നു..!

ആകാംഷ നിറഞ്ഞ എല്ലാവരുടെയും മുഖങ്ങളിലേക്ക് നോക്കികൊണ്ട് ഹരി എഴുന്നേറ്റു...

'സത്യമാണ്.' അയാളുടെ സ്വരം വിറയ്ക്കുന്നുണ്ടായിരുന്നു...

'എന്റെ ചെറുപ്പത്തിൽ സാഹചര്യങ്ങൾ മൂലം എനിക്കങ്ങനെ ചെയ്യേണ്ടി വന്നു.. അതിന് ഞാൻ ആറു വർഷം ശിക്ഷയും അനുഭവിച്ചതാണ്.'

'ഹരിസാർ..'

എക്സിക്യൂട്ടീവ് ബോർഡിന്റെ പ്രസിഡന്റ് ആയ സഞ്ജീബ് ബിശ്വാസ് ആണ്.

'..നിങ്ങൾ ഒരു നല്ല അധ്യാപകനാണ്. ഇവിടെ ഇതുവരെ എല്ലാവർക്കും താങ്കളെക്കുറിച്ച് നല്ലതേ പറയാനുള്ളു. പക്ഷേ, ഒരു സ്കൂൾ നിലനിൽക്കുന്നതിൽ സ്ഥാപനത്തിന്റെയും അദ്ധ്യാപകരുടെയും സൽപ്പേരിന് വലിയ പങ്കുണ്ട്.'

അയാളുടെ വാക്കുകൾ എങ്ങോട്ടാണ് എന്നതിൽ ഹരിക്ക് സംശയമൊന്നും തോന്നിയില്ല.

'സാറിന് വിഷമമൊന്നും തോന്നരുത്. ഇപ്പോൾ തന്നെ ഈ വിഷയം ആളുകളുടെ ഇടയിൽ ഒരു സംസാരമായിട്ടുണ്ട്. ഇനിയും സാറിവിടെ നിന്നാൽ ഇത് സ്കൂളിനെ ബാധിച്ചേക്കും എന്നാണ് എനിക്ക് തോന്നുന്നത്.'

ബിശ്വാസ് പറഞ്ഞവസാനിപ്പിച്ച് ഇരുന്നപ്പോൾ ഹരി ചന്ദൻലാലിനെ നോക്കി. അയാൾ നിശബ്ദനായി ഇരിക്കുന്നുണ്ട്..!

മറ്റാരോക്കെയോ എഴുന്നേറ്റ് നിന്ന് സംസാരിക്കുന്നുണ്ടെങ്കിലും തന്റെ മനസ് മരവിച്ചിരിക്കുകയാണെന്ന് ഹരിക്ക് തോന്നി .. മീറ്റിങ് വേഗത്തിൽ അവസാനിച്ചു.. ബിശ്വാസ് അടക്കം എല്ലാവരും തനിക്ക് കൈതന്ന് പിരിഞ്ഞുപോകുമ്പോൾ ഹരി നിർവ്വികാരതയോടെ നോക്കി നിന്നു. ഒടുവിൽ ചന്ദൻലാൽ മാത്രം ബാക്കിയായി..

'നമുക്കൊരുമിച്ച് പോകാം സാർ.'

അയാൾ പറഞ്ഞു.

'..ഹരി വരു. നമുക്ക് എന്റെ ഓഫീസിലേക്കിരിക്കാം..'

ക്ഷണിച്ചുകൊണ്ട് ജോൺ സാർ മുറിയിലേക്ക് നടന്നു. ചന്ദൻലാലും ഹരിയും ജോൺ സാറിന്റെ മേശയ്ക്ക് മുന്നിൽ ഇരുന്നു. നീലപശ്ചാത്തലത്തിൽ വെളുത്ത അക്ഷരത്തിൽ പ്രിൻസിപ്പാൾ എന്നെഴുതിയ ബോർഡ് മേശപ്പുറത്ത് മറിഞ്ഞുകിടന്ന് വിശ്രമിക്കുന്നുണ്ട്.

'ഹരി... ഞാൻ എന്ത് ചെയ്യാനാണ്.. ഞാൻ നിസഹായനാണ്. ഹരിയെക്കുറിച്ച് അങ്ങനെയൊക്കെ കേട്ടപ്പോൾ ആദ്യം അമ്പരപ്പാണ് തോന്നിയത്.'

'എനിക്കറിയാം ഇക്കാര്യത്തിൽ സാർ നിസഹായനാണെന്ന്..' ഹരി ഇടയിൽ കയറി പറഞ്ഞു. എത്രയും വേഗം ഈ ചടങ്ങ് കഴിഞ്ഞ് പുറത്തിറങ്ങണം എന്ന ചിന്തയായിരുന്നു ഹരിക്ക് ഉണ്ടായിരുന്നത്.

'ഹരീ.. തെറ്റിന് ശിക്ഷയനുഭവിച്ചു. പക്ഷേ, ആളുകൾക്ക് അയാൾ തെറ്റുകാരൻ തന്നെ ആയിരിക്കും... എന്ത് ചെയ്യാനാണ്...!'

ജോൺ സാർ സ്വന്തം നിസ്സഹായത വെളിപ്പെടുത്തുകയാണ്.. തനിക്കറിയാം സാറിനിവിടെ ഒന്നും ചെയ്യാനില്ലെന്ന്..

'ദൂരെ മറ്റെവിടെയെങ്കിലും ഒന്ന് ശ്രമിക്കൂ. ഞാൻ വേണമെങ്കിൽ എനിക്ക് പരിചയമുള്ള സ്കൂളിൽ റെക്കമെന്റ് ചെയ്യാം.. ഹരിയുടെ അക്കൗണ്ടിൽ ബാക്കിയുള്ള ക്യാഷ് ഇട്ടിട്ടുണ്ട്.'

'ഞാൻ നാളെ പോകും സർ.' ഹരി പെട്ടെന്ന് പറഞ്ഞു.. 'അല്ലെങ്കിലും എനിക്ക് ഇനിയിവിടെ നിൽക്കാൻ ആകില്ല. ഞാൻ നന്മ ചെയ്യണമെന്ന് പഠിപ്പിച്ച കുട്ടികൾ ഇനിയെന്നെ ഒരു കുറ്റവാളിയെപ്പോലെ നോക്കും. അവർക്ക് ഞാൻ കടന്നുവന്ന സാഹചര്യങ്ങൾ അറിയില്ലല്ലോ.'

തന്റെ ഹൃദയഭാരം കൂടിവരുന്നത് പോലെ തോന്നിയപ്പോൾ ഹരി ഒരു നിമിഷം നിർത്തി..

'..അതിനെനിക്ക് പറ്റില്ല.'

ഹരി എഴുന്നേറ്റു...

ജോൺസാറിന് കൈകൊടുത്ത് മുറ്റത്തേക്ക് ഇറങ്ങുമ്പോൾ ഒന്നുകൂടി തിരിഞ്ഞുനോക്കി..തന്റെ അഞ്ച് വർഷങ്ങൾ ഇവിടെയായിരുന്നു... നാളെ വെളുക്കുമ്പോൾ മുതൽ താൻ വീണ്ടും ഒറ്റയ്ക്കാവുകയാണ്..

വണ്ടിയോടിക്കുമ്പോൾ ചന്ദൻ ലാൽ എന്തൊക്കെയോ ചോദിക്കുന്നുണ്ടെങ്കിലും ഹരി കാര്യമായി ഒന്നും പറഞ്ഞില്ല..

അൻഷിതയെക്കുറിച്ചായിരുന്നു ഹരിയുടെ ചിന്ത.

തനിക്കും അൻഷിതയ്ക്കും അവളുടെ അമ്മയ്ക്കും മാത്രമറിയാവുന്ന രഹസ്യം എങ്ങനെ പുറത്തായി.. ഇനിയെന്താണ് അവർക്ക് പറയാനുണ്ടാവുക..! എല്ലാം ഇട്ടെറിഞ്ഞ് അവൾക്ക് വരാൻ കഴിയില്ലല്ലോ. തനിക്കത് ആവശ്യപ്പെടാനും പറ്റില്ല. ജീവിതത്തിൽ ആദ്യമായി താൻ അനുഭവിച്ച പ്രണയത്തിന്റെ മധുരവും പ്രതീക്ഷകളും ഇവിടെ അവസാനിക്കുകയാണൊ! നഷ്ടമാകുന്നതിന്റെ വലിപ്പം ബോധ്യമുള്ളതിനാലാവാം ഉള്ള് നീറുകയാണ്.

ചന്ദൻലാലിന്റെ വീടിന് മുൻപിൽ ഹരി ഇറങ്ങി. വീട്ടിൽ കൊണ്ടുവിടാമെന്ന് അയാൾ പറഞ്ഞെങ്കിലും ഹരി സമ്മതിച്ചില്ല. ചന്ദൻലാലിനെ കെട്ടിപ്പിടിച്ചാണ് യാത്ര പറഞ്ഞത്. എന്തുകൊണ്ടോ ഹരിക്ക് അപ്പോൾ അങ്ങനെ ചെയ്യാനാണ് തോന്നിയത്.

തിരികെ വീട്ടിലേക്ക് നടക്കുമ്പോൾ.. നാളെ എന്താണ് ചെയ്യുക

എന്ന ചിന്തയായിരുന്നു ഹരിയുടെ മനസിൽ.. സ്കൂളിലേക്ക് പോയപ്പോൾ ലൈറ്റ് ഇടാതെ പോയതുകൊണ്ട് ഇരുളിൽ മുങ്ങി നിൽക്കുന്ന വീടിന്റെ മുൻപിലെത്തിയപ്പോൾ ഹരി തിരിഞ്ഞ് റോഡിനപ്പുറത്തേക്ക് നോക്കി. അൻഷിതയുടെ വീട്ടിൽ പ്രകാശം കാണാം. അവളെ ജനലരികിലെങ്ങാനും കാണുന്നുണ്ടോ..!

ഇല്ല... പ്രതീക്ഷയോടെ തിരഞ്ഞ ഹരി നിരാശനായി.

ഒന്ന് കണ്ടിരുന്നെങ്കിൽ എന്നുതോന്നിയെങ്കിലും ഹരി പെട്ടെന്നുതന്നെ മനസിനെ തിരുത്തി. കണ്ടിട്ട് താൻ എന്തുപറയാനാണ്. കരയരുത് എന്നോ..! തന്നെ മറക്കണം എന്ന ക്ളീഷെയോ! ഒരിക്കലും തനിക്കിനി ഈ നാട്ടിൽ നിൽക്കാൻ ആകില്ല. കൂടെ വരണമെന്ന് അവളോടു പറയാനുമാകില്ല.

നാളെ അൻഷിതയോട് യാത്ര പറയണമെന്ന് ചിന്തിക്കുമ്പോൾ താങ്ങാനാവാത്ത ഒരു ഭാരത്തിനടിയിൽ തന്റെ ഹൃദയം വിലപിക്കുന്നത് ഹരി കേട്ടു

അകത്തേക്ക് കയറുമ്പോൾ കണ്ടു പുറത്തെ മുറിയിൽ പാതിയിൽ മുറിഞ്ഞ ഒരു സ്വപ്നം പോലെ താൻ ഒടുവിൽ വരച്ച ചിത്രം...! നാളെ ഇതെല്ലാം ബോർഡിൽ നിന്നും അഴിച്ച് റോൾ ചെയ്ത് പാക്ക് ചെയ്യണം. അവസാനത്തേത് ഉണങ്ങിയിട്ടില്ല. എന്തായാലും നാളെ താമസിക്കും ഇവിടെ നിന്ന് ഇറങ്ങാൻ. തന്റെ വിദ്യാർത്ഥികളോ അവരുടെ വീട്ടുകാരോ വിശേഷങ്ങളറിയാൻ വരുന്നതിന് മുന്നേ പോകണം.

സഹതാപമായാലും വെറുപ്പായാലും തനിക്ക് ആവശ്യമില്ല.

ഇനി അകലെ എവിടെയെങ്കിലും തന്നെ ആരും അറിയാത്ത ഒരിടത്തേക്ക് ശരീരത്തെയും മനസിനെയും പറിച്ച് നടണം.

വിശപ്പ് കെട്ടുപോയിരിക്കുന്നു!

ഭക്ഷണം കഴിക്കാതെ ഹരി നേരെ കിടക്കയിലേക്ക് വീണു.

കിടക്കയിൽ തലയിണയിൽ മുഖമമർത്തി കമിഴ്ന്നുകിടക്കവേ ഒന്ന് കരയണമെന്ന് അയാൾക്ക് തോന്നി..

3

ഹരി പെയിന്റിങ്ങുകൾ ബോർഡിൽ നിന്നും അഴിച്ച് ചുരുളുകളാക്കി കേസിൽ വെക്കുകയായിരുന്നു..

ആകെ നാലഞ്ചെണ്ണമേ ഉള്ളു.. ബാക്കി മുൻപ് അഴിച്ചു വെച്ചതാണ്.. ഒരു ബാഗിൽ വസ്ത്രങ്ങളും രേഖകളും മറ്റും രാവിലെതന്നെ താൻ തയാറാക്കിവെച്ചതാണ്. ചുനാരിയിൽ വന്നപ്പോൾ വാങ്ങിയ

കുറച്ചുപാത്രങ്ങളും മറ്റുമുണ്ട് .. അതൊക്കെ ഇവിടെത്തന്നെ ഇരിക്കട്ടെ...

അൻഷിതയുടെ വീട്ടിൽ രാവിലെ ഒരു കാർ വന്നിട്ടുണ്ട്. അവളുടെ അമ്മാവന്മാരാണെന്ന് തോന്നുന്നു. അവരിൽ ഒരാളെ അർഷിതിന്റെ സംസ്കാരചടങ്ങുകൾക്ക് വന്നപ്പോൾ കണ്ട ഓർമ്മയുണ്ട്. ഒരുപക്ഷേ തന്റെ കാര്യം അറിഞ്ഞിട്ടുണ്ടാകാം.. ആരാണ് ഇത് എല്ലാവരോടും പറഞ്ഞത് എന്നുമാത്രം മനസിലാകുന്നില്ല! അത് മനസിലായിട്ടും തനിക്കിനി കാര്യമൊന്നുമില്ല.

രാവിലെ മുറ്റത്തേക്കിറങ്ങിയപ്പോൾ തന്നെ താൻ അൻഷിതയെ തിരഞ്ഞതാണ്.. അവളോട് പറയാതെ പോകണം എന്നാണ് ഇന്നലെ കരുതിയത്. അതുകൊണ്ടാണ് ഒന്ന് വിളിക്കുകയോ മെസ്സേജ് അയക്കുകയോ ചെയ്യാതിരുന്നത്.. പക്ഷേ, തന്നെ ഒരു ഒളിച്ചോട്ടക്കാരനായി അവൾ കരുതും.. അതുപാടില്ല. അവളോട് പറയണം. ഒരുപക്ഷേ തനിക്ക് ഇതിനൊന്നും അർഹതയുണ്ടാവില്ല.

അൻഷിതയെക്കുറിച്ച് ആലോചിച്ചിരിക്കെ മനസിൽ സങ്കടത്തിന്റെ ഒരു കൊടുങ്കാറ്റ് രൂപം കൊള്ളുന്നത് ഹരി അറിഞ്ഞു. അവസാനമായി വരച്ച ചിത്രം ഹരി ബോർഡിൽ നിന്നും അഴിച്ചില്ല..

അൻഷിതയെ വിളിക്കണം...

ഹരി ഫോണെടുത്തു..

രാവിലെ ആകെ അമ്പരപ്പിലായിരുന്നു അൻഷിത.

രണ്ട് അമ്മാവൻമാരും മൂത്ത അമ്മാവന്റെ മകനും എത്തിയിട്ടുണ്ട്. ഇതുവരെ തിരിഞ്ഞുനോക്കാത്തവർ ആണെങ്കിലും അവർ വന്നതോടെ അമ്മ തിരക്കിലായി. അവർക്ക് ചായയും പലഹാരങ്ങളും കൊടുക്കുകയും സംസാരിക്കുകയും ഒക്കെ ചെയ്തുകൊണ്ട് ഓടിനടക്കുന്നത് കണ്ടപ്പോൾ അൻഷിതയുടെ ഉള്ളിൽ ദേഷ്യം നുരഞ്ഞു..

അച്ഛനെ പഴി പറഞ്ഞ് ഇതുവരെ തിരിഞ്ഞുനോക്കത്തവരെ ആണ് അമ്മ സൽക്കരിക്കുന്നത്..!

അടുത്തു തന്നെ അശുതോഷ് നിൽക്കുന്നുണ്ട്. അമ്മാവന്റെ മകൻ അശുതോഷിനെ താൻ ചെറുപ്പത്തിൽ കണ്ടതാണ്. വെളുത്ത വട്ടമുഖത്ത് കട്ടിയുള്ള പുരികങ്ങളും കുറ്റിത്താടിയും വട്ടക്കണ്ണടയുമുള്ള അയാൾക്ക് പ്രായക്കൂടുതൽ ഉള്ളതുപോലെ തോന്നിച്ചു

'ഹായ് അൻഷിത.. സുഖമാണോ?'

അടുത്തുവന്ന് അശുതോഷ് ചോദിച്ചെങ്കിലും അൻഷിത വെറുതെ ചിരിച്ചു..

അമ്മാവന്മാരുടെ മുഖത്ത് പക്ഷേ, ഗൗരവമാണെന്ന് അവൾ ശ്രദ്ധിച്ചു. എന്താണ് വിഷയം...!

'അനു..'

അമ്മയെ മൂത്തമ്മാവൻ വിളിക്കുന്നത് അൻഷിത കേട്ടു..

'ഞങ്ങൾ തിരക്കിട്ട് വന്നത് ഒരു വിവരം ശരിയാണോ എന്നറിയാനാ.'

സ്വരത്തിൽ ഗൗരവം പ്രകടമായിട്ടുണ്ട്

'നീ ഒരു കൊലയാളിക്ക് മകളെ കെട്ടിച്ചുകൊടുക്കാൻ തീരുമാനിച്ചു എന്നറിഞ്ഞു.'

അൻഷിതയുടെ നെഞ്ചിലൂടെ ഒരു കൊള്ളിമീൻ പാഞ്ഞതുപോലെ തോന്നി.. പെട്ടെന്നുള്ള ചോദ്യത്തിൽ അമ്മ സ്തബ്ധയായി നിൽക്കുകയാണ്..

'നമ്മുടെ കുടുംബത്തിന് ഒരു പേരുണ്ട്.. അത് കളഞ്ഞുകുളിക്കാൻ ഞങ്ങൾ സമ്മതിക്കില്ല.' അമ്മാവൻ തുടർന്ന് പറയുന്നത് അൻഷിത കേട്ടു.

'ചേച്ചി അവളെ ആർക്ക് കെട്ടിച്ചുകൊടുത്താലും വേണ്ടില്ല. പക്ഷേ, ഒരു കൊലയാളിക്ക് മകളെ കൊടുത്താൽ നഷ്ടപ്പെടുന്നത് ചേച്ചിയുടെ പേര് മാത്രമല്ല. ഞങ്ങളുടേത് കൂടിയാണ്.'

ഇത്തവണ സംസാരിച്ചത് ഇളയ അമ്മാവനാണ്. കുറച്ചെങ്കിലും അമ്മയോട് അനുഭാവം കാട്ടിയിട്ടുള്ള ആളാണ് ഇളയമ്മാവൻ.

തങ്ങൾ ശരിക്കും ഒറ്റപ്പെടുന്നു എന്ന് അൻഷിതയ്ക്ക് തോന്നി..

'കുടുംബത്തിൽ ഇനിയും കല്യാണം കഴിയാത്ത പെണ്കുട്ടികളുണ്ട്. കുടുംബത്തിൽ ഒരു കൊലയാളി ബന്ധം കൂടിയിട്ടുണ്ട് എന്നറിഞ്ഞാൽ നല്ല കുടുംബത്ത് നിന്നും അവർക്ക് ബന്ധം ഉണ്ടാകുമോ..?'

അമ്മ ഉത്തരമില്ലാതെ നിൽക്കുന്നത് അവൾ കണ്ടു..

അമ്മാവൻ എല്ലാവരെയും തമ്മിൽ കൂട്ടിക്കെട്ടുന്നത് സ്വന്തം കുടുംബത്തിന്റെ സൽപ്പേര് ആലോചിച്ചിട്ടാണ്. അല്ലെങ്കിൽ ഒരിക്കലും തങ്ങളുടെ കാര്യത്തിൽ ഇത്ര ആധി കാണിക്കില്ലായിരുന്നു. പണ്ടുമുതലേ അദ്ദേഹത്തിന് അച്ഛനെ ഇഷ്ടമായിരുന്നില്ലല്ലോ.

'എന്താ നീയൊന്നും പറയാത്തത്.'

മൂത്തമ്മാവൻ ചോദിച്ചു.. അമ്മ എന്തോ പറയാൻ തുടങ്ങിയപ്പോൾ അദ്ദേഹം തടഞ്ഞുകൊണ്ട് തുടർന്നു..

'എല്ലാം ഞങ്ങൾക്കറിയാം.. ആരാണ് അയാളെന്നും ഞങ്ങൾക്കറിയാം. അയാൾ വല്ല സഹായവും ചെയ്തിട്ടുണ്ടെങ്കിൽ അതിന്

പണമായോ അല്ലാതെയോ പ്രത്യുപകാരം ചെയ്യണമായിരുന്നു. അല്ലാതെ അയാൾക്ക് മകളെ കെട്ടിച്ചുകൊടുക്കുകയല്ല വേണ്ടത്.'

കാറ്റ് പിടിച്ചതുപോലെ ആയിരുന്നു അൻഷിതയുടെ മനസ്.. ആരാണ് ഇതെല്ലാം അമ്മാവന്മാരോട് പറഞ്ഞത്..?

അനുരാധയും അതേ അവസ്ഥയിലായിരുന്നു..

എന്താണ് പറയുക എന്ന് അവർക്ക് മനസിലായില്ല..

ഒരുകാര്യം ഉറപ്പാണ്.

ഇനി അൻഷിതയുടെ ആഗ്രഹം നടക്കില്ല..

'അയാളൊരു അധ്യാപകനാണ്.. അവളുടെ ഇഷ്ടമായിരുന്നു എനിക്ക് പ്രധാനം. ചെറുപ്പത്തിൽ അയാൾക്ക് സംഭവിച്ചുപോയ ഒരു കൈയബദ്ധത്തിന്റെ പേരിൽ ഒരാളെ കുറ്റവാളി ആയിട്ട് പ്രഖ്യാപിക്കുന്നത് ശരിയല്ലല്ലോ.'

അമ്മ അത്രയും പറഞ്ഞു നിർത്തിയത് അൻഷിത കേട്ടു..

ഇത്തവണ മൂത്തമ്മാവൻ സംസാരിച്ചത് അല്പം മയത്തിൽ ആണ്..

'അനൂ..അവിവാഹിതരായ ചെറുപ്പക്കാർക്ക് വീട് വാടകയ്ക്ക് കൊടുക്കുമ്പോൾ പ്രായമായ ഒരു മകൾ ഉണ്ടെന്ന കാര്യം. നീ ശ്രദ്ധിക്കണമായിരുന്നു.'

അതുകേട്ട് അൻഷിതയ്ക്ക് ആ വിഷമഘട്ടത്തിലും ദേഷ്യം തോന്നി..

'നീ പറഞ്ഞത് ശരിയാണ്.' അമ്മാവൻ തുടരുകയാണ്.. 'പക്ഷേ, ഇപ്പോൾ ഈ നഗരത്തിൽ അയാൾ ഒരു കുറ്റവാളിയാണ്. ഇവിടെ എല്ലാവരും ഈ വിവരം അറിഞ്ഞിട്ടുണ്ട്. മാത്രമല്ല അയാൾ ഇപ്പോൾ ഒരു അധ്യാപകനുമല്ല.. അയാളെ സ്കൂളിൽ നിന്ന് പുറത്താക്കിക്കഴിഞ്ഞു...'

അൻഷിതയ്ക്ക് അത് വിശ്വസിക്കാനായില്ല..

ഹരിസാറിനെ സ്കൂളിൽ നിന്ന് പുറത്താക്കിയെന്ന്..

എപ്പോഴാണിത് സംഭവിച്ചത്..!

'ഞാൻ പറഞ്ഞത് വിശ്വാസമായില്ലെങ്കിൽ.. നീ അയാളെ വിളിച്ച് ചോദിക്ക്..'

ആ സമയത്ത് തന്റെ കൈയ്യിലെ ഫോൺ ബെല്ലടിക്കുന്നത് അൻഷിത കേട്ടു...

ഹരിസാർ ആണ്..

അൻഷിത പെട്ടെന്ന് പുറത്തേക്കിറങ്ങി.

'അവൾ അങ്ങോട്ടാണല്ലേ പോയത്..?'

അയാളുടെ ചുണ്ടിൽ ഒരു പുച്ഛച്ചിരി ഉണ്ടായിരുന്നത് അനുരാധ കണ്ടു..

'എല്ലാം ഇന്നുകൊണ്ട് അവസാനിപ്പിച്ച് അയാളെ ഇവിടുന്ന് പറഞ്ഞുവിടണം.'

അയാളുടെ സ്വരത്തിൽ ഭീഷണി കലരുന്നത് അനുരാധ അറിഞ്ഞു.

'ഇത് കുടുംബത്തിന്റെ പേരിന്റെ കാര്യമായതുകൊണ്ടും നിനക്കും അവൾക്കും ചീത്തപ്പേര് ഉണ്ടായാൽ നഷ്ടം ഞങ്ങൾക്കായതു കൊണ്ടുമാണ് അയാളെ ഒന്നും ചെയ്യാത്തത്.. ഇല്ലെങ്കിൽ കൈയ്യും കാലും തല്ലിയൊടിച്ചേനെ.'

അയാളുടെ സ്വരം ഭീഷണമായി. ആകെ തളരുന്നത് പോലെ തോന്നി അനുരാധ സോഫയിലേക്കിരുന്നു.

ഇവരുടെ ഭീഷണിയെക്കാൾ മകളുടെ മാനസികാവസ്ഥ ആയിരുന്നു അവരുടെ ചിന്തയിൽ. അതേ സമയം അവളുടെ ആഗ്രഹത്തിന് ഒരിക്കലും ഇനി കൂട്ടുനിൽക്കാൻ തനിക്ക് ആകില്ല എന്ന തിരിച്ചറിവ് അവരെ ധർമ്മസങ്കടത്തിലാക്കി.

പെയിന്റിങ്ങുകൾ എല്ലാം അഴിച്ചു ചുരുളുകളാക്കി വെച്ചപ്പോഴാണ് ഒരു തലവേദന പോലെ ഹരിക്ക് തോന്നിയത്. വേദന മനസിലാണെന്ന് അയാൾക്കറിയാമായിരുന്നു. കസേരയിൽ വെറുതെ ചാരി കിടക്കെ പുറത്ത് പദനിസ്വനം കേട്ടു..

പാദസരങ്ങൾ കിലുങ്ങുന്നു.. അൻഷിതയാണ്..

അൻഷിത മുറിയിലേക്ക് കയറവേ പരിക്ഷീണനായി ഇരിക്കുന്ന ഹരിയേ കണ്ടു..മുറിയിൽ പെയിന്റിങ്ങുകൾ കാണുന്നില്ല.. ഒരു ബാഗ് ഒരുക്കി വെച്ചിട്ടുണ്ട്.. ഹരിസാർ പോവുകയാണോ..!

'സാർ...'

അവളുടെ ശബ്ദം ചിലമ്പിച്ചിരിക്കുന്നു..അവളുടെ കണ്ണുകളിൽ കണ്ണുനീർ തിളങ്ങുന്നു..!

ഹരിക്ക് എന്താണ് പറയേണ്ടത് എന്നറിഞ്ഞില്ല..

അയാൾ എഴുന്നേറ്റ് അവളുടെ അടുത്തേക്ക് ചെന്നു..

'അൻഷിത.'

'സാർ പോവുകയാണോ..?' അവൾ കണ്ണുതുടച്ചുകൊണ്ട് ചോദിച്ചു..

അൻഷിത എല്ലാം അറിഞ്ഞിരിക്കുന്നു. താൻ സംശയിച്ചത് ശരിയാണ്..അവളുടെ ബന്ധുക്കൾ വന്നതും അതിനാലാണ്.

'എനിക്കിനി ഇവിടെ നിൽക്കാൻ കഴിയില്ല. സ്കൂളിൽ നിന്ന്

പുറത്തായി. ഇവിടെ എല്ലാവരുടെയും മുന്നിൽ ഞാനൊരു കൊല പാതകിയാണ്.'

'സർ..' അവൾ എന്തോ പറയാൻ ഒരുങ്ങിയെങ്കിലും ഗദ്ഗദം അത് പാതിയിൽ മുറിച്ചു..

'അൻഷിത...നിന്നോട് കൂടെ വരണമെന്ന് പറയാനും എനിക്ക് പറ്റില്ല. എനിക്കറിയാം നിന്റെ അമ്മയെ വിട്ടിട്ട് നിനക്ക് വരാൻ പറ്റില്ല എന്ന്.'

ഒന്നു നിർത്തിയശേഷം ഹരി തുടർന്നു. അയാളുടെ ശബ്ദം വിറക്കുന്നുണ്ടായിരുന്നു.. സങ്കടം ഒതുക്കിപ്പിടിക്കാൻ അയാൾ കഷ്ടപ്പെടുകയാണെന്ന് അൻഷിതയ്ക്ക് തോന്നി..

'നമ്മുടെ വഴികൾ പിരിയുകയാണ് അൻഷിതാ... നീ എന്നെ ഓർക്കണമെന്ന് ഞാനൊരിക്കലും പറയില്ല.'

പുറത്ത് വെയിൽ മങ്ങുകയാണ്.. മുറ്റത്ത് വെയിൽച്ചൂടിനെ വഹിച്ച് ഒരു ചെറിയ പൊടിക്കാറ്റ് ചുഴലിപോലെ കറങ്ങിയുയർന്ന ശേഷം ശക്തികുറഞ്ഞ് അടങ്ങി..

അൻഷിത കണ്ണു തുടച്ചു...

'സാർ.. പറഞ്ഞത് ശരിയാണ്. എനിക്ക് അമ്മയെ ഒറ്റയ്ക്കാക്കി വരാനാകില്ല. പക്ഷേ, ഇത് ഒരവസാനമല്ല എന്നു വിശ്വസിക്കാനാണ് എനിക്കിഷ്ടം..അതുകൊണ്ട് ഞാനിനിയും ഓർക്കും.'

അവൾ പറയുന്നത് കേട്ടുകൊണ്ടിരിക്കെ തന്റെ നെഞ്ചിൽ ഒരു വലിയ കല്ല് എടുത്തുവെച്ചതുപോലെ ഹരിക്ക് തോന്നി.. അത് നെഞ്ചിൽ നിന്ന് പോകുന്നില്ല.

'ഞാൻ വിളിക്കും സാർ.' അവളുടെ മുഖത്ത് തനിക്ക് വായിക്കാനാവാത്ത ഏതോ ഒരു തീരുമാനം ഹരി കണ്ടു..

'എനിക്ക് സാറിനെ മറക്കാൻ പറ്റില്ല.'

തനിക്കും അവളെ മറക്കാൻ കഴിയില്ല.. പക്ഷേ, പ്രതീക്ഷകൾക്ക് ഈ സമയത്ത് വലിയ സാധ്യതകൾ ഉണ്ടെന്ന് തോന്നുന്നില്ല.. എന്നിട്ടും അൻഷിത എന്തോ മനസിൽ കണ്ടിരിക്കുന്നു.

അപ്പോഴേക്കും അനുരാധയും മറ്റ് മൂന്നുപേരും ഗേറ്റ് കടന്ന് വേഗത്തിൽ വരുന്നത് ഹരി കണ്ടു..

മുന്നിൽ വേഗത്തിൽ നടക്കുന്ന അനുജന്റെയും ജ്യേഷ്ഠന്റെയും ഒപ്പമെത്താൻ അനുരാധ കഷ്ടപ്പെട്ടു. ഹരിയുടെ റൂമിന്റെ ഗേറ്റ് കടന്നപ്പോൾ മതിലിനപ്പുറത്ത് മിസിസ് ദേവ്ബന്ധുവിന്റെ തലയനക്കം കണ്ടു. അവർ കയറി ചെല്ലുമ്പോൾ രണ്ടു കസേരകളിലായി ഹരിയും അൻഷിതയും ഇരിക്കുന്നുണ്ടായിരുന്നു.

കയറി വന്നവരെക്കണ്ട് അവർ എഴുന്നേറ്റു..

വിഷാദം നിറഞ്ഞ ഭാവവുമായി ഇരിക്കുന്ന ഹരിയെ കണ്ട് ദേഷ്യത്തോടെ ജ്യേഷ്ഠൻ കൈചുരുട്ടി മുന്നോട്ട് ചെല്ലുന്നത് അനുരാധ കണ്ടു..

അനുരാധ ഒറ്റക്കുതിപ്പിന് ഇടയിൽ കയറി.

'ഇതിനാണോ നിങ്ങൾ ഇവിടെ വന്നത്?'

അമ്മയുടെ ചോദ്യം കേട്ട് മൂത്തമ്മാവൻ കലിയടക്കി പിൻവാങ്ങുന്നത് അൻഷിത കണ്ടു. അവൾക്ക് അയാളോട് എന്തെന്നില്ലാത്ത വെറുപ്പ് തോന്നി.

അനുരാധ കണ്ണുനീരോടെ തന്റെ മുന്നിൽ നിൽക്കുന്നത് ഹരി കണ്ടു..

'മോനെ.. മോൻ ക്ഷമിക്കണം. നിങ്ങളുടെ ആഗ്രഹം നടത്തിത്തരാൻ എനിക്ക് കഴിയില്ല.'

'സാരമില്ലമ്മെ..' ഹരി പറഞ്ഞു...

'ഞാനിന്ന് പോകുകയാണ്.. ഇവിടെ നില്ക്കാൻ ഇനി എനിക്ക് പറ്റില്ല. നിങ്ങളുടെ ആഗ്രഹത്തിന് വിരുദ്ധമായി അൻഷിതയെ നിങ്ങളിൽ നിന്ന് അകറ്റണം എന്ന് ഞാനൊരിക്കലും ആഗ്രഹിച്ചിട്ടില്ല.. നിങ്ങളുടെ കുടുംബത്തിന്റെ ഭാഗമാകണമെന്ന് ആഗ്രഹിച്ചിരുന്നു. എനിക്ക് നഷ്ടമായ ഒരു കുടുംബത്തെ വേണമെന്ന് മാത്രമേ ഞാൻ ആഗ്രഹിച്ചുള്ളു.'

ഒരു ഗദ്ഗദം ഹരിയുടെ തൊണ്ടയിൽ കുരുങ്ങുന്നത് അൻഷിത അറിഞ്ഞു.. പുറമെ സങ്കടം കേവലം വിഷാദഭാവത്തിൽ ഒതുങ്ങുന്നുവെങ്കിലും ഹരിസാർ അകമേ കരയുകയാവാം. താനിവിടെ നിസ്സഹായ ആണ്. സങ്കടത്തെ കടിച്ചുപിടിക്കുക എന്നതല്ലാതെ അമ്മയെ ജീവിതകാലം മുഴുവൻ ഒറ്റയ്ക്കാക്കുന്ന ഒരു തീരുമാനമെടുക്കാൻ തനിക്കും കഴിവില്ല. കുടുംബപ്പേര് നോക്കുന്ന അമ്മാവന്മാരെ കാര്യമാക്കേണ്ടതില്ല. പക്ഷേ, അമ്മയ്ക്ക് ഇപ്പോളവർ പ്രധാനമായിരിക്കുന്നു. ഒരുപക്ഷേ, ഇത് അമ്മയുടെ നിവൃത്തികേടാവാം. തന്റെയും ഹരിസാറിന്റെയും ബന്ധം കുടുംബത്തിന് മുഴുവൻ ചീത്തപ്പേരാണ് എന്ന് അമ്മയും വിശ്വസിക്കുന്നുണ്ടാകുമോ..! അതോ, അച്ഛൻ കൂടെ ഇല്ലാതായതോടെ അമ്മാവന്മാരെ എതിർത്തുപറയാൻ കഴിയാത്ത അവസ്ഥയിലാണോ അമ്മ..! എന്ത് തന്നെയായാലും ഇപ്പോൾ ഹരിസാറിനെ പിരിയുക എന്നത് അനിവാര്യമായിരിക്കുന്നു.

അൻഷിത സ്വന്തം വിധിയെ പഴിച്ചു. കണ്ണ് തുടച്ചു.

'നീ ഇവിടുന്ന് ഇന്ന് തന്നെ പോകണം.. ഇപ്പോൾ തന്നെ... ഇനിയിങ്ങോട്ട് വരരുത്.'

മൂത്തമ്മാവന്റെ സ്വരം കഠിനമാകുന്നത് അൻഷിത കേട്ടു.

അവൾ കണ്ണുതുടച്ച് ഹരിയെ നോക്കി..

സാർ തന്നെയും അമ്മയെയും യാത്ര പറയും പോലെനോക്കുകയാണ്..

'ഇറങ്ങ്.' അമ്മാവന്റെ സ്വരം ഉയരുന്നത് അൻഷിത കേട്ടു..

'സാറിനെ ഇറക്കിവിടാൻ നിങ്ങളാരാണ്..?'

കണ്ണുനീരിനിടയിലും അൻഷിതയുടെ ശബ്ദം ഉയർന്നപ്പോൾ ഹരി പെട്ടന്ന് പറഞ്ഞു..

'ഞാൻ ഇറങ്ങുകയാണ് അൻഷിതാ.'

അവരെ ഒന്നുകൂടി നോക്കി ഹരി പുറത്തേക്കിറങ്ങി..

പിന്നെ തിരിഞ്ഞുനോക്കാതെ നടന്നു.

മഴയ്ക്ക് മുൻപുള്ള പോക്കുവെയിലിലൂടെ വേഗം നഗരത്തിലേക്കുള്ള വഴിയേ നടക്കുമ്പോൾ അയാളുടെ മനസ് ജീവിതത്തെക്കുറിച്ചുള്ള പ്രതീക്ഷകളസ്തമിച്ചതുപോലെ ഇരുട്ടിലാഴ്ന്ന് കരഞ്ഞുകൊണ്ടിരുന്നു.

4

ന്യൂ ടൗണിൽ നിന്നും മോഡേൺ ആർട്ട് മ്യൂസിയത്തിലേക്കുള്ള വഴിയിലായിരുന്നു ഹരി.

ചുനാരിയിൽനിന്നും പോന്നിട്ട് ഇത് രണ്ടാമത്തെ ദിവസമാണ്. ഒരുപാട് ദൂരം സഞ്ചരിച്ചില്ലെങ്കിലും ഇന്നലെ ചുറ്റിത്തിരിഞ്ഞ് ഒരു ഹോട്ടലിൽ മുറിയെടുത്ത് ഉറങ്ങി. അവിടെവെച്ചാണ് ചിത്രപ്രദർശനത്തിന്റെ ആശയം വീണ്ടും മനസിൽ വരുന്നതും. പറ്റിയാൽ മോഡേൺ ആർട്ട് മ്യൂസിയത്തിലോ അല്ലെങ്കിൽ ചിത്രകൂടത്തിലോ മറ്റോ ഒരു ചിത്രപ്രദർശനം സംഘടിപ്പിക്കണം..ഹോട്ടലിൽ വെച്ച് പരിചയപ്പെട്ട ഒരാൾ ആണ് ഇവിടുത്തെ ആർട്ട് ഗ്യാലറികളെകുറിച്ച് പറഞ്ഞത്. വളരെ പ്രശസ്തമാണത്രേ..! സ്വദേശികളും വിദേശികളുമായി അനേകർ വന്നുപോകുന്ന ഇടമാണ്. അൻഷിതയുടെ ആഗ്രഹവുമായിരുന്നു താൻ ഒരു ചിത്രപ്രദർശനം സംഘടിപ്പിക്കണം എന്നത്. പ്രദർശനത്തിന് അൻഷിതയെ വിളിക്കണം.. അവൾക്ക് വരാൻ പറ്റുമോ എന്നറിയില്ല.. എന്തായാലും വിളിച്ചുപറയണം അവളുടെ ആഗ്രഹം താൻ സാധിച്ചു എന്ന്..

അൻഷിതയെക്കുറിച്ച് ആലോചിച്ചപ്പോൾ തന്റെ ഉള്ളിലെ മുറിവിൽ വീണ്ടും നൊമ്പരം ഉറവെടുക്കുന്നത് ഹരിയറിഞ്ഞു..

ഇപ്പോഴെന്തുചെയ്യുകയാവും അവൾ! താൻ ഇവിടെയെത്തിയപ്പോൾ ഇന്നലെ തന്നെ വിളിച്ചതാണ്.. കുറെ നേരം കരഞ്ഞു.. മിസിസ് ചാറ്റർജിയോട് അൻഷിതയുടെ കല്യാണക്കാര്യം തീരുമാനിക്കണം എന്നോക്കെ പറഞ്ഞാണത്രേ അവളുടെ അമ്മാവന്മാർ പോയത്. ഇക്കാര്യത്തിൽ തനിക്ക് ഇനി ഒന്നും ചെയ്യാൻ കഴിയില്ല.

ഇന്നലെ അൻഷിതയെ വിളിക്കണമെന്ന് പറഞ്ഞത് ഹരിയുടെ ഓർമ്മയിൽ തെളിഞ്ഞു.

ഒരുപക്ഷേ കാലം എല്ലാത്തിനും മരുന്നാകുമായിരിക്കും.. കുറച്ചുകഴിയുമ്പോൾ ഈ ഹൃദയഭാരം കുറയുമായിരിക്കും.. ഒരുപക്ഷേ അന്ന് ഭൂതകാലത്തിലേക്ക് തിരിഞ്ഞുനോക്കുമ്പോൾ ഹൃദയം നിറഞ്ഞ് ഒന്ന് പുഞ്ചിരിക്കാനുള്ള വിഷയമായി ഇപ്പോഴത്തെ ജീവിതം പരിണമിച്ചേക്കാം..

അങ്ങനെ ചിന്തിച്ചെങ്കിലും വിഷാദഭാവമില്ലാതെ, ഉള്ളിൽ എവിടെയെങ്കിലും നോവാതെ, അന്ന് തനിക്ക് ഭൂതകാലത്തിലേക്ക് നോക്കി പുഞ്ചിരിക്കാനാവുമോ എന്ന കാര്യത്തിൽ അയാൾക്ക് സംശയമുണ്ടായിരുന്നു..!

ബസ് നഗരത്തോട് അടുക്കാറായിരിക്കുന്നു..തിരക്കുകുറഞ്ഞ ബസിലിരിക്കെ ചുടുകാറ്റ് തന്നെ തഴുകി കടന്ന് പോകുന്നത് ഹരിയറിഞ്ഞു.. വഴിയരികിൽ തല മൂടി വസ്ത്രമിട്ട് വിലകുറഞ്ഞ വലിയ വട്ടത്തിലുള്ള മൂക്കുകുത്തികളും ആഭരണങ്ങളുമൊക്കെ ധരിച്ച നാലഞ്ച് സ്ത്രീകൾ എന്തൊക്കെയോ വാങ്ങി വരുന്നത് കാണാം. നാടോടികളായി ജീവിക്കുന്ന ഗോത്രവർഗ്ഗക്കാരാണ്.. ഉത്സവങ്ങളും മറ്റും നോക്കി കളിപ്പാട്ടങ്ങളും പ്രതിമകളും ഉണ്ടാക്കി വിറ്റ് ഉപജീവനം കഴിക്കുന്ന അനേകരിൽ ഒരു വിഭാഗം. തങ്ങളുടെ രക്ഷയ്ക്ക് ഒരിക്കലും എത്താത്ത പ്രതിമ ദൈവങ്ങൾ..! ഈ പാവങ്ങളുടെ വയർ നിറയാറില്ല, അവരുടെ പെണ്മക്കൾ പീഡിപ്പിക്കപ്പെടുന്നു, അവരുടെ മക്കൾക്ക് വിദ്യാഭ്യാസം കിട്ടാറില്ല. ദൈവങ്ങൾ ഇങ്ങനെയെങ്കിലും അവർക്ക് ഉപകരപ്പെടട്ടെ.

വഴിയോരത്തെ കാഴ്ചകൾ മനസിന്റെ ഭിത്തിയിലെ വരയ്ക്കുന്ന ചിത്രങ്ങളുടെ ആവശ്യവും അനാവശ്യവും ചിന്തിക്കാതെ അവയെ വെറുതെ കടന്നുപോകാൻ അനുവദിക്കുകയാണ് നല്ലത് എന്ന് തോന്നിയപ്പോൾ ഹരി വിരലുകൾ കൊണ്ട് കൺകോണുകൾ തുടച്ച് നിവർന്നിരുന്നു..

അയനാന്തരങ്ങൾ

ബസ് സ്റ്റാന്റിലേക്ക് കയറുകയാണ്.. ഇവിടെ ഇറങ്ങണം.

ഫോണും കൈയ്യിൽപിടിച്ച് വെറുതെ ഇരിക്കുകയായിരുന്നു അൻഷിത. കുറെ നേരമായി താൻ ഫോണുമായി ഇരിക്കുന്നു.. സാറിനെ വിളിച്ചാലോ എന്ന് കരുതി എടുത്തതാണ്... ഇന്നലെ വിളിച്ചപ്പോൾ സാർ പറഞ്ഞതാണ് ഇന്ന് വിളിക്കാം എന്ന്. സാർ തന്റെ ജീവിതത്തിൽ നിന്നും പോയ അന്ന് നഷ്ടമാകുന്നത് തിരിച്ചുപിടിക്കണം എന്ന ദൃഢനിശ്ചയമുണ്ടായിരുന്നു ഉള്ളിൽ. പക്ഷേ, ഇപ്പോൾ താൻ സാറിനെ കൂടുതൽ സങ്കടപ്പെടുത്തുകയാണോ എന്നൊരു സംശയം! ഒരിക്കലും മനസിലെ ആഗ്രഹങ്ങൾ നടക്കില്ല എന്നറിഞ്ഞിട്ടും എന്തിനാണ് വീണ്ടും ഹരിസാറിനെ വിഷമിപ്പിക്കുന്നത്..! വിളിക്കുന്തോറും അടുപ്പവും പ്രതീക്ഷകളും ബാക്കി നിൽക്കും..

അൻഷിത ഫോണിൽ ഹരി മുൻപയച്ച മെസ്സേജിലൂടെ കണ്ണോടിച്ചു.

വളരെ കുറച്ച് മെസ്സേജുകൾ മാത്രമേ ഹരിസാർ ഇതുവരെ അയച്ചിട്ടുള്ളൂ. തനിക്ക് ഇഷ്ടമായിരുന്നെങ്കിലും മെസ്സേജുകൾ അയക്കുന്നതിനോട് വലിയ താൽപര്യമില്ലാത്ത ആളാണ് സാർ. പ്രണയം തുളുമ്പുന്ന നിമിഷങ്ങളെ കവിതയാക്കി മാറ്റുവാനായിരുന്നു ഹരിസാറിനിഷ്ടം..

കണ്ണുകളിൽ നീർ നിറയുന്നു . മങ്ങിയ കാഴ്ചയ്ക്കപ്പുറം ദൂരെയെവിടെയോ തനിക്ക് കൈയ്യെത്തിപ്പിടിക്കാൻ കഴിയാത്തിടത്ത് ഹരിസാർ നില്കുന്നതുപോലെ..! ഇൻബോക്സിലെ അക്ഷരങ്ങൾ മങ്ങുകയാണ്.

'നിന്നിൽ നിന്നടർന്നുവീണ ഒരിലയല്ലാതെ
മറ്റെന്താണ് ഞാൻ!
എന്റെ വഴികളെല്ലാം നിന്നിൽത്തന്നെ തുടങ്ങുകയും
നിന്നിൽത്തന്നെ അവസാനിക്കുകയും ചെയ്യുന്നു!
നിന്നിൽ നിന്ന് കൊഴിഞ്ഞാൽ നിന്നിലേക്കല്ലാതെ
മറ്റെവിടേയ്ക്കാണ് ഞാൻ വീഴുക!
പ്രഭാതത്തിൽ നിന്നിൽ ജനിക്കുകയും
മധ്യാഹ്നത്തിൽ നിന്റെ ചില്ലയിൽ വിടരുകയും
സന്ധ്യക്ക് നിന്റെ തണലിലേക്ക്
ഞാൻ കൊഴിഞ്ഞുവീഴുകയും ചെയ്യുന്നു..!
ഒടുവിൽ ഞാൻ നിന്നിലലിഞ്ഞ് നീയാകുന്നു.
ഞാനെന്നത് നീയെന്ന വേരിന്റെ ഒരു പേരുമാത്രം !'

കളിചിരികൾ മറന്ന് നിശ്ചലയായിരിക്കുന്ന മകളുടെ മനസിലെ

ന്താണെന്ന് കാണാൻ ശ്രമിക്കുകയായിരുന്നു അനുരാധ. ഹരി പോയതിന് ശേഷം അവൾക്ക് കാര്യമായ മിണ്ടാട്ടമില്ല.. പോകെപ്പോകെ ശരിയാകുമെന്ന് ഉറപ്പാണ്.. പക്ഷേ, അവൾ ഫോണിൽ എന്ത് ചെയ്യുകയാണ്..! ഹരി വിളിക്കുകയോ മറ്റോ ചെയ്തിട്ടുണ്ടോ..? ഉണ്ടെങ്കിൽ അത് തടയണം. ഇല്ലെങ്കിൽ കൂടുതൽ സങ്കടമേ അത് ഉണ്ടാക്കൂ.. മാത്രമല്ല, അവളുടെ ഭാവിയെ അത് ചിലപ്പോൾ ബാധിച്ചേക്കാം. തനിക്ക് ഹരി പോയതിൽ സങ്കടമുണ്ടെങ്കിലും അത് അത്യന്തം ദുഖകരമായ ഒരു കാര്യമായി തോന്നിയിട്ടില്ല. ഇനിയിവിടെ നിൽക്കാൻ കഴിയാത്ത സ്ഥിതിക്ക് അയാൾക്ക് അതാണ് നല്ലതും. ഒരു നല്ല മനുഷ്യൻ തന്നെയാണ്. എങ്കിലും മോശമായ ഒരു ഭൂതകാലമുള്ള മനുഷ്യന് മകളെ വിവാഹം കഴിച്ചുകൊടുക്കേണ്ടതിനെക്കുറിച്ച് ഓർത്തപ്പോൾ മനസ് മടിച്ചതാണ്. പക്ഷേ, മകളുടെ ഇഷ്ടമായിരുന്നു തടസം. ഇനി അതിനും പ്രസക്തി ഇല്ലല്ലോ.

'നീ എന്താ ഫോണിൽ ചെയ്യുന്നത്.. ? ഹരി വിളിച്ചിരുന്നോ..?'

അൻഷിത അമ്മയുടെ ചോദ്യം കേട്ടെങ്കിലും ഒന്നും പറഞ്ഞില്ല.. അനുരാധ തുടർന്നു.. 'മോളെ, ഇനി വിളിക്കുകയൊന്നും വേണ്ട, ഇനിയുമെന്തിനാണ് ഹരിയെ ഈ വിഷമത്തിലേക്ക് വലിച്ചിടുന്നത്.'

അൻഷിത നിശ്ശബ്ദയായി എഴുന്നേറ്റ് റോഡ് മുറിച്ചുകടന്ന് ഹരി താമസിച്ചിരുന്ന വീട്ടിലേക്ക് പോകുന്നത് അനുരാധ നോക്കിനിന്നു.

അൻഷിത വീട് തുറന്ന് മുറിയിലേക്ക് കയറി. അവിടെ ഹരി തനിക്കായി അവശേഷിപ്പിച്ചു പോയ ചിത്രം എടുത്ത് മേശയുടെ മുകളിൽ ഭിത്തിയിൽ ചാരി വെച്ചശേഷം അതിലേക്ക് നോക്കി നിൽക്കവേ അൻഷിതയുടെ മനസ് വീണ്ടും ഹരിയിലേക്ക് ചെന്നു.

ഈ പെണ്കുട്ടിയെ വരയ്ക്കുമ്പോൾ ഹരിസാർ തന്നെ ഓർത്തിട്ടുണ്ടാകാം.

അദ്ദേഹം സന്തോഷമായിരുന്ന സമയത്ത് വരച്ചതാണെന്ന് വ്യക്തമാണ്..

ആ സന്തോഷം മുഴുവൻ ചിത്രത്തിലെ പെൺകുട്ടിയുടെ മുഖത്തു കാണാം.

മുറിയിൽ ഉണ്ടായിരുന്ന പെയിന്റിങ് ബോർഡ് അവൾ ഒരു വശത്തേക്ക് നീക്കി വെച്ചു..

നിശബ്ദത നിറഞ്ഞ അടുക്കളയിലെത്തിയപ്പോൾ ഹരി ഉപയോഗിച്ചിരുന്ന പാത്രങ്ങൾ എല്ലാം കഴുകി അടുക്കി വെച്ചിരുന്നു. തിരികെ ഹരിയുടെ ബെഡ്റൂമിലെ കിടക്കയിൽ വന്നിരുന്നപ്പോൾ അൻ

ഷിതയ്ക്ക് കരയണമെന്ന് തോന്നി..

നെഞ്ചിൽ നിന്നും എന്തോ ഒരു ഭാരം വർദ്ധിച്ചുവരുന്നു..

കൈയ്യിലേക്ക് മുഖം അമർത്തി ഇരുന്നു അൻഷിത..

അവളിൽ നിന്ന് അമർത്തിയ ഒരു തേങ്ങൽ പുറത്തുവന്നു.

5

ചിത്രകൂടത്തിൽ നിന്നും തിരികെ ഇറങ്ങുമ്പോൾ ഹരി സന്തോഷത്തിലായിരുന്നു.

അടുത്ത തിങ്കളാഴ്ച ആണ് എക്സിബിഷൻ തീരുമാനിച്ചിരിക്കുന്നത്. ഗാലറിയുടെ നടത്തിപ്പുകാർക്ക് ചെറിയൊരു തുക കൊടുക്കണമെങ്കിലും ഒരു നല്ല അവസരമാണ് തനിക്ക് കിട്ടിയത്. നഗരത്തിലെ പ്രശസ്തമായ സ്കൂളിൽ ഏതോ പരിപാടി നടക്കുന്നുണ്ട്. അതിന് സംഘടിപ്പിച്ചിരിക്കുന്ന ചടങ്ങിൽ മുഖ്യമന്ത്രി പങ്കെടുക്കുന്നുണ്ട്. ശേഷം ഗാലറിയുടെ പത്താം വാർഷികത്തോടനുബന്ധിച്ച് ഗാലറിയിലേക്ക് അദ്ദേഹം വരുമത്രെ. എല്ലാം ഒത്ത് വന്നാൽ അന്ന് കാര്യങ്ങൾ ഭംഗിയായി നടക്കും.

ഇനി നാല് ദിവസം മാത്രമേയുള്ളൂ... കുറച്ച് ചിത്രങ്ങൾ കൂടി വരയ്ക്കണം വരയ്ക്കണം. ഹോട്ടൽ മുറിയിൽ വെച്ച് വരക്കൽ പറ്റില്ല. ബോർഡ് അടിക്കാനും മറ്റും സൗകര്യമുണ്ടാവില്ല. നല്ലത് ഏതെങ്കിലും നാലാം കിട ലോഡ്ജാണ്.. അങ്ങനെയൊരു സ്ഥലം കണ്ടെത്തണം.. ഹരി ചിന്തയോടെ റോഡരികിലൂടെ ടാക്സി സ്റ്റാന്റ് ലക്ഷ്യമാക്കി നടന്നു.

ചുനാരിയുമായി താരതമ്യം ചെയ്യുമ്പോൾ നല്ല തിരക്കാണ് ഇവിടെ. തിരക്കുള്ള ഒരു കടയിൽ ആരോടും, ഒന്നിനോടും പ്രത്യേക മമതയില്ലാത്ത ഒരു മുഖം പിഞ്ചിരിക്ക് പിന്നിൽ ഒളിപ്പിക്കുന്ന ഒരു വിദഗ്ദനായ കച്ചവടക്കാരനെപ്പോലെയാണ് ഈ നഗരം. താൻ അൻഷിതയെ വിളിച്ചില്ലല്ലോ എന്ന് ഹരിയോർത്തു..

ബഹളം നിറഞ്ഞ ചുറ്റുപാടിൽ നിന്ന് ഒന്ന് മാറിയിട്ട് വേണം വിളിക്കാൻ. അവളെ പ്രദർശനത്തിന് ക്ഷണിക്കണം.

റോഡ് മുറിച്ച് ടാക്സിസ്റ്റാന്റിന് നേരെ നടക്കുമ്പോൾ മറ്റൊരാവശ്യം കൂടി ഹരിയുടെ മനസിലേക്ക് വന്നു. ഇവിടെ ഒരുപാട് സ്കൂളുകൾ ഉണ്ട്. ഒരിടത്ത് ജോലി തരപ്പെടുത്തണം. വേനലവധി ആയതുകൊണ്ട് സാധാരണ ഈ സമയത്ത് ശ്രമിച്ചാൽ സ്കൂൾ തുറക്കുമ്പോഴേക്കും ജോലി കിട്ടാൻ എളുപ്പമാണ്.

ഹരി കൈകാട്ടി ടാക്സി വിളിച്ചു. ഊഴം കാത്ത് കിടക്കുന്ന

ടാക്സികളിൽ മുൻപിലുള്ളത് തന്റെ അടുത്തേക്ക് വരുന്നത് ഹരി കണ്ടു. ഒരു ദക്ഷിണേന്ത്യൻ രൂപമുള്ള ആളാണ് ഡ്രൈവർ.

'കിതർ ജാനാഹേ സർ...?'

ഏതെങ്കിലും ഒരു സാധാരണ ലോഡ്ജിലേക്ക് പോകണം എന്ന് പറഞ്ഞപ്പോൾ അയാൾ തിരിഞ്ഞു നോക്കി.

'ഇവിടെ ഹോട്ടലിനെക്കാൾ ലാഭം ലോഡ്ജുകൾ ആണ് സർ.' അയാൾ തുടർന്നു..

'നമ്മുടെ ആവശ്യങ്ങളെല്ലാം നടക്കും.. പണം കുറവുമതി.'

അയാൾ എന്താണ് ഉദ്ദേശിക്കുന്നത് എന്ന് ഹരിക്ക് ഒരുപാട് ആലോചിക്കേണ്ടി വന്നില്ല.

അയാളുടെ കുറ്റമല്ല. അയാൾ കാണുന്നവരിൽ ഭൂരിഭാഗവും അങ്ങനെയായിരിക്കാം.

'താങ്കൾ സൗത്ത് ഇന്ത്യനാണോ?'

ഹരി ചോദിച്ചത് കേട്ട് അയാൾ മറുപടി പറഞ്ഞു..

'അതേ സാർ.. ഞാൻ തമിഴ്നാട്ടിൽ നിന്നാണ്..'

അയാൾ തുടർന്ന് സംസാരിച്ചുകൊണ്ടേയിരുന്നു. ഇടയ്ക്ക് തന്നെക്കുറിച്ച് ചോദിച്ച ചോദ്യങ്ങൾക്ക് ഹരി മറുപടി പറഞ്ഞു.

'ഇവിടെ കുറെ മലയാളികൾ ഉണ്ട് സർ... ടീച്ചേഴ്സ്' ഹരി അദ്ധ്യാപകൻ ആണെന്നറിഞ്ഞപ്പോൾ അയാൾ പറഞ്ഞു.

അല്പനേരത്തെ യാത്രയ്ക്ക് ശേഷം അവർ നഗരത്തിന്റെ പരിധിയോട് ചേർന്നുനിൽക്കുന്ന ഒരു ലോഡ്ജിലെത്തി. അതിനുള്ളിൽ അയാൾ ഹരിയെ പരിചയപ്പെടുകയും സ്വയം പരിചയപ്പെടുത്തുകയും ചെയ്തു.

കുറെ വർഷങ്ങളായി ഈ നഗരത്തിൽ ആണ് അയാളുടെ ജീവിതം. ചെറുപ്പത്തിൽ ഇവിടേക്ക് നാടുവിട്ട് വന്ന് വർഷങ്ങളായി ഇവിടെത്തന്നെ ജീവിക്കുന്നത് കൊണ്ടാവാം അയാളുടെ തമിഴ് കേൾക്കാൻ സുഖമുള്ളതല്ല എന്ന് ഹരിയോർത്തു. എല്ലാം അയാൾ തന്നെ പറഞ്ഞതാണ് തന്നോട്. മറ്റുള്ളവർക്ക് വിടുവായത്തരം ആയിത്തോന്നുമെങ്കിലും സ്വന്തം നാടിനെക്കുറിച്ചുള്ള ഓർമ്മ ഒരാളെ മിതഭാഷിയാക്കുമെന്ന് തോന്നുന്നില്ല. പ്രത്യേകിച്ചും മറ്റൊരു പ്രവാസിയോടാകുമ്പോൾ അയാൾ മനസുതുറന്നേക്കാം..

ടാക്സിക്കൂലി കൊടുത്തപ്പോൾ ബാക്കി തിരിച്ചു തരുന്ന കൂട്ടത്തിൽ അയാൾ ഹരിക്ക് തന്റെ കാർഡ് കൂടി നൽകി.. കാർഡിൽ നോക്കിയപ്പോൾ എസ്. ഗണേശ് എന്ന പേരിനൊപ്പം ടാക്സിയുടെ വിവരങ്ങളും ഫോൺ നമ്പറും കണ്ടു.

അയനാന്തരങ്ങൾ

കോണ്ടിനെന്റൽ എന്ന പേരിൽ പഴയ ഒരു ലോഡ്ജ്. ലോഡ്ജിന്റെ പേരും രൂപവും താരതമ്യം ചെയ്തപ്പോൾ ഒരു പേരിലെന്തിരിക്കുന്നു എന്ന വാചകമാണ് ഹരിക്ക് ഓർമ്മ വന്നത്. ലോഡ്ജിൽ മുറിയെടുക്കാൻ സഹായിച്ചതിന് ശേഷമാണ് ഗണേശ് പോയത്. പോകുമ്പോൾ ടാക്സി ആവശ്യമുണ്ടെങ്കിൽ വിളിക്കണം എന്ന് ഓർമ്മിപ്പിക്കുകയും ചെയ്തു.

ഹരി തന്റെ ബാഗുമെടുത്ത് റൂം കാണിച്ചുതരാൻ വന്ന വൃദ്ധന്റെ പിന്നാലെ നടന്നു.. അയാൾ ഗോവണിപ്പടി കയറുന്നത് അല്പം വിഷമിച്ചാണ്. നരച്ച മുടിയിഴകൾക്ക് കീഴെ കുഴിഞ്ഞ കണ്ണുകളിൽ തെളിഞ്ഞുനിന്ന വിഷാദഭാവം ജീവിതത്തോട് അയാൾ നടത്തിയിട്ടുള്ള യുദ്ധങ്ങളെ അനുസ്മരിപ്പിക്കാൻ പോന്നതായിരുന്നു. ഗോവണിപ്പടി അവരുടെ ഭാരത്തിന് കീഴെ ചെറുതായി കരഞ്ഞുകൊണ്ടിരുന്നു. മുകളിലെത്തി റൂം കാണിച്ചു കൊടുത്തശേഷം അയാൾ ഹരിയെ പ്രതീക്ഷയോടെ നോക്കി..

ഹരി പേഴ്സിൽ നിന്ന് ഇരുപത് രൂപ അയാൾക്ക് നീട്ടി..

അയാൾ സന്തോഷത്തോടെ അത് വാങ്ങി

അത്രയേ അവർക്ക് വേണ്ടു.. ഹരിയോർത്തു.. പിന്നെ നമ്മുടെ ആവശ്യങ്ങൾക്കെല്ലാം ചുറ്റിപ്പറ്റി ഉണ്ടാകും. പോകാൻ നേരം എന്തെങ്കിലും കൊടുക്കണം എന്നുമാത്രം..

'സർ..' വൃദ്ധൻ വിളിച്ചു..

'എന്താവശ്യമുണ്ടെങ്കിലും പറയണം.' അയാൾ ഹരിയെ ചിരിയോടെ നോക്കിക്കൊണ്ട് മൂക്കിന്റെ ഒരു വശത്ത് ഭാഗത്ത് തൊട്ടു കാണിച്ചു..

'വേണ്ട.. എന്തെങ്കിലും ആവശ്യമുണ്ടെങ്കിൽ വിളിക്കാം.'

ഹരിയുടെ മറുപടി കേട്ട് വൃദ്ധൻ മങ്ങിയ മുഖത്തോടെ പുറത്തേക്കിറങ്ങി.

അയാളുടെ നിരാശയ്ക്ക് കാരണം ഹരിക്ക് അറിയാമായിരുന്നു.

അയാൾ മൂക്കിൽ തൊട്ടുകാണിച്ചത് പെണ്ണുങ്ങൾ ഉണ്ട് എന്ന അർത്ഥത്തിലാണ്. അത് പൊതുവെ ഇങ്ങനെയുള്ളയിടങ്ങളിലെ കോഡ് ആണ്.. താൻ വേണമെന്ന് പറഞ്ഞിരുന്നെങ്കിൽ അയാൾക്ക് കമ്മീഷൻ കിട്ടുമായിരുന്നു. ഒരുപക്ഷേ, മനുഷ്യചരിത്രത്തോളം പഴക്കമുള്ള ഒരു തൊഴിൽ ആയിരിക്കണം വേശ്യാവൃത്തി. ചരിത്രപരമായി അതിജീവനത്തിന്റെ രസതന്ത്രത്തിൽ എപ്പോഴായിരിക്കുമത് ഒരു ഘടകമായിച്ചേർന്നിട്ടുണ്ടാവുക?

ഹരി റൂമിൽ ചുറ്റും നോക്കി..

ഒരു കട്ടിലും ഒരു മേശയും ഉണ്ട്.. മൂലയിലായി ഒരു ബാത്ത് റൂമും.. തീരെ വൃത്തിയില്ല. ചുവരുകളിൽ പെയിന്റ് പൊളിഞ്ഞ് അവിടവിടെ തൂങ്ങുന്നു..

പക്ഷേ, തനിക്കിത് മതി .. കുറഞ്ഞ വാടകയ്ക്ക് കുറച്ചു ദിവസം. അതിനിടയ്ക്ക് ഒരു ജോലിക്ക് ശ്രമിക്കണം.

കട്ടിലിൽ ഇരുന്നപ്പോൾ അത് ചെറുതായി ആടി ശബ്ദമുണ്ടാക്കി പ്രതിഷേധമറിയിച്ചു.. ഹരി ഫോണ് എടുത്ത് കോണ്ടാക്റ്റ് ലിസ്റ്റിൽ നിന്നും അൻഷിതയുടെ നമ്പർ ഡയൽ ചെയ്തു.

മറുപുറത്ത് ബെല്ലടിക്കുന്ന ശബ്ദം കേൾക്കാം..

'ഹരിസാർ.'

അൻഷിതയുടെ ശബ്ദം കേട്ടപ്പോൾ മനസ് പിടയ്ക്കുന്നത് ഹരി യറിഞ്ഞു..

അവളോട് സുഖമാണോ എന്ന് ചോദിക്കുന്നത് കേവലം ഒരു ഭംഗിവാക്കാകും എന്നറിയാം..

'അൻഷിത.. ഞാൻ ന്യൂടൗണിന് അടുത്ത് ചിത്രകൂടത്തിൽ ഒരു ചിത്രപ്രദർശനം നടത്തുന്നുണ്ട്. അടുത്ത തിങ്കളാഴ്ച.. നീ വരണം.'

അപ്പുറത്ത് നിന്നും മറുപടിയൊന്നുമുണ്ടായില്ല...

അവിടെ വേറെ ആരോ ഉണ്ട് എന്ന് ഹരിക്ക് തോന്നി..

'ഹരി.'

മിസിസ് ചാറ്റർജിയുടെ ശബ്ദം ഫോണിലൂടെ ഒഴുകി വന്നു..

'നിങ്ങൾക്ക് വേർപിരിയേണ്ടി വന്നു. അത് സംഭവിച്ചുപോയി. ഇനി കണ്ടുമുട്ടലുകൾ ഇല്ലാതിരിക്കുകയല്ലേ നല്ലത്..'

ഹരി മൗനിയായി കേട്ടിരുന്നു.. അവർ പറയുന്നത് സത്യമാണെ ന്ന് തനിക്കറിയാം.. ഒരുപക്ഷേ, തന്റെ സൗഹൃദത്തിന് പോലും അവരെ വേദനിപ്പിക്കാൻ കഴിയുമെന്ന് കരുതുന്നുണ്ടാകാം.

'അവൾ ഇവിടെയുണ്ട്.' അനുരാധ തുടർന്നു..

'ഹരി മനസിലാക്കുമെന്ന് ഞാൻ കരുതുന്നു.. അവൾക്ക് കൊടു ക്കാം' ഹരിക്ക് എന്തുപറയണമെന്ന് അറിയില്ലായിരുന്നു..

'സാർ .. അമ്മയെ ധിക്കരിച്ച് എനിക്ക് വരാൻ കഴിയില്ല.'

അൻഷിതയുടെ ശബ്ദം തേങ്ങലോടെ ഹരിയുടെ കാതുകളിലെ ത്തി..

'അമ്മയ്ക്ക് ഭയമാണ് സർ.. ഞാൻ തിരിച്ചു വന്നില്ലെങ്കിലോ എന്ന ഭയം. ആ ഭയം എനിക്കുമുണ്ട്.. അമ്മയെ വേദനിപ്പിക്കാൻ വയ്യ.' ഒന്നു നിർത്തിയശേഷം അവൾ തുടർന്നു..

'ഞാൻ വിളിക്കുന്തോറും സാറിന് പ്രതീക്ഷ നൽകുകയാണ്

അല്ലെ.'

അത് സത്യമാണെന്ന് ഹരിയോർത്തു.. തനിക്ക് അവളുടെ സന്ദേശങ്ങളും വിളിയുമെല്ലാം പ്രതീക്ഷയാണ്..

'ഇനി ഞാൻ വിളിക്കാതിരിക്കാൻ ശ്രമിക്കാം സാർ.'

അതുപറയുമ്പോൾ അൻഷിത കരയുന്നുത് ഹരി കേട്ടു.

പിന്നാലെ കോൾ നിലച്ചു.

ഹരി ഫോണ് മേശപ്പുറത്ത് വെച്ചു.. തന്റെ ജീവിതത്തിൽ സംഭവിക്കുന്ന ഒന്നിനെയും വിധി എന്ന് വിളിക്കാൻ തനിക്കിഷ്ടമല്ല എന്ന് ഹരിയോർത്തു. പക്ഷേ, ജീവിതം അവനവന്റെ തെരഞ്ഞെടുക്കലായിട്ടുപോലും തനിക്ക് എന്താണ് ഇങ്ങനെയൊക്കെ സംഭവിക്കുന്നത്..! അതെ..ജീവിതം ഒറ്റപ്പെട്ട ഒരു പ്രതിഭാസമല്ല. അതൊരു ജാലികയാണ്.. ഒന്ന് മറ്റൊന്നിനോട് ബന്ധപ്പെട്ടിരിക്കുന്നു. ഈ സങ്കീർണതയെ മനസിലാക്കാൻ കഴിയാത്തവരാണ് ജീവിതത്തെ വിധി എന്ന് വിളിക്കുക..

പക്ഷേ, എല്ലാമറിഞ്ഞിട്ടും തന്റെ മനസ് സങ്കടപ്പെടുകയാണ്.. കാര്യകാരണബന്ധത്തിന്റെ ലോജിക് ആവശ്യമില്ലാത്തവയാണ് സങ്കടങ്ങൾ ...

6

അമ്മാവന്മാരും അമ്മയും പറയുന്നത് അനുസരിക്കാൻ മാത്രമല്ലാതെ എതിർത്ത് പറയാൻ തനിക്ക് കഴിയാത്തതിലെ ശരിതെറ്റുകളെക്കുറിച്ച് ചിന്തിക്കുകയായിരുന്നു അൻഷിത. ഒരാഴ്ചയ്ക്കുള്ളിൽ അമ്മ ആകെ മാറിപ്പോയിരിക്കുന്നു.. മുൻപ് വലിയമ്മാവനെയും ചെറിയമ്മാവനെയും കുറ്റം പറഞ്ഞുകൊണ്ടിരുന്ന അമ്മ ഇപ്പോൾ അവരോട് വളരെ സന്തോഷത്തോടെ ഫോണിൽ സംസാരിക്കുന്നത് കാണാം. അകലെയാണ് എന്ന് ഒരിക്കൽ അമ്മ പറഞ്ഞ ബന്ധങ്ങൾ ജീവിതത്തിലേക്ക് അടുക്കുമ്പോൾ തനിക്ക് നഷ്ടപ്പെടുന്നത് ജീവിതത്തിലെ ഏറ്റവും പ്രധാനപ്പെട്ട തെരഞ്ഞെടുക്കലിനുള്ള അവസരമാണ് എന്ന് അൻഷിതയോർത്തു.

അച്ഛനെ വല്ലാതെ മിസ് ചെയ്യുന്നത് പോലെ..!

അച്ഛനുണ്ടായിരുന്നെങ്കിൽ തനിക്ക് വേണ്ടി സംസാരിച്ചേനെ.

ഇപ്പോൾ തന്റെ കല്ല്യാണക്കാര്യമൊക്കെ അമ്മ മോസിമാരോട് ഫോണിൽ സംസാരിക്കുന്നത് കേൾക്കാം.

തന്റെ ജീവിതത്തിൽ ഇനി സംഭവിക്കാൻ പോകുന്ന ഒന്നിലും

തന്റെ തീരുമാനങ്ങൾ ഉണ്ടാകില്ല എന്ന തിരിച്ചറിവ് ഉണ്ടായ നിമിഷത്തിൽ അൻഷിതയുടെ മനസിലേക്ക് ഹരിയുടെ മുഖം ഓടിയെത്തി.

'അൻഷിത.. ശരിയായ സമയത്ത് ശരിയായ തീരുമാനങ്ങൾ എടുക്കാൻ കഴിയുക എന്നത് അവസരങ്ങളെ എങ്ങനെ കാണാനാണ് നാം പഠിപ്പിക്കപ്പെട്ടിരിക്കുന്നത് എന്നതിന് അനുസരിച്ചിരിക്കും.'

ഒരിക്കൽ നഗരത്തിൽ നിന്ന് ഒരുമിച്ച് തിരികേവരുമ്പോൾ ഹരി സാർ പറഞ്ഞിരുന്നു..

'വർത്തമാനകാലത്തിൽ നാമെടുക്കുന്ന തീരുമാനങ്ങൾ ശരിയാണോ എന്നത് അവയുടെ ഫലം നോക്കി പറയാൻ ആവില്ല. കാരണം ഫലമറിയാൻ നാം വീണ്ടും കാത്തിരിക്കണം. തീരുമാനമെടുത്ത നിമിഷത്തിൽ നമുക്ക് കൂടുതൽ സന്തോഷം ലഭിക്കുന്നുണ്ടോ എന്നത് മാത്രമാണ് അത് നടപ്പിൽ വരുത്തണോ എന്ന് തീരുമാനിക്കാൻ നമ്മെ പ്രേരിപ്പിക്കുന്നത്. നമുക്ക് സന്തോഷമില്ലാത്ത തീരുമാനങ്ങൾ നാമൊരിക്കലും നടപ്പാക്കാൻ ശ്രമിക്കില്ല. അതുകൊണ്ടാണല്ലോ എല്ലാവർഷവും നന്നായി പഠിക്കും എന്ന് തീരുമാനമെടുത്തിട്ട് നീയുഴപ്പുന്നത്.'

ഹരിസാർ അന്ന് കളിയായി പറഞ്ഞത് ഇന്ന് തന്നെ സംബന്ധിച്ചിടത്തോളം സത്യമായിരിക്കുന്നു. തീരുമാനമെടുക്കാൻ കഴിയുന്നില്ല.. ഒരിടത്ത് അമ്മയെന്ന നഷ്ടം സംഭവിക്കുമ്പോൾ മാത്രമേ മറുവശത്ത് ഹരിസാർ എന്ന നേട്ടം തനിക്ക് ലഭിക്കൂ.. പിന്നെ എങ്ങനെ തീരുമാനമെടുക്കാൻ കഴിയും..! ഹരിയെക്കുറിച്ചുള്ള ഓർമ്മയിൽ അൻഷിതയുടെ ഹൃദയം ആർദ്രമായി.

വാതിലിനപ്പുറം കാൽപെരുമാറ്റം കേട്ട് അൻഷിത ചെവിയോർത്തു.. ...അമ്മയാണ്. ഇപ്പോൾ കുറച്ചായി തന്നെ പ്രകോപിതയാക്കാതെ ശ്രദ്ധിച്ചാണ് അമ്മ സംസാരിക്കുന്നത്. തനിക്കറിയാം.. അമ്മയ്ക്ക് ഭയമാണ്.

'മോളെ...'

അൻഷിത വാതിൽ തുറന്നു തിരികെ നടക്കുമ്പോൾ അനുരാധ അവളെ ശ്രദ്ധിച്ചു..

ഹരി പോയതിന് ശേഷം അൻഷിതയ്ക്ക് മിണ്ടാട്ടമില്ല. എന്തെങ്കിലും ആവശ്യമുണ്ടെങ്കിൽ സംസാരിക്കും, മിണ്ടാതെ തന്നെ പണികളെടുക്കും.. ഇല്ലെങ്കിൽ മുറിയിൽ കഴിച്ചുകൂടും. ഹരി ഇല്ലാത്തതിന്റെ പ്രശ്നം അവളെ വല്ലാതെ അലട്ടുന്നുണ്ട് എന്ന് തനിക്കറിയാം. അത് അടഞ്ഞ അദ്ധ്യായമാണ്. ഇനി തുറക്കാതിരിക്കാൻ

താൻ ശ്രദ്ധിക്കണം.

'അൻഷിതാ.'

അകത്തേക്ക് വന്ന അമ്മയുടെ വിളികേട്ട് അൻഷിത ചോദ്യഭാവത്തിൽ നോക്കി..

'ചെറിയമ്മാവൻ വിളിച്ചിരുന്നു.. അവർ ഒരു ആലോചന കൊണ്ടുവന്നിട്ടുണ്ട്.'

അമ്മ കട്ടിലിൽ ഇരുന്നുകൊണ്ട് പറയുന്നത് നിർവികാരതയോടെ അൻഷിത കേട്ടു.

താനിത് പ്രതീക്ഷിച്ചതാണ്. ഹരിസാർ പോയതിന് ശേഷം തിരികെ പോകാൻനേരം അമ്മാവന്മാർ 'ഇനി എത്രയും പെട്ടെന്ന് കല്യാണം നോക്കണമെന്ന്' അമ്മയോട് പറയുന്നത് താൻ കേട്ടതാണ്. അതാണല്ലോ പതിവ്.

'നിന്റെ കൂട്ടുകാരികളുടെയൊക്കെ കല്യാണം കഴിഞ്ഞു.. അതാ അവർ തിരക്ക് കൂട്ടുന്നത്.'

അനുരാധ അൻഷിതയുടെ മുഖത്തേക്ക് നോക്കി..

താൻ പറഞ്ഞത് അവൾ കേട്ട ഭാവം കാണിക്കുന്നില്ല

'തിങ്കളാഴ്ച അവർ വരും.. നിന്നെ കാണാൻ.'

അനുരാധ എഴുന്നേറ്റ് മുറിക്ക് പുറത്തേക്ക് നടന്നു.

'അവർക്ക് നമ്മളോട് ഈ സ്നേഹമൊക്കെ എന്നാ തുടങ്ങിയത്..?'

പിന്നിൽ നിന്നും അൻഷിതയുടെ ശബ്ദം കേട്ട് അനുരാധ തിരിഞ്ഞു നോക്കി..

'ഇത്തരം ആവശ്യങ്ങൾ വരുമ്പോൾ ബന്ധുബലം വളരെ വലുതാണ് മോളെ..? അവരെ എന്തിന് ഇനിയും അവഗണിക്കണം.. ഒന്നുമല്ലെങ്കിലും ഒരേ ചോരയല്ലേ.'

അത് കേട്ടപ്പോൾ അൻഷിതയ്ക്ക് ദേഷ്യം വന്നു..

'എന്നിട്ട് അവർ അർഷിതിനെ കാണാൻപോലും ആശുപത്രിയിൽ വന്ന് കണ്ടില്ലല്ലോ. അവർ നമ്മളെയല്ലേ അവഗണിച്ചത്?'

അൻഷിതയുടെ ചോദ്യത്തിന് അനുരാധയ്ക്ക് മറുപടി ഇല്ലായിരുന്നു..

അനുരാധ തലകുനിച്ച് അടുക്കളയിലേക്ക് പോയി..

അമ്മയെ താൻ സങ്കടപ്പെടുത്തിയോ..! അർഷിതിന്റെ കാര്യം ഓർമ്മിപ്പിക്കേണ്ടിയിരുന്നില്ല. എന്തായാലും ഒരു വർഷം കഴിഞ്ഞേ വിവാഹം നടക്കാൻ സാധ്യതയുള്ളൂ.. കുടുംബത്തിൽ മരണം നടന്നിട്ട് ഏതാണ്ട് രണ്ടു മാസം ആവുന്നെയുള്ളൂ.

അൻഷിത എഴുന്നേറ്റ് അടുക്കളയിലേക്ക് ചെന്നെങ്കിലും അമ്മയെ കണ്ടില്ല. അവൾ അമ്മയുടെ മുറിയിലേക്ക് കടന്നു..

അമ്മ നെറ്റിയിൽ കൈവെച്ച് കിടക്കുന്നുണ്ട്..

'എന്താ പറ്റിയെ.. തലവേദന ഉണ്ടോ..'

അൻഷിതയുടെ ചോദ്യം കേട്ട് അനുരാധ തിരിഞ്ഞു നോക്കി.

'ഉം..നീയൊരു ചായ ഇട്ടുതാ.'

താൻ പറഞ്ഞത് അമ്മയ്ക്ക് വിഷമം ആയിട്ടുണ്ടാകും. അതായിരിക്കാം ഈ തലവേദനയ്ക്ക് കാരണം.

അടുക്കളയിലേക്ക് പോകുമ്പോൾ അൻഷിത ചിന്തിച്ചു..

മകളെ എങ്ങനെ സമ്മതിപ്പിക്കും എന്ന് ആലോചിക്കുകയായിരുന്നു അനുരാധ. കേട്ടിടത്തോളം നല്ല ബന്ധമാണ് ഇത്. നടന്നാൽ അവൾ തന്നോടൊപ്പം ഉണ്ടാവുകയും ചെയ്യും.

മനസ്സിൽ കണക്കുകൂട്ടലുകൾ നടത്തിക്കൊണ്ടിരിക്കെ അൻഷിത ചായയുമായി വരുന്നത് അവർ കണ്ട് എഴുന്നേറ്റ് കിടക്കയിൽ ഇരുന്നു അനുരാധ.

'മോൾ ഇരിക്ക്.'

ചായവാങ്ങിക്കൊണ്ട് അനുരാധ പറഞ്ഞു.

കിടക്കയിൽ ഒരറ്റത്തായി ഇരിക്കുന്ന അൻഷിതയെ നോക്കി അനുരാധ പറഞ്ഞു തുടങ്ങി..

'മോളെ.. അവർ കൊണ്ടുവരുന്ന ആലോചന എന്തുകൊണ്ടും നല്ലതാണ് എന്നാണ് എനിക്ക് തോന്നുന്നത്. മാത്രമല്ല ഈ ബന്ധം നടന്നാൽ നീ എന്നും എന്നോടൊപ്പം ഉണ്ടാകും.. എനിക്ക് നിന്നെ കണ്ടുകൊണ്ട് തന്നെ മരിക്കാമല്ലോ.നീയല്ലാതെ വേറെ ആരാ എനിക്കുള്ളത്.'

അൻഷിത ഒന്നും മിണ്ടാതെ കേട്ടുകൊണ്ടിരുന്നു..

'നിന്റെ ചെറിയമ്മായീടെ ബന്ധുവാണ് പയ്യൻ.. അതുകൊണ്ട് അവർക്ക് എല്ലാം അറിയാമല്ലോ. പേടിക്കേണ്ട കാര്യവുമില്ല.. അവനിപ്പോൾ ഗൾഫിൽ ആണ്. ഈ അവധിക്ക് വരുമ്പോൾ നിന്നെ കാണാൻ വരും. പിന്നെ അടുത്ത അവധി വരുമ്പോൾ നിനക്കിഷ്ടപ്പെട്ടാൽ അന്ന് കല്യാണം നടത്താം.'

അനുരാധ പറഞ്ഞുനിർത്തി

അപ്പോൾ അതാണ് കാര്യം.. അമ്മായിയുടെ ബന്ധുവായത് കൊണ്ട് അമ്മാവന് അവർ സൈര്യം കൊടുത്തിട്ടുണ്ടാവില്ല. പക്ഷേ, ഇതൊക്കെ അമ്മയോട് പറഞ്ഞിട്ടെന്ത് കാര്യം. അമ്മയ്ക്ക് മനസിലാവില്ല.

'ഒരിക്കൽ നിനക്ക് മനസിലാകും..അമ്മ പറഞ്ഞതൊക്കെ നിന്റെ നല്ലതിനായിരുന്നു എന്ന്.'

അമ്മ പറഞ്ഞ ക്ലിഷേ വാചകത്തിന്റെ ലോജിക് എന്താണ് എന്ന് ചോദിക്കണം എന്നുണ്ടായിരുന്നെങ്കിലും ഇനിയൊരു വാഗ്വാദത്തിന് പ്രസക്തിയില്ല എന്നുതോന്നിയതുകൊണ്ട് അൻഷിത പറഞ്ഞു

'അമ്മ അവരോട് വരാൻ പറഞ്ഞുകൊള്ളു.. അറുക്കാൻ കൊടുക്കുന്ന മൃഗത്തിനോട് അനുവാദം ചോദിക്കുന്നത് ഒരു പ്രഹസനമാണ്.'

അൻഷിത നിസംഗതയോടെ പറയുന്നത് കേട്ടപ്പോൾ അനുരാധയ്ക്ക് സങ്കടം തോന്നി. അൻഷിത തിരികെ അവളുടെ മുറിയിലേക്ക് പോകുന്നത് നോക്കി ഒരു ദീർഘനിശ്വാസത്തോടെ അവർ ഇരുന്നു.

തന്റെ മുറിയിൽ ജനലിലൂടെ റോഡിന് മറുവശത്തുള്ള വീട്ടിലേക്ക് നേരെ നോക്കിനിൽക്കെ രാവിലെ ചിരിച്ചുകൊണ്ട് കൈവീശിക്കാണിക്കുന്ന ഹരിസാറിന്റെ ചിത്രം ഓർമ്മയിൽ തെളിഞ്ഞപ്പോൾ ഉള്ളിൽ സങ്കടം നിറയുന്നത് അൻഷിത അറിഞ്ഞു.

ഹരിസാർ ഇപ്പോൾ എന്ത് ചെയ്യുകയാകാം. എവിടെയായിരിക്കും..? ഒന്നുവിളിക്കാൻ പോലും ഓർക്കാത്തവിധം ഞാൻ മറന്നു എന്ന് കരുതുന്നുണ്ടാകുമോ..?

ബോർഡിൽ ക്യാൻവാസ് അടിച്ച ശേഷം ബ്രഷ് എടുത്ത് ഹരി ഒരു നിമിഷം കണ്ണടച്ചു. മനസിൽ തെളിഞ്ഞത് അൻഷിതയുടെ മുഖമായിരുന്നു..

കുറച്ചു ദിവസങ്ങളായി ഇങ്ങനെയാണ്..കണ്ണടച്ചാൽ ദുഃഖം കണ്ണിൽ കനത്തിട്ടും ചിരിക്കുന്ന മുഖവുമായി അവൾ മനസിൽ തെളിയുന്നു.

ദുഃഖമായാലും സന്തോഷമായാലും അതിനെ സ്വാഭാവീകമായും തന്റെ രചനയ്ക്ക് പ്രേരണയാക്കുന്നവന് മാത്രമാണ് കലാകാരനാകാൻ കഴിയൂ എന്ന് താൻ എവിടെയോ വായിച്ചത് ഹരിക്ക് ഓർമ്മ വന്നു..

വലിയ ക്യാൻവാസാണ്. മറ്റേന്നാളത്തേക്ക് തയാറാവണം. ഓയിൽ പെയിന്റ് ഉണങ്ങാൻ താമസിക്കുന്നതിനാൽ അക്രിലിക് ആണ് തെരഞ്ഞെടുത്തത്. പറ്റുന്നത്രയും വരയ്ക്കണം.

'സാർ' വിളിയോടൊപ്പം പുറത്ത് വാതിലിൽ തട്ടുന്ന ശബ്ദവും ഹരി കേട്ടു.. ലോഡ്ജിലെ വൃദ്ധനാണ്. തന്റെ കൈയ്യിലെ റോളുകൾ കണ്ടപ്പോൾ അതെന്താണെന്ന് വെറുതെ ചോദിച്ചു. ചിത്രകാ

രനാണെന്ന് പറഞ്ഞപ്പോൾ അങ്ങേർക്ക് ഒരു പ്രത്യേകതാത്പര്യം. ഇന്നലെ വൈകിട്ട് പെയിന്റിങ്ങിന് ആവശ്യമായ കാര്യങ്ങൾ ചെയ്യാൻ തന്നെ സഹായിച്ചത് അയാളാണ്. അതിന് ഒരു ചെറിയ തുക താൻ അയാൾക്ക് കൊടുക്കുകയും ചെയ്തു.

'ആയിയെ.. ബസുദേബ് ജി'

കൈയ്യിൽ ചായയുമായി വൃദ്ധൻ അകത്തേക്ക് വന്നു..

ഹരി അയാളെ നോക്കെ ചിരിച്ചു..

ആളുടെ പേര് ബസുദേബ് എന്നാണ്. കേരളത്തിലായിരുന്നെങ്കിൽ ഇദ്ദേഹത്തെ വാസ്വേട്ടാ എന്നു വിളിച്ചേനെ എന്ന് ഓർത്തപ്പോൾ ഹരിക്ക് തമാശതോന്നി..

ഇന്നലെ പരിചയപ്പെട്ടപ്പോൾ വീട്ടുകാരെക്കുറിച്ചൊക്കെ താൻ ചോദിച്ചതാണ്. എഴുപത് വയസിന് മേലെയായിട്ടുണ്ടാകും. കവിളുകൾ കുഴിഞ്ഞിരിക്കുന്നു. അണപ്പല്ലുകൾ പോയിട്ടുണ്ട് എന്ന് വ്യക്തം. പ്രായത്തിന്റെ ബുദ്ധിമുട്ടുകൾ മറച്ചുവയ്ക്കാൻ ശ്രമിച്ചുകൊണ്ട് ഇദ്ദേഹം ജോലി ചെയ്യുന്നത് കണ്ടപ്പോൾ ചോദിച്ചുപോയതാണ്. ചില കാര്യങ്ങൾ പറയാൻ മടിക്കുന്നു എന്നു തോന്നിയപ്പോൾ കൂടുതൽ ചോദിച്ചില്ല. ഭാര്യ മരിച്ചു എന്ന് മനസ്സിലായി. പന്ത്രണ്ട് വർഷത്തോളമായി ഇവിടെ പണിയെടുക്കുന്നു.

മക്കളേക്കുറിച്ച് ചോദിച്ചപ്പോഴാണ് അദ്ദേഹം നിശ്ശബ്ദനായത്. ഒരുപക്ഷേ മക്കൾ ഉപേക്ഷിച്ചതാവാം.. അല്ലെങ്കിൽ മക്കളുടെ ഉപദ്രവം സഹിക്കാതെ വീടുവിട്ടതാകാം. എന്തായാലും അത്യാവശ്യം വിദ്യാഭ്യാസം ഉള്ളയാൾ ആണ് എന്നുറപ്പാണ്. എന്നിട്ടും ഇയാൾ ഒരു പിമ്പിന്റെ ജോലികൂടി ചെയ്യുന്നതിലാണ് തനിക്ക് അത്ഭുതം..! വാർദ്ധക്യത്തിലെത്തിയ ഒറ്റപ്പെട്ട മനുഷ്യന് അറിവ് പ്രയോജനപ്പെടുമെന്ന് തീർത്തുപറയാനാകില്ല.. ജീവിതം മനുഷ്യനെ ഏതൊക്കെ വഴികളിലൂടെ കൊണ്ടുപോകുമെന്ന് മനസിലാക്കാൻ പ്രയാസമാണ്.

ചായ മേശപ്പുറത്ത് വെച്ചശേഷം ക്യാൻവാസിൽ തന്റെ കൈകൾ ചലിക്കുന്നതും നോക്കി നിൽക്കുകയാണ് ബസുദേബ്ജി. താഴെ റോഡിൽ ചെറിയ തോതിൽ വാഹനങ്ങളുടെ ബഹളം കേൾക്കാം..

'സർ താങ്കൾ നല്ല ഒരു ചിത്രകാരനാണ്...'

അയാൾ പറഞ്ഞതുകേട്ട് ഹരി ചിരിച്ചു..

'അതിന് ഞാൻ ചിത്രം മുഴുവനാക്കിയിട്ടില്ലല്ലോ ബസുദേബ്ജി.. തുടങ്ങിയിട്ടല്ലേയുള്ളൂ'

ബസുദേബിന്റെ മുഖത്തും ഒരു പുഞ്ചിരി പരന്നു

'കൈത്തഴക്കവും ബ്രഷും കണ്ടാൽ മതി ഒരു കലാകാരനെ അറിയാൻ. പക്ഷേ, അറിവ് പൂർണ്ണമാകണമെങ്കിൽ അയാളുടെ ഭാവനകൂടി അറിയണം.'

ഹരിക്ക് അത്ഭുതം തോന്നി.

എത്ര ഇയാൾ കൃത്യമായി മനസിലാക്കി വെച്ചിരിക്കുന്നു..!

'ബസുദേബ്...ഓ.. ബസുദേബ്.'

മുന്പിലത്തെ വരാന്തയുടെ അറ്റത്ത് നിന്ന് വിളിക്കുന്നത് ഹരി കേട്ടു.

വലിയ ഹോട്ടലുകളിലെ പോലെ ബെൽ സംവിധാനമൊന്നും ഈ ലോഡ്ജിൽ ഇല്ല. പണിക്കാരനെ ഇങ്ങനെ നീട്ടി വിളിക്കലാണ് പതിവ് എന്ന് തോന്നുന്നു. താമസിച്ചാൽ ചീത്ത കേൾക്കേണ്ടി വരും പാവം. അറിഞ്ഞിടത്തോളം അധികം തിരക്കില്ലാത്ത ഒരു സ്ഥലമാണിത്. ലൈംഗീകത്തൊഴിലാളികളെയും കൂട്ടി വരുന്നവരാണ് പലരും. ഇന്നാരോ താമസക്കാർ വന്നിട്ടുണ്ട്. അതിന്റെ തിരക്കാണ്.

'സാർ ഞാൻ പിന്നെ വരാം.'

൧൦

ബസുദേബ് വേഗത്തിൽ പുറത്തിറങ്ങി വാതിൽ ചാരി. അയാളുടെ പാദപതനങ്ങൾ അകന്നുപോയി

ബസുദേബ് ഒരു വായിക്കപ്പെടാത്ത പുസ്തകമാണെന്ന് ഹരിക്ക് തോന്നി.

ഏഴ്

1

'സാർ .. എഴുന്നേൽക്കു.'

മുറിക്ക് പുറത്തുനിന്ന് ആരോ വിളിക്കുന്നത് കേട്ടാണ് ഹരി കണ്ണുതുറന്നത്. ഉറക്കച്ചടവോടെ വാതിൽ തുറന്നപ്പോൾ മുന്നിൽ ബസുദേബ്ജി ആണ്. കയ്യിലൊരു പത്രവുമായി അയാൾ സന്തോഷത്തോടെ നിൽക്കുകയാണ്.

'നോക്കൂ സാർ.' പത്രം നിവർത്തിക്കൊണ്ട് അയാൾ കാണിച്ച ജാഗോ ബാംഗ്ലയുടെ പേജിലേക്ക് ഹരി കണ്ണുതിരുമ്മിക്കൊണ്ട് നോക്കി. ഒരു നിമിഷം കൊണ്ട് തന്റെ ഉറക്കച്ചടവ് അപ്രത്യക്ഷമായതുപോലെ തോന്നി ഹരിക്ക്.

തന്റെ പെയിന്റിങ്ങിന് മുന്നിൽ നിൽക്കുന്ന മുഖ്യമന്ത്രിയുടെ ചിത്രമാണ് വാർത്തയിൽ..! ഒപ്പം താനുമുണ്ട് ചിത്രത്തിലേക്ക് കൈചൂണ്ടി അദ്ദേഹത്തോട് സംസാരിച്ച സമയത്ത് എടുത്ത ചിത്രമാണ്.!

വാർത്തയിലേക്ക് നോക്കിനിൽക്കെ ഹരിയുടെ മുഖത്ത് സന്തോഷം വിരിയുന്നത് ബസുദേബ് കണ്ടു.

'ഞാനിപ്പോൾ വരാമെ'ന്ന് പറഞ്ഞ് തിരികെ അകത്തേക്ക് കയറിപ്പോയ ഹരി മുഖം കഴുകി ഷർട്ട് എടുത്ത് ഇട്ട് വേഗം പുറത്തേക്ക് ഇറങ്ങി. ഇംഗ്ലീഷ് പത്രം നോക്കണമെന്ന് പറഞ്ഞ് ലോഡ്ജിന്റെ റിസപ്ഷനിലേക്ക് തിരക്കിട്ട നടക്കുന്ന ഹരിയുടെ പിന്നാലെ എത്താൻ ബസുദേബ് പണിപ്പെട്ടു.

താഴെയിറങ്ങി ലോഡ്ജിന്റെ റിസപ്ഷൻ കൗണ്ടറിലെത്തിയപ്പോൾ

അവിടെയുള്ള തടിയനായ മധ്യവയസ്കൻ ഹരിക്ക് ഹസ്തദാനം നൽകി അഭിനന്ദനങ്ങൾ അറിയിച്ചു. ഹരി അയാൾക്ക് നന്ദി പറഞ്ഞു.

മേശയിൽ കിടന്ന ക്രോണിക്കിൾ എടുത്ത് നിവർത്തി ഹരി.

ജാഗോ ബാംഗ്ലയും ഡെക്കാൻ ക്രോണിക്കിളും മാത്രമാണ് അവിടെ വരുത്തുന്നത്. അവിടെ ആരും ക്രോണിക്കിൾ വായിച്ച് കണ്ടിട്ടില്ല. അവിടുത്തെ കസ്റ്റമേഴ്സ് ആരെങ്കിലുമൊക്കെ വായിക്കുമായിരിക്കും.

ആദ്യപേജിൽ വലിപ്പത്തിൽ തന്നെ മുഖ്യമന്ത്രി ഗാലറി സന്ദർശിക്കുന്ന ചിത്രവും വാർത്തയും നൽകിയിട്ടുണ്ട്. ഹരിക്ക് വളരെ സന്തോഷം തോന്നി. ചിത്രകൂടത്തിൽ എത്തിയ മുഖ്യമന്ത്രി ചിത്രകാരൻ ഹരിക്കൊപ്പം എന്നാണ് അടിക്കുറിപ്പ് നൽകിയിരിക്കുന്നത്. വലിയ ക്യാൻവാസിൽ വരച്ച റിയലിസ്റ്റിക് പെയിന്റിംഗ് ആണ് സഹായത്തിനെത്തിയത്. അതില്ലായിരുന്നെങ്കിൽ ഒരുപക്ഷേ, വാർത്ത ഇങ്ങനെയായിരിക്കില്ല എന്ന് ഹരിക്ക് തോന്നി. തന്റെ ചിത്രം കണ്ട് മുഖ്യമന്ത്രി ചിത്രകാരനെ കാണാൻ താല്പര്യപ്പെടുകയായിരുന്നു. അഭിനന്ദനം അറിയിച്ചാണ് അദ്ദേഹം പോയത്. പക്ഷേ, ഈ വാർത്ത താൻ തീരെ പ്രതീക്ഷിച്ചില്ല. മുഖ്യമന്ത്രി വരികയാണെങ്കിൽ അത് തന്റെ ചിത്രങ്ങൾക്ക് കൂടുതൽ ആളുകളിലേക്ക് എത്താനുള്ള ഒരു അവസരം ആകും എന്നേ കരുതിയുള്ളൂ. ഇത് താൻ പ്രതീക്ഷിച്ചതിലും കൂടുതൽ ആണ് .

വാർത്തയിലെ ചിത്രത്തിന്റെ പശ്ചാത്തലത്തിൽ രണ്ട് ചിത്രങ്ങൾ കൂടി കാണാമെന്നത് ഹരി ശ്രദ്ധിച്ചു. ഇന്നലെ ആകെ തിരക്കായിരുന്നു. ഒരുപാട് ആളുകൾ ചിത്രങ്ങൾ കണ്ട് അഭിനന്ദനം അറിയിച്ചിട്ടുണ്ട്. ഒരു ഹോട്ടലുടമ തന്റെ നമ്പർ വാങ്ങിക്കൊണ്ട് പോയിട്ടുണ്ട്. ചിലപ്പോൾ വിളിക്കുമായിരിക്കും. അയാളുടെ മനസ്സിൽ ഒരു കൺസപ്റ്റ് റെസ്റ്റോറന്റ് ഉണ്ട്. തന്റെ കഴിവ് അയാൾക്ക് ആവശ്യമുണ്ട് എന്നുമാത്രമേ പറഞ്ഞുള്ളു. അയാൾ തന്ന കാർഡ് പേഴ്സിലുണ്ട്. ഇങ്ങനെയുള്ളവർ വരുന്നത് സാധാരണമാണ്. അവർ പിന്നെ വിളിച്ചില്ലെന്നും വന്നേക്കാം. എന്തായാലും തനിക്ക് കിട്ടിയത് ഒരു നല്ല അവസരം തന്നെയായിരുന്നു. പ്രധാനമായും കുറച്ച് കലാകാരന്മാരെ പരിചയപ്പെടാൻ കഴിഞ്ഞു എന്നതാണ്. എല്ലാവരുമായും നല്ല സൗഹൃദത്തിലായത് ഒരു വലിയ നേട്ടമാണ്. മോശമല്ലാത്ത തുകയ്ക്ക് രണ്ട് ചിത്രങ്ങൾ വിറ്റുപോയി. പൊതുവെ ചിത്രങ്ങളുടെ ഒറിജിനൽ വിറ്റുപോകുന്നത് കുറവാണ്. മിക്കവർക്കും പ്രിന്റിനോ

ടാണ് താല്പര്യം. വിലകുറവായിരിക്കും എന്നതുതന്നെ കാരണം. വാടകക്ക് പുറമെ, ചിത്രങ്ങൾ വിറ്റുപോയാൽ രണ്ട് ശതമാനം കമ്മീഷൻ ചിത്രകൂടത്തിൽ കൊടുക്കണമെന്നാണ് വ്യവസ്ഥ. ആ തുകയും മൊത്തം തുകയുടെ നികുതിയും അടയ്ക്കണം. പകരം ചിത്രകൂടത്തിന്റെ പേരിലുള്ള ബില്ല് കസ്റ്റമർക്ക് ലഭിക്കും. ഇതെല്ലാം തന്റെ ജീവിതത്തിലെ ആദ്യത്തെ അനുഭവങ്ങളാണെന്ന് ഹരിയോർത്തു.

പത്രത്തിൽ വാർത്ത വിശദമായിത്തന്നെ നൽകിയിട്ടുണ്ട്. ഒന്നുകൂടി വായിച്ച ശേഷം ഹരി പത്രം കൗണ്ടറിലെ മേശയുടെ മുകളിലേക്ക് ഇട്ടു. റിസപ്ഷൻ കൗണ്ടർ എന്നൊന്നും പറയാനില്ല എന്ന് ഹരിയോർത്തു. ഒരു മേശയും അതിന്റെ പിന്നിൽ ആരോടും അടുപ്പമില്ലാത്ത ഭാവത്തിൽ ഇരിക്കുന്ന തടിച്ച ഒരു മധ്യവയസ്കനും ആണ് അവിടെയുള്ളത്. അയാൾ ഇടയ്ക്കിടെ കർക്കശസ്വരത്തിൽ ബസുദേബ്ജിയെ വിളിച്ചുകൊണ്ടേയിരിക്കും.

ഇനി ഒരു ചായകുടിക്കണം.. ലോഡ്ജിന് തൊട്ടടുത്ത് തന്നെയുള്ള ചായക്കടയിൽ നിന്നാണ് ബസുദെബ്ജി ചായ കൊണ്ടുവരുന്നത്. പറഞ്ഞാൽ കൊണ്ടുവരും പക്ഷേ, അയാളെ ബുദ്ധിമുട്ടിക്കണ്ട. ഹരി ലോഡ്ജിൽ നിന്നിറങ്ങി നേരെ ചായക്കടയിലേക്ക് നടന്നു.

താൻ അൻഷിതയെ പ്രതീക്ഷിച്ചിരുന്നു. വരില്ലെന്ന് മനസിന്റെ ഒരുപാതി പറയുമ്പോഴും മറുപാതി അവൾ വന്നെങ്കിൽ എന്നാശിക്കുകയും ഗാലറിയുടെ വാതിൽ പ്രതീക്ഷ നിറഞ്ഞ തന്റെ നോട്ടം കൊണ്ട് അലങ്കരിക്കുകയും ചെയ്തു. ഇനിയും തന്റെ നേട്ടങ്ങളിൽ അവൾ കൂടി ഭാഗമായെങ്കിൽ എന്നാശിക്കുന്നത് വെറുതെയാണ് എന്നറിയാം എങ്കിലും വെറുതെ ആഗ്രഹിക്കുവാൻ എന്തുകൊണ്ടോ മനസ് ഇഷ്ടപ്പെടുന്നുണ്ട്.

ചെറിയ ഗ്ലാസ്സിൽ മുക്കാൽ ഭാഗം മാത്രം നിറച്ച കടുപ്പമുള്ള ചായ കൊണ്ടുവന്നുവെച്ചു ഒരു പയ്യൻ. കടയിൽ പണിക്കാരായി ആകെ രണ്ട് പേരേയുള്ളു; ഒരു നാല്പത് വയസ് തോന്നിക്കുന്ന ഇരുണ്ട നിറമുള്ള ഒരാളും കൗമാരം കഴിയാത്ത ഒരു പയ്യനും. മുന്നിലെ തിരക്കില്ലാത്ത റോഡിലൂടെ ഇടയ്ക്കിടെ കടന്നുപോകുന്ന വാഹനങ്ങളിലേക്ക് നോക്കിയിരിക്കെ ഹരിയുടെ മനസിലേക്ക് വീണ്ടും ചിന്തകൾ കുടിയേറി.

തലേന്ന് രാത്രിയിലാണ് താൻ ചിത്രകൂടത്തിൽ എത്തിയത്. വരയെല്ലാം കഴിഞ്ഞ് പാക്ക് ചെയ്തത് ലോഡ്ജിൽ നിന്നറങ്ങി വണ്ടിപിടിച്ച് അവിടെയെത്തിയപ്പോഴേക്കും താമസിച്ചു. രാത്രിയി

ലാണ് ചിത്രങ്ങൾ എല്ലാം ഫ്രെയിം ചെയ്തത്. അതുകൊണ്ട് കാര്യമായി ഉറങ്ങാൻ പറ്റിയില്ല. അവിടത്തെ സെക്യൂരിറ്റി ആണ് സഹായത്തിന് ഉണ്ടായിരുന്നത്.അയാൾക്ക് ചെറിയ തുക കൊടുത്തപ്പോൾ സന്തോഷമായി. ഇങ്ങനെയുള്ള ജോലികൾക്ക് ചിത്രകൂടത്തിൽ വേറെ മുറിയുണ്ടെങ്കിലും രാത്രിയിലാണത്രെ അവിടെ വർക്കുകൾ ഒക്കെ നടക്കുക.. പകൽ വന്നുപോകുന്നവരുടെ തിരക്കായിരിക്കും. ഇനി ഒരു ജോലി കണ്ടെത്തണം. ഒന്നുകിൽ കൽക്കത്തയിൽ തന്നെ, അല്ലെങ്കിൽ മറ്റെവിടെയെങ്കിലും. അത് ബുദ്ധിമുട്ടുള്ള കാര്യമല്ല എന്നുതോന്നി ഹരിക്ക്. ഇത് സീസണ് ആണ്. കേരളത്തിൽ നിന്നുമുള്ള അദ്ധ്യാപകർക്ക് ജോലികിട്ടാൻ ഒരു പ്രയാസവുമില്ല. ചുനാരിയിൽ നിന്ന് പോന്ന സമയത്ത് എക്സ്പീരിയൻസ് സർട്ടിഫിക്കറ്റ് തന്നിട്ടുണ്ട് ജോൺസാർ. പൊതുമേഖലയിൽ അതുകൊണ്ട് കാര്യമൊന്നുമില്ലെങ്കിലും സ്വകാര്യസ്ഥാപനങ്ങളിൽ ഗുണമുണ്ടാകും. മാത്രമല്ല ഇപ്പോൾ തന്നെ ആളുകളറിയും.

തനിക്ക് പറയാനൊരു വിലാസം ആയതുപോലെ തോന്നി ഹരിക്ക്. ഇനി ഒരു ചിത്രകാരനെന്ന് ധൈര്യമായി സ്വയം അടയാളപ്പെടുത്താൻ കഴിയും. നന്ദി പറയേണ്ടത് അൻഷിതയോടാണ്. അവളാണ് തന്റെ മനസിൽ ചാരം മൂടി കിടന്ന ചിത്രപ്രദർശനം എന്ന ആഗ്രഹത്തെ ഊതിക്കത്തിച്ചത്. അവളെ വിളിക്കാൻ പലവട്ടം ഫോണ് എടുത്തുവെങ്കിലും സ്വയം നിയന്ത്രിച്ചതാണ് താൻ. വിളിച്ചാൽ ഇനിയും കൂടുതൽ സങ്കടമേ അവൾക്ക് അതുകൊണ്ടുണ്ടാവു. പരസ്പരം സംഭവിച്ച നഷ്ടം ഓർത്തെടുത്ത് വേദനിക്കുന്നത് ശരിയല്ല. ആ വേദന അവൾക്ക് താൻമൂലം ഉണ്ടാകരുത്. ബാഹ്യപ്രകടനങ്ങൾ പരിമിതമായിരുന്ന ഒരു പ്രണയമായിരുന്നു തങ്ങളുടേത്. പക്ഷേ, ആ ഒരു കാരണം കൊണ്ടുമാത്രം തങ്ങളുടെ മനസിന്റെ സങ്കടം എളുപ്പം മറവിയിലേക്ക് പോയേക്കാമെന്ന് ചിന്തിക്കാനാകില്ല. പക്ഷേ,, ഇതൊക്കെ അറിഞ്ഞിട്ടും തന്റെ നഷ്ടപ്രണയം ഇപ്പോൾ കൈവെള്ളയിൽ വെച്ച കനലായ് മനസ് പൊള്ളുകയാണ്... ജീവിതത്തിൽ നിന്നുതന്നെ താൻ തിരസ്കൃതനായതുപോലെ! മനസ് എല്ലാം എളുപ്പം മറന്നിരുന്നെങ്കിൽ.

നഷ്ടപ്രണയം ഉള്ളിൽ നല്ല ഓർമ്മകൾ മാത്രം ബാക്കിയാക്കേണ്ട ഒന്നാണ്. അല്ലെങ്കിൽ അത് എല്ലാത്തിനോടും കലഹിച്ചുകൊണ്ടിരിക്കും.. അത്തരമൊരവസ്ഥ അൻഷിതയ്ക്ക് താൻമൂലം ഉണ്ടാവരുത്. തന്റെ പ്രണയം ശാന്തമായി ഒഴുകുന്ന, മനോഹരതീരങ്ങളു

ള്ള ഒരു നദിയാണ്.. വർഷകാലം അതിൽ പ്രളയം സൃഷ്ടിക്കാനോ വേനൽക്കാലം അതിനെ വറ്റിച്ച് കളയാനോ പാടില്ല. അത് തീരങ്ങളിലുള്ള ജീവിതത്തെ പോഷിപ്പിക്കുന്ന തെളിഞ്ഞ ഓർമ്മയുടെ നീരൊഴുക്കാവട്ടെ. അതാണ് തന്റെ ആഗ്രഹം. അതുകൊണ്ടാണ് അവളെ വിളിക്കാത്തതും.. കുറേക്കാലം കഴിഞ്ഞ് അവളെ ഒന്ന് കാണണം. അപ്പോൾ കൗമാരക്കാരായ മക്കളുടെ അമ്മയായിരിക്കും അവൾ. അന്ന് തന്നെ തിരിച്ചറിയുന്ന നിമിഷത്തിൽ കണ്ണിൽ പൂക്കുന്ന സന്തോഷം കാണണം.. നരച്ചുതുടങ്ങിയ മുടിയിഴകൾ ഭൂതകാലത്തിൽ നിന്നും കറുത്ത് കരുത്തുള്ള ഓർമ്മകളെ തിരിച്ചെടുക്കുന്നത് കാണണം..

ഓർത്തുകൊണ്ടിരിക്കെ ചിന്തകൾ തന്റെ മുഖത്ത് വിഷാദാത്മകമായ ഒരു പുഞ്ചിരിയായി വിരിയുന്നത് ഹരി അറിഞ്ഞു. ചായക്കടയിൽ നിന്നിറങ്ങി തിരികെ ലോഡ്ജിലെത്തിയപ്പോൾ കൗണ്ടറിലിരിക്കുന്ന ആൾ പതിവില്ലാത്ത വിടർന്ന ഒരു ചിരി സമ്മാനിച്ചു. ഇദ്ദേഹത്തെ താനിതുവരെ പരിചയപ്പെട്ടില്ലല്ലോ എന്നോർത്തു ഹരി. ഒരു പുഞ്ചിരിയോടെ ഹരി അയാളുടെ നേരെ നടന്നു.

ഗോബിന്ദപുരത്തേക്കുള്ള വഴിയിലായിരുന്നു അൻഷിതയും അനുരാധയും. മഴമേഘങ്ങൾ കയറി മൂടിയ ആകാശം നേരത്തെ മഴയുണ്ടാകും എന്ന അനുരാധയെ ഓർമ്മിപ്പിച്ചു. ഗ്രാമത്തിലേക്കുള്ള ബസിൽ ഇരിക്കാൻ തുടങ്ങിയിട്ട് ഒരു മണിക്കൂർ ആയി. ആകെ നാല് സർവീസുകൾ മാത്രമാണ് ബസ് ഒരു ദിവസം നടത്തുന്നത്. കാറ്റടിച്ച് തന്റെ മുഖത്തേക്ക് പാറി വീഴുന്ന അൻഷിതയുടെ മുടിയിഴകൾ അനുരാധ ഒതുക്കി വെച്ചപ്പോൾ അൻഷിത പെട്ടെന്ന് കൈയ്യെടുത്ത് അത് സ്വയം ചെയ്തു. മകളുടെ കണ്ണുകളിൽ സങ്കടം ബാക്കി നിൽക്കുന്നു എന്ന് അനുരാധ കണ്ടു.

ഇന്നലെ അവർ പെണ്ണുകാണാൻ വന്ന് പോയതാണ്. അൻഷിത ഇഷ്ടമാണെന്നോ അല്ലെന്നോ പറഞ്ഞിട്ടില്ല. എല്ലാം തീരുമാനിക്കാൻ തനിക്ക് വിട്ടുതന്ന ഭാവമായിരുന്നു അവൾക്ക്. ചോദിച്ചപ്പോൾ 'നിങ്ങൾ എല്ലാം തീരുമാനിച്ചതല്ലേ.. എന്റെ താൽപര്യത്തിന് ഇനിയെന്ത് കാര്യം..?' എന്നായിരുന്നു മറുപടി. മുടി നരച്ചിട്ടൊന്നുമില്ലെങ്കിലും പയ്യന് കുറച്ച് പ്രായം കൂടുതലുള്ളത് പോലെ തോന്നിയിരുന്നു. അത് അവൾ പറയുമെന്നാണ് താൻ കരുതിയത്. പക്ഷേ, അവൾ മിണ്ടിയില്ല.. സ്വന്തം ജീവിതം കൊണ്ട് പ്രതിഷേധം അറിയിക്കാം എന്നായിരിക്കാം ചിലപ്പോൾ കരുതുന്നത്. എന്തായാലും കല്യാണം കഴിയുമ്പോൾ ഈ പ്രശ്നമൊക്കെ മാറുമെന്ന് തനിക്ക്

ഉറപ്പാണ്. ആ പയ്യൻ ഗൾഫിൽ നല്ലൊരു കമ്പനിയിൽ ജോലിയിൽ ആയിരുന്നു എന്നാണ് കേട്ടത്. സമ്പാദിച്ച് നാട്ടിൽ വന്ന് കോൺട്രാക്റ്റ് വർക്കുകൾ ചെയ്യുകയാണെന്നാണ് അനുജൻ പറഞ്ഞത്.

പുറത്ത് മഴക്കുമുൻപുള്ള തണുത്ത കാറ്റ് ശക്തിയായി വീശിത്തുടങ്ങി. മുൻപിൽ ബസിന്റെ സൈഡ് സീറ്റിൽ ഇരിക്കുന്ന വൃദ്ധ വിൻഡോയുടെ ഷട്ടർ താഴ്ത്തിയിടാൻ കഷ്ടപ്പെടുന്നുണ്ട്. അവരുടെ മുൻപിലെ സീറ്റിൽ ഇരുന്ന ഒരാൾ എഴുന്നേറ്റ് ഷട്ടർക്ലിപ്പുകൾ മാറ്റി അവരെ സഹായിക്കുന്നത് അനുരാധ കണ്ടു.

വാർദ്ധക്യത്തിലെ ഒറ്റപ്പെടൽ ഒരു വലിയ പ്രശ്നമാണെന്ന് അനുരാധയ്ക്ക് തോന്നി. അത്തരമൊരു ഭയം തന്നെയും കീഴ്പ്പെടുത്തിയിട്ടുണ്ട്. ശരീരം കൊണ്ട് വയ്യാതായിത്തുടങ്ങിയിരിക്കുന്നു. ഒരുപക്ഷേ, ആ ഭയവും മകൾ ഒപ്പമുണ്ടാകണമെന്ന ആഗ്രഹത്തെ ശക്തമാക്കുന്നുണ്ടാവണം. അത് സ്വാർത്ഥതയാണോ എന്ന് തീർച്ചപ്പെടുത്താൻ ആവുന്നില്ല. എന്തുകൊണ്ടോ അവർക്ക് അൻഷിതയുടെ അച്ഛനെ ഓർമ്മവന്നു. ഒപ്പം അൻഷിതയുടെ കാര്യത്തിൽ താനെടുത്ത തീരുമാനം ശരിയായോ എന്ന് ചിന്തിച്ചപ്പോൾ മനസിലെവിടെയോ ഒരു ചെറിയ നീറ്റൽ അവരറിഞ്ഞു. നൈമിഷീകമായ ആ കുറ്റബോധത്തെ താനെടുത്ത തീരുമാനത്തിന്റെ ശരികൾ നിറഞ്ഞ ഭാവിയെക്കുറിച്ചോർത്ത് ഒരു ദീർഘനിശ്വാസത്തിലൂടെ പുറത്തുകളയാൻ അനുരാധ ശ്രമിച്ചു.

വേഗത്തിൽ പിന്നിലേക്ക് കടന്നുപോകുന്ന ഗ്രാമഭംഗി നോക്കിയിരിക്കെ അർഷിത് ആശുപത്രിയിൽ ആയിരുന്ന സമയത്ത് നഗരത്തിൽ നിന്ന് ബസിൽ ഹരിസാറിനൊപ്പം സഞ്ചരിച്ചത് ഓർമ്മയിൽ തെളിഞ്ഞതിന്റെ നൊമ്പരത്തിലായിരുന്നു അൻഷിത.

ഇന്നലെയായിരുന്നു ഹരിസാറിന്റെ ചിത്രപ്രദർശനം. പോകാൻ ആഗ്രഹിച്ചതാണെങ്കിലും തനിക്ക് അതിന് കഴിയില്ല എന്നുറപ്പായിരുന്നു. പെണ്ണുകാണാനായി ദേബാശിഷ് വന്നെങ്കിലും തനിക്ക് അയാളെ ശരിക്ക് നോക്കാൻ പോലും തോന്നിയില്ല. ഒറ്റനോട്ടത്തിൽ പ്രായം കുറെ ഉള്ളതുപോലെ തോന്നിയെങ്കിലും അമ്മയോട് താനൊന്നും പറഞ്ഞില്ല. പറഞ്ഞിട്ട് കാര്യമില്ല എന്നറിയാം. ഈ ആലോചന വന്നപ്പോൾ തന്നെ തീരുമാനിച്ചത് പോലെയാണ് എല്ലാവരും. അമ്മയ്ക്ക് ഒരുപക്ഷേ ഭയമായിരിക്കണം. അമ്മയ്ക്ക് വിഷമം ഉണ്ടാവരുത് എന്ന് ആഗ്രഹിക്കുന്നത് കൊണ്ടാണ് താൻ മറുത്തൊന്നും പറയാത്തത്. ഹരിസാർ എന്നും നീറുന്ന ഒരു ഓർമ്മയായിരിക്കും തന്റെ മനസിൽ. ഒരുപക്ഷേ കാലപ്പഴക്കത്തിൽ നൊ

മ്പരത്തിന്റെ ഈ ചിത്രവും മങ്ങുമായിരിക്കും. ഒരു നൊമ്പരമായി ട്ടെങ്കിലും താൻ ഹരിസാറിന്റെ സാന്നിധ്യം ആഗ്രഹിക്കുന്നു എന്ന താണ് സത്യം. പക്ഷേ, ആ സത്യത്തിന് ഇപ്പോൾ വിലയില്ല.

അമ്മയുടെ വീട്ടുകാരുടെ അടുത്തേക്കാണ് ഈ യാത്ര. ഇളയ മ്മായി ക്ഷണിച്ചതാണ് അമ്മയെ.. അവർക്ക് ഇപ്പോൾ വളരെ സന്തോഷമായിട്ടുണ്ടാവണം. അവരുടെ പെണ്ണുകിട്ടാത്ത ബന്ധുവി ന്റെ വധുവാണല്ലോ താൻ..!

അങ്ങനെ ചിന്തിച്ചപ്പോൾ അൻഷിതയ്ക്ക് തന്നോട് തന്നെ ദേഷ്യം തോന്നി.. ഇനി ഗോബിന്ദപുരത്തെ അമ്മാവന്മാരുടെയും അമ്മായിമാരുടെയും അഭിനയം കാണണം എന്നോർത്തപ്പോൾ ഈ യാത്ര വേണ്ടിയിരുന്നില്ല എന്നുചിന്തിച്ചുകൊണ്ട് അവൾ അമ്മയെ പാളിനോക്കി. അമ്മ ഗഹനമായ ചിന്തയിലാണ്..

ആ നിമിഷത്തിൽ അവൾക്ക് അമ്മയോട് സഹതാപം തോന്നി. ഒറ്റപ്പെട്ടുപോയേക്കാം എന്ന ഭയമാണ് അമ്മയെ മഥിക്കുന്നത്..!

2

അൻഷിതയ്ക്ക് എന്താണ് തന്റെ ചുറ്റും സംഭവിക്കുന്നത് എന്ന് മനസിലായില്ല. സുഖമില്ലാതെ കിടക്കുന്ന ദിദിമയുടെ മുറിയിൽ നിന്ന് തന്റെ മുറിയിലേക്ക് നടക്കുകയായിരുന്നു അവൾ.

പെട്ടെന്ന് കല്യാണം നടത്തണം എന്നാണ് ചെറിയമ്മാവൻ പറ യുന്നതെന്ന് ദിദിമ പറഞ്ഞു.. പക്ഷേ, ആരും തന്നോട് ഒന്നും ചോ ദിച്ചില്ലല്ലോ എന്ന് അൻഷിതയോർത്തു.

ചുനാരിയിൽ നിന്ന് തറവാട്ടിൽ ദിദിമയുടെ അടുത്ത് എത്തിയി ട്ട് ഒരു ദിവസമേ ആയുള്ളൂ. താൻ വിചാരിച്ചത് കല്യാണം ഒരുവർ ഷം കഴിഞ്ഞേ ഉള്ളു എന്നാണ്. പിന്നെ എന്താണ് ഇത്രപെട്ടെന്ന് നടത്തണം എന്ന് പറയുന്നത്..? കുടുംബത്തിൽ മരണം നടന്നാൽ സാധാരണ ഒരു വർഷം കഴിഞ്ഞേ മംഗളകർമ്മങ്ങൾ നടത്തൂ എന്നാണ് താൻ കേട്ടിട്ടുള്ളത്.

അമ്മ വരുമ്പോൾ എന്തായാലും ചോദിക്കണം എന്ന് അൻഷി ത മനസിലുറച്ചു..

അമ്മ മൂത്തമ്മാവന്റെ വീട്ടിൽപോയിരിക്കുകയാണ്. ചുനാരിയിൽ നിന്ന് ഇവിടേക്ക് വന്നതോടെ അമ്മയ്ക്കുണ്ടായ മാറ്റം പൂർണ്ണമാ യിരിക്കുന്നു എന്നവൾക്ക് തോന്നി.

പണ്ട് അച്ഛനെ അധിക്ഷേപിച്ചിരുന്നവരാണ് ചുറ്റുമെന്ന് അമ്മ

മനപൂർവ്വം മറക്കുകയാണ്..

തറവാട്ടിൽ ദിദിമയോടൊപ്പം ഉള്ളത് ഇളയമ്മാവനും കുടുംബവുമാണ്. മൂത്തമ്മാവൻ തൊട്ടടുത്തുതന്നെയുള്ള അവരുടെ വീട്ടിലേക്ക് ക്ഷണിച്ചെങ്കിലും ഇവിടെ നിൽക്കാൻ തീരുമാനിച്ചത് താനാണ്. ചെറുപ്പം മുതലേ അല്പമെങ്കിലും തനിക്ക് അടുപ്പം തോന്നിയത് ചെറിയമ്മാവനോടാണ്. ചെറിയമ്മായി പക്ഷേ, പുറമെ ചിരിക്കുമെങ്കിലും സ്വന്തം കുടുംബത്തിന് നേട്ടമില്ലെങ്കിൽ മറ്റാർക്കും ഒരു ഉപകാരവും ചെയ്യാത്ത ആളാണ്. തന്നോട് കാണിക്കുന്ന സ്നേഹത്തിന് കാരണം എന്താണെന്ന് തനിക്കറിയാം. അവരുടെ ബന്ധുവിന് വേണ്ടിയാണല്ലോ തന്നെ ആലോചിച്ചിരിക്കുന്നത്.

ഓർത്തിരിക്കെ താൻ പ്രതികരിക്കാനാകാത്ത ഒരു പാവയായിപ്പോകുന്നുവെന്ന് അൻഷിതയ്ക്ക് തോന്നി.

ഒരു ജോലി നേടി സ്വന്തം കാലിൽ നിൽക്കണം എന്ന് നിരന്തരം ഓർമ്മിപ്പിച്ചിരുന്ന അമ്മയ്ക്കും ഇപ്പോൾ തന്റെ കല്യാണം നടത്താൻ തിരക്കായതുപോലെ. അച്ഛന്റെ മരണശേഷം അമ്മ സ്വന്തം ജീവിതത്തിൽ നിന്നും പഠിച്ച പാഠങ്ങൾ പോലും ഇപ്പോൾ മറന്നുപോയിരിക്കുന്നു..

ഒരുപക്ഷേ ഉള്ളിൽ കൊണ്ടുനടന്ന അരക്ഷിതത്വബോധത്തെ മറികടക്കാൻ അമ്മയ്ക്ക് കഴിഞ്ഞിട്ടുണ്ടാവില്ല എന്നോർത്തപ്പോൾ അമ്മയെ കുറ്റം പറയുന്നതിൽ അർത്ഥമില്ല എന്നു തോന്നി അവൾക്ക്.

ഹരിസാർ എന്തുചെയ്യുകയാവും ഇപ്പോൾ? ഇവിടേക്ക് വന്ന അന്ന് തനിക്ക് സങ്കടമായിരുന്നു ഉള്ളിൽ. തിങ്കളാഴ്ച്ച സാറിന്റെ ചിത്രപ്രദർശനത്തിൽ പങ്കെടുക്കാൻ കഴിഞ്ഞില്ല. ഒന്നിനും വേണ്ടിയല്ലെങ്കിലും തന്റെ സാന്നിദ്ധ്യം ഹരിസാർ പ്രതീക്ഷിച്ചിരിക്കുമെന്ന് ഉറപ്പാണ്. എങ്കിലും ഒരു കാര്യത്തിൽ സന്തോഷമുണ്ട്. സാറിനെ ലോകം അറിഞ്ഞുതുടങ്ങിയിരിക്കുന്നു. പത്രത്തിൽ വാർത്ത കണ്ടത് ഇവിടെ വന്നപ്പോഴാണ്. അമ്മയെകാണിച്ചപ്പോൾ ഒന്നും പറഞ്ഞില്ല. അമ്മയ്ക്ക് വലിയ താല്പര്യമില്ലാത്തതുപോലെയായിരുന്നു പെരുമാറ്റം. അമ്മാവന്മാരും കണ്ടിട്ടുണ്ടാകും. പറയാൻ ദുരഭിമാനം സമ്മതിക്കുന്നുണ്ടാവില്ല. താനൊഴികേ എല്ലാവരും മറക്കാൻ ആഗ്രഹിക്കുന്ന ഒരു അദ്ധ്യായമാണ് ഹരിസാർ. ആ വാർത്ത കണ്ടപ്പോൾ തന്റെ സന്തോഷത്തിൽ ഒരു പ്രതികാരമോ സംതൃപ്തിയോ ഒക്കെ കലർന്നിരുന്നു. ഹരിസാറിനെ ഒരു തെറ്റായി ചിത്രീക

രിച്ചവർക്കെതിരെ ജയിക്കാൻ തുടങ്ങിയെന്ന് തോന്നിയപ്പോൾ തന്റെ മനസ് സന്തോഷിച്ചിരിക്കാം. പക്ഷേ, തനിക്ക് ഇപ്പോൾ കൂടുതൽ നഷ്ടബോധവും സങ്കടവും തോന്നുകയാണ്. ജീവിതത്തിലെ തന്റെ തെരഞ്ഞെടുക്കലുകൾക്കുള്ള അവസരങ്ങൾ എല്ലാം അവസാനിച്ചതുപോലെ..!

പുറത്ത് തണുത്ത കാറ്റ് വീശിത്തുടങ്ങിയിരിക്കുന്നു. ഇന്ന് നേരത്തെതന്നെ മഴ ശക്തിയായി പെയ്യാനുള്ള സാധ്യത ഉണ്ട്..

ഇറയത്ത് നിന്ന അൻഷിത ആകാശത്തേക്ക് നോക്കി.. പ്രകാശം മങ്ങുകയാണ്..! സാന്ദ്രീകൃതമായ ദുഃഖം പോലെ പ്രത്യേകിച്ച് രൂപമൊന്നുമില്ലാതെ കറുത്ത മേഘങ്ങൾ പടിഞ്ഞാറുദിക്കിൽ നിന്നും കയറിവരുന്നു. അവിടെയെവിടെയോ മഴ ശക്തമായി പെയ്യുന്നുണ്ടാകാം, ആരുടെയോ ജീവിതങ്ങൾക്ക് മുകളിൽ അനിശ്ചിതത്വവും ദുഃഖവും ഇടമുറിയാതെ പെയ്യുന്നുണ്ടാവാം.

നിഴൽ പരക്കുകയാണ്!

അൻഷിത നോക്കിനിൽക്കെ സന്ധ്യക്കെന്നതുപോലെ പതിയെ ഇരുൾ പരന്നു

പെട്ടെന്ന് കറുത്ത മാനത്ത് ഒരു മിന്നൽ കണ്ടു. തൊട്ടുപിന്നാലെ ശക്തമായ ഇടിയുടെ ശബ്ദം കേട്ട് അവൾ പെട്ടെന്ന് വീടിനകത്തേക്ക് കയറി. പുറത്ത് മഴയിരമ്പൽ കനക്കുന്നത് കേട്ടുനിൽക്കെ ഇനിയിപ്പോൾ മഴ തോർന്നിട്ടെ അമ്മ വരൂ എന്ന് അവളോർത്തു.

രാവിലെ ന്യൂടൗണിലെ ഒരു സ്കൂളിൽ ജോലിയുടെ കാര്യമന്വേഷിക്കാൻ ഇറങ്ങിയതായിരുന്നു ഹരി.. ഗണേശിന്റെ ടാക്സിയിൽ ഇരിക്കെ ലോഡ്ജിലെ താമസം താരതമ്യേന ചെലവുള്ളതാണ്. സൗകര്യങ്ങൾ വളരെ കുറവുമാണ്. ഒരു മെച്ചപ്പെട്ട സ്കൂളിൽ ജോലി തരപ്പെടുകയാണെങ്കിൽ അവിടത്തെ ടീച്ചേഴ്സ് ക്വാട്ടേഴ്സിലേക്ക് മാറാൻ പറ്റിയേക്കും. സ്കൂൾ തുറന്നിട്ടില്ലാത്തതിനാൽ എങ്ങനെയാവും അവരുടെ നിബന്ധനകൾ എന്ന് പറയാൻ പറ്റില്ല എന്ന് ഹരിയോർത്തു.

ഫോൺ ചെയ്തപ്പോൾ ഒരു ഇന്റർവ്യൂവിന് ചെല്ലാൻ പറഞ്ഞിരിക്കുകയാണ് സ്കൂളിന്റെ നടത്തിപ്പുകാർ.. മലയാളിയാണെന്നറിഞ്ഞതോടെ അവർക്ക് താത്പര്യമായി. മറ്റുനാടുകളിൽ പൊതുവെ മലയാളി ആണ് മലയാളിക്ക് സഹായം എന്ന് പറയാറുണ്ടെങ്കിലും ഇവിടെ സ്കൂൾമേഖലയിൽ കാര്യങ്ങൾ നേരെ തിരിച്ചാണ്. പണ്ട് മുകുട്ബനിൽ മലയാളികൾ നടത്തുന്ന സ്കൂളിൽ ജോലിചെയ്യുമ്പോൾ മനസിലായതാണ് അത്. മാനേജ്മെന്റ് മലയാളികൾ

ആണെങ്കിൽ പൊതുവെ ശമ്പളം കുറവായിരിക്കും. എന്നാൽ മാനേജ്മെന്റ് അന്നാട്ടുകാരാണെങ്കിൽ അവർക്ക് മലയാളികളോട് പൊതുവെ ബഹുമാനം കൂടുതൽ ഉള്ളതുകൊണ്ട് മെച്ചപ്പെട്ട ശമ്പളവും സൗകര്യങ്ങളും ലഭിക്കുകയും ചെയ്യും. തന്റെ കാര്യത്തിലും അങ്ങനെ സംഭവിച്ചിട്ടുണ്ട്. എന്തായാലും ന്യൂടൗണിലേത് കൽക്കത്തക്കാരുടെ സ്കൂൾ ആണെന്നാണ് ലോഡ്ജിൽ നിന്നും അറിഞ്ഞത്.

തന്റെ സർട്ടിഫിക്കറ്റുകളോടൊപ്പം മുഖ്യമന്ത്രിയോടൊപ്പം ആർട്ട്ഗാലറിയിൽ താൻ നിൽക്കുന്ന വാർത്തയുള്ള പത്രവും കൈയ്യിലെടുത്തിട്ടുണ്ട്. ഇവിടെ ഇതൊക്കെയുണ്ടെങ്കിലെ പിടിച്ചുനിൽക്കാനാകു. മാത്രമല്ല പ്രശസ്തി എന്നത് ഒരു നേട്ടവുമാണ്.

'സാർ, അതൊരു നല്ല സ്കൂളാണ്. ധാരാളം കുട്ടികളുണ്ട് അവിടെ.' ഗണേശ് പറഞ്ഞു.

ഈ നഗരത്തിൽ എത്തിയപ്പോൾ ആദ്യമായി കയറിയത് ഗണേശിന്റെ ടാക്സിയിലാണ്. എന്നയാൾ തന്ന കാർഡ് കൈയ്യിലുണ്ടായിരുന്നതുകൊണ്ട് ടാക്സി അന്വേഷിച്ച് നടക്കേണ്ടി വന്നില്ല.

'നഗരത്തിലെ പ്രധാനികളുടെയൊക്കെ മക്കൾ അവിടെയാണ് പഠിക്കുന്നത്. അവിടെ രണ്ട് മലയാളി ടീച്ചേർസ് ഉണ്ട്. എന്റെ പരിചയക്കാരാണ്. എന്തെങ്കിലും ആവശ്യത്തിന് എന്നെയാണ് വിളിക്കുക.'

'ആളുകൾ അങ്ങനെയാണ്. വിശ്വസ്തരാണെന്ന് തോന്നിയാൽ പിന്നെ വിടില്ല.' ഹരി പറഞ്ഞു.

അത് കേട്ടപ്പോൾ ഗണേശിന്റെ മുഖം ഒരു നിമിഷത്തേക്ക് വിടർന്നത് ഹരി കണ്ടു. അയാൾക്ക് ഇഷ്ടപ്പെട്ടിരിക്കുന്നു. അയാൾ വിശ്വസ്തനാണെന്ന് താൻ പറയാതെ പറയുകയാണല്ലോ ചെയ്തത്. താൻ വളരെ ഡിപ്ലോമാറ്റിക് ആയി സംസാരിക്കുന്നു എന്ന് തോന്നിയപ്പോൾ ഹരിയുടെ മനസ്സിൽ ചിരി പടർന്നു.

ഗണേശിന്റെ സ്വഭാവം തനിക്ക് അറിയില്ല. പക്ഷേ, തന്റെ ഒരു വാക്കുകൊണ്ട് അയാൾക്ക് സന്തോഷം തോന്നുന്നുവെങ്കിൽ തോന്നട്ടെ. മാത്രമല്ല, അങ്ങനെയാണല്ലോ ബന്ധങ്ങൾ വളരുന്നത്.

ദൂരെനിന്നേ സ്കൂൾകെട്ടിടം ഹരിയുടെ കണ്ണിൽ പെട്ടു. വളരെ വലിയൊരു സ്ഥാപനമാണത് എന്ന് ഹരിക്ക് വ്യക്തമായി. കാർ സ്കൂളിന്റെ ഗേറ്റ് കടന്ന് വിശാലമായ ഗ്രൗണ്ടിന്റെ അരികിലൂടെ ഓഫീസ് കെട്ടിടത്തിന് മുൻപിലേക്ക് എത്തി. ഓഫിസിന് മുൻവശത്ത് നിന്ന കണ്ണട വെച്ച ഒരു കഷണ്ടിക്കാരൻ അവരെ ശ്രദ്ധിക്കുന്ന

ത് ഹരി കണ്ടു. അതൊരുപക്ഷേ മിസ്റ്റർ ശർമ്മ ആവാം. സ്കൂളിന്റെ മാനേജർ ആയ ഒരു ശർമ്മയെ ആണ് താൻ രാവിലെ ഫോണിൽ വിളിച്ചത് എന്ന് ഹരിയോർത്തെടുത്തു.

ഫയലുമെടുത്ത് ഇറങ്ങിയ ഹരി ഗണേശിനോട് കാത്തുനിൽക്കാൻ പറഞ്ഞിട്ട് പടവുകൾ കയറി. തന്നെ തന്നെ കാത്തുനിന്നെന്ന പോലെ മുന്നോട്ട് വന്ന കഷണ്ടിക്കാരനെ നോക്കി നമസ്തേ പറഞ്ഞപ്പോൾ അയാൾ ഷേക്ക് ഹാൻഡിനായി കൈ നീട്ടി.

'വരൂ .. ഞാൻ താങ്കൾക്ക് വേണ്ടി വെയിറ്റ് ചെയ്യുകയായിരുന്നു'

ഹരി അയാളുടെ കൈപിടിച്ചു കുലുക്കി.

'ഞാൻ താമസിച്ചുവോ?'

താൻ താമസിച്ചില്ല എന്നറിഞ്ഞിട്ടും ഹരി ഒരു മര്യാദയ്ക്ക് വേണ്ടി ചോദിച്ചു.

'ഇല്ല.. ഇതുകഴിഞ്ഞ് ഞങ്ങൾക്ക് മറ്റൊരു മീറ്റിംഗ് ഉണ്ട് .. അതാണ്'

അയാളുടെ പിന്നാലെ അകത്തേക്ക് കയറിയ ഹരി മേശയുടെ പിന്നിൽ മെലിഞ്ഞ നീണ്ട മുഖമുള്ള ഒരു മധ്യവയസ്കനെ കണ്ടു. തന്നെ കണ്ണുകൾകൊണ്ട് അളക്കുകയാണ് അയാളെന്ന് ഹരിക്ക് തോന്നി..

'വരൂ ... ഇരിക്കൂ', അയാൾ മയമില്ലാതെ പറഞ്ഞു.

'ഞാൻ സ്കൂളിന്റെ മാനേജർ ആണ്. നമ്മളാണ് രാവിലെ സംസാരിച്ചത്. ഇത് പ്രിൻസിപ്പാൾ.' കഷണ്ടിക്കാരൻ പറഞ്ഞുതുടങ്ങിയപ്പോഴേക്കും പ്രിൻസിപ്പാൾ ഇടയിൽ കയറി തന്നെ സ്വയം പരിചയപ്പെടത്തി

'ഞാൻ രജിത്കുമാർ ധൂപിയ.. പ്രിൻസിപ്പാളാണ്.'

ഹരി അയാൾക്ക് ഷേക്ക് ഹാന്റ് നൽകി. അവർ രണ്ടുപേരും വളരെ വൈരുധ്യമുള്ള സ്വഭാവമാണ് പ്രകടിപ്പിക്കുന്നത് എന്ന് ഹരി കണ്ടു.

'താങ്കളെ മുൻപ് എവിടെയോ കണ്ടതുപോലെ തോന്നുന്നുണ്ടല്ലോ.' തന്നെ ചുഴിഞ്ഞ് നോക്കി ഓർത്തെടുക്കാൻ ശ്രമിക്കുന്ന മിസ്റ്റർ രജിത്തിനെ കണ്ട ഹരി അതൊരു അവസരമാക്കിയെടുത്തു.

'ഇവിടെ മുഖ്യമന്ത്രി പരിപാടിയിൽ പങ്കെടുത്ത അന്ന് ചിത്രകൂടത്തിൽ എന്റെ ഒരു ചിത്രപ്രദർശനമുണ്ടായിരുന്നു.. അന്ന് ഒരു പക്ഷേ, സാർ അവിടെ വന്നിട്ടുണ്ടാകാം'

പെട്ടെന്ന് അയാളുടെ മുഖം വിടർന്നു..

'ഓ യെസ്..ഞാനോർക്കുന്നു.. മനോഹരമായ ചിത്രങ്ങളായിരു

ന്നു. പിറ്റേന്ന് പത്രത്തിലും കണ്ടിരുന്നു. നമ്മുടെ സ്കൂളിന്റെ വാർത്തയുടെ അടുത്തതായി തന്നെ ഉണ്ടായിരുന്നു.'

സ്കൂളിനെക്കുറിച്ച് അയാൾ അഭിമാനത്തോടെയാണ് പറയുന്നത്. താൻ നൽകിയ ഫയലെടുത്ത് പരിശോധിക്കുകയാണ് മാനേജർ. അയാൾ അത് പ്രിൻസിപ്പാളിന് നൽകി. എക്സ്പീരിയൻസ് സർട്ടിഫിക്കറ്റ് കണ്ടതും അയാളുടെ മുഖം വീണ്ടും വിടർന്നു.

'നോക്കൂ സാർ.. ഇവിടെ ഒരു ഇംഗ്ലീഷ് അദ്ധ്യാപകന്റെ ഒഴിവുണ്ട്.. ഇവിടെ പരിചയസമ്പന്നനായ ഒരധ്യാപകനെയാണ് ഞങ്ങൾ തിരഞ്ഞിരുന്നത്. താങ്കൾക്ക് ആ ക്വാളിഫിക്കേഷൻ ഉണ്ട്...പക്ഷേ, ഒരു കാര്യം ചോദിക്കട്ടെ.' അയാൾ അർദ്ധോക്തിയിൽ നിർത്തി..

എന്താണയാൾ ചോദിക്കാൻ പോകുന്നത് ..!

തന്റെ മനസ് സ്വയം ചോദിക്കുന്നത് ഹരി കേട്ടു.

'വേറൊന്നുമല്ല .... അഞ്ചുവർഷം ജോലിചെയ്ത ഒരു സ്ഥാപനത്തിൽ നിന്ന് താങ്കൾ വിട്ടുപോരാൻ കാരണമെന്തായിരുന്നു..?'

താൻ പ്രതീക്ഷിച്ചിരുന്ന ചോദ്യമാണ്. എല്ലാം നേരത്തെ തീരുമാനിക്കപ്പെട്ടതുപോലെയാണ് ഇത്. തന്റെ ഭൂതകാലം തനിക്ക് വരോട് പറയേണ്ട കാര്യമില്ല. അതൊരു അടഞ്ഞ അധ്യായമാണ്.

'അതൊരു നല്ല സ്ഥാപനമായിരുന്നു സാർ. പക്ഷേ, അഞ്ചുവർഷം ജോലിചെയ്തിട്ടും വ്യക്തിപരമായി ഒരു നേട്ടം കാര്യമായി ഉണ്ടായില്ല. കൂടുതൽ മെച്ചമായ ഒരു പ്രൊഫഷണൽ പരിസരവും പുതിയ ഒരു അനുഭവവും ആരാണ് ആഗ്രഹിക്കാത്തത് സാർ.'

തന്റെ മറുപടിയിൽ അവർ തൃപ്തരാണെന്ന് തോന്നി ഹരിക്ക്.

ഇന്റർവ്യൂ ഒരുപാട് നേരം നീണ്ടുനിന്നില്ല. അവിടെനിന്നും വർക്ക് കൈകൊടുത്ത് ഇറങ്ങവേ ഹരി വളരെ സന്തോഷവാനായിരുന്നു.

'സാർ, ജോലി ശരിയായോ.'

തിരികെ ലോഡ്ജിലേക്ക് പോകാൻ വണ്ടിയിലിരിക്കെ ഗണേശ് ചോദിച്ചു..

'ശരിയായി ഗണേശ്'

ഗണേശിന്റെ ചോദ്യങ്ങൾക്ക് മറുപടി പറഞ്ഞുകൊണ്ടിരിക്കവേ ഹരി തന്റെ ഭാഗ്യനിർഭാഗ്യങ്ങളെക്കുറിച്ച് ചിന്തിക്കുകയായിരുന്നു.

ഒരാഴ്ചകൊണ്ട് നഷ്ടമായ ജോലിക്ക് പകരം കുറേക്കൂടി മെച്ചമായ സാഹചര്യത്തിൽ മികച്ച ശമ്പളത്തിൽ ഒരു പുതിയ ജോലി തനിക്ക് ലഭിച്ചിരിക്കുന്നു. ചിത്രപ്രദർശനം തനിക്ക് ഒരു പുതിയ സാധ്യത തന്നിരിക്കുന്നു. പക്ഷേ, അൻഷിത നികത്താനാവാത്ത

ഒരു നഷ്ടമായി നിലനിൽക്കുകയാണ്.

അവളിപ്പോൾ എന്തുചെയ്യുകയാവും..!

താൻ എത്ര തടയാൻ ശ്രമിച്ചിട്ടും അൻഷിതയെക്കുറിച്ചുള്ള ചിന്തകൾ ഉയർന്നുവരികയാണ്.

അമ്മാവന്മാരും അമ്മായിമാരും അമ്മയും ജ്യോതിഷിയോട് സംസാരിക്കുന്നത് വാതിലിന്റെ മറവിൽ നിന്ന് കേൾക്കുകയായിരുന്നു അൻഷിത. തന്റെ ജീവിതത്തിൽ ഇനി സ്വന്തമായ തീരുമാനങ്ങളൊന്നും ഉണ്ടാവില്ല എന്ന യാഥാർത്ഥ്യം വിചാരിച്ചതിലും വേഗത്തിൽ മുന്നിലെത്തിയതിന്റെ അമ്പരപ്പിലായിരുന്നു അവൾ.

എല്ലാം വേഗത്തിൽ നടക്കുകയാണ്. കല്യാണം നടത്താൻ തിരക്ക് കൂട്ടുകയാണ് എല്ലാവരും. താൻ ഏതോ ഗൂഢാലോചനക്കാരുടെ മധ്യത്തിൽ പെട്ടതുപോലെയാണ് തോന്നുന്നത്. എല്ലാവരും തനിക്കെതിരായി ഉപജാപം നടത്തുകയാണ്..! ഇന്നലെയാണ് അമ്മാവൻ ജ്യോതിഷി വരുന്നതിനെക്കുറിച്ച് പറഞ്ഞത്. അമ്മ മറുത്ത് എന്തെങ്കിലും പറഞ്ഞിരുന്നെങ്കിൽ എന്ന് താൻ ആഗ്രഹിച്ചെങ്കിലും തന്നെയൊന്ന് നോക്കിയതല്ലാതെ ഒന്നും പറഞ്ഞില്ല.

'സാധാരണ കുടുംബത്തിൽ മരണം നടന്നാൽ പന്ത്രണ്ടിന് സപിണ്ഡീകരണം നടത്തണം. ശേഷം ഒരുവർഷം കഴിഞ്ഞു മാത്രമേ കുടുംബത്തിൽ മംഗളകർമ്മങ്ങൾ പാടുള്ളൂ എന്നാണ് ശാസ്ത്രം...'

അൻഷിത ശ്രദ്ധിച്ചു.. ജ്യോതിഷി ഗൗരവഭാവത്തോടെ സംസാരിക്കുകയാണ്. അയാളുടെ കാവി വസ്ത്രവും വലിയ രുദ്രാക്ഷമാലയും നരച്ച നീളമുള്ള മുടിയിഴകളും വെളുത്ത താടിയും അയാൾക്ക് ഒരു ദിവ്യപരിവേഷം നൽകുന്നുണ്ടായിരുന്നു. പക്ഷേ, തനിക്ക് അയാളോട് ദേഷ്യമാണ് തോന്നുന്നത്. അയാൾ വരുന്നത് കണ്ടപ്പോഴേ മുൻവശത്ത് കളിച്ചുകൊണ്ടിരുന്ന കുട്ടികളെ അമ്മായി പിന്നിലേക്ക് ഓടിച്ചുവിട്ടു. തനിക്ക് ഇതിലൊന്നും വിശ്വാസമില്ല. പക്ഷേ, ചുറ്റും എല്ലാവരും ഭയഭക്തിബഹുമാനങ്ങളോടെയാണ് ജ്യോതിഷിയെ നോക്കുന്നത്. വിശ്വാസികളുടെ ഇടയിൽ അവിശ്വാസി എത്ര കഴിവും അറിവും ഉള്ളവനായാലും ഒരു നുണയനോ, വിഡ്ഢിയോ ആയിട്ടാണ് അറിയപ്പെടുക. അതുകൊണ്ട് താൻ എതിർത്തിട്ടും കാര്യമില്ല. കല്യാണം ഒരുവർഷം കഴിഞ്ഞേ നടത്താൻ പാടുള്ളൂ എന്ന് ജ്യോതിഷി പറഞ്ഞിരുന്നെങ്കിൽ..!

അയാൾ എന്താണ് പറയുന്നതെന്നറിയാൻ അവൾ കാത് കൂർപ്പിച്ച് നിന്നു.

'സപിണ്ഡീകരണം നടത്തിയതല്ലേ... ?'

അയാൾ അമ്മയോട് ചോദിക്കുകയാണ്..

'അതേ.' അമ്മാവനാണ് മറുപടി പറഞ്ഞത്..

'എങ്കിൽ ഒരു വിധിയുണ്ട്...' ജ്യോതിഷി തുടർന്നു..

'മരണശേഷം നാല്പത്തിയൊന്ന് നാൾ കഴിഞ്ഞ് വിശേഷാൽ പൂജ നടത്തുക. അതിനിടയ്ക്ക് ചെയ്യേണ്ട കർമ്മങ്ങൾ എല്ലാം ചെയ്യുക.. ശേഷം വിവാഹമാകാം.'

തന്റെ അവസാനപ്രതീക്ഷയും ജ്യോതിഷിയുടെ വാക്കുകൾക്കൊപ്പം അവസാനിക്കുന്നത് അൻഷിതയറിഞ്ഞു. അയാൾ പണത്തിനായി നുണ പറയുകയാണ് എന്ന് വിളിച്ചുപറയണമെന്ന് അവൾക്ക് തോന്നി . അവൾ മനസാ അയാളെ ശപിച്ചുകൊണ്ടിരുന്നു.

'വരന്റെ ജാതകപ്രകാരം ഇനി വരുന്ന മൂന്ന് മാസം കൂടിയേ വിധിപ്രകാരം വിവാഹത്തിനുള്ള സാധ്യതയുള്ളൂ.. അതിനു മുൻപ് നടക്കണം. ഈ ദശാകാലം കഴിഞ്ഞാൽ പിന്നെ നടന്നില്ലെന്ന് വരാം.'

മൂത്തമ്മായി അയാളുടെ വാക്കുകൾ ഭയത്തോടെ കേട്ട് നിൽക്കുന്നത് കണ്ടപ്പോൾ അൻഷിതയ്ക്ക് അവരോട് പുച്ഛം തോന്നി.

'ഞാൻ പൂജയ്ക്കുള്ള ദിവസം കുറിച്ചുതരാം.. പിന്നെ കുറച്ചു സാധങ്ങൾ സംഘടിപ്പിക്കണം.'

ജ്യോതിഷി പറഞ്ഞു..

'അങ്ങനെയാവട്ടെ..'

ഇളയമ്മാവൻ എല്ലാം അംഗീകരിച്ചിരിക്കുന്നു.ഇനി ഈ പേരിൽ ജ്യോതിഷിക്ക് കുറച്ചു പണം കിട്ടും. തന്റെ ജീവിതം പണയം വെ

ക്കുകയാണ് എല്ലാവരും.

കലുഷിതമായ മനസുമായി അൻഷിത അവളുടെ മുറിയിലേക്ക് നടന്നു..

എട്ട്

1

ഗോവിന്ദപുരത്ത് വന്നിട്ട് മൂന്നാഴ്ച്ച കഴിഞ്ഞിരിക്കുന്നു.. എല്ലാവരും ചേർന്ന് എല്ലാം തീരുമാനിച്ചിരിക്കുന്നു..!

തനിക്കിനി എല്ലാത്തിനും സമ്മതം മൂളി നിന്നുകൊടുക്കാൻ മാത്രമേ കഴിയൂ എന്ന തിരിച്ചറിവിലായിരുന്നു അൻഷിത. അടുക്കളയിൽ ഉച്ചഭക്ഷണമുണ്ടാക്കാനുള്ള തായാറെടുപ്പിലായിരുന്നു അവൾ.

അമ്മ കറിക്ക് നുറുക്കുകയാണ്. അമ്മ വന്നതിൽ പിന്നെ ചെറിയമ്മായിക്ക് സുഖമാണ്. പണിയൊന്നും കാര്യമായി ഇല്ല. മൂത്തമ്മായിയെയും കൂട്ടി ടൗണിൽ പോയിരിക്കുകയാണ് രാവിലെതന്നെ. ഉച്ചയാകുമ്പോഴേക്കും എത്തുമായിരിക്കും. വീണത് വിദ്യയാക്കുന്നവരാണ് രണ്ടുപേരും.തന്റെ കല്യാണവുമായി ബന്ധപ്പെട്ട് അമ്മയുടെ മനസ്സിൽ രൂപപ്പെട്ട അവരോടുള്ള വിധേയത്തെ പൂഷണം ചെയ്യുകയാണോ.

പക്ഷേ, തനിക്ക് ഇനിയീ ചിന്തകൾകൊണ്ട് ഒന്നും നേടാൻ ആകില്ല. അമ്മാവന്മാർ കല്യാണത്തിനുള്ള ഒരുക്കങ്ങൾ ഇപ്പോഴേ തുടങ്ങിയിട്ടുണ്ട്. മഴപെയ്യുന്നുണ്ടെങ്കിലും മഴക്കാലം തുടങ്ങിയിട്ടില്ല. അതിന് മുമ്പ് കല്യാണം നടത്തണം എന്നാണ് അമ്മാവന്മാർ തീരുമാനിച്ചിരിക്കുന്നത്.

ഇന്നലെയായിരുന്നു പ്രത്യേകപൂജ. സപിണ്ഡീകരണം നടത്തിയതിന് ശേഷം നടക്കേണ്ട കാര്യങ്ങൾ എല്ലാം ആ പൂജയിലൂടെ ചെയ്തു. ഇനി മംഗളം നടക്കുമെന്ന് പറഞ്ഞ് ജ്യോതിഷി ദക്ഷിണ

യും വാങ്ങിപ്പോയി. കല്യാണം നടത്താൻ അയാളെത്തന്നെയാണ് കാർമ്മികനായി നിശ്ചയിച്ചിരിക്കുന്നത്. മുഹൂർത്തം കുറിപ്പിക്കാൻ പോകണമെന്ന് അമ്മാവൻമാർ സംസാരിക്കുന്നത് കേട്ടതാണ് താൻ. ആ ജ്യോതിഷിയെ കാണുന്നത് തന്നെ തനിക്ക് ഇഷ്ടമല്ല. അമ്മയുടെ ഇഷ്ടങ്ങൾക്ക് സമ്മതിച്ചുകൊടുത്തത് ശരിയായ തെരഞ്ഞെടുക്കലായിരുന്നില്ല. പക്ഷേ, ഇനി പറഞ്ഞിട്ട് കാര്യമില്ലല്ലോ!

ഒന്ന് ദീർഘമായി നിശ്വസിച്ചു അൻഷിത.

ആരുമറിയാതെ രാത്രിയിൽ ഇറങ്ങിപ്പോയാലോ ഇന്നുവരെ തനിക്ക് തോന്നിയിട്ടുണ്ട് ചിലപ്പോഴൊക്കെ.. എന്നിട്ട് എന്തുചെയ്യും..! എങ്ങോട്ട് പോകും..! മാത്രമല്ല താൻപോയാൽ അമ്മയുടെ അവസ്ഥ എന്താകും എന്ന ഭയവും ഉള്ളിലുണ്ട്. ഹരിസാർ കൊൽക്കത്തയിൽ എവിടെയോ ഉണ്ടെന്നറിയാം. പക്ഷേ, എവിടെ എന്നറിയില്ല. അറിഞ്ഞിട്ട് തനിക്കിനി പ്രയോജനവും ഇല്ല. സംഭവിക്കുന്നതൊക്കെ സ്വീകരിക്കാൻ മാത്രമേ ഇനി കഴിയൂ.

'അൻഷിതാ.' അമ്മയാണ്..

അവൾ ചോദ്യഭാവത്തിൽ തിരിഞ്ഞുനോക്കി.

അനുരാധ മകളുടെ കണ്ണുകളിലേക്ക് നോക്കി. അവൾ കുറെയായിട്ട് തന്നോട് കാര്യമായി സംസാരിക്കുന്നില്ല. എന്തെങ്കിലും ചോദിച്ചാൽ പറയും അത്രതന്നെ.

'എന്താ മോൾക്ക് പറ്റിയത്.. ഇപ്പൊ നീ പഴയതുപോലെ ഒന്നും മിണ്ടുന്നില്ലല്ലോ?'

അവൾ ചോദ്യത്തിന് മറുപടിയൊന്നും പറയുന്നില്ല എന്നു വന്നപ്പോൾ അനുരാധ വീണ്ടും ചോദിച്ചു.. 'നിനക്ക് എന്താ പ്രശ്നം.. ഈ കല്യാണം ഇഷ്ടമല്ലേ..?'

പെട്ടെന്ന് മകളോട് അങ്ങനെ ചോദിച്ചപ്പോൾ താൻ സ്വയം വഞ്ചിക്കുകയാണെന്ന് അനുരാധയ്ക്ക് തോന്നി.

അൻഷിതയുടെ കണ്ണിൽ സങ്കടം നിറഞ്ഞു.. ഇത്രകാലവും താൻ പ്രതീക്ഷിച്ച ചോദ്യം ഇപ്പോഴാണ് അമ്മ ചോദിക്കുന്നത്...

'ഈ ചോദ്യമായിരുന്നില്ലേ അമ്മ എന്നോട് ആദ്യം ചോദിക്കേണ്ടിയിരുന്നത്..?'

അടക്കിവെച്ചതെല്ലാം പുറത്തുവരാൻ ഒരു പഴുതുകിട്ടിയതുപോലെ പുറത്തേക്കൊഴുകി.

അൻഷിതയുടെ വാക്കുകൾക്ക് തീപിടിച്ചു..

'കത്തിവെക്കുന്നതിന് മുൻപ് കൊല്ലുന്നത് ഇഷ്ടമല്ലേ എന്നു ചോദിക്കുന്നത് പോലെ തോന്നുന്നുണ്ട് അമ്മയുടെ ചോദ്യം.'

അവളുടെ കണ്ണിൽ നീർ തിളങ്ങുന്നത് അനുരാധ കണ്ടു.

'മോളെ കല്ല്യാണത്തിന് മുൻപ് ഇങ്ങനെയൊക്കെ ആണ്. കല്യാണം കഴിയുമ്പോൾ എല്ലാം ശരിയാകും.'

അവളെ സാമാധാനിപ്പിക്കാൻ അനുരാധ ശ്രമിച്ചു.

'അമ്മയ്ക്കെങ്ങനെ അറിയാം..?'

അൻഷിതയുടെ വാക്കുകളിൽ ദേഷ്യം ദേഷ്യവും അതൃപ്തിയും പ്രകടമായി..

'ലോകത്തെ അറിയാതിരുന്ന ചെറുപ്രായത്തിലാണ് അമ്മയുടെ കല്യാണം കഴിഞ്ഞത്. സ്വന്തമായി ഒരു ഐഡന്റിറ്റി ഉണ്ടായതിന് ശേഷം, തെറ്റും ശരിയും ബോധ്യം വന്നതിന് ശേഷം, സ്വന്തം ഇഷ്ടങ്ങൾ രൂപീകരിക്കപ്പെട്ടതിന് ശേഷം, സ്വന്തം തീരുമാനങ്ങളില്ലാതെ ഒരു പങ്കാളിയെ തെരഞ്ഞെടുക്കേണ്ടി വരുന്നതിന്റെ സങ്കടം അമ്മയ്ക്ക് എങ്ങനെ മനസിലാകും..?'

അനുരാധയ്ക്ക് എന്തുപറയണമെന്ന് മനസിലായില്ല. അവളുടെ ചോദ്യം തന്റെ മനസിൽ മുള്ളുകൾ പോലെ തറയ്ക്കുകയാണ്. അവൾ ചോദിച്ചത് ശരിയാണ്. താൻ നേരത്തെ ചോദിക്കേണ്ട ചോദ്യമായിരുന്നു അത്..

'ഇനിയീ ചോദ്യത്തിന് എന്ത് പ്രസക്തിയാണുള്ളത്..?' അൻഷിതയുടെ ശബ്ദം താണുവന്നു..

'എന്റെ ജീവിതം കൈവിട്ടുപോയിരിക്കുന്നു.'

അവസാനവാചകം തന്നോട് തന്നെ പറയുന്നതുപോലെയാണ് അവൾ പറഞ്ഞത്.

അതിൽ തുളുമ്പി നിന്ന സങ്കടം തന്റെ മനസിനെ പൊള്ളിക്കുന്നുണ്ട്. അവൾ ഇനി തന്നെ പഴിക്കും. ഇഷ്ടമില്ലാത്ത ഒരു ജീവിതത്തിലേക്ക് താനാണ് അവളെ വലിച്ചിട്ടത്. ഹരി പോയപ്പോൾ പോകട്ടെ എന്നു കരുതിയാൽ മതിയായിരുന്നു. മറ്റൊരാളുമായുള്ള വിവാഹത്തിലേക്ക് അൻഷിതയെ തള്ളിയിടാതെ ഇരിക്കാമായിരുന്നു തനിക്ക്. പക്ഷേ, എല്ലാവരും വന്നപ്പോൾ പഴയ ബന്ധങ്ങൾ എല്ലാം പുതുക്കപ്പെടുമെന്ന് കരുതി. അവളുടെ ജീവിതത്തെക്കുറിച്ചോർത്ത് ഭയമായിരുന്നു എന്നതാണ് സത്യം. അതുകൊണ്ടാണ് അൻഷിതയുടെ ഇഷ്ടത്തെ അറിഞ്ഞുകൊണ്ടുതന്നെ തനിക്ക് ബലികൊടുക്കേണ്ടിവന്നത്. അതൊരു നിവൃത്തിയില്ലായ്മ കൂടിയാണ്. അവളുടെ സങ്കടത്തിന് താനാണ് കാരണം. അവൾ തന്നെ വെറുക്കുമായിരിക്കും.. എല്ലാം എല്ലാവർക്കും നല്ലത് വരുത്തുമെന്ന് കരുതിയാണ് ചെയ്തത്. പക്ഷേ,...

'മോളെ.. എനിക്ക് എന്താണ് നിന്നോട് പറയേണ്ടത് എന്നറിയില്ല. നിനക്ക് നല്ലത് വരണം എന്നുമാത്രമേ ഞാൻ കരുതിയുള്ളൂ.'

അമ്മയുടെ ശബ്ദത്തിൽ സങ്കടമുണ്ടെന്ന് അൻഷിതയ്ക്ക് മനസിലായി. അവൾക്ക് സഹതാപം തോന്നി.

'വിവാഹം മാത്രമാണോ ഒരു പെണ്ണിന്റെ ജീവിതത്തിലെ നന്മ..?' അൻഷിത ചോദിച്ചു. ഇത്തവണ അവളുടെ ശബ്ദം ഉയർന്നില്ല. അവളെന്താണ് ഉദ്ദേശിക്കുന്നത് എന്ന് അനുരാധയ്ക്ക് മനസിലായില്ല.

'ഒരു പെണ്ണ് വിവാഹത്തിലും ഉപരിയായി ഒരുപാട് കാര്യങ്ങൾ ചെയ്യാൻ കഴിവുള്ളവളാണ്.. വിവാഹം ഒരു ചെറിയ കാര്യം മാത്രമാണ്.'

അമ്മയോട് അങ്ങനെ പറഞ്ഞെങ്കിലും അതെത്രമാത്രം അമ്മയ്ക്ക് മനസിലാകും എന്ന് അൻഷിതയ്ക്കറിയില്ലായിരുന്നു.

പുരോഗമനചിന്താഗതിക്കാരനായ ഒരു അച്ഛന്റെ മകളാണ് താൻ. അങ്ങനെയൊരാളുടെ ഭാര്യയായത് കൊണ്ട് മാത്രമാണ് അമ്മയ്ക്ക് മറ്റുപല വീടുകളിലും സ്ത്രീകൾ അനുഭവിക്കുന്ന പ്രശ്നങ്ങൾ അനുഭവിക്കേണ്ടി വരാതിരുന്നത്. പക്ഷേ, പരമ്പരാഗതമായുള്ള സ്ത്രീയുടെ നിർവ്വചനത്തിനപ്പുറത്തേക്ക് പോകാൻ അമ്മയ്ക്കും കഴിഞ്ഞിട്ടില്ല.

'ഇനി പറഞ്ഞിട്ടെന്താ.. മോൾ അമ്മയോട് ക്ഷമിക്ക്. എന്തായാലും നിനക്ക് നല്ലൊരു ജീവിതം ഉണ്ടാകും.'

അനുരാധ അനുനയിപ്പിക്കാൻ ശ്രമിച്ചുകൊണ്ട് പറഞ്ഞു..

അമ്മ പറയുന്നത് ഒരു ക്ളീഷേ ആണെന്ന് അൻഷിതയ്ക്ക് മനസിലായി. എല്ലാ അമ്മമാരും പറഞ്ഞു പഴകിയ ഒരു വാചകം.!

അൻഷിത മറുത്തൊന്നും പറഞ്ഞില്ല.

ഹരിയെക്കുറിച്ച് ആലോചിക്കുകയായിരുന്നു അവൾ.

ഒരിക്കൽ ഒരുമിച്ചുള്ള ഒരു നടത്തത്തിനിടയിൽ ഹരി പറഞ്ഞത് അവളുടെ ഓർമ്മയിൽ തെളിഞ്ഞു..

'അൻഷിത..., കുടുംബമായി ജീവിക്കുക എന്നാൽ കുടുംബത്തിൽ ഓരോരുത്തരും മറ്റൊരാൾക്ക് വേണ്ടി ജീവിക്കുക എന്നാണ് അല്ലാതെ മറ്റൊരാളുടെ ജീവിതം ജീവിക്കുക എന്നല്ല.'

അന്ന് താൻ വെറുതെ പഴകിയ പരമ്പരാഗത വാചകങ്ങളുമായി ഹരിസാറിനോട് വെറുതെ തർക്കിച്ചു. സാറിന്റെ മനസ് അറിയാനുള്ള ഒരു ശ്രമമായിരുന്നു.

'വ്യക്തികൾക്ക് സ്വാതന്ത്ര്യമില്ലാത്ത എല്ലാ സമൂഹ്യസ്ഥാപനങ്ങ

ളും പീഡനകേന്ദ്രങ്ങൾ മാത്രമാണ് അൻഷിതാ. കുടുംബത്തിൽ ഒരു കുഞ്ഞിന്റെ അപക്വമായ ചിന്തകൾക്ക് പോലും സ്ഥാനവും സ്വാതന്ത്ര്യവും ഉള്ളിടത്തോളം മാത്രമേ സന്തോഷം നിലനിൽക്കു. അല്ലെങ്കിൽ അവർ തന്നെ അവരുടെ കുടുംബത്തെ അഡ്ജസ്റ്റ്മെന്റ് എന്ന് വിളിക്കും.. നാം പരസ്പരം പറയാറുണ്ട് ഒരാളുടെ സ്വാതന്ത്ര്യം മറ്റൊരാളുടെ മൂക്കിൻതുമ്പ് വരെയേ ഉള്ളു എന്ന്. ശരിയാണ് പക്ഷേ, അപ്പോഴും അതേക്കുറിച്ചുള്ള നമ്മുടെ കാഴ്ചപ്പാടുകൾ എല്ലാം ഏകപക്ഷീയമാണ്. നമ്മുടെ സ്ഥാനത്ത് നിന്ന് മാത്രമാണ് നാം അയാളുടെ സ്വാതന്ത്ര്യത്തെ നോക്കിക്കാണുക. പകരം അയാളുടെ മൂക്കിൻതുമ്പിൽ നിന്ന് ഈ സ്വാതന്ത്ര്യത്തെ നോക്കിക്കാണുന്നുവെങ്കിൽ വളരെ വ്യത്യസ്തമായ ഒരു കാഴ്ചയായിരിക്കും അത്.. നമ്മിൽ നിന്ന് അയാളിലേക്ക് ഒരു ചൂണ്ടുവിരലകലമുണ്ട്. ആ ദൂരം പക്ഷേ, നമ്മുടേതാണെന്ന് നാം ധരിക്കുന്നു.'

മൂക്കില്ലാത്തവർക്ക് സ്വാതന്ത്ര്യമുണ്ടോ എന്ന് തമാശയായി ചോദിച്ചപ്പോഴാണ് ഹരിസാർ ആദ്യമായി പൊട്ടിച്ചിരിക്കുന്നത് താൻ കാണുന്നത്. ഹരിസാറിനെക്കുറിച്ചുള്ള ഓർമ്മകൾ തന്റെ മനോഭാരത്തെ വർദ്ധിപ്പിക്കുകയാണ്.

അമ്മ പാത്രങ്ങൾ കഴുകുന്നു.. പാവം. തനിക്ക് നല്ലത് വരണമെന്ന് മാത്രമേ കരുതിയിട്ടുണ്ടാകു.

പക്ഷേ, ഇനിയെന്താണ് സംഭവിക്കുക എന്ന് തനിക്കറിയില്ല.

അമ്മ അരിഞ്ഞുവെച്ച പച്ചക്കറികൾ എടുത്ത് അൻഷിത പാത്രത്തിലേക്കിട്ടു..

സ്കൂൾ അധികൃതർ അനുവദിച്ച മുറിയിലേക്ക് തന്റെ ലഗ്ഗേജുമായി എത്തിയതായിരുന്നു ഹരി. അയാളുടെ മനസ് ബസുദേബ് എന്ന വായിക്കപ്പെടാത്ത പുസ്തകത്തിൽ ആയിരുന്നു.

ലോഡ്ജിൽ നിന്നും മാറിയപ്പോൾ ബസുദേബ്ജിയുടെ മുഖം വാടി. സാധാരണ താമസക്കാരൻ എന്നതിൽക്കവിഞ്ഞ് ഒരു ഹൃദയബന്ധം തങ്ങൾക്കിടയിൽ ഉണ്ടായിരുന്നല്ലോ. മനുഷ്യർ അങ്ങനെയാണ്.. അവർ ഹൃദയത്തെ പല കാരണങ്ങൾ കൊണ്ട് മറ്റൊരാളിലേക്ക് ചേർക്കും. അവയെല്ലാം തന്നെ തങ്ങൾക്ക് ആശ്വാസകരമാണോ എന്നതുമാത്രമാകാം അപ്പോഴവർ സ്വയം ചോദിക്കുക. അവയിൽ ചിലത് മനസ്സിൽ പെട്ടെന്ന് മായാത്ത ചിത്രങ്ങൾ വരയ്ക്കുന്നു.

സ്കൂൾ തുറക്കുവാൻ ഇനിയും ദിവസങ്ങൾ ബാക്കിയുണ്ട്. എങ്കിലും സ്കൂൾ ക്വോട്ടേഴ്സിലേക്ക് മാറാൻ കഴിഞ്ഞത് തനിക്ക്

സാമ്പത്തീകമായി ഗുണമാണ്. അല്ലെങ്കിൽ ലോഡ്ജിന് വാടക കൊടുക്കേണ്ടി വന്നേനെ. അദ്ധ്യാപകൻ കേരളാവാല ആണെന്നത് ഈ നാട്ടിൽ സ്കൂളിന് ഗുണമാണ് എന്നതിനാൽ സ്കൂളധികൃതർ സഹായിക്കാൻ തായാറാവും. സൗകര്യങ്ങൾ ലഭിക്കും. പക്ഷേ, യഥാർത്ഥത്തിൽ എന്താണ് ആ ഗുണം..! താരതമ്യേന മെച്ചമായ സാക്ഷരതാ നിരക്ക് ഉള്ള ഒരു സംസ്ഥാനത്ത് നിന്നുള്ളയാൾ എന്നല്ലാതെ. ആളുകൾ പറഞ്ഞുപറഞ്ഞാണ് സാമൂഹ്യസത്യങ്ങൾ രൂപപ്പെടുന്നത് എന്നതാവാം യഥാർത്ഥ്യം.

ലഗ്ഗേജ് അഴിച്ച് സാധനങ്ങൾ മുറിയിൽ എടുത്തുവെച്ചതിന് ശേഷം പൊടിപിടിച്ച ജനൽകർട്ടൻ അലക്കാനായി അഴിച്ചെടുത്തപ്പോഴാണ് കൊട്ടേഴ്സിന്റെ മതിലിനപ്പുറം ഒരു ചെറിയ പാർക് ആണെന്ന് കണ്ടത്. അവിടെ കുറേ പേർ വന്നുപോകുന്നു. കുട്ടികൾ കളിക്കുന്നുണ്ട്, കമിതാക്കൾ കൈകോർത്ത് നടക്കുന്നു. അവരുടെ ജീവിതം ഇന്നുകളിൽ കാലുറപ്പിച്ച് നാളെയിലേക്ക് നോക്കുന്ന ഒരു പ്രതീക്ഷയാകുന്നത് കണ്ടുകൊണ്ടുനിൽക്കേ ചിന്തകൾ അനുവാദം കൂടാതെ അൻഷിതയിലേക്കെത്തിയതിൽ പ്രത്യേകിച്ച് അത്ഭുതം തോന്നിയില്ല. അതിപ്പോൾ മനസിന്റെ സ്വഭാവമായിരിയ്ക്കുന്നു. മനസ് വീണ്ടും ദുഃഖഭരിതമായ ഓർമ്മകളിലേക്ക് തിരികെപ്പോകാനുള്ള ശ്രമമാണ്. താൻ യഥാർത്ഥത്തിൽ ഈ ദുഃഖം ആസ്വദിക്കുകയല്ലേ ചെയ്യുന്നത്. മറ്റൊരു തരത്തിൽ പറഞ്ഞാൽ ഈ ദുഃഖത്തെ കൈവിട്ട് തനിക്ക് ജീവിക്കാൻ ആകില്ല എന്നതല്ലേ സത്യം...!

അൻഷിത ...

എന്തുചെയ്യുകയാണ് നീ?

2

വെറുതെ തിരക്ക് കൂട്ടുകയാണ് എല്ലാവരും എന്നുതോന്നി അൻഷിതയ്ക്ക്. തനിക്ക് ഒരു സന്തോഷവും തോന്നുന്നില്ല. അനിവാര്യമായ ഒരു ദുഖത്തെ സ്വീകരിക്കുന്ന വിധിവിശ്വാസിയുടെ അവസ്ഥയാണ് തനിക്കിപ്പോൾ. എങ്കിലും ഒട്ടുംതന്നെ ആശ്വസിക്കാൻ കഴിയുന്നില്ല.

വിവാഹ വേദിയിലേക്ക് മൂത്തമ്മാവന്റെ കൈപിടിച്ച് കയറുമ്പോൾ മൂടുപടത്തിന് ഇടയിലൂടെ ചുറ്റും നോക്കി അൻഷിത. ഒരുപാട് ആളുകൾ ചുറ്റുമുണ്ട്. ആരൊക്കെയോ എന്തിനൊക്കെയോ വരിക

യും പോകുകയും ചെയ്യുന്നു.

വേദിയിൽ ജ്യോതിഷിയും അയാൾക്ക് പൂണൂലിട്ട ഒരു സഹായിയും ഉണ്ട്. എന്തോ മന്ത്രങ്ങൾ ചൊല്ലുകയും മറ്റുമാണ്. അവയുടെ അർത്ഥങ്ങളെ ഭയന്ന് എന്ന വണ്ണം അയാൾ വളരെ വേഗത്തിൽ ചൊല്ലുകയാണ്! മുന്നിൽ തയാറാക്കിയ ഹോമകുണ്ഡത്തിൽ അഗ്നി എരിഞ്ഞുകൊണ്ടിരിക്കുന്നു.

'ശുക്ലാംബരധരം വിഷ്ണും...' ഇടയ്ക്ക് ജ്യോതിഷിയുടെ ശബ്ദം ഉയർന്നു വരുന്നത് കേൾക്കാം.. അയാൾ എന്തെങ്കിലും എടുക്കാൻ ഇടത്തോ വലത്തോ തിരിയുമ്പോൾ വീണ്ടും ശബ്ദം മങ്ങുന്നു.

വാക്കുകൾ കൊണ്ട് വരയ്ക്കുന്ന ദേവീ ദേവന്മാരുടെ ചിത്രങ്ങളും മനുഷ്യന്റെ ആവശ്യങ്ങളുടെ വാങ്മയചിത്രീകരണവും മാത്രമാണ് മന്ത്രങ്ങൾ എന്ന് ഹരിസാർ പറഞ്ഞുകേട്ടിട്ടുണ്ട്. തന്നെ നിസാരനായ ഒരു മനുഷ്യൻ പുകഴ്ത്തുന്നത് കേട്ട് സന്തോഷിക്കുന്ന ദൈവത്തെക്കുറിച്ചോർത്തപ്പോൾ അൻഷിതയ്ക്ക് കഷ്ടം തോന്നി.

ദേബാശിഷ് അടുത്തുതന്നെ ഇരിക്കുന്നുണ്ട്. മുഖത്ത് പൂക്കൾ കൊണ്ടുള്ള മൂടുപടം ഉണ്ട്. തന്റെ മുഖത്തും മൂടുപടം ഉള്ളതുകൊണ്ട് പരസ്പരം വ്യക്തമായി കാണാൻ കഴിയില്ല. തന്നെ പെണ്ണുകണ്ട് പോയതിന് ശേഷം അയാൾ ഒരിക്കൽപോലും വിളിച്ചിട്ടില്ല എന്ന് അൻഷിത ഓർത്തു. എല്ലാം മറ്റാർക്കോ വേണ്ടിയെന്നതുപോലെയായിരുന്നു അന്നത്തെ ഭാവം.

കുറേനേരം കർമ്മി പൂജ ചെയ്യുന്നത് കേൾക്കാമായിരുന്നു.

പിന്നെ പെട്ടെന്ന് അത് നിന്നു.

'ഇനി ശുഭോദൃഷ്ടിയാണ്... മുഖപടം മാറ്റി വരനും വധുവിനും പരസ്പരം കാണാവുന്നതാണ്.' ജ്യോതിഷിയുടെ ശബ്ദം ഉയർന്നു.

വേദിക്ക് ചുറ്റും നിന്ന സ്ത്രീകൾ കുരവയിടാൻ തുടങ്ങിയിരിക്കുന്നു. ജ്യോതിഷിയുടെ സഹായിയായിരിക്കണം ശംഖനാദം മുഴക്കുന്നത്..!

പണ്ടൊക്കെ ആദ്യമായി വധൂവരന്മാർ പരസ്പരം കാണുന്നത് ശുഭോദൃഷ്ടിക്കാണെന്ന് കേട്ടിട്ടുണ്ട്. ഇക്കാലത്ത് പെണ്ണ് കണ്ടതിന് ശേഷം കല്യാണം നടത്തുന്നതുകൊണ്ട് ഒരു ചടങ്ങിന് മാത്രമാണ് ശുഭോദൃഷ്ടി നടത്തുന്നത്. എല്ലാം മാറിക്കൊണ്ടിരിക്കുന്നു. എന്നിട്ടും ഒന്നും മാറുന്നില്ല എന്നാണ് എല്ലാവരും വിചാരിക്കുന്നത്. ചുറ്റും നിന്ന് കുരവയും വാദ്യങ്ങളും മുഴക്കുന്നവരോട് പുച്ഛമാണ് തോന്നുന്നത്.

പിന്നിൽ നിന്ന ആരോ തന്റെ മൂടുപടം മാറ്റി തരുന്നത് അവൾ അറിഞ്ഞു.

'അൻഷിത.. നോക്ക്.'

ചെറിയമ്മായിയാണ്.. കല്യാണം തീരുമാനിച്ചതുമുതൽ തന്നോട് വലിയ സ്നേഹം കാണിക്കലാണ്. ചെറിയമ്മായിയാണ് തനിക്കുള്ള വിവാഹവസ്ത്രങ്ങളൊക്കെ സെലക്ട് ചെയ്തത്. ആഭരണങ്ങൾ മാറ്റിയെടുക്കാൻ വന്നതും ഒക്കെ അവർ തന്നെയാണ്. അമ്മ വെറുതെ ഒപ്പം നിന്നു എന്നുമാത്രം.

ദേബാശിഷ് മൂടുപടം മാറ്റി തന്നെ നോക്കുന്നത് അവൾ കണ്ടു.. അയാളുടെ മുഖത്ത് ഭാവഭേദം ഒന്നുമില്ല. മരപ്പാവയുടേത് പോലെ പോലെ നിർവ്വികാരമായ കണ്ണുകളിൽ എവിടെയോ വിഷാദം ഒളിച്ചിരിക്കുന്നത് പോലെ അൻഷിതയ്ക്ക് തോന്നി.

അമ്മ പിന്നിലായി അടുത്തുതന്നെ നിൽക്കുന്നുണ്ട്. തന്റെ നോട്ടം കണ്ടിട്ടാവണം അമ്മ പുഞ്ചിരിച്ചു.

പരസ്പരം അറിയാത്ത രണ്ടുപേരെ ഒട്ടിച്ചുചേർത്ത് വിടുന്നവർ ഒരിക്കലും തങ്ങൾ രണ്ടു കയറുകൾ ഇഴച്ചുകെട്ടുകയാണെന്ന് ഓർക്കാറില്ല. മുഴച്ചുനിൽക്കുന്നു എന്ന് പരാതിപ്പെടാൻപോലും പരസ്പരം അവകാശമില്ലാത്ത ഒന്നാണ് കുടുംബജീവിതം എന്ന് എല്ലാവരും വിശ്വസിക്കുന്നു. അമ്മയും അങ്ങനെ തന്നെയാണോ..!

ഹരിയെക്കുറിച്ചുള്ള ഓർമ്മകൾ വീണ്ടും അൻഷിതയുടെ മനസിലേക്ക് വന്നു. മറ്റൊരാളുടെ വധുവായി വിവാഹമണ്ഡപത്തിൽ ഇരിക്കെ കാമുകനെക്കുറിച്ച് ചിന്തിക്കുന്നതിലെ അനൗചിത്യം തനിക്കൊരു വിഷയമേയല്ല എന്ന് അൻഷിതയ്ക്ക് തോന്നി. അതിന് കാരണം താനല്ല, തനിക്ക് ചുറ്റുമുള്ളവരാണ്. പക്ഷേ, ഹരിസാറിനെക്കുറിച്ച് ചിന്തിക്കാൻ മാത്രമേ തനിക്കിനി കഴിയൂ എന്ന് നന്നായി അറിയാം. പ്രണയത്തെ അപൂർവ്വമായി മാത്രമേ ഹരിസാർ പ്രകടിപ്പിക്കുമായിരുന്നുള്ളൂ എങ്കിലും ഉള്ളിലെ സ്നേഹത്തിന്റെ ഊഷ്മളത എപ്പോഴും അനുഭവിക്കാൻ കഴിയുമായിരുന്നു തനിക്ക്. അതുകൊണ്ടുതന്നെ ഒരിക്കലും സാറിനോട് അകലം തോന്നിയിട്ടില്ല. സാർ പോയതിന് ശേഷമാണ് തനിക്ക് നഷ്ടമായത് എന്താണെന്ന് ശരിക്കും മനസിലായത്. എല്ലാത്തിനെക്കുറിച്ചും ഇത്രയും വ്യത്യസ്തചിന്തകളുള്ള മറ്റൊരാളെ താൻ മുൻപ് കണ്ടിട്ടില്ല. ഒരിക്കൽ വിവാഹത്തെ കുറിച്ചുള്ള സങ്കല്പങ്ങൾ പറഞ്ഞപ്പോഴാണ് ഹരിസാറിന്റെ മനസിലേക്ക് തനിക്ക് ഒന്ന് എത്തിനോക്കാൻ പറ്റിയത്. അന്ന് ഹരിസാർ പറഞ്ഞ വാക്കുകൾ ഇന്നും മനസിലുണ്ട്.

'അൻഷിത.. ഞാൻ പെണ്ണ് കണ്ട് നടത്തുന്ന പരമ്പരാഗത രീതിയിലുള്ള വിവാഹത്തെയോ, സാധാരണ ഗതിയിലുള്ള പ്രണയവിവാഹത്തെയോ അനുകൂലിക്കുന്ന ഒരാളല്ല.'

ഹരിസാർ സംസാരിച്ചുകൊണ്ടിരിക്കുമ്പോൾ വേറെ ഏത് രീതിയിലാണ് കല്യാണം നടക്കുക എന്ന് ചിന്തിക്കുകയായിരുന്നു താൻ..

'വിവാഹം സമൂഹത്തിൽ ഇന്നും നിലനിൽക്കുന്ന അടിമത്തത്തിന്റെ പ്രതീകം തന്നെയാണ്.. പെണ്ണ് കണ്ട് കല്യാണത്തിലേക്ക് പോകുന്നതിനെക്കുറിച്ച് എന്റെ നാട്ടിൽ പറയുന്ന ഒരു തമാശയുണ്ട്.. ചായകുടിക്കാൻ വരുന്നവന് ചോറു വെക്കാൻ ഒരു പെണ്ണിനെ കൊടുത്ത് വിടുന്ന പരിപാടിയാണെന്ന്. അവിടെ അയാളെക്കുറിച്ച് മറ്റുള്ളവർ പറയുന്നത് മാത്രമേ നമുക്ക് മനസിലാകു. പക്ഷേ, നാം ബാക്കിയുള്ള കാലം മുഴുവൻ ആരോടൊപ്പമാണോ ജീവിക്കുന്നത് അയാളെക്കുറിച്ച് നമുക്ക് ഒന്നുമറിയില്ല എന്നതാണ് സത്യം. പ്രണയത്തിലും സംഭവിക്കുന്നത് ഇതുതന്നെയാണ്. ഒരാളുടെ ഏറ്റവും നല്ല വശം മാത്രമേ പ്രണയത്തിൽ അയാൾ കാണിക്കു. അവിടെ വഴക്കുപോലും സ്നേഹത്തെ പ്രതി ആണ് എന്നാണ് അവർ പരസ്പരം കരുതുക. പക്ഷേ, വിവാഹശേഷം ആ മൂഖപടവും അഴിഞ്ഞുവീഴും. ..അതുകൊണ്ട് അൻഷിത.. ഞാൻ പറയുന്നത് പ്രണയത്തിനും വിവാഹത്തിനും മുൻപ് അവർ തികഞ്ഞ സ്വതന്ത്ര്യമുള്ള സൗഹൃദത്തിൽ ആയിരിക്കണം എന്നാണ്. ആ വിവാഹങ്ങളാണ് ജീവിതത്തിൽ നീണ്ടുനിൽക്കുന്ന ആനന്ദം കൊണ്ടുവരു. അല്ലെങ്കിൽ ഈഗോ മാത്രം ബാക്കിയാകും.'

കല്യാണം കഴിച്ചിട്ട് സൗഹൃദത്തിൽ ആയാൽ പോരെ എന്ന തന്റെ ചോദ്യത്തിന് 'അത് എളുപ്പമല്ല' എന്നാണ് ഹരിസാർ പറഞ്ഞത്. അത് വളരെ അപൂർവ്വമായി മാത്രമാണ് നടക്കുകയത്രേ. കാരണം സാധാരണഗതിയിൽ വിവാഹിതരാകുന്നവരിൽ ഭൂരിഭാഗം പേരും അവരറിയാതെ തന്നെ പുരുഷമേധാവിത്വത്തിന്റെ നിലമായി മാറുകയാണ് ചെയ്യുക.

'തുല്യതയില്ലാത്തിടത്ത് യഥാർത്ഥ സൗഹൃദം സാധ്യമാകുകയില്ല അൻഷിതാ.'

ഹരിസാറിന്റെ വാക്കുകൾ മനസ്സിൽ മുഴങ്ങുന്നുണ്ട്.

'അടിമയ്ക്ക് തുല്യത ലഭിക്കാത്തിടത്തോളം യജമാനനോട് ദാസ്യഭാവമില്ലാത്ത സൗഹൃദം സാധ്യമാകുകയില്ല. പുരുഷന്റെ ആവശ്യങ്ങൾക്ക് വേണ്ടിയാണ് സ്ത്രീയെന്ന ചിന്തയും പുരുഷൻ

സ്ത്രീയേക്കാൾ മുകളിലാണെന്ന ചിന്തയും സ്ത്രീയിലോ പുരുഷനിലോ നിലനിൽക്കുന്നിടത്തോളം അവർ തമ്മിൽ തുല്യതയോ അതുവഴി സൗഹൃദമോ സാധ്യമാകുകയില്ല.'

എല്ലാവരും ഇവിടെ സാധാരണപോലെയല്ലേ കെട്ടുന്നത് എന്ന് താൻ പറഞ്ഞപ്പോൾ ഹരിസാർ ചങ്ങലയെ പ്രണയിക്കുന്നവരെക്കുറിച്ച് കേട്ടിട്ടുണ്ടോ എന്നു ചോദിച്ച് വെറുതെ ചിരിച്ചു.

സാർ പറഞ്ഞത് വെച്ചുനോക്കിയാൽ ദേബാശിഷിനെക്കുറിച്ച് അമ്മയും ചെറിയമ്മായിയും പറഞ്ഞതല്ലാതെ തനിക്ക് ഒന്നുമറിയില്ലല്ലോ എന്ന് അൻഷിത ഓർത്തു. അവളിൽ നിന്ന് ഒരു ദീർഘനിശ്വാസമുതിർന്നു.

'വധൂവരന്മാർ മാലയിടുക.'

ജ്യോതിഷിയുടെ ശബ്ദം കേട്ട് അൻഷിത ചിന്തയിൽ നിന്നും ഉണർന്നു.. സഹായി മന്ത്രം ചൊല്ലുന്നുണ്ട്. മാല കൈയ്യിലെടുത്തപ്പോൾ തലയിൽ പൂക്കൾ വന്നുവീഴുന്നു..! ദേബാശിഷ് ഭാവഭേദമില്ലാതെ എഴുന്നേറ്റ് മാലയുമായി നില്കുന്നു.. മാലയിടലിന് ശേഷം വീണ്ടും ജ്യോതിഷിയുടെ ശബ്ദം കേട്ടു..

'സപ്തപദത്തിനായി വധൂവരന്മാർ എഴുന്നേൽക്കുക.'

ഭൗതീകബന്ധനസൂചകമായി വസ്ത്രാഞ്ജലങ്ങൾ കൂട്ടിക്കെട്ടി, ആത്മബന്ധനസൂചകമായി കൈപിടിച്ച് അൻഷിത ദേബാശിഷിന്റെ പിന്നാലെ അഗ്നികുണ്ഡത്തിന് ചുറ്റും പതിയെ നടന്നു.

തന്റെ പ്രാണൻ ബന്ധിക്കപ്പെട്ടിരിക്കുന്നതുപോലെ അവൾക്ക് തോന്നി. ചടങ്ങുകൾ കഴിഞ്ഞ് ഒരുമിച്ച് ഭക്ഷണം കഴിക്കാനിരിക്കുമ്പോഴും ദേബാശിഷ് ഒന്നും മിണ്ടുന്നില്ല എന്ന് അൻഷിത ശ്രദ്ധിച്ചു. താൻ അടുത്ത് ഇല്ലാത്തത് പോലെയാണ് അയാളുടെ പെരുമാറ്റം. കൈകഴുകി തിരിയുന്നതിനിടയ്ക്ക് എപ്പോഴോ അവരുടെ കണ്ണുകൾ ഇടഞ്ഞപ്പോൾ അയാളുടെ പിഞ്ചിരിക്കാനുള്ള ശ്രമം ദയനീയമായി പരാജയപ്പെട്ടത്തിൽ അൻഷിത തെല്ലൊന്ന് ആശ്ചര്യപ്പെട്ടു.

ഫോട്ടോ സെഷനെല്ലാം കഴിഞ്ഞ് ദേബാശിഷിന്റെ വീട്ടിലേക്ക് പോകാനിറങ്ങിയപ്പോഴേക്കും പുറത്ത് മഴയുടെ നിഴൽ വ്യാപിച്ചു തുടങ്ങിയിരുന്നു. കാറിന് നേരെ നടക്കവേ അമ്മ കൈപിടിച്ച് തന്റെ കൂടെതന്നെയുണ്ടെന്ന് അൻഷിത കണ്ടു. വിശാലമായ മുറ്റത്തെ പന്തലിനുള്ളിൽ നിന്നും പുറത്തേക്കിറങ്ങി അമ്മാവന്മാരും അമ്മായിമാരും ഒപ്പമുണ്ട്.. യാത്ര പറയാനാണ്. അവരും അമ്മയും പിന്നാലെ ഒരു വാഹനത്തിൽ വരുമെന്നാണ് പറഞ്ഞത്. തന്നെ ഭർ

തൃവീട്ടിൽ കൊണ്ടുപോകുന്നതും ഒരു ചടങ്ങാണത്രെ. അമ്മയെ കെട്ടിപ്പിടിച്ചപ്പോൾ അൻഷിതയുടെ ഉള്ളിലെവിടെയോ സങ്കടം നുരഞ്ഞുവെങ്കിലും അവൾ അതടക്കി. എല്ലാവരോടും യാത്രപറഞ്ഞ് അലങ്കരിച്ച ഇന്നോവയ്ക്കുള്ളിലേക്ക് കയറവേ അമ്മയുടെ കണ്ണിൽ കണ്ണുനീർ കണ്ടു അൻഷിത. ദേബാശിഷിനൊപ്പം കാറിലിരിക്കുമ്പോൾ അലങ്കാരങ്ങൾക്കുള്ളിൽ താൻ നിശ്ശബ്ദയായി കരയുകയാണെന്ന് അൻഷിത അറിഞ്ഞു. അതിന്റെ അനുരണനം എന്ന വണ്ണം കണ്ണിൽ കിനിഞ്ഞ നനവ് ദേബാശിഷ് കാണാതെ തുടച്ചുകൊണ്ട് തിരിഞ്ഞുനോക്കവെ ഇളയമ്മാവന്റെ മകൻ കൈ വീശിക്കാണിക്കുന്നതു കണ്ടു. അനുനിമിഷം ആ ചിത്രം പിന്നിൽ അകന്നുമായുന്നത് നോക്കി അൻഷിത വണ്ടിയിലിരുന്നു. പിന്നാലെ വന്ന ബന്ധുക്കളുടെ വാഹനങ്ങൾ ആ കാഴ്ചയെ മറച്ചപ്പോൾ അവൾ കൈകളിലേക്ക് മുഖമമർത്തി.

മുന്നിൽ പാടങ്ങൾക്കിടയിലൂടെ അനിശ്ചിതത്വത്തിന്റെ ഒരു നേർരേഖ പോലെ നീണ്ടുകിടക്കുന്ന വഴിയിലൂടെ കാർ ഓടിക്കൊണ്ടിരുന്നു. മഴക്കാർ മൂടിയ മാനത്ത് നിന്നും ഇടിവെട്ടി ശബ്ദം കേട്ടു. പിന്നാലെ പതിയെ മഴ ചാറാൻ തുടങ്ങി.. മഴയ്ക്ക് ശക്തികൂടി വന്നു. കാറിന്റെ ചില്ലിലേക്ക് മഴത്തുള്ളികൾ വീണ് ചിതറുന്നതും വൈപ്പർ അവയെ തുടച്ചുമാറ്റുന്നതും കൈത്തലത്തിൽനിന്ന് മുഖമയുർത്തിയ അൻഷിത കണ്ടു. മഴയെക്കാൾ തണുത്ത് ഒന്നും പറയാതെ അകലെയെവിടെയോ നോക്കിക്കൊണ്ട് തൊട്ടടുത്ത് തന്നെ ദേബാശിഷ് ഇരിക്കുന്നുണ്ടായിരുന്നു. അയാൾക്ക് വീർപ്പുമുട്ടൽ അനുഭവപ്പെടുന്നത് പോലെ അൻഷിതയ്ക്ക് തോന്നി.

തന്റെ ജീവിതം പോലെ കനത്ത മഴയ്ക്കപ്പുറം കാഴ്ച മങ്ങുകയാണ്.

ഉള്ളിലെവിടെയോ നിന്ന് ഹരിസാറിന്റെ ശബ്ദം മുഴങ്ങുന്നു..

'ജീവിതം എന്ന ഗെയിം അവനവന്റെ തീരുമാനങ്ങളുടെ കളിയാണ് അൻഷിതാ.. പക്ഷേ, നമുക്ക് ചുറ്റുമുള്ളവരും നമ്മുടെ ഗെയിമിന്റെ ഭാഗമാകുന്നു എന്നത് അനിവാര്യതയാണ്, അതിന്റെ നിയമമങ്ങനെയാണ്. അതവരുടെ ഓരോരുത്തരുടെയും ഗെയിം ആണിതെന്ന് ഓരോരുത്തർക്കും തോന്നുന്നു. ഒടുവിൽ ഒരുപാടുപേരുടെ തീരുമാനങ്ങൾ ഏറ്റുമുട്ടുന്ന ഒരു ഗെയിം സൃഷ്ടിക്കപ്പെടുന്നതിന്റെ ഫലമായി അതിന്റെ ഗതിവിഗതികളറിയാൻ കഴിയാതെ വരുമ്പോൾ മനുഷ്യർ വിധി എന്ന് പേരുനൽകി സ്വയം സമാധാനിക്കുന്നു. എങ്ങനെ കളിക്കണം എന്ന് തീരുമാനിക്കാൻ ആവാത്തവ

ന് ഗെയിം നഷ്ടമാകും. തീരുമാനങ്ങളില്ലാത്തവർക്ക് വേണ്ടി മറ്റാരൊക്കെയോ തീരുമാനിക്കുന്നു. തനിക്കായി ജീവിക്കാനാവാത്തവന്റെ ജീവിതം മറ്റാരോ ജീവിക്കുന്നു.'

തന്റെ ജീവിതം മറ്റാരൊക്കെയോ ജീവിക്കുകയാണ്..

കാർ മുന്നോട്ട്പോകെ പുറത്ത് മഴയിൽ തന്റെ വർത്തമാനകാലവും ഓർമ്മകളുംശാശ്വതമായ ഭൂതകാലത്തിലേക്ക് ഓടിമറയുന്ന നിഴൽചിത്രങ്ങളാകുന്നത് നോക്കി ഒരു ദീർഘനിശ്വാസത്തോടെ അൻഷിത സീറ്റിൽ ചാരി ഇരുന്നു..

3

ഷുക്തോ തയാറാക്കാനായി വഴുതനങ്ങയും പാവക്കയും അരിഞ്ഞുകൊണ്ടിരിക്കുകയായിരുന്നു അൻഷിത.

രാവിലെ ഷാഷുരിയുടെ കൂടെ അടുക്കളയിൽ കയറിയതാണ്. ദേബാശിഷിന്റെ വീട്ടിൽ എത്തിയിട്ട് മൂന്ന് ദിവസം കഴിഞ്ഞിരിക്കുന്നു. എന്നിട്ടും തന്നോട് എന്തെങ്കിലും കാര്യമായി സംസാരിക്കാനോ അല്പനേരം അടുത്തിരിക്കാനോ അയാൾ തയാറാവുന്നില്ല. അയാൾക്ക് എന്താണ് പ്രശ്നം എന്നറിയാനുള്ള തന്റെ എല്ലാ ശ്രമവും പരാജയപ്പെടുകയാണ്. കടമ തീർക്കുന്ന ഒരു യന്ത്രമാണ് അയാൾ എന്ന് തോന്നിപ്പോകുന്നു. ഷാഷുരി ആണെങ്കിൽ എന്തെങ്കിലും പണികൾ എടുക്കുന്നതിനുള്ള ആജ്ഞകൾ തരുമെന്നല്ലാതെ തന്റെ വീടിനെക്കുറിച്ചോ തന്റെ ഇഷ്ടാനിഷ്ടങ്ങളെക്കുറിച്ചോ ഒന്നും ചോദിക്കുന്നില്ല. തന്നോട് വെറുപ്പൊന്നും അവർ കാണിച്ചിട്ടില്ല. പക്ഷേ, താൻ വണ്ടിയിൽ നിന്നിറങ്ങി ദേബാശിഷിന്റെ കൂടെ വന്നുകയറിയ നിമിഷത്തിലൊഴികെ മറ്റൊരവസരത്തിലും അവരുടെ മുഖത്ത് ചിരി കണ്ടിട്ടില്ല.

ഒരുപക്ഷേ ഇവരുടെ രീതി ഇങ്ങനെയൊക്കെയാവാം..

അൻഷിത സ്വയം ആശ്വസിക്കാൻ ശ്രമിച്ചുകൊണ്ട് ജനലിലൂടെ പുറത്തേക്ക് നോക്കിയപ്പോൾ ആകാശത്തിന്റെ സ്വാതന്ത്ര്യം മഴമേഘങ്ങൾ രാവിലെതന്നെ കൈയ്യടക്കിയിരിക്കുന്നത് കണ്ടു.

തണുപ്പുണ്ട്.. ഇന്ന് നേരത്തെ തന്നെ മഴപെയ്യുമെന്ന് തോന്നുന്നു.. രാവിലെ അലക്കിയിട്ട വസ്ത്രങ്ങൾ ചായ്പ്പിലെ അഴയിലേക്ക് മാറ്റണം.

വേഗത്തിൽ പാചകത്തിനുള്ള കഷ്ണങ്ങൾ നുറുക്കിയശേഷം അവൾ പുറത്തേക്കിറങ്ങി. ഷാഷുരി വടക്കുവശത്തുള്ള ടാപ്പിൽ

നിന്ന് ഒരു വലിയ പാത്രത്തിൽ വെള്ളം എടുക്കുന്നുണ്ട്. പുറത്തെ അടുക്കളയിലേക്കാണ്. ദേബാശിഷിന്റെ അച്ഛന് വൈകിട്ട് കുളിക്കാനായി വെള്ളം ചൂടാക്കാനാണ്. ഇപ്പോഴത്ര അത്യാവശ്യം ഉള്ള ഒരു പണിയല്ല അത്. അവരുടെ ശീലമാകാം നേരത്തെ എല്ലാം ചെയ്തു തീർക്കുക എന്നത്.

അവർക്ക് എല്ലാത്തിനും വെപ്രാളവും തിടുക്കവുമാണ്.

അവർ ചെയ്യുന്നത് പലതും വളരെ വിചിത്രമാണ്. അവർക്ക് വൃത്തി വളരെ പ്രധാനമാണ്. പക്ഷേ, അവരുടെ രീതികൾ അംഗീകരിക്കാൻ തനിക്ക് പറ്റുന്നില്ല. പാത്രം കഴുകിക്കൊണ്ടിരിക്കെ കഴുകി വെച്ച പാത്രത്തിലേക്ക് ഒരു തുള്ളി വെള്ളം തെറിച്ചാൽ അവർ ആ പാത്രം വീണ്ടും കഴുകും. ചെളിവെള്ളം ആണെങ്കിൽ കഴുകണം. പക്ഷേ, പാത്രം കഴുകാൻ എടുക്കുന്ന നല്ല വെള്ളം നേരത്തെ കഴുകിവെച്ച പാത്രത്തിൽ തെറിച്ചാൽ അത് വീണ്ടും കഴുകുന്നതിന്റെ ലോജിക് തനിക്ക് മനസിലായിട്ടില്ല. ചിലർക്ക് അമിതവൃത്തി എന്നത് ഒരു മാനസീകപ്രശ്നം ആണെന്ന് കേട്ടിട്ടുണ്ട്. രാവിലെ സ്റ്റൗ ഓഫ് ചെയ്ത ശേഷം പുറത്തേക്കിറങ്ങിയ അവർ രണ്ട് തവണ തിരികെ കയറി വന്ന് അടുപ്പത്തേക്ക് നോക്കിയത് താൻ കണ്ടതാണ്. അതുപോലെ ഇന്നലെ രാത്രി മഴയുടെ സമയത്ത് കറണ്ട് പോയപ്പോൾ ടിവിയുടെ സ്വിച്ച് ഓഫ് ചെയ്തതിന് ശേഷവും അവർ ഒരുതവണകൂടി അത് ഉറപ്പുവരുത്തിയതാണ്.അപ്പോൾ അത് സ്വാഭാവീകമായേ തനിക്ക് തോന്നിയുള്ളൂ.

പക്ഷേ, ഇപ്പോൾ എന്തുകൊണ്ടോ അതൊന്നും സ്വാഭാവീകമാണ് എന്ന് തോന്നുന്നില്ല.പുറത്തെ ആഴയിൽ നിന്നും തുണികളെടുത്ത് പിന്നിലെ ചായ്പ്പിലേക്ക് നടന്നു അൻഷിത.

ദേബാശിഷിന്റെ അച്ഛൻ മാത്രമാണ് തന്നോട് സംസാരിച്ചതും നന്നായി പെരുമാറിയതും. അദ്ദേഹത്തിന് വാർദ്ധക്യസഹജമായ അസുഖങ്ങൾ ഉണ്ട്. തന്നെ ഇപ്പോൾ ഏറ്റവുമധികം കുഴക്കുന്നത് ദേബാശിഷിന്റെ പെരുമാറ്റമാണ്. ഹരിസാറിനെ കുറിച്ചുള്ള ചിന്തകളെ താൻ മനപ്പൂർവ്വം മാറ്റിനിർത്താൻ ശ്രമിക്കുകയാണിപ്പോൾ. ആ ചിന്തകൾ എത്ര മധുരമായാലും ഇനി മനസിൽ സൂക്ഷിക്കുന്നത് ശരിയല്ല എന്നറിയാം. വന്നുകയറിയ നിമിഷം മുതൽ പരമാവധി ഈ വീട്ടിലെ രീതികളോട് പൊരുത്തപ്പെടാൻ താൻ ശ്രമിക്കുന്നുണ്ട്. പക്ഷേ, എന്തുകൊണ്ടാണ് അയാൾ തന്നിൽ നിന്നും അകലം പാലിക്കുന്നത്..! തന്നോട് ഇഷ്ടക്കുറവായിരിക്കുമോ..? ഇന്നലെ രാത്രിയിലെപ്പോഴോ സംഭവിച്ച പൂർണ്ണമാകാത്ത സ്പർശ്ശത്തിന്റെ

ഒരു ഓർമ്മ മാത്രമേ ഭാര്യ എന്ന നിലയിൽ ഇതുവരെ തനിക്കുള്ളൂ. തന്റെ ഭാഗത്ത് നിന്ന് എന്താണ് തെറ്റ് ഉണ്ടായത് എന്ന് തനിക്ക് ഇതുവരെ മനസിലായിട്ടില്ല.

ഷാഷുരി കലത്തിൽ വെള്ളവുമായി പുറത്തെ അടുക്കളക്ക് നേരെ പടിഞ്ഞാറുവശത്തേക്ക് പോകുന്നു..

പുറത്തെ അടുക്കളയോട് ചേർന്ന് ഒരു ചെറിയ കെട്ടിടം കണ്ടതാണ് താൻ. അവിടെ എന്താണ് ഉള്ളത് എന്ന് ഇതുവരെ നോക്കിയിട്ടില്ല. എന്തെങ്കിലും സാധനങ്ങൾ സൂക്ഷിക്കാനുള്ള മുറിയായിരിക്കും. എന്തായാലും ഒന്ന് ചെന്ന് നോക്കണം.

തുണികൾ അഴയിലിട്ട ശേഷം അൻഷിത അമ്മായിയമ്മ പോയ വഴിയേ പുറത്തെ അടുക്കളയുടെ ഭാഗത്തേക്ക് നടന്നു.

ഷാഷുരി അവിടെ അടുക്കളയിൽ ഉണ്ട്. വെള്ളം എടുത്തുവെച്ച ശേഷം പുറത്തേക്കിറങ്ങുകയാണ് അവർ.

'അമ്മേ.. ആ കെട്ടിടത്തിൽ എന്താണ്..?' അൻഷിതയുടെ ചോദ്യം കേട്ട് അവരുടെ മുഖത്ത് ഗൗരവം പടർന്നു. പ്രസ്കതമായ ഒരു ചോദ്യത്തിന് ഉത്തരം പറയാൻ പോകുന്ന പണ്ഡിതയുടെ ഭാവമായിരുന്നു അവർക്ക്.

'അത് ഞാൻ നിന്നോട് പറയാൻ ഇരിക്കുകയായിരുന്നു.' അവർ പറഞ്ഞു..

'വളരെ ശുദ്ധിയും വൃത്തിയുമുള്ള ഒരു വീടാണ് ഇത്. നമ്മുടെ പാരമ്പര്യം അനുസരിച്ച്, ഈ വീട്ടിലെ സ്ത്രീകൾ ആശുദ്ധരായിരിക്കുന്ന സമയത്ത് അവർക്ക് താമസിക്കാൻ ഉള്ളതാണ് ഈ കെട്ടിടത്തിലെ മുറി.'

അൻഷിതയ്ക്ക് അവരെന്താണ് പറഞ്ഞുവരുന്നത് എന്ന് മനസിലായില്ല.

'പുറത്താവുന്ന സമയം മുതൽ മാസത്തിൽ ഏഴുദിവസം നീ ഇതിനകത്ത് ആയിരിക്കണം.'

ആ വാചകത്തിൽ നിന്നും അൻഷിതയ്ക്ക് കാര്യങ്ങൾ വ്യക്തമാകുന്നുണ്ടായിരുന്നു.. താൻ പെട്ടിരിക്കുന്നത് ഒരു വിഷമവൃത്തത്തിലാണ് എന്ന് മനസ്സിലാക്കാൻ അവൾക്ക് പ്രത്യേകം ചിന്തിക്കേണ്ട ആവശ്യം ഉണ്ടായിരുന്നില്ല..

വീണ്ടും ഷാഷുരിയുടെ ശബ്ദം അവൾ കേട്ടു..

'പണ്ട് വൃത്രാസുരവധത്തിന് ശേഷം ബ്രാഹ്മഹത്യാപാപം മൂലം വലഞ്ഞ ഇന്ദ്രന്റെ പാപഭാരത്തിൽ ഒരു പങ്ക് സ്ത്രീകൾ ഏറ്റെടുക്കേണ്ടി വന്നു. ആ പാപം എല്ലാ മാസവും കുടുംബത്തി

ലെ പുരുഷനെ ഉപദ്രവിക്കുന്നതിനായി സ്ത്രീയിലൂടെ അശുദ്ധി യായി പുറത്തുവരുന്നു എന്നാണ് വിശ്വാസം. കാരണം കുടുംബ ത്തിൽ പുരുഷൻ ഇന്ദ്രസ്ഥാനത്താണ്. അതുകൊണ്ട് അശുദ്ധയാ യിരിക്കുന്ന സമയത്ത് ഭർത്താവിന്റെ മുറിയിൽ പോകുകയോ ഭക്ഷ ണവസ്തുക്കളിൽ തൊടുകയോ ചെയ്യരുത്. തൊട്ടാൽ അവ അശു ദ്ധമാകും..'

അവരുടെ സംസാരം ആദ്യം അൻഷിതയെ അമ്പരപ്പിച്ചു എങ്കി ലും പിന്നീട് അമ്പരപ്പ് ദേഷ്യമായി മാറി. അതേസമയം ശരീരധർ മ്മത്തെക്കുറിച്ചുള്ള അടിസ്ഥാനപരമായ നേരറിവുപോലുമില്ലാതെ അമ്മയാകേണ്ടി വന്ന അവരോട് അവൾക്ക് സഹതാപവും തോ ന്നി.

'അതുകൊണ്ട് അശുദ്ധിയുള്ള സമയങ്ങളിൽ നീ ഈ മുറിയിൽ കഴിയണം നിനക്കായി പ്രത്യേകം പാത്രങ്ങളും ഭക്ഷണവും ഉണ്ടാ കും. ഞാനല്ലാതെ വേറെ ആരും നിന്റെ അടുത്തേക്ക് വരില്ല.'

അവർ പറഞ്ഞു നിർത്തിയപ്പോൾ ആ വാക്കുകൾ തന്റെ മന സിൽ കൂട്ടിൽ കിടക്കുന്ന ഒരു മൃഗത്തിന്റെ ചിത്രമാണ് വരച്ചിടുന്ന തെന്ന് അൻഷിത കണ്ടു. അന്ധവിശ്വാസങ്ങളുടെ ഇടയിലാണ് താൻ വന്നെത്തിയത് എന്ന് ഉറപ്പാണ്..

'അതുപോലെ ആ സമയത്ത് നീ പൂജാമുറിയുടെ അടുത്തൊ ന്നും പോകാതെ നോക്കണം. എന്തിനങ്ങോട്ട് പോകണം..! ഞാനൊന്നും ആ സമയങ്ങളിൽ ഈ മുറിക്ക് പുറത്തിറങ്ങിയിട്ടില്ല.'

തനിക്കുള്ള നിർദ്ദേശങ്ങൾ തന്നതിന് ശേഷം അവർ അടുക്കള യിൽനിന്നും പുറത്തേയ്ക്ക് ഇറങ്ങി നടന്നുപോകുന്നത് നോക്കി നിൽക്കുമ്പോൾ തന്റെ മനസ് സംഘർഷത്തിലാകുന്നത് അൻഷി തയറിഞ്ഞു. മുൻപിലെ പഴയ കെട്ടിടം ശപ്തജന്മങ്ങളുടെ ആത്മാ ക്കൾ വിഹരിക്കുന്ന ഇടം പോലെ അവളെ ഭയപ്പെടുത്തി.

തിരികെ അടുക്കളയിൽ എത്തി ഷുക്തോ ഉണ്ടാക്കാനുള്ള ബാക്കി കറിക്കൂട്ടുകൾ തയ്യാറാക്കുമ്പോൾ രാവിലെ തോന്നിയിരു ന്ന സംശയങ്ങളെല്ലാം ഇപ്പോൾ ഭാരമായി പരിണമിക്കുന്നത് എന്തുകൊണ്ടാണ് എന്ന ചിന്തയായിരുന്നു അവൾക്ക്. മനസ് വരാ നിരിക്കുന്ന അപകടത്തെക്കുറിച്ച് അവ്യക്തമായ സൂചന നല്കുന്ന തുപോലെ അൻഷിതയ്ക്ക് തോന്നി. പുറത്തെ അടുക്കളയിൽ വെച്ച് അമ്മായിയമ്മ പറഞ്ഞതെല്ലാം തനിക്ക് അപരിചിതമായിരു ന്ന കാര്യങ്ങളായിരുന്നു. സ്ത്രീ ആശുദ്ധയാണ് എന്ന് ചിന്തിക്കുന്ന തിലെ ലോജിക് പുരുഷാധിപത്യത്തിന്റേതാണ് എന്നാണ് താൻ

അറിഞ്ഞിട്ടുള്ളത്. സ്ത്രീകൾ ചിന്തിക്കാത്തിടത്തോളം പുരുഷന്റെ ശരികൾ സ്ത്രീയുടെ ശരികളായി മാറും. അവൾ അത് അടുത്ത തലമുറയിലേക്ക് പകർന്നുകൊടുക്കും. അതോടെ പുരുഷന്റെ ശരികൾ തലമുറകളെ അതിജീവിക്കുകയും സ്ത്രീയുടേത് സ്വയം ശരികളെ സൃഷ്ടിക്കുവാനോ തെരഞ്ഞെടുക്കുവാനോ അവകാശമില്ലാത്ത ജീവിതമായി മാറുകയും ചെയ്യും.. സ്ത്രീകൾ പുരുഷാധിപത്യത്തിന്റെ കാവൽക്കാരോ വാഹകരോ ആവുകയല്ല, അതിന്റെ വിമർശകരും വിധികർത്താക്കളും ആവുകയാണ് വേണ്ടത്. പക്ഷേ, ഇതൊന്നും ഇവരെ ബോധ്യപ്പെടുത്താൻ തനിക്ക് ആകില്ല എന്നുറപ്പാണ്. ഏതോ മഹാകാര്യം ചെയ്യുന്നത് പോലെയാണ് അവർ ഐതിഹ്യങ്ങളൊക്കെ പറയുന്നത്.. ഒരുപക്ഷേ, ശരിയായ ദിശയിലുള്ള വിദ്യാഭ്യാസത്തിന്റെ കുറവായിരിക്കാം.

തനിക്ക് വിദ്യാഭാസമുണ്ട്. എന്നിട്ടും തനിക്കെന്താണ് പറ്റിയത്! താൻ ഇവിടെ കുടുങ്ങിപ്പോയിരിക്കുന്നു. കനത്ത ചൂടിൽ നടന്ന് തളർന്ന് ഒടുവിൽ തണലിനായി ഒരിടം തെരഞ്ഞടുക്കാനുള്ള അവകാശം തന്നിൽ നിന്ന് എടുത്തുമാറ്റപ്പെട്ടിരിക്കുന്നു!

‘അൻഷിതാ.. ശരിയായി ചിന്തിക്കുന്ന ഒരാളുടെ ഓരോ നിമിഷവും വേദനയോ സംഘർഷമോ നിറഞ്ഞതായിരിക്കും. കാരണം ചുറ്റുമുള്ള ലോകം ചിന്തയെ എതിർക്കുകയാണ് ചെയ്യുക. ചിന്ത മാറ്റത്തെ കൊണ്ടുവരുന്നു. മാറ്റം കാലഹരണപ്പെട്ട പരമ്പരാഗതമൂല്യങ്ങളെ വെല്ലുവിളിക്കുന്നു. അതുകൊണ്ടുതന്നെ പാരമ്പര്യത്തെ സ്വന്തമാക്കിവെച്ചിരിക്കുന്നുവെന്ന് അഹങ്കരിക്കുന്ന മഹാഭൂരിപക്ഷം ചെലുത്തുന്ന സമ്മർദ്ദത്തിനുള്ളിൽ ഓരോ സ്വതന്ത്രമനുഷ്യനും സംഘർഷത്തോടെ ജീവിക്കേണ്ടി വരുന്നു.’

ഹരിസാറിന്റെ വാക്കുകളെ തനിക്ക് മനസിൽ നിന്ന് മാറ്റാൻ കഴിയുന്നില്ല.. ആ മനുഷ്യൻ അത്രയധികം തന്നെ സ്വാധീനിച്ചിരിക്കുന്നു.. താൻ ചിന്തിച്ചുതുടങ്ങിയത് ഹരിസാർ ഒപ്പമുണ്ടായിരുന്ന കാലയളവിലാണ്. പക്ഷേ,....

‘നിന്റെ പണി കഴിഞ്ഞോ...? ‘

ശബ്ദം കേട്ട് അൻഷിതയും ചിന്തയിൽ നിന്നുണർന്നു..

ഷഷുരിയാണ്..! ഇനിയെന്താണാവോ അവർക്ക് വേണ്ടത്!

‘നമുക്ക് ആ മുറിയെന്ന് വൃത്തിയാക്കണം.. ദാ ..ആ ചൂല് എടുത്തോ.’

അവർ തന്റെ തടവറ ആകാൻപോകുന്ന പിന്നിലെ കെട്ടിടത്തിന്റെ കാര്യമാണ് പറയുന്നത്..!

തനിക്കുള്ള നിർദ്ദേശം തന്നതിന് ശേഷം അവർ പുറത്തേക്ക് ഇറങ്ങുന്നത് അൻഷിത കണ്ടു.

ഗ്യാസ്ടൗ തീ കുറച്ച് വെച്ചതിന് ശേഷം അൻഷിത ചൂലുമായി ഷാഷുരിയുടെ പിന്നാലെ ചെന്നു. അവർ മുറി തുറക്കുകയാണ്.

'ഞാൻ ഇങ്ങോട്ട് കയറാതായതിന് ശേഷം മുഴുവൻ പൊടിയും മാറാലയുമായിട്ടുണ്ടാകും. എല്ലാം ഒന്ന് വൃത്തിയാക്കണം..'

മുറിതുറന്ന് അകത്തുകയറിയ ശേഷം അവർ മുറിയുടെ മൂല യിൽ നിന്നും ഒരു കുറ്റിച്ചൂൽ എടുത്ത് നീണ്ട ഒരു വടിയുടെ അറ്റ ത്ത് കെട്ടിയശേഷം അത് അൻഷിതയ്ക്ക് കൊടുത്തു

'നീ മുകളിലെ മാറാലയൊക്കെ ആദ്യം അടിച്ച് വൃത്തിയാക്ക ണം.'

ചൂല് വാങ്ങി അൻഷിത ജോലിയാരംഭിച്ചു..അവർ ഇടയ്ക്കിടെ നിർദേശങ്ങൾ നൽകിക്കൊണ്ട് നോക്കിനിൽക്കുന്നുണ്ടായിരുന്നു. സ്വന്തം തടവറ വൃത്തിയാക്കുന്ന ഒരു തടവുകാരിയുടെ ചിത്രമാണ് അൻഷിതയുടെ മനസിലേക്ക് ഓടിയെത്തിയത്. ഷഷുരിക്ക് താൻ ഈ ജോലി ചെയ്യുന്നത് വലിയ സന്തോഷവും അഭിമാനവും ആണെന്ന് തോന്നിക്കുന്ന രീതിയിലാണ് അവരുടെ ആജ്ഞകൾ. ഇനിയൊരുപക്ഷേ, താൻ ഇതെല്ലാം ചെയ്യുന്നത് കാണുമ്പോൾ അവർക്ക് സന്തോഷം ലഭിക്കുന്നതിന് കാരണം താൻ കടന്നുപോ യ കഷ്ടപ്പാടുകളിലൂടെ മറ്റൊരാൾ കടന്നുപോകുമ്പോൾ ഉണ്ടാകു ന്ന സംതൃപ്തിയാണോ..? അങ്ങനെ മുൻകാലങ്ങളിൽ അവരെ ഉപദ്രവിച്ചവരോട് അവർ താദാത്മ്യപ്പെട്ട് സന്തോഷിക്കുകയാവാം. അവർ ഇപ്പോൾ പണ്ട് അവരെ ഉപദ്രവിച്ചവരുടെ സ്ഥാനം കയ്യട ക്കിയിരിക്കുന്നു.. അവർക്ക് ഉപദ്രവിക്കാൻ പുതിയ ആളെയാണ് കിട്ടിയത് എന്നുമാത്രം.. താൻ കോളേജിൽ ഒന്നാം വർഷം ചെല്ലു മ്പോൾ റാഗ് ചെയ്യാനായി കുറച്ചു കുട്ടികൾ വന്നിരുന്നത് ഓർമ്മ യുണ്ട്. സാഡിസം എന്ന മനോരോഗം! അതുപോലെയാവാം ഇതും.

കൂടുതൽ വൃത്തിക്ക് വേണ്ടിയുള്ള അമ്മായിയമ്മയുടെ മുറവിളി കേട്ടുകൊണ്ട് ഇരുപത് മിനിട്ടോളം അൻഷിത മുറിയുടെ മുകൾ ഭാഗത്തെ മാറാല നീക്കികൊണ്ടിരുന്നു.

ഇടയ്ക്ക് പുറത്തേക്ക് നോക്കിയപ്പോൾ മഴയ്ക്ക് മുന്നോടിയായ തണുത്ത കാറ്റ് വീശിത്തുടങ്ങിയിട്ടുണ്ടെന്ന് അവൾ കണ്ടു. ഇനി ഏതുസമയത്തും പെയ്യാം..

'മതി.. ഇനി നിലം വൃത്തിയാക്കാം.'

ഷാഷുരിയുടെ ആജ്ഞ കേട്ട് അൻഷിത ചൂല് എടുത്ത് നിലം അടിച്ചുവാരാൻ തുടങ്ങി..

ഉള്ളിലെ സംഘർഷങ്ങൾ പറയാൻ പോലും ഇവിടെ ആരുമില്ല ല്ലോ എന്ന് അൻഷിതയ്ക്ക് തോന്നി. അവൾക്ക് അമ്മയെ ഓർമ്മ വന്നു.

ഇന്ന് രാവിലെ വിളിച്ചതാണ് അമ്മയെ. ഇന്നലെ വൈകുന്നേര വും വിളിച്ചു. എന്തായാലും വൈകിട്ട് വിളിക്കണം. തനിക്ക് വളരെ സുഖമാണെന്നാണ് അമ്മയുടെ ധാരണ.ആ ധാരണ താൻ തിരു ത്താനും പോയില്ല. അടുത്ത ആഴ്ച അങ്ങോട്ട് പോകണം. അതാ ണ് ചടങ്ങ് എന്ന് അമ്മ പറയുന്നത് കേട്ടു. അങ്ങനെയാണെങ്കിൽ തനിക്ക് അമ്മയെ കാണാം. ഇന്ന് ദേബാശിഷിനോട് പറഞ്ഞുനോ ക്കണം. ആളുടെ ലീവ് രണ്ടാഴ്ചയെ ഉള്ളു. അതുപക്ഷേ ആരും തന്നോട് പറഞ്ഞില്ല. ദേബാശിഷിന്റെ അച്ഛനും അമ്മയും സംസാ രിക്കുന്നത് കേട്ടതാണ്.

എത്രയും വേഗം അമ്മയുടെ അടുത്തെത്താൻ അവളുടെ മനസ് തുടിച്ചു.

4

'വീട്ടിൽ നിന്നും അമ്മ നിന്നെ ഒന്നും പഠിപ്പിച്ചിട്ടില്ലേ..?. ഇനിയി പ്പോൾ എല്ലാം ഞാനായിട്ട് പഠിപ്പിക്കേണ്ടി വരുമോ.?'

ഷാഷുരിയുടെ ശബ്ദം ഉയർന്നിട്ടില്ലെങ്കിലും അതിലെ പരിഹാ സം വ്യക്തമായിരുന്നു. ഇന്നലെ മുതൽ തുടങ്ങിയതാണ് അവർ. താൻ പുറത്തെ കെട്ടിടം വൃത്തിയാക്കുന്നതിനിടയ്ക്ക് അടുപ്പത്ത് വെച്ച കറിയുടെ കാര്യം മറന്നുപോയി. വന്നപ്പോഴേക്കും അത് വല്ലാതെ വെന്ത് കുഴഞ്ഞുപോയിരുന്നു. അപ്പോൾ മുതൽ തുടങ്ങി യതാണ്. രാവിലെ നിലം തുടച്ചിട്ട് വൃത്തിയായില്ല എന്നാണ് ഇപ്പോഴത്തെ പരാതി.

'ഇതിന് കോളേജിൽ ഒന്നും പഠിച്ചിട്ട് കാര്യമില്ല. ചെയ്ത് ശീലി ക്കണം. അതെങ്ങാനാ.. ഇപ്പോഴത്തെ കുട്ടികൾ പണിയെടുക്കാൻ പറഞ്ഞാൽ ഉടനെ പുസ്തകമെടുക്കും..'

അവർ പറഞ്ഞുകൊണ്ടിരിക്കുന്നത് കെട്ടുനിൽക്കെ അൻഷിത ദേഷ്യം കടിച്ചമർത്തി.

'അല്ലെങ്കിലും പെണ്കുട്ടികൾ ഒരു പരിധിയിൽ കവിഞ്ഞ് പഠി ക്കാതിരിക്കലാണ് നല്ലത്. അടുക്കളപ്പണിക്ക് എന്തിനാ കുറെ പഠി

ക്കുന്നത്..?'

അവർ ഇനി നിർത്തില്ല.. പറഞ്ഞുകൊണ്ടേയിരിക്കും. അവരുടെ രീതിയാണത്.

അൻഷിത അവർ പറയുന്നത് കേൾക്കാത്തതുപോലെ നിലം തുടച്ചുകൊണ്ടിരുന്നു. ഉള്ളിൽ പണിപ്പെട്ട് അടക്കിവെച്ചിട്ടുള്ള ദേഷ്യത്തിനും സങ്കടത്തിനുമിടയ്ക്കും തനിക്ക് എങ്ങനെയാണ് ഇത്രയും സഹിക്കാൻ കഴിയുന്നത് എന്ന് അവൾ അത്ഭുതപ്പെട്ടു.

പണ്ടൊക്കെ അമ്മ എന്തെങ്കിലും പറയുമ്പോൾ ഉടനെ താൻ ദേഷ്യപ്പെടുമായിരുന്നു. ഇന്ന് തനിക്ക് പ്രതികരിക്കാൻ പോലുമാകുന്നില്ല. ഒരുപക്ഷേ ഇതായിരിക്കാം അമ്മയും അമ്മായിയമ്മയും തമ്മിലുള്ള വ്യത്യാസം.

'നന്നായി വൃത്തിയായി തുടയ്ക്ക്.. നിനക്ക് സൊന്ദേശ് ഉണ്ടാക്കാനറിയാമോ..?'

അവരുടെ ചോദ്യം കേട്ട് അൻഷിത ഇല്ല എന്ന അർത്ഥത്തിൽ തലകുലുക്കി.. അവരുടെ മുഖത്ത് ചെറിയ ഒരു പരിഹാസച്ചിരി തെളിയുന്നത് അൻഷിത കണ്ടു..

'ദേബിന് വലിയ ഇഷ്ടമാണ് സൊന്ദേശ്.. ഭർത്താവിന്റെ ഇഷ്ടങ്ങളൊക്കെ നീ ചോദിച്ച് മനസിലാക്കണം. ആ ഇഷ്ടങ്ങൾക്കൊത്ത് ജീവിക്കുമ്പോഴേ നല്ല ഭാര്യയാകു.'

തന്റെ ഇഷ്ടങ്ങൾക്ക് വിലയൊന്നുമില്ലേ എന്ന് ചോദിക്കാൻ തോന്നിയെങ്കിലും അൻഷിത മിണ്ടിയില്ല. ഇപ്പോൾ താൻ ചോദ്യങ്ങളെ എല്ലാം മനസിൽ സൂക്ഷിക്കാൻ പഠിച്ചിരിക്കുന്നു. മുൻപൊരിക്കലും തന്റെ ചോദ്യങ്ങൾക്ക് ഇത്രയും നേരം തടവിൽ കിടക്കേണ്ടി വന്നിട്ടില്ല.

'ഇനിയിവളിതൊക്കെ എപ്പോഴാണോ പഠിക്കുന്നത്' പിറുപിറുത്തുകൊണ്ട് ഷാഷുരി അടുക്കളയിലേക്ക് പോകുന്നത് അൻഷിത കണ്ടു.

ദേബ് ഇതുവരെ തന്നോട് കാര്യമായി മിണ്ടിയിട്ടില്ല. ഇന്നലെ രാത്രി താൻ സംസാരിക്കാൻ മുതിർന്നതാണ്. തന്നോട് എന്തെങ്കിലും വെറുപ്പുണ്ടോ എന്ന് താൻ ചോദിച്ചതാണ് എങ്കിലും അയാൾ ഒന്നും പറഞ്ഞില്ല. അയാൾക്ക് ആകെയൊരു നിർവ്വികാരതയാണ്. അപൂർവ്വമായി മാത്രമേ തന്നോട് എന്തെങ്കിലും പറയു. അതും പുറത്തുപോകുകയാണെങ്കിൽ മാത്രം. ഭക്ഷണം വേണമെങ്കിൽ അമ്മയെ വിളിച്ചുകൊണ്ട് അകത്തേക്ക് ചെല്ലും. എന്തായാലും തുറന്ന് സംസാരിക്കുന്നതാണ് ഭാര്യാഭർത്താക്കന്മാർക്കിടയിൽ

നല്ലത് എന്നാണ് താൻ കേട്ടിട്ടുള്ളത്. ഇന്ന് ശ്രമിച്ചുനോക്കണം. ചുരുങ്ങിയത് തന്റെ കുഴപ്പം എന്താണെന്നെങ്കിലും അറിഞ്ഞിരിക്കാമല്ലോ.

നിലം തുടച്ചുകഴിഞ്ഞ് അൻഷിത അടുക്കളയിലേക്ക് ചെന്നു. ഷാഷുരി അവിടെ പണിയിലാണ്.

'മാ.' അൻഷിത മൃദുസ്വരത്തിൽ വിളിച്ചു..

അവർ മുഖമുയർത്തി നോക്കി.

അൻഷിത മടിച്ചാണ് ചോദിച്ചത്..

'ദേബിന് എന്നെ ഇഷ്ടമല്ലേ.., എന്നോട് ഒന്നും മിണ്ടുന്നില്ലല്ലോ..?'

അവരുടെ ഭാവം പെട്ടെന്ന് മാറുന്നത് അൻഷിത കണ്ടു.

'ദേബിന് നിന്നോടല്ലാതെ വേറെ ആരോടാ ഇഷ്ടം..! ഇഷ്ടമല്ലെങ്കിൽ അവൻ നിന്നെ കെട്ടുമോ?'

അൻഷിതയ്ക്ക് അവരോട് ഒന്നും ചോദിക്കേണ്ടിയിരുന്നില്ല എന്ന് തോന്നി. സാധാരണ അമ്മായിയമ്മമാർ ഇത്തരം പ്രശ്നങ്ങൾ ഉണ്ടാകുമ്പോൾ പരിഹരിക്കാൻ മുന്നിട്ടിറങ്ങും എന്ന് കേട്ടിട്ടുണ്ട്. ഇവർ നേരെ തിരിച്ചാണ്. എന്തായാലും എല്ലാവരും എന്തൊക്കെയോ മറയ്ക്കുന്നുണ്ട് എന്ന് ഉറപ്പാണ്. ഇവിടെ വന്നതിന് ശേഷം ആദ്യമൊന്നും തനിക്കത് മനസിലായില്ല. പക്ഷേ എന്തോ പ്രശ്നമുണ്ടെന്ന് ഇപ്പോൾ തോന്നുന്നു.

കൂടുതലായി ഷാഷുരി എന്തെങ്കിലും പറയുമെന്ന് കരുതിയെങ്കിലും അവർ നിശ്ശബ്ദയായിരിക്കുന്നു.

'നീ മുൻവശത്തെ വാതിൽ അടച്ചോ..?'

പെട്ടെന്ന് ഓർത്തതുപോലെ ആശാലത ചോദിച്ചു..

'ഉം.' അൻഷിത മൂളി..

വാതിൽ അടഞ്ഞുകിടക്കുന്നത് അടുക്കളയിലേക്ക് പോരുന്നതിന് മുന്നെ അവർ കണ്ടിട്ടുണ്ടാവണം. എന്നിട്ടും ഇപ്പോൾ ഇത് ചോദിക്കുന്നത് എന്തിനാണ്!

അൻഷിതയ്ക്ക് സംശയം വർദ്ധിച്ചുകൊണ്ടിരുന്നു.

ദേബിന്റെ അച്ഛൻ ആൾ പാവമാണ്. അമ്മയോട് കയർത്ത് സംസാരിക്കുകയോ ദേഷ്യപ്പെടുകയോ ചെയ്ത് കണ്ടിട്ടില്ല. അമ്മയുടെ ശബ്ദം ഉയർന്നാൽ നിശ്ശബ്ദനാവുകയാണ് പതിവ്. അതിനും പിന്നിൽ ഒരു കാരണമുണ്ടാകാം എന്ന് തോന്നുന്നു. തന്റെ ജീവിതം എന്താണ് എന്ന ചോദ്യം അൻഷിതയുടെ മുന്നിൽ ഒരു അനിശ്ചിതാവസ്ഥ സൃഷ്ടിച്ചു.

'ദീദി...'

പുറത്തുനിന്നാരോ വിളിക്കുകയാണ്.. ഒരു സ്ത്രീയാണ്.

'ഓ.. ആശാദീദി.'

'അമ്മയെ ആരോ വിളിക്കുന്നുണ്ടല്ലോ' എന്നു പറഞ്ഞുകൊണ്ട് അടുക്കളയ്ക്ക് പുറത്തേക്കിറങ്ങാൻ തുടങ്ങിയ തന്നെ മറികടന്ന് ആശാലത തിടുക്കത്തിൽ മുറിക്ക് പുറത്തേക്കിറങ്ങുന്നത് കണ്ട് തെല്ലൊരമ്പരപ്പോടെ അൻഷിത പിന്നാലെ ചെന്നു..

'ഹാ .. മായാജി..വാ.. ഇരിക്ക്.'

ഷാഷുരി അവരെ ക്ഷണിക്കുന്നത് അവൾ കേട്ടു..

അയൽവാസിയായ മായാദീദി ആണ്. ദേബിന്റെ കൂടെ കല്യാണം കഴിഞ്ഞ് വന്നിറങ്ങുമ്പോൾ അവരാണ് മുൻപിൽ ഉണ്ടായിരുന്നത്.. അകത്തെ മുറിയിൽ വെച്ച് കിട്ടിയ കുറച്ചുസമയത്തിനുള്ളിൽ അന്ന് തന്നോട് ഏറ്റവുമധികം സംസാരിച്ചതും അവരാണ്.. വളരെ പ്രസന്നവതിയായ തുറന്ന മനസുള്ള ഒരു സ്ത്രീ.. അവരെ തനിക്ക് അന്നേ വലിയ ഇഷ്ടമായതാണ്..

വരാന്തയിലേക്ക് കയറി ഇരിക്കെ പുറത്തേക്ക് വന്ന ആശാലതയുടെ പിന്നാലെ വരുന്ന പുതുപ്പെണ്ണിനെ കണ്ട് മായ സൗമ്യമായി ചിരിച്ചു. 'സുഖമാണോ മോളെ..?'

അവരുടെ ചോദ്യത്തിന് സുഖമാണ് എന്ന അർത്ഥത്തിൽ തല കുലുക്കിച്ചുകൊണ്ട് അൻഷിത അനങ്ങാതെ നിന്നു.

'കല്യാണം കഴിഞ്ഞിട്ട് ഇത്രയും ദിവസമായി.. ഞാൻ ഒന്നിങ്ങോട്ട് വന്നില്ലല്ലോ.. മോളെ ഒന്ന് കാണുകയും ചെയ്യാമെന്ന് കരുതി. ആകെ തിരക്കായിരുന്നു. ഇപ്പോഴാ നേരം കിട്ടിയെ.'

അവർ തന്നെയും ഷാഷുരിയേയും മാറിമാറിനോക്കികൊണ്ട് ചിരിയോടെ സംസാരിക്കുന്നത് അൻഷിത നോക്കിനിന്നു. മധ്യവയസിൽ എത്തിയിരിക്കുന്നു എങ്കിലും തിളക്കമുള്ള പ്രൗഢമുഖമാണവർക്ക്.

അവരെ കണ്ടപ്പോൾ അവിടെ വന്നതിന് ശേഷം ആദ്യമായി ഒരു മനുഷ്യജീവിയെ കാണുന്നതിന്റെ ആശ്വാസമാണ് തനിക്ക് എന്ന് അൻഷിതയ്ക്ക് തോന്നി.

'നീ പോയി ചപ്പാത്തിക്ക് കുഴച്ചുവെക്ക്. ഞാൻ വന്നിട്ട് ഉണ്ടാക്കാം..'

തന്നെ നോക്കി ഷാഷുരി പറയുന്നത് അൻഷിത അല്പം അവിശ്വസനീയതയോടെയാണ് കേട്ടത്. സാധാരണ ഇത്തരം അവസരങ്ങളിൽ വീട്ടിൽ ആരെങ്കിലും വന്നാൽ പെരുമാറുന്നത് പോലെയല്ല ഇവരുടെ പെരുമാറ്റം. ഇവർക്ക് എന്താണ് പറ്റിയത്..!

അൻഷിതയും മുഖം കുനിച്ച് അകത്തേക്ക് കയറിപ്പോയി..

'ഒന്നും അറിയില്ലന്നെ. അവൾ ഒന്നും ഉണ്ടാക്കിയാൽ ശരിയാവില്ല..പാവം.'

അകത്തേയ്ക്ക് നടക്കവേ തന്റെ പിന്നിൽ മയാദീദിയോട് ഷാഷുരി പറയുന്നത് കേട്ട അൻഷിതയ്ക്ക് അവർ പറഞ്ഞതിലേ പാവം എന്ന വാക്ക് തന്നോടുള്ള സഹതാപപ്രകടനം അല്ലെന്ന് മനസിലാക്കിയെടുക്കാൻ താമസമൊന്നും വേണ്ടിവന്നില്ല. ഉള്ളിൽ തന്നെ അവർ അവഹേളിച്ചു എന്ന് അൻഷിതയ്ക്ക് ബോധ്യമുണ്ടായിരുന്നു.

തന്നെപോലെയൊരാൾ അഞ്ച് വയസ്സാകുമ്പോഴേക്കും ചാപ്പത്തിയുണ്ടാക്കാൻ പഠിച്ചിരിക്കും. എന്നിട്ട് അതുപോലും തനിക്കറിയില്ല എന്നാണ് അവർ പറയുന്നത്.! ഒന്നുകിൽ അവർ അധികാരം കാണിക്കുകയാണ്. അല്ലെങ്കിൽ താൻ മറ്റുള്ളവരോട് ഇടപെടുന്നതിനെ അവർ ഭയക്കുകയോ വെറുക്കുകയോ ചെയ്യുന്നു എന്നുറപ്പാണ്.

'അങ്ങനൊന്നും പറയല്ലേ.. കേട്ടാൽ ആ കൊച്ചിന് എന്തുതോന്നും..!'

മായാദീദി ഷാഷുരിയോട് പറയുന്നത് അൻഷിത കേട്ടു..

അകത്ത് അടുക്കളയിൽ ഗോതമ്പ്പൊടി കുഴയ്ക്കാൻ പാത്രമെടുത്തപ്പോഴേക്കും പെട്ടെന്ന് പുറത്തുനിന്നുള്ള ശബ്ദം തീരെ ഇല്ലാതായത് അൻഷിത ശ്രദ്ധിച്ചു..

'ഇനി മായാദീദി പോയിക്കാണുമോ..?'

അടുക്കളയിൽ നിന്ന് നടുമുറിയിൽ വന്ന് അൻഷിത മുവശത്തെ വാതിലിന് നേരെ എത്തിനോക്കിയപ്പോൾ തിരികെ പോരുമ്പോൾ താൻ തുറന്നിട്ടുപോന്ന വാതിൽ അടഞ്ഞുകിടക്കുന്നത് കണ്ടു. മുന്നോട്ട് ചെന്നപ്പോൾ അവർ ഇറയത്തിരുന്ന് സംസാരിക്കുന്നതിന്റെ ശബ്ദം ശ്രദ്ധിച്ചാൽ ചെറുതായി കേൾക്കുന്നുണ്ടായിരുന്നു.

മായാദീദി പോയിട്ടില്ല..

പിന്നെ എന്തിനാണവർ വാതിലടച്ചത്..!

എന്താണ് ഷാഷുരിക്ക് തന്നിൽ നിന്നും മറച്ചുവെക്കാനുള്ളത്..!

ആ സംശയം ഉയർന്നപ്പോൾ തന്നെ തനിക്ക് മുൻപുണ്ടായിരുന്ന സംശയങ്ങൾ ബലപ്പെട്ടുവരുന്നത് അൻഷിതയറിഞ്ഞു. അവൾ തിരികെ അടുക്കളയിലേക്ക് നടന്നു.

പത്ത് മിനറ്റ് കഴിഞ്ഞപ്പോൾ ഷാഷുരി തിരികെ അടുക്കളയിലെത്തി.

'മായാദീദി പോയോ...?'

മനസിനുള്ളിലെ കനലിന് മുകളിൽ കാറ്റ് വീശാതിരിക്കാൻ ശ്രദ്ധിച്ചുകൊണ്ടാണ് താൻ സംസാരിക്കുന്നത് എന്ന് അൻഷിതയ്ക്ക് തോന്നി. അവരുടെ മുന്നിൽ നിന്നും അടുക്കളയിലേക്ക് പറഞ്ഞുവിട്ടപ്പോൾ അവഹേളിച്ചതുപോലെയാണ് തനിക്ക് തോന്നിയത്..

'അവർ പോയി.'

പുറത്ത് മായാജി എന്നുവിളിച്ച് ക്ഷണിച്ചപ്പോൾ ഉണ്ടായിരുന്ന മർദ്ദവം അവരുടെ ശബ്ദത്തിൽ ഇപ്പോൾ ഇല്ല എന്ന് അൻഷിത കണ്ടു.!

'അവരോടൊന്നും ഒരിക്കലും മിണ്ടാൻ പോകരുത് കേട്ടോ.. നുണച്ചിയാണ്.. വെറുതെ നുണപറഞ്ഞ് ആളുകളെ തമ്മിലടിപ്പിക്കും.'

അവരുടെ വാക്കുകൾ തനിക്ക് മനസിലായ മയാദീദിയുടെ ചിത്രത്തിന് എതിരാണ്. ഷാഷൂരി നുണപറയുകയാണ് എന്ന് ആരോ തന്റെ മനസിലിരുന്നു പറയുന്നതുപോലെ അൻഷിതയ്ക്ക് തോന്നി.

'.....അതാ ഞാൻ നിന്നെ അടുക്കളയിലേക്ക് പറഞ്ഞുവിട്ടത്.'

ഷാഷുരി സ്വന്തം പ്രവർത്തിയെ ന്യായീകരിക്കുകയാണ്.. മായാദീദി ഇവർ പറയുന്നതുപോലെയല്ല എന്നുറപ്പാണ്. കല്യാണത്തിന്റെയന്ന് തന്നോട് അവർ സംസാരിച്ച കുറച്ചുനേരംകൊണ്ട് തനിക്ക് അവരോട് മതിപ്പ് തോന്നിയിരുന്നു. പക്ഷേ, എന്തിനാണ് ഇപ്പോൾ ഇവർ തന്നോട് നുണപറയുന്നത്..!

'ഇവിടെ ചുറ്റുമുള്ളവരോടൊന്നും അടുക്കാൻ പോകണ്ട.'

ഷാഷുരിയുടെ ശബ്ദം വീണ്ടും അൻഷിതയുടെ ചിന്തയെ മുറിച്ചുകൊണ്ട് അവളുടെ കാതിൽ വീണു.

അതോടെ അൻഷിതയ്ക്ക് ഉറപ്പായി. ഇവർ താൻ മറ്റുള്ളവരോട് സംസാരിക്കുന്നതിനെ ഭയപ്പെടുന്നു. ഇവർക്ക് എന്തോ മറയ്ക്കാനുണ്ട്. ഇതുവരെ ഉത്തരം കിട്ടാത്ത ചില ചോദ്യങ്ങൾ തന്നെ ആകാംക്ഷയുടെ മുൾമുനയിൽ നിർത്തുകയാണ്..!

5

ഗോബിന്ദപുരത്തേക്കുള്ള വഴിയിൽ ദേബിനൊപ്പം കാറിൽ

ഇരിക്കവെ തന്റെ ജീവിതം എത്രമാത്രം മാറിപ്പോയിരിക്കുന്നു എന്നാലോചിക്കുകയായിരുന്നു അൻഷിത.

നരേന്ദ്രപുരത്ത് എത്തിയതിന് ശേഷം തന്റെ ജീവിതത്തിൽ നിന്നും സന്തോഷം പൂർണ്ണമായും ഇല്ലാതായി എന്നു വേണമെങ്കിൽ പറയാം. ഹരിസാറിനോടുള്ള താല്പര്യം കൊണ്ട് മനസ് സമ്മതിക്കാതെയാണ് താൻ കല്ല്യാണത്തിന് ഒരുങ്ങിയതുതന്നെ. എന്നിരുന്നാലും വിവാഹത്തോട് അടുത്തപ്പോൾ അനിവാര്യമായ ഒന്ന് എന്ന നിലയ്ക്ക് താൻ ഈ വിവാഹത്തെ സ്വാഗതം ചെയ്തതുമാണ്. പക്ഷേ, തനിക്ക് വിവാഹജീവിതത്തെക്കുറിച്ചുണ്ടായിരുന്ന ധാരണകൾ മുഴുവനും തെറ്റിയിരിക്കുന്നു. ഈ യാത്രയ്ക്കുള്ള അവസരം പോലും ഷാഷുരിയുടെ പിന്നാലെ അനുവാദത്തിനായി കെഞ്ചി നടന്നിട്ട് കിട്ടിയതാണ്. ഇത് വിവാഹശേഷം ഉള്ള ഒരു ചടങ്ങുമാണ് എന്നതിനാൽ അവർക്ക് തന്റെ ആവശ്യം ഒഴിവാക്കാൻ കഴിയില്ലായിരുന്നു എന്നും പറയാം. ദേബ് അമ്മയോട് എതിർത്തൊന്നും പറഞ്ഞില്ല എന്നുമാത്രമല്ല തന്റെ ആവശ്യത്തിനായി അമ്മയോട് അനുവാദം ചോദിക്കുകകൂടി ചെയ്തില്ലല്ലോ. ദേബ് നിശബ്ദനായി കാറോടിക്കുകയാണ്. ദേബ് എപ്പോഴും അങ്ങനെയാണ്. തന്നോട് കിടക്കയിൽ പോലും മിണ്ടാറില്ല.

കാറിന്റെ ചില്ലിലൂടെ അൻഷിതയുടെ കണ്ണുകൾ പുറത്തേക്ക് നീണ്ടു.

റോഡിനപ്പുറം വളരെദൂരത്തോളം പരന്നുകിടക്കുന്ന പാടത്തിലേക്കും അതിനതിർത്തിപോലെ ദൂരെയായി ഇരുണ്ട് മങ്ങിയ നീല നിറത്തിൽ ഉയർന്ന് നിൽക്കുന്ന മലകളും കണ്ണുകളെ ആകർഷിക്കുന്നുണ്ട്. പക്ഷേ മനസിന് പുറത്തേക്ക് ഒഴുകാൻ താൽപര്യമില്ല. കാർമേഘങ്ങൾക്കിടയിലൂടെ പൊക്കുവെയിൽ പരക്കുകയാണ്.

അമ്മയെ കാണാൻ പോകുന്നു എന്നത് മാത്രമാണ് തന്നെ സന്തോഷിപ്പിക്കുന്നത്. കല്യാണം കഴിഞ്ഞ് ഇത് അഞ്ചാം ദിവസമാണ്. ഇത്രയും നാൾ അമ്മയെ കാണാതിരുന്നത് പഠിക്കാനായി ഹോസ്റ്റലിൽ നിന്ന സമയത്ത് മാത്രമാണ്. താൻ കൂടെയില്ലാതെ അമ്മ ഒറ്റയ്ക്ക് ചുനാരിയിലേക്ക് പോകുമെന്ന് തോന്നുന്നില്ല. അവിടെ വല്ലപ്പോഴും പോയിവന്ന് ഗോബിന്ദപുരത്ത് തന്നെ നിൽക്കാനുള്ള തീരുമാനമാകാം അമ്മയുടെ മനസിൽ.

പറ്റിയാൽ തിരികെ വരുമ്പോൾ അമ്മയെ കുറച്ചു നാളത്തേക്കെങ്കിലും കൂടെ കൂട്ടണം എന്നു തീരുമാനിച്ചു അവൾ. ഷാഷുരിക്ക് അടുത്തയാഴ്ച അവരുടെ വീട്ടിലൊന്ന് പോയിവരണം എന്ന് പറ

യുന്നത് താൻ കേട്ടതാണ്. അങ്ങനെയാണെങ്കിൽ മടങ്ങുമ്പോൾ അമ്മയെ തിരികെ കൂട്ടിയാൽ അത് തനിക്ക് ഒരു കൂട്ടാകും. ആരുടെയും ശല്യമോ കുറ്റപ്പെടുത്തലോ ഇല്ലാതെ അമ്മയോട് കുറേനേരം സംസാരിച്ചിരിക്കാൻ തന്റെ മനസ് കൊതിക്കുന്നുണ്ട്.

ദേബ് മിണ്ടാതെ സ്റ്റിയറിങ് വീലിന് പിന്നിൽ ഇരിക്കുന്നത് കണ്ടപ്പോൾ അയാൾ മറ്റൊരു യന്ത്രമാണെന്ന് അൻഷിതയ്ക്ക് തോന്നി.

'ദേബ്..'

അവൾ വിളിച്ചതുകേട്ട് അയാൾ തല തിരിച്ചു നോക്കിയപ്പോൾ ആ കണ്ണുകളിൽ തളം കെട്ടി നിൽക്കുന്ന നിസംഗഭാവം അവൾ കണ്ടു.

'എന്നോട് എന്താണ് മിണ്ടാത്തത്..?.. എന്നെ ഇഷ്ടത്തോടെയല്ലേ വിവാഹം കഴിച്ചത്..?'

തന്റെ ചോദ്യം കേട്ട് അയാൾ എന്തെങ്കിലുമൊന്ന് പറയണം എന്ന് അവൾ ആശിച്ചു.. അത് തനിക്ക് ഉത്തരം ആയില്ലെങ്കിൽ കൂടി വഴക്കുകൂടാനെങ്കിലും ജീവിതത്തിൽ ഒരാൾ ഉണ്ടാകും എന്ന ഒരു പ്രതിക്ഷയാണത്.

'ദേബ് ... എന്തെങ്കിലുമൊന്ന് പറയു.'

തന്റെ ചോദ്യം കേട്ട് അയാളുടെ മുഖം മുറുകുന്നത് അവൾ കണ്ടു.

'ഞാനെന്താ നിന്നോട് പറയേണ്ടത്.. ?' ദേബിന്റെ ശബ്ദം ഉയർന്നു..

'ഞാൻ സത്യം പറയണോ അതോ നുണ പറയണോ..? രണ്ടായാലും നിനക്ക് അത് പ്രശ്നമാകും.'

അയാൾ പറയുന്നത് എന്താണെന്ന് അൻഷിതയ്ക്ക് മനസിലായില്ല. എങ്കിലും അയാൾ അത് തുടർന്നെങ്കിൽ എന്നവൾ ആശിച്ചു. ദേബ് വീണ്ടും നിശബ്ദതയിലേക്ക് പോയപ്പോൾ വീണ്ടും ചോദിക്കാനുള്ള ധൈര്യം തനിക്ക് നഷ്ടപ്പെട്ടിരിക്കുന്നതുപോലെ അൻഷിതയ്ക്ക് തോന്നി.

'നോക്കു .. തിരികെ വരുമ്പോൾ അമ്മയെക്കൂടി കൂട്ടാമെന്നാണ് ഞാൻ കരുതുന്നത്. കുറച്ചുദിവസം അമ്മ ഒപ്പമുണ്ടെങ്കിൽ നന്നായിരുന്നു എന്നൊരു തോന്നൽ. ഞാൻ അമ്മയെ പിരിഞ്ഞ് നിന്നിട്ടില്ല.'

അയാൾ എന്തുപറയുമെന്നറിയാൻ അവൾ ശ്രദ്ധാലുവായി.

'ഉം.'

ദേബ് മറുപടി ഒരു മൂളലിൽ ഒതുക്കി വീണ്ടും നിശബ്ദനായിരിക്കുന്നു! തന്റെ വാക്കുകളെ ദേബ് എതിർത്തേക്കാം എന്നുകരുതിയിരുന്നതാണ് താൻ. അയാൾ പതിവായ നിശബ്ദതയ്ക്കു പകരം എന്തെങ്കിലും മറുപടി തരണമെന്നാണ് താൻ ആഗ്രഹിച്ചിരുന്നത്. എന്തായലും തിരികെവരുമ്പോൾ അമ്മയെക്കൂടി കൂട്ടാം. ദേബിന്റെ നിശബ്ദതയെ തനിക്ക് ഭയമാണ്. ഒരുപക്ഷേ അത് ഭഞ്ജിക്കപെടുമ്പോൾ ഒരു പൊട്ടിത്തെറിയായിരിക്കാം ഉണ്ടാവുക. വൈകാരികമായി ദേബ് സ്ഥിരത ഉള്ളവനാണെന്ന് തനിക്ക് തോന്നിയിട്ടില്ല. ദേബ് എന്തുകൊണ്ടായിരിക്കും അങ്ങനെ പറഞ്ഞത്..., സത്യം പറഞ്ഞാലും നുണ പറഞ്ഞാലും തനിക്ക് പ്രശ്നമാണെന്ന്.. ?

ആ വാക്കുകൾക്ക് ഒരുപാട് അർത്ഥങ്ങളുണ്ടെന്ന് അൻഷിതയ്ക്ക് തോന്നി. മറ്റാരോടൊക്കെയോ ഉള്ള വെറുപ്പ് ദേബ് തന്നോട് തീർക്കുന്നത് പോലെയാണ് തോന്നിയത്. വിവാഹത്തിന് മുൻപ് ദേബിനെ തനിക്ക് പരിചയമില്ല. തന്നോട് ദേഷ്യം തോന്നേണ്ട കാര്യവും അയാൾക്കില്ല പിന്നെ എന്തിനാണ് തന്നോട് ഈ അകൽച്ച..! തന്റെ ചിന്തകൾ എവിടെയും തൊടാതെ വായുവിൽ തങ്ങി നിൽക്കുകയാണ്.

പരിചയമുള്ള പ്രദേശത്തെത്തിയത്പോലെ തോന്നിയപ്പോൾ അൻഷിത പുറത്തെ കാഴ്ചകളിലേക്ക് ശ്രദ്ധിച്ചു. ഗോബിന്ദപുരത്ത് എത്താറായിരിക്കുന്നു. നരേന്ദ്രപുരത്തു നിന്നും ഗോബിന്ദപുരത്തെക്ക് പത്തുപതിനൊന്ന് കിലോമീറ്റർ ദൂരമേയുള്ളൂ.. പക്ഷേ, നരേന്ദ്രപുരത്തേക്ക് താൻ മുൻപ് വന്നിട്ടില്ല. ഇവിടെ ചെറിയമ്മായിക്ക് അകന്ന ബന്ധുക്കൾ ഉണ്ട് എന്ന കാര്യം ദേബിന്റെ വിവാഹാലോചന വരുന്നതുവരെ തനിക്കോ അമ്മയ്ക്കോ അറിയില്ലായിരുന്നു. അമ്മാവന്മാരും അമ്മായിമാരും പറഞ്ഞത് വിശ്വസിച്ചു എന്നതാണ് എല്ലാ പ്രശ്നങ്ങൾക്കും കാരണം. അല്ലെങ്കിൽ ഒന്നുകൂടി അന്വേഷിച്ചിട്ടേ ഈ കല്യാണത്തിന് അമ്മയും സമ്മതിക്കുമായിരുന്നുള്ളൂ.

ചെറിയമ്മാവന്റെ വീട്ടിലേക്കുള്ള വഴിയേ വണ്ടി തിരിയുമ്പോഴേ തങ്ങളെ കാത്ത് നിന്ന അമ്മ പുറത്തേക്ക് സന്തോഷത്തോടെ ഇറങ്ങിവരുന്നു.. അമ്മയെ താൻ രാവിലെ വിളിച്ചുപറഞ്ഞതാണ് ഇന്ന് വരുമെന്ന്.

ദേബാശിഷ് കാർ പോർച്ചിലേക്ക് കയറ്റിയിട്ട ശേഷം പുറത്തിറങ്ങി. അപ്പോഴേക്കും ചെറിയമ്മാവന്റെ ഇളയ മകൻ വണ്ടിക്കരികിലേക്ക് ഓടിയെത്തി ഡോർ തുറന്ന് പിടിച്ചു.

അമ്മായിയും അമ്മാവനും വന്ന് ദേബിനെയും തന്നെയും അക

ത്തേക്ക് ക്ഷണിക്കുന്നത് കണ്ട് സമ്മാനങ്ങളും കുട്ടികൾക്കുള്ള മധുരപലഹാരങ്ങളുമായി അൻഷിത ഇറങ്ങി. പുറത്തിറങ്ങിയപാടെ അമ്മ വന്ന് തന്നെ കെട്ടിപ്പിടിച്ചപ്പോൾ അൻഷിതയ്ക്ക് എന്തുകൊണ്ടോ കരച്ചിൽ വന്നു. നാലഞ്ച് ദിവസങ്ങൾ കൊണ്ട് അമ്മയ്ക്ക് അത്രയും വർഷങ്ങളുടെതന്നെ പ്രായം കൂടിയിരിക്കുന്നതുപോലെ. ദേബിന്റെ പിന്നാലെ അവർ അകത്തേക്ക് നടന്നു. അകത്തെത്തിയപ്പോൾ മധുരപലഹാരങ്ങളുടെ പാക്കറ്റ് ചെറിയമ്മയുടെ കൈയിൽ കൊടുത്തു.

സൽക്കാരങ്ങളും വിശേഷങ്ങൾ പറയലുമെല്ലാം നടക്കുമ്പോഴും ദേബാശിഷ് കാര്യമായി ഒന്നും പറയുന്നില്ല എന്ന് അൻഷിത കണ്ടു. നിസംഗമായ ഭാവത്തിനിടയ്ക്ക് എന്തെങ്കിലും ചോദിക്കുമ്പോൾ മാത്രം അപൂർവമായി ആ മുഖത്ത് ഒരു ചെറിയ പുഞ്ചിരി വിടരും. സൽക്കാരം കഴിഞ്ഞ് അവർക്ക് വേണ്ടി തയാറാക്കിയ മുറിയിലേക്ക് കയറിയ അൻഷിത വസ്ത്രം മാറി പുറത്തുവന്നപ്പോൾ ഒന്നും മിണ്ടാതെ ദേബ് അകത്തേക്ക് കയറി. അയാൾ വിശ്രമിക്കാനുള്ള തയാറെടുപ്പാണെന്ന്

മനസിലായപ്പോൾ അവൾ വാതിൽ പുറമേനിന്ന് ചാരി അമ്മയുടെ അടുത്തേക്ക് നടന്നു.

മേശയിൽ നിന്നും അൻഷിതയ്ക്കും ദേബിനും ഭക്ഷണം വിളമ്പിയ പാത്രങ്ങൾ അടുക്കളയിലേക്ക് കൊണ്ടുപോയി കഴുകാൻ തുടങ്ങുകയായിരുന്നു അനുരാധ. മകളുടെ മുഖത്ത് കണ്ട തെളിച്ചമില്ലായ്മയും മരുമകന്റെ നിശബ്ദതയും അവരെ കുഴക്കുന്നുണ്ടായിരുന്നു. 'മോന് സുഖമാണോ' എന്ന് ചോദിച്ചപ്പോൾ ദേബ് ഒന്ന് ചിരിച്ചെന്ന് വരുത്തുകയല്ലാതെ തന്നോടൊന്നും മിണ്ടിയില്ല എന്നോർത്തു അനുരാധ.

ചിന്തിച്ചിരിക്കെ പിന്നിൽ കാൽപെരുമാറ്റം കേട്ടു..

'അമ്മേ.'

അൻഷിതയാണ്..

അനുരാധ തിരിഞ്ഞുനോക്കി.

അവൾ വസ്ത്രം മാറി വന്നിരിക്കുന്നു.

'മോൾക്ക് സുഖമാണോ.. അവിടെ എല്ലാവരും എന്തുപറയുന്നു..?'

ആ ചോദ്യത്തിന് മറുപടി പറയാതെ ഒന്നു മൂളുകമാത്രം ചെയ്തു അൻഷിത. അമ്മയെത്തന്നെ ശ്രദ്ധിക്കുകയായിരുന്നു അവൾ.

അമ്മയ്ക്ക് നല്ല ക്ഷീണമുണ്ട്. താൻ ഇല്ലാത്തത് കൊണ്ടുള്ള വിഷമമുണ്ടാകാം. പിന്നെ ഇവിടുത്തെ പണിയും മോശമല്ല. ചുനാ

രിയിൽ ആയിരുന്നപ്പോൾ തങ്ങൾക്ക് മൂന്ന് പേർക്കുള്ള ഭക്ഷണം മാത്രം ഉണ്ടാക്കിയാൽ മതിയായിരുന്നു. ഇവിടെ പക്ഷേ, അതല്ല അവസ്ഥ. ചുറ്റുപുറവും മുറ്റമുള്ള ഈ വലിയ വീട് തൂത്തുവാരാൻ തന്നെ വലിയ പണിയാണ് കൂടാതെ അകത്തെപണിയും.

'അമ്മ വല്ലാതെ ക്ഷീണിച്ചുപോയി.. അമ്മയ്ക്കെന്താ പറ്റിയത്?' അൻഷിതയുടെ ചോദ്യം കേട്ട് അനുരാധ ചിരിച്ചു..

'നിനക്ക് തോന്നുന്നതാ മോളെ.. എനിക്ക് കുഴപ്പമൊന്നുമില്ല.'

രണ്ടുപേർക്കും പരസ്പരം തങ്ങൾ എന്തൊക്കെയോ മറയ്ക്കുകയാണെന്ന് തോന്നി.

'എന്താ രണ്ടുപേരും കൂടി വിശേഷം പറയുകയാണോ..?' പിന്നിൽ നിന്ന് ഒരു സ്ത്രീശബ്ദം കേട്ട് അൻഷിത മുഖം തിരിച്ചു.

പിന്നിൽ ചെറിയമ്മായിയെ കണ്ട് അവൾ ചിരിച്ചു..

അവർ അടുത്തേക്ക് വന്നു.

'ദേബിന്റേത് നല്ല കുടുംബമാ.. അവനാണെങ്കിൽ നല്ലവണ്ണം സമ്പാദിക്കുന്ന ഒരു പയ്യനും.. യാതൊരു ദുശീലവുമില്ല.'

ചെറിയമ്മായി പറയുമ്പോൾ അവർ അൻഷിത പുഞ്ചിരിച്ചുകൊണ്ടുനിന്നെങ്കിലും അവളുടെ മനസ് അവരുടെ വാക്കുകളെ നിരാകരിക്കുകയായിരുന്നു.

'എല്ലാം ഇനി നിന്റെ കൈയ്യിലാ.. നോക്കിയും കണ്ടും നിന്നാൽ നിനക്ക് സുഖമായി ജീവിക്കാം.'

ചെറിയമ്മായി സ്നേഹം പ്രകടിപ്പിക്കാണെന്നവണ്ണം അവളുടെ കൈത്തണ്ടയിൽ പിടിച്ചപ്പോൾ അൻഷിതയ്ക്ക് കൈ വലിക്കണമെന്നുണ്ടായിരുന്നു.

താൻ ഒരു ചതുരങ്കക്കരുവാണ്.. ചുറ്റുമുള്ളവർ ചേർന്ന് തന്റെ ചലനങ്ങൾ തീരുമാനിക്കുകയാണ്.

തിരക്കുകളെല്ലാമൊഴിഞ്ഞ് വൈകുന്നേരമാണ് അൻഷിതയോട് സ്വകാര്യമായി ഒന്ന് സംസാരിക്കാൻ അനുരാധയ്ക്ക് അവസരം കിട്ടിയത്. മിക്കപ്പോഴും തങ്ങൾ സംസാരിക്കുമ്പോൾ ആരെങ്കിലും അടുത്തുണ്ടാകും. തന്റെ മുറിയിലേക്ക് കയറിയ ശേഷം വാതിൽ ചാരി അൻഷിത അടുത്തേക്ക് വരുന്നത് അനുരാധ കണ്ടു. പറയത്തക്ക മാറ്റമൊന്നും അവളിൽ പറയാനില്ലെങ്കിലും ഒരു വിഷാദഭാവമാണ് മുഖത്ത്. അൻഷിത തന്നോടോന്നും ഒളിച്ചുവെയ്ക്കാത്ത പ്രകൃതക്കാരിയാണ്. അതുകൊണ്ടുതന്നെ അവൾക്ക് എന്തോ വിഷമമുണ്ടെന്ന് കണ്ടപ്പോൾതന്നെ തനിക്ക് മനസിലായതാണ്.

മുന്നോട്ട് വന്ന് തന്റെ അടുത്ത് കിടക്കയിലിരിക്കെ എന്തോ പറ

യാൻ തുടങ്ങിയെങ്കിലും അൻഷിതയിൽ നിന്ന് ഒരു തേങ്ങലാണ് പുറത്തുവന്നത് എന്ന തിരിച്ചറിവിന്റെ വിഷമത്തിലായിരുന്നു അനുരാധ.

'എന്താ മോളെ പറ്റിയത് ..?'

അനുരാധ അൻഷിതയുടെ തോളിൽ കൈവെച്ചു.

അമ്മയുടെ സ്പർശനത്തിനായി കാത്തുനിന്നതുപോലെ അൻഷിത അമ്മയുടെ നെഞ്ചിലേക്ക് വീണ് തേങ്ങി കരഞ്ഞുതുടങ്ങി. ആ കരച്ചിലിനൊടുവിൽ അവൾ എല്ലാം പറയുമെന്ന് അനുരാധയ്ക്ക് അറിയാമായിരുന്നു. മകളുടെ കരച്ചിൽ അവരെ ഭയപ്പെടുത്തി. അവൾക്കായി തിടുക്കപ്പെട്ട് താനെടുത്ത തീരുമാനം തെറ്റായിപ്പോയോ എന്ന ഭയം ഉള്ളിലെവിടെയോ അങ്കുരിക്കുന്നത് അനുരാധ അറിയുന്നുണ്ടായിരുന്നു. ദേബാശിഷിന്റെ നിസ്സംഗതയും നിശബ്ദതയും അവരുടെ മനസ്സിൽ നേരത്തെതന്നെ ചിന്താക്കുഴപ്പം സൃഷ്ടിച്ചിരുന്നു.

പുറത്ത്, പ്രകാശം മങ്ങിയ മാനത്ത് കറുത്ത മേഘങ്ങൾ പരസ്പരം കലഹിച്ച് കണ്ണുനീർപോലെ പെയ്തുതുടങ്ങിയിരുന്ന മഴ കനത്തുവരുന്നുണ്ടായിരുന്നു.

അൻഷിത മുഖമുയർത്തി .. അവൾ എന്താണ് പറയുന്നതെന്ന് കേൾക്കാൻ അനുരാധ കാതുകൂർപ്പിച്ചു.

'അമ്മെ..ഞാൻ ശരിക്കും ഒറ്റപ്പെട്ടതുപോലെയാണ് ആ വീട്ടിൽ..'

അൻഷിത കണ്ണുതുടച്ചുകൊണ്ട് പറഞ്ഞുതുടങ്ങി. കേട്ടിരിക്കെ തനിക്ക് തെറ്റുപറ്റിയിരിക്കുന്നു എന്ന തിരിച്ചറിവിനുമുൻപിൽ അനുരാധ നിസ്സഹായയായി. ആശാലത മരുമകളോട് ചെയ്യുന്ന കാര്യങ്ങളേക്കാൾ ദേബ് അവളോട് കാണിക്കുന്ന അകൽച്ചയെക്കുറിച്ചായിരുന്നു അനുരാധയുടെ ചിന്ത. ദേബാശിഷ് പെണ്ണുകണ്ട് കെട്ടിയതാണ് അൻഷിതയെ. എന്നിട്ടും അയാൾ വെറുപ്പ് കാണിക്കുന്നത് എന്തിനാണ് എന്നുമാത്രം അവർക്ക് മനസിലായില്ല.

സ്ത്രീകൾ മെൻസസ് ആവുന്ന കാലത്ത് താമസിക്കുന്ന വീടിന് പുറത്തേ കെട്ടിടത്തിന്റെ കാര്യം തനിക്ക് അറിയാവുന്നതാണ്. തന്റെയും ചെറുപ്പത്തിൽ ജീവിതം ഇങ്ങനെയൊക്കെത്തന്നെയായിരുന്നു. പക്ഷേ, ഇന്ന് അതൊന്നും തന്റെ തറവാട്ടിൽ കാര്യമായി ഇല്ല. കാലം മാറിയപ്പോൾ കൂടെ ചിലതെല്ലാം മാറിയിരിക്കുന്നു.. പൂർണ്ണമായി മാറിയില്ലെങ്കിൽ കൂടി ഒരുപാട് മാറ്റം സംഭവിച്ചിട്ടുണ്ട്.

അൻഷിതയുടെ അച്ഛനെ വിവിവാഹം കഴിച്ചതിന് ശേഷം ഒരിക്കലും തനിക്ക് അത്തരം ഒരവസ്ഥ നേരിടേണ്ടി വന്നിട്ടില്ലെന്ന്

അവരോർത്തു. തന്റെ തറവാട്ടിൽ ഒരു ആചാരം എന്ന നിലയ്ക്ക് അതിപ്പോഴുമുണ്ട് എങ്കിലും ഏതെങ്കിലും പൂജകളുമായി ബന്ധപ്പെട്ടുമാത്രമാണ് ഇന്ന് അതൊക്കെ ശ്രദ്ധിക്കാറുള്ളു. അല്ലാത്തപ്പോൾ സ്വാഭാവികമായി തന്നെയാണ് പെരുമാറുക. ആരും തടയാറില്ല. പക്ഷേ, ഇന്നും ആ പഴയ ചിന്തകളെ അങ്ങനെ തന്നെ മുന്നോട്ടു കൊണ്ടുപോകുന്നവരാണ് ദേബിന്റെ വീട്ടുകാർ. അച്ഛനിൽ നിന്ന് പകർന്നുകിട്ടിയ സ്വാതന്ത്ര്യബോധമാണ് അൻഷിതയ്ക്ക്. അവളുടെ മനസിന് ഇതൊന്നും ഒരിക്കലും അംഗീകരിക്കാൻ കഴിയില്ല എന്ന് തനിക്ക് അറിയാം.

മകൾ അവിടെ ഒരു വേലക്കാരിയെപ്പോലെ ഒതുങ്ങിപ്പോകുന്നതിനെക്കുറിച്ച് ആലോചിച്ചപ്പോൾ അവളുടെ അവസ്ഥയിൽ തനിക്കും പങ്കുണ്ട് എന്ന ചിന്ത അവരെ മഥിച്ചുകൊണ്ടിരുന്നു. തിരികെ പോകുമ്പോൾ അവൾ ആവശ്യപ്പെട്ടതുപോലെ കൂടെപോകണമെന്ന് അനുരാധ മനസിലുറച്ചു.

നാലോ അഞ്ചോ ദിവസം ഒപ്പം നിന്നാൽ അവൾക്കൊരു ആശ്വാസമാകും. മാത്രമല്ല അവിടുത്തെ സാഹചര്യം തനിക്കൊന്ന് നേരിൽകണ്ട് മനസിലാക്കുകയും ചെയ്യാം.

അൻഷിതയെ സമാധാനിപ്പിച്ച് തിരികെ അവളുടെ മുറിയിലേക്ക് പറഞ്ഞുവിട്ടെങ്കിലും തന്റെ മനസിന്റെ സമാധാനം നഷ്ടപ്പെട്ടിരിക്കുന്നതായി അവർക്ക് മനസിലായി.

അൻഷിത ചെല്ലുമ്പോൾ ദേബാശിഷ് ഉറക്കമുണർന്നിരുന്നു.

'നാളെ തിരികെ പോകണം..'

അകത്തേക്ക് വന്ന അൻഷിതയെ നോക്കികൊണ്ട് അയാൾ പറഞ്ഞു. യഥാർത്ഥത്തിൽ അതുതന്നെയായിരുന്നു അൻഷിതയും ആഗ്രഹിച്ചത്. സാധാരണ കല്ല്യാണം കഴിഞ്ഞ് പെണ്ണിന്റെ തറവാട്ടിൽ വിരുന്നിന് വന്നാൽ രണ്ടുമൂന്നുദിവസമെങ്കിലും നിൽക്കാതെ പോകരുത് എന്നാണ്. പക്ഷേ, അമ്മയെ അത്രയും നേരത്തെ തനിക്ക് സ്വകാര്യമായി കിട്ടും. മാത്രമല്ല ചെറിയമ്മായിയുടെ കപടസ്നേഹത്തേക്കാൾ സഹിക്കാൻ കഴിയുന്നത് ഷാഷുരിയുടെ അഭിനയമില്ലാത്ത വെറുപ്പാണ്.

'ഒന്ന് കുളിക്കട്ടെ.'

കിടക്കയിൽ നിന്ന് എഴുന്നേറ്റ് പോകെ ദേബ് ആരോടെന്നില്ലാതെ പറഞ്ഞു. എങ്കിലും അത് തനിക്കുള്ള ഒരറിയിപ്പാണ് എന്ന് അൻഷിതയ്ക്ക് തോന്നി. അയാൾ ഇനിയും എന്തെങ്കിലും പറഞ്ഞിരുന്നെങ്കിൽ എന്ന് അവളുടെ മനസ് വെറുതെ ആഗ്രഹിച്ചു.

പത്തുമിനിറ്റ് കഴിഞ്ഞപ്പോഴേയ്ക്കും ദേബ് കുളിച്ചിറങ്ങി. പിന്നാലെ അൻഷിതയും കുളിച്ചുവന്നപ്പോഴേയ്ക്കും ചെറിയമ്മായി ഭക്ഷണത്തിനായി വിളിക്കുന്നത് കേട്ടു. വസ്ത്രം മാറി പുറത്തിറങ്ങിയ അൻഷിത അടുക്കളയിലേക്ക് നടന്നു.

അമ്മ അവിടെ പണിയിലായിരിക്കും. താനിവിടെ വന്നതിന് ശേഷം അമ്മയെ ആ അടുക്കളയ്ക്ക് പുറത്ത് കണ്ടത് അപൂർവ്വമാണ്. ചെറിയമ്മായിയാകട്ടെ അടുക്കളയിൽ ഇടയ്ക്കിടെ വന്ന് എന്തെങ്കിലും എടുക്കുകയോ എന്തെങ്കിലും പറഞ്ഞിട്ട് പോകുകയോ ചെയ്യും.

ഭക്ഷണം ഡൈനിങ് ടേബിളിൽ എത്തിക്കാൻ ചെറിയമ്മായിയോടോപ്പം അൻഷിതയും കൂടി. അമ്മാവനും ദേബും ഇരുന്നുകഴിഞ്ഞുവെന്ന് അവൾ കണ്ടു. അവർ ഭക്ഷണം വിളമ്പിക്കൊണ്ടിരിക്കുമ്പോൾ ദേബ് തന്നോട് ഇരിക്കാൻ പറയുകയോ തന്നെ ശ്രദ്ധിക്കുകയോ ചെയ്യുന്നില്ല എന്ന് അൻഷിത കണ്ടു.

'അൻഷിതാ.. നീയുമിരിക്ക്. ഞാൻ വിളമ്പിത്തരാം.'

ചെറിയമ്മായി പറഞ്ഞപ്പോൾ 'വേണ്ട അമ്മയോടൊപ്പം ഇരുന്നുകൊള്ളാമെന്ന് പറഞ്ഞ്' അൻഷിത അടുക്കളയിലേക്ക് പോയി.

'നീ കഴിക്കുന്നില്ലേ ..?'

അൻഷിത തിരികെ അടുക്കളയിലേക്ക് വന്നപ്പോൾ അനുരാധ ചോദിച്ചു. 'നമുക്ക് ഒരുമിച്ചുകഴിക്കാം' എന്നുപറഞ്ഞ് അവൾ വിഷാദത്തോടെ പുഞ്ചിരിക്കുന്നത് കണ്ടപ്പോൾ തന്റെ മനസ് നീറുന്നുവെന്ന് അനുരാധ മനസിലാക്കി.

'അമ്മ കിടക്കുമ്പോൾ എത്ര മണിയാകും...?' അൻഷിതയുടെ ചോദ്യം കേട്ട് അനുരാധ അവളെ നോക്കി. തനിക്ക് സുഖമാണോ എന്നറിയാൻ ശ്രമിക്കുകയാണ് അവൾ..

'ഞാൻ നന്നായി ഉറങ്ങുന്നുണ്ട് മോളെ ..?'

അമ്മയുടെ മറുപടി തന്റെ ചോദ്യത്തിന് ഉത്തരമായില്ല എങ്കിലും അവൾ തുടർന്ന് ഒന്ന് ചോദിച്ചില്ല. ആണുങ്ങളും കുട്ടികളും ഭക്ഷണം കഴിച്ചതിന് ശേഷം ബാക്കിയുള്ളവർ ഭക്ഷണം കഴിക്കാനിരുന്നപ്പോൾ അമ്മ ഒരു പാത്രത്തിൽ ഭക്ഷണമെടുത്ത് ദിദിമയുടെ മുറിയിലേക്ക് പോകുന്നത് അൻഷിത കണ്ടു.

താൻ വന്നപ്പോൾ ദീദിമയെ കണ്ടതാണ്. അസുഖത്തിൽ മാറ്റമൊന്നുമില്ല. കല്യാണത്തിന്റെ അന്ന് തന്നെ അനുഗ്രഹിച്ചുവിട്ടതാണ് ദിദിമ. വിശേഷ അവസരങ്ങളിൽ കൂടിവരുന്ന ആളുകൾക്ക് മുന്നിൽ സ്വന്തം കരുണയും, ബഹുമാനം കൊടുക്കുന്ന ഹൃദയവി

ശാലതയും തെളിയിക്കുന്നതിനുള്ള ഒരു ഉരകല്ലുമാത്രമാണ് പലർക്കും പ്രായമായവർ. ചെറിയമ്മാവൻപോലും ദിദിമയുടെ കാര്യത്തിൽ ശ്രദ്ധിക്കുന്നതായി തോന്നിയിട്ടില്ല.

ഭക്ഷണം കഴിഞ്ഞശേഷം അമ്മയോടൊപ്പം പാത്രങ്ങൾ കഴുകാൻ അവളും കൂടി. ചെറിയമ്മായിയും ഒപ്പമുണ്ടായിരുന്നു. പക്ഷേ, പണികൾ തീർക്കുന്നതിനേക്കാൾകൂടുതൽ നേരം ദേബിന്റെ വീട്ടുകാരുടെ മേന്മ പറയുകയായിരുന്നു അവർ. അവർ ദേബിന്റെ അകന്ന ബന്ധുവാണ്.

പക്ഷേ, തനിക്ക് മനസിലായ അത്രയും ആ വീട്ടിലെ രീതികളെക്കുറിച്ച് അവർക്ക് മനസിലായിട്ടില്ല എന്നുറപ്പാണ്. പിന്നെ എന്താണ് ചെറിയമ്മായി സ്ഥാപിക്കാൻ ശ്രമിക്കുന്നത്!

ഒരുപക്ഷേ, ചെറിയമ്മായി തനിക്കായി കൊണ്ടുവന്ന ബന്ധം എന്തുകൊണ്ടും നല്ലതാണ് എന്ന് അമ്മയുടെ മുന്നിൽ വെച്ച് പറയുന്നതിലൂടെ അവരും ചെറിയമ്മാവനും ചെയ്ത സഹായങ്ങളെ ഓർമ്മിപ്പിക്കുകയാകും. അങ്ങനെ അമ്മയുടെ വിധേയത്വം നേടുവാനുള്ള ശ്രമമാകാം.

അവർക്ക് തീർച്ചയായും നേട്ടമുള്ള ഒരുകാര്യമാണത്. അമ്മ അവരുടെ അടുക്കളയിൽ കഷ്ടപ്പെടുന്നത് താൻ കാണുന്നുണ്ട്.

'അമ്മേ.. ഇടയ്ക്ക് ചുനാരിയിലേക്ക് പോകണ്ടേ.?'

അൻഷിത ചോദിച്ചു

'ഇനിയിപ്പോ അവിടെയാരാ ഉള്ളത്! നിന്റെ അമ്മയ്ക്ക് ഇവിടെ നിൽക്കാലോ. ഇടയ്ക്ക് പോയി ഒന്ന് വൃത്തിയാക്കി ഇട്ടിട്ട് തിരിച്ചു വരണം.. അത്രയല്ലേയുള്ളു.'

ചോദ്യം അമ്മയോടാണെങ്കിലും മറുപടി പറഞ്ഞത് ചെറിയമ്മായിയാണെന്നത് അൻഷിത ശ്രദ്ധിച്ചു.

'അവിടെയുള്ള ഭൂമിക്ക് ഇപ്പോഴാണെങ്കിൽ നല്ല വിലകിട്ടും. അത് വിറ്റ് ബാങ്കിലിട്ടാൽ പോരെ.'

അവർ പറയുന്നത് കേട്ടാൽ ശരിയെന്നുതോന്നുമെങ്കിലും അതിലെ ശരിയില്ലായ്മ അൻഷിതയ്ക്ക് മനസിലായി. ആ ഭൂമി അമ്മാവന്റെ ആഗ്രഹമാണ് എന്ന് തനിക്കറിയാം. അമ്മയ്ക്ക് ഭാഗമായി കിട്ടിയതാണത്. കൂടാതെ ചുനാരിയിലെ വസ്തുവകകളും എല്ലാം കൂടി ചെറിയ വിലയ്ക്ക് കിട്ടുമല്ലോ. മാത്രമല്ല അമ്മയെ ഒരു സ്ഥിരം വേലക്കാരിയാക്കി ഇവിടെ നിർത്തുകയും ചെയ്യാം.

'അതൊന്നും ഇപ്പോൾ ആലോചിക്കേണ്ട കാര്യമല്ലല്ലോ.' അൻഷിത പറഞ്ഞു

'കൂടാതെ അച്ഛന്റെ ഓർമ്മകൂടിയാണ് ചുനാരിയിലെ വീട്. അത് അത്രയെളുപ്പം നഷ്ടപ്പെടുത്താൻ പറ്റില്ല.'

തന്റെ വാക്കുകൾ ചെറിയമ്മായിക്ക് ഇഷ്ടമായിട്ടില്ല എന്ന് അൻഷിതയ്ക്ക് അവരുടെ മുഖത്തുനിന്നും വായിച്ചെടുക്കാമായിരുന്നു. പണികൾ കഴിഞ്ഞ് മുറിയിലെത്തുമ്പോൾ ദേബാശിഷ് കിടക്കയിൽ ഒരരികിലായി കിടക്കുന്നുണ്ടായിരുന്നു. അൻഷിത ലൈറ്റ് ഓഫ് ചെയ്ത് കിടന്നു. അല്പം കഴിഞ്ഞപ്പോൾ ദേബാശിഷിന്റെ കൈ തന്റെ ശരീരത്തിൽ സ്പർശിക്കുന്നത് അറിഞ്ഞു. അവൾക്ക് അയാളോട് പുച്ഛം തോന്നിയെങ്കിലും ആ കൈ തട്ടിമാറ്റാനുള്ള ധൈര്യം തോന്നിയില്ല.

6

നരേന്ദ്രപുരത്തേക്ക് മടങ്ങുമ്പോൾ അൻഷിത സന്തോഷത്തിലായിരുന്നു. അമ്മ കൂടെയുണ്ട് എന്നത് അവളെ ഒരുപാട് സന്തോഷിപ്പിച്ചു എങ്കിലും കാറിലിരിക്കെ ദേബാശിഷിന്റെ സാന്നിധ്യത്തിൽ തുറന്ന് സംസാരിക്കാൻ അവൾക്ക് മടി തോന്നി.

പുറത്ത് മഴ കനത്ത് പെയ്യുന്നുണ്ടെങ്കിലും കാറിലെ ഇളം ചൂട് സുഖമുള്ളതാണ്. അമ്മ പുറത്തെ മഴകാഴ്ച്ചകളിലേക്ക് നോക്കി മിണ്ടാതിരിക്കുകയാണ്. ഈ നിശബ്ദതയുടെ കാരണം അമ്മയ്ക്കറിയാമെന്ന് തനിക്ക് മനസിലായതാണ്. അല്ലെങ്കിൽ അമ്മയായിട്ട് എന്തെങ്കിലുമൊക്കെ പറഞ്ഞുതുടങ്ങുമായിരുന്നു. ദേബാശിഷ് പതിവ് ഭാവത്തോടെ വണ്ടിയോടിക്കുന്നതിൽ ശ്രദ്ധിച്ചിരിക്കുകയാണ്. ദേബിന്റെ അമ്മ വീട്ടിലുണ്ട്. നാളെയാണ് അവരുടെ സുഖമില്ലാത്ത അമ്മയെ കാണാൻ പോകുന്നത്. താൻ അമ്മയെ കൊണ്ടുചെല്ലുമെന്ന് അവരൊട്ടും പ്രതീക്ഷിക്കില്ല. ഗോബിന്ദപുരത്ത് നിന്ന് മടങ്ങാൻ വൈകി. ഇന്നലെ ചെറിയമ്മാവന്റെ വീട്ടിൽ മാത്രമേ പോയുള്ളൂ. അതുകൊണ്ട് ഇന്ന് വലിയമ്മാവന്റെ വീട്ടിലും കൂടി പോയതിന് ശേഷമാണ് അവിടെനിന്നും തിരിക്കാൻ പറ്റിയത്. തങ്ങൾ ഇന്ന് മടങ്ങുകയാണെന്ന് ദേബാശിഷ് പറഞ്ഞപ്പോൾ ചെറിയമ്മായി തന്നെ ഒന്ന് ചുഴിഞ്ഞുനോക്കി. താനാണ് ആ തീരുമാനത്തിന് പിന്നിൽ എന്ന് ചെറിയമ്മായി കരുതുന്നുണ്ടാകാം.

വഴിയിലെ ചെറിയ കുന്നിന്റെ ചരിവിൽ ഉയരമുള്ള മരങ്ങൾ പേടി തോന്നിക്കുന്ന വിധം ശക്തമായ കാറ്റിൽ ആടിയുലയുകയാണ്. ആ കാഴ്ച്ചകൾ അൻഷിതയുടെ ചിന്തകളെ സ്വന്തം ജീവിത

ത്തിൽ നിന്നും ബാഹ്യലോകത്തേക്ക് കൊണ്ടുപോയി.

മകളും മരുമകനും തമ്മിലുള്ള പ്രശ്നമെന്താണ് എന്നാലോചിക്കുകയായിരുന്നു അനുരാധ. മകൾ തന്നോട് ചിലകാര്യങ്ങൾ പറഞ്ഞിട്ടുണ്ടെങ്കിലും പ്രശ്നം ഇത്ര ഗുരുതരമാണെന്ന് തനിക്ക് തോന്നിയിരുന്നില്ല. പക്ഷേ, ഇത്ര നേരമായിട്ടും ദേബാശിഷ് മകളോട് ഒന്നും സംസാരിച്ചിട്ടില്ല. ഇതൊരു മനുഷ്യന്റെ സാധാരണ സ്വഭാവമാണെന്ന് കരുതുക വയ്യ..

ആലോചിച്ചിരിക്കെ ഈ യാത്ര കൊണ്ട് ദേബാശിഷിന്റെ കുടുംബത്തേക്കുറിച്ച് കൂടുതൽ അറിയാൻ ശ്രമിക്കണമെന്ന് അനുരാധ മനസിലുറച്ചു. തന്റെ മകളുടെ ജീവിതം തന്റെ തീരുമാനം കൊണ്ട് നശിക്കുന്നു എന്ന ചിന്ത അവരുടെ മനോവ്യഥയെ അനുനിമിഷം വർദ്ധിപ്പിക്കുന്നുണ്ടായിരുന്നു.

മഴത്തുള്ളികൾ കാറിന്റെ ചില്ലിൽ വീണ് ചിത്രങ്ങൾ വരക്കുകയും നിമിഷാർദ്ദം കൊണ്ട് അവയെ മായ്ക്കുകയും ചെയ്തുകൊണ്ടിരുന്നു. അതിനിടയിലൂടെ കാഴ്ചകൾ മങ്ങി വരുന്നുണ്ടായിരുന്നു. കാറിന്റെ ഉള്ളിൽ ചില്ലിൽ പടരുന്ന ഈർപ്പം കാഴ്ചയെ മറച്ചപ്പോൾ ദേബാശിഷ് കാർ വഴിയോരം ചേർന്ന് നിർത്തിയശേഷം ഷാമ്പൂ പോലെയുള്ള ഒരു ക്രീം ഉപയോഗിച്ച് ചില്ല് തുടച്ച് വൃത്തിയാക്കുന്നത് അനുരാധ കണ്ടു. അപ്പോഴും അയാൾ അൻഷിതയെയോ തന്നെയോ ഒന്ന് തിരിഞ്ഞു നോക്കുകയോ ഒന്നും മിണ്ടുകയോ ചെയ്യുന്നില്ല എന്ന് അവർ ശ്രദ്ധിച്ചു.

കാർ വീണ്ടും മുന്നോട്ട് നീങ്ങി. വഴിയരികിലെ ചാൽ നിറഞ്ഞ് വെള്ളം കയറി നികന്ന് ഒഴുകുന്ന റോഡിലൂടെ ദേബാശിഷ് വേഗത്തിലാണ് വണ്ടിയോടിക്കുന്നത്. തണുത്ത കാറ്റ് വീശിയടിച്ചപ്പോൾ മഴത്തുള്ളികൾ വലിയ ശബ്ദത്തോടെ കാറിന് മുകളിൽ പതിക്കുന്നത് ഒരു ചെറിയ ഇരമ്പമായി കേൾക്കാം. ചുറ്റുമുള്ള കൊച്ചുകാര്യങ്ങളിലേക്ക് തന്റെ ചിന്തകൾ ചിതറിപ്പോകുകയാണെന്ന് അനുരാധയ്ക്ക് തോന്നി. ഒരുതരത്തിൽ അത് നല്ലതാണ്. ഉത്തരമില്ലാത്ത ചോദ്യങ്ങളിൽ നിന്നും മനസിനെ പറിച്ചെടുക്കാമല്ലോ..

കാർ ദേബാശിഷിന്റെ വീട്ടുമുറ്റത്തേക്ക് കയറിയപ്പോൾത്തന്നെ വരാന്തയിൽ ആശാലത നിൽക്കുന്നത് അനുരാധ കണ്ടു. കല്യാണത്തിന് ശേഷം അൻഷിതയെ കൊണ്ടുവിടാൻ വന്നപ്പോഴാണ് അവരെ അവസാനമായി കണ്ടത്. പിന്നെ ഒരിക്കൽ മകളോട് ഫോണിൽ സംസാരിക്കുന്നതിനിടയ്ക്ക് അവരോട് സംസാരിച്ചിരുന്നു. അന്ന് അവർക്ക് എന്തോ തിരക്കായിരുന്നു. തന്നെ അവർ പ്രതീക്ഷിച്ചിരി

ക്കില്ല ഇപ്പോൾ. അൻഷിത വിളിച്ചുപറഞ്ഞിട്ടുണ്ടാവില്ല.

വണ്ടി പോർച്ചിൽ കയറ്റിനിർത്തിയശേഷം ഇറങ്ങുമ്പോൾ ആശാലത നോക്കി നിൽക്കുന്നത് അനുരാധ കണ്ടു. താൻ ഇറങ്ങിയ സമയത്ത് അവരുടെ മുഖത്ത് ഏതോ ഭാവം മിന്നിമറഞ്ഞത് അനുരാധ ശ്രദ്ധിച്ചു. താൻ വന്നതിൽ അവർക്ക് സന്തോഷമൊന്നുമില്ല എന്ന് അനുരാധയ്ക്ക് തോന്നി.

അവർ വരാന്തയിലേക്ക് കയറിയപ്പോൾ അനുരാധയെ നോക്കി 'വരൂ' എന്നു പറഞ്ഞ് ചെറുതായി പുഞ്ചിരിച്ചുകൊണ്ട് അവർ അകത്തേക്ക് നടന്നു.

അതൊരു തണുത്ത പ്രതികരണമായിരുന്നു.

ഒരു കൈയ്യിൽ അനുരാധയുടെ ബാഗുമെടുത്ത അൻഷിത അമ്മയെ കൈപിടിച്ച് അകത്തേക്ക് കയറി ഗസ്റ്റ് റൂമിലേക്ക് കൊണ്ടുപോയി. ദേബാശിഷ് ഒന്നും പറയാതെ മുറിയിലേക്ക് പോയപ്പോൾ താൻ ഒരു അധികപ്പറ്റാണെന്നത് അനുരാധയ്ക്ക് വ്യക്തമായി.

'അമ്മ.. വസ്ത്രം മാറു. ഞാൻ മുറിയിൽ പോയി മാറ്റിയിട്ട് വരാം.'

പറഞ്ഞതിന് ശേഷം അൻഷിത പിന്തിരിഞ്ഞപ്പോൾ വസ്ത്രം മാറുന്നതിനായി അനുരാധ വാതിൽ അടച്ചു.

അൻഷിത മുറിയിലേക്ക് ചെല്ലുന്നത് കണ്ട് ദേബാശിഷ് തിരക്കിട്ട് പുറത്തേക്കിറങ്ങി. അയാളുടെ പ്രവർത്തികൾ പലതും അനുചിതമല്ല എന്ന് അവൾക്ക് തോന്നി.

ആണുങ്ങൾ പൊതുവെ സൗകര്യം കിട്ടിയാൽ ലൈംഗീകതയോട് ആഭിമുഖ്യം കാട്ടും എന്നാണ് താൻ കേട്ടിട്ടുള്ളത്. അതെന്തെങ്കിലുമാകട്ടെ, പക്ഷേ, സ്വന്തം ഭാര്യ വസ്ത്രം മാറുന്നിടത്ത് നിൽക്കാൻ അയാൾക്ക് ഇത്ര മടിയെന്താണ്..? പക്ഷേ, രാത്രിയിൽ അയാളുടെ കാര്യത്തിന് തന്റെ അടുത്ത് വരികയും ചെയ്യും.

ദേബിന്റെ നിസംഗഭാവം ഒരു മറയാണെന്ന് അൻഷിതയ്ക്ക് തോന്നി. അയാൾ താൻ കാണുന്നതിനപ്പുറം മറ്റെന്തോ ആണ്..!

വസ്ത്രം മാറി അടുക്കളയിലേക്ക് ചെല്ലുമ്പോൾ അമ്മ ഷഷുരിയോട് സംസാരിക്കുന്നത് അവൾ കണ്ടു. സംസാരിക്കാൻ ഷാഷുരി മടിയൊന്നും കാണിക്കുന്നില്ലെങ്കിലും അവരുടെ മുഖത്ത് ഒരു സന്തോഷമില്ലായ്മ ഉണ്ട്. ഒരുപക്ഷേ ഒന്ന് പറയുകപോലും ചെയ്യാതെ അമ്മയെ താൻ കൂട്ടിക്കൊണ്ട് വന്നത് അവർക്ക് ഇഷ്ടമായിട്ടുണ്ടാവില്ല.

അവർ ചായ വെക്കുകയാണ്. അമ്മ അടുത്തു നിന്നുകൊണ്ട് വിശേഷങ്ങൾ ചോദിക്കുന്നുണ്ട്.

'മോളെക്കുറിച്ച് പേടിക്കുകയൊന്നും വേണ്ട കേട്ടോ.. അവൾക്കിവിടെ സുഖമാണ്.'

ഷാഷുരി അമ്മയോട് പറയുന്നത് അൻഷിത കേട്ടപ്പോൾ അവൾക്ക് ചിരിക്കണമെന്ന് തോന്നി.

പുറമേ നിന്നു കാണുന്നവർക്ക് ആ ഒരു കാഴ്ചപ്പാട് മാത്രമേ അവളെ സംബന്ധിച്ച് ഉണ്ടാകാൻ സാധ്യതയുള്ളൂ. നല്ല വീട്.. സൗകര്യങ്ങൾ.. പക്ഷേ, താനിവിടെ ഭാര്യയെന്ന വാക്കിനപ്പുറം ആരാണ് എന്ന് ആരും ചിന്തിക്കില്ലല്ലോ.

താൻ ചെല്ലുന്നത് കണ്ട് ഷാഷുരി പുഞ്ചിരിക്കുന്നത് അൻഷിത കണ്ടു.

'എന്തുണ്ട് മോളെ, അവിടുത്തെ വിശേഷം..?' അവർ തന്നോട് ചോദിക്കുന്നത് കേട്ടപ്പോൾ അതിന് കാരണം അമ്മയുടെ സാന്നിധ്യമാണെന്ന് അവൾക്ക് തോന്നി. അവർ സ്വയം നല്ലൊരു അമ്മായിയമ്മയാണെന്ന് തെളിയിക്കാൻ ശ്രമിക്കുകയായിരിക്കാം.

'അവർക്കൊക്കെ സുഖമാണ', അൻഷിത പുഞ്ചിരിച്ചുകൊണ്ട് മറുപടി പറഞ്ഞു.

ഷാഷുരി ഒരു ഗ്ലാസിൽ ചായ പകർന്ന് അമ്മയ്ക്ക് കൊടുക്കുന്നത് അവൾ കണ്ടു.

'ഏതായാലും അമ്മയെക്കൂട്ടി വന്നത് നന്നായി. നാളെ ഞാൻ എന്റെ വീട്ടിലൊന്ന് പോയിവരാം. ഇവിടെ നിനക്കൊരു കൂട്ടായല്ലോ.'

അവർ പറയുന്നതിൽ എത്രമാത്രം ആത്മാർഥത ഉണ്ടെന്ന് അൻഷിതയ്ക്ക് തീർച്ചയില്ലായിരുന്നു.

അവൾ രണ്ടു ഗ്ലാസുകളിൽ ചായയുമെടുത്ത് അമ്മായിയച്ഛന്റെ മുറിയിലേക്ക് നടന്നു. തന്റെ കൈയ്യിൽ നിന്നും ചായ വാങ്ങികുടിക്കുന്ന ആ മനുഷ്യനും ഷാഷുരിയും തമ്മിൽ സ്വഭാവം കൊണ്ട് ഒരുതരത്തിലുള്ള പൊരുത്തവുമില്ലല്ലോ എന്നാലോചിക്കുകയായിരുന്നു അവൾ.

ദേബാശിഷിന്റെ അടുത്ത് ചെല്ലുമ്പോൾ അയാൾ മുറിയിൽ കിടക്കയിൽ കിടന്ന് എന്തോ ആലോചനയിലായിരുന്നു. അയാളെ വിളിച്ച് ചായഗ്ലാസ് കൈയ്യിൽകൊടുത്ത് പിന്തിരിയുമ്പോൾ അയാൾ തന്നെ പിന്നിൽ നിന്ന് പേരെടുത്ത് വിളിക്കണമെന്നും എന്തെങ്കിലുമൊക്കെ പറയണമെന്നും അവൾ ആഗ്രഹിച്ചു.

ദേബാശിഷ് നിശ്ശബ്ദനായി ചയകുടിക്കുന്നത് ഒന്നുകൂടിനോക്കി. അയാളുടെ തലയിൽ ഒന്നുരണ്ട് മുടിയിഴകൾ നരച്ചിട്ടുണ്ട്.. താടി രോമങ്ങളും ചിലത് നരച്ചിട്ടുണ്ട്. മുമ്പ് താനത് ശ്രദ്ധിച്ചിരുന്നില്ല ല്ലോയെന്ന് അൻഷിതയ്ക്ക് തോന്നി..

ഒരുപക്ഷേ, അകാലനരയാവാം.. അല്ലെങ്കിൽ പ്രായക്കൂടുതൽ തന്നെയാവാം..

ദേബിന്റെ പ്രായംപോലും കൃത്യമായി തനിക്ക് അറിയില്ലല്ലോ എന്നോർത്തുകൊണ്ട് അൻഷിത അടുക്കളയുടെ നേരെ നടന്നു.

ഭക്ഷണമെല്ലാം കഴിഞ്ഞ് ഉറങ്ങാനായി കിടക്കവേ ആരും പരസ്പരം സംസാരിക്കാത്ത ഒരു വീട്ടിലേക്കണല്ലോ താൻ മകളെ പറഞ്ഞുവിട്ടത് എന്നാലോചിക്കുകയായിരുന്നു അനുരാധ. ദേബിന്റെ അമ്മ ആശാലത വളരെ തന്റേടമുള്ള സ്ത്രീയാണ്.. കണിശക്കാരിയുമാണ് എന്ന് ഇത്രയും സമയം കൊണ്ട്തന്നെ തനിക്ക് മനസിലായി. അൻഷിത പറഞ്ഞതു വെച്ചുനോക്കിയാൽ അവർ കുറെ പഴയ വിശ്വാസങ്ങളുള്ളവരുമാണ്. അൻഷിതയോടുള്ള അവരുടെ പെരുമാറ്റം നന്നായിരിക്കണമെന്നേ തനിക്കാഗ്രഹമുള്ളു. ദേബാശിഷ് ആണെങ്കിൽ ആരോടും ഒന്നും സംസാരിക്കാറില്ല.. അയാളുടെ സുഖമില്ലാത്ത അച്ഛൻ നല്ല പെരുമാറ്റമാണ്. വൈകിട്ട് താൻ അദ്ദേഹത്തെ ഒന്ന് കണ്ടിരുന്നു.

പരസ്പരം ശത്രുത ഇല്ലാതിരിക്കെത്തന്നെ ആളുകൾ സംസാരിക്കാത്ത വീട്ടിൽ എങ്ങനെയാണ് സന്തോഷമുണ്ടാവുക..! എന്താണ് ഇതിനൊരു പ്രതിവിധി എന്ന് മനസിലാകുന്നില്ല..! എന്തായാലും നാളെ രാവിലെ ആശാലത അവരുടെ വീട്ടിലേക്ക് പോകും. അവരെ കൊണ്ടുവിടാനായി ദേബാശിഷും പോകും. പിന്നെ വൈകിട്ടേ അവൻ തിരികെവരൂ. രണ്ട് ദിവസം കഴിഞ്ഞ് ആശാലത തിരികെ എത്തുമ്പോഴേക്കും ഇവിടുത്തെ ചുറ്റുപാടുകളെക്കുറിച്ച് അറിഞ്ഞുവെക്കാനുള്ള സമയമുണ്ട് തനിക്ക്.

ചിന്തകൾക്കിടയ്ക്കെപ്പോഴോ മയക്കം കണ്ണുകളിലേക്ക് കുടിയേറിയപ്പോൾ തന്റെ കൺപോളകൾ അടഞ്ഞുവരുന്നത് അനുരാധ അറിഞ്ഞു..

പതിയെ അവർ ഉറക്കത്തിലേക്ക് വീണു.

○○

ഒൻപത്

1

വീടിന് പിന്നിലെ കെട്ടിടത്തിലേക്ക് വെറുതെയൊന്ന് പോയി നോക്കിയതായിരുന്നു അനുരാധ. രാവിലെ ആശാലത അവരുടെ അമ്മയെകാണാൻ പോയതിന് ശേഷം പഴയകാലത്തെ പ്രതാപ ത്തെ ഓർമ്മിപ്പിക്കുന്ന ആ വലിയ വീടിനെ ഒന്നടുത്ത് കാണാൻ തീരുമാനിച്ചതാണ് താൻ. തൊട്ടടുത്തായി അയൽക്കാർ ആരുമില്ല. അല്പം മാറി മായ എന്ന അയൽക്കാരിയുടെ വീടുണ്ട്. അവരുടേ ത് നല്ല പെരുമാറ്റമാണെന്ന് അൻഷിത പറഞ്ഞത് അനുരാധ ഓർ ത്തു. പറ്റിയാൽ അവരെയൊന്ന് കാണണമെന്ന് മനസ്സിലുറപ്പിച്ചു.

അനുരാധയുടെ മനസ് കണക്കുകൂട്ടലുകളിൽ ആയിരുന്നു.

ആശാലത സുഖമില്ലാത്ത അമ്മയെ കാണാൻ രാവിലെ പോയ താണ്. അവരെ കൊണ്ടുവിടാൻ ദേബാശിഷും പോയി. പോകു മ്പോൾ എല്ലാ കാര്യങ്ങളും അൻഷിതയെ പറഞ്ഞേൽപ്പിക്കുന്നത് താൻ കേട്ടതാണ്. ആശാലതയുടെ ഭർത്താവ് ആസ്ത്മ കൂടുതലാ യതിനാൽ ഏതുനേരവും മുറിക്കകത്ത് തന്നെയാണ്. ഇടയ്ക്കൊ ന്ന് പുറത്തിറങ്ങും. അതും വെയിൽ തെളിയുമ്പോൾ മാത്രം. അദ്ദേ ഹത്തിനുള്ള മരുന്നും മറ്റും എടുത്ത് കൊടുക്കേണ്ടതൊക്കെ അൻ ഷിതയെ ഓർമ്മപ്പെടുത്തിയാണ് അവർ പോയത്.

ചെറിയൊരു കെട്ടിടമാണ് അതെന്ന് അനുരാധ കണ്ടു. അൻഷി തയെ അമ്മായിയമ്മ ഏല്പിച്ചുപോയ താക്കോൽക്കൂട്ടത്തിൽ നിന്ന് താക്കോലെടുത്ത് തുറന്ന് അകത്തുകയറിയപ്പോൾ മുറി ശൂന്യമാണെന്ന് കണ്ടു. വെറും നിലത്ത് പായവിരിച്ച് കിടക്കണം. ആചാരം ആയതാണ് പ്രശ്നം. പുറത്താകുന്ന സമയത്ത് കിടക്ക യിൽ കിടക്കരുത് എന്ന് പറഞ്ഞത് ആരാണാവോ!

മുറിക്കകം കണ്ടശേഷം മുറിപൂട്ടി തിരികെ വരുമ്പോൾ തന്റെ

മകളുടെ ജീവിതത്തിന്റെ അനിശ്ചിതാവസ്ഥയെക്കുറിച്ച് ചിന്തിക്കുകയായിരുന്നു അനുരാധ. തനിക്ക് അതിൽ പങ്കുണ്ട്. കല്യാണം വേഗത്തിൽ നടത്തണ്ട എന്ന് അൻഷിത പറഞ്ഞതാണ്. താനാണ് തിരക്കുകൂട്ടിയത്. ഉള്ളിൽ ഹരിയെക്കുറിച്ചും അൻഷിതയെക്കുറിച്ചും ഓർത്തപ്പോൾ ഒരു ഭയമായിരുന്നു. പിന്നെ അത്രനാളും വരാതിരുന്ന സഹോദരങ്ങൾ കൂടിവന്നപ്പോൾ ബന്ധങ്ങളുടെ കണ്ണികൾ വീണ്ടും വിളക്കിച്ചേർക്കുന്നത് നന്നായിരിക്കും എന്നുതോന്നി. പക്ഷേ, ആ തീരുമാനം തെറ്റായിരുന്നു എന്ന് ഇപ്പോൾ തോന്നുന്നു.

അനുരാധയിൽ നിന്നും ഒരു ദീർഘനിശ്വാസമുതിർന്നു.

തിരികെ അടുക്കളയിൽ എത്തിയപ്പോൾ അൻഷിത പണിയിലാണ്. താനും രാവിലെ അവളോടൊപ്പം കൂടിയതുകൊണ്ട് ഭക്ഷണം വേഗത്തിൽ റെഡിയായിട്ടുണ്ട്. ചുനാരിയിൽ ആയിരുന്നപ്പോൾ പലപ്പോഴും രാവിലെ എഴുന്നേൽക്കാൻ തന്നെ മടിയായിരുന്നു അവൾക്ക്. ഇപ്പോൾ മുതിർന്ന ഒരു സ്ത്രീയെപ്പോലെ വീട്ടുകാര്യങ്ങൾ ചെയ്യുന്ന അൻഷിതയെ നോക്കിനിൽക്കെ തന്റെ ചെറുപ്പം അവരുടെ ഓർമ്മയിൽ തെളിഞ്ഞു.

'അമ്മേ നമുക്ക് കഴിച്ചാലോ..?'

അടുക്കളയിലേക്ക് കയറി വന്ന അനുരാധയെ നോക്കി അൻഷിത ചോദിച്ചു. ആവാമെന്ന അർത്ഥത്തിൽ അനുരാധ മൂളി.

അമ്മായിയച്ഛനു ഭക്ഷണം മുറിയിൽ കൊടുത്ത ശേഷം അമ്മയ്ക്കും തനിക്കും ചപ്പാത്തിയും ഫൂൽഗോപിക്കറിയും മേശയിലെത്തിച്ചു അൻഷിത. കഴിച്ചുകൊണ്ടിരിക്കെ അമ്മയുടെ മുഖത്ത് ഒരു സങ്കടമുണ്ടെന്ന് അൻഷിതയ്ക്ക് തോന്നി. തന്നെക്കുറിച്ച് ചിന്തിക്കുകയാകും അമ്മ..

'എന്താമ്മേ ഒരു സന്തോഷമില്ലാത്തത്..?'

അൻഷിത ചോദിച്ചു..

അനുരാധ മകളുടെ മുഖത്തുനോക്കി. അവളുടെ ചോദ്യത്തിനുത്തരം അവൾക്ക്തന്നെ അറിയാമെന്ന് അവർക്ക് തോന്നി.

'മോളെ.. നിന്റെ സങ്കടങ്ങൾക്ക് കാരണം അമ്മയാണ്.. തിരക്കിട്ട് നിന്റെ കല്യാണം നടത്തേണ്ടിയിരുന്നില്ല.'

അമ്മയാണ് തന്റെ സങ്കടങ്ങൾക്ക് കാരണം എന്ന യുക്തിയെ അംഗീകരിക്കാൻ കഴിഞ്ഞില്ലെങ്കിലും ആ വാക്കുകളിൽ പകുതി സത്യമാണെന്നത് തനിക്ക് തള്ളിക്കളയാൻ ആകില്ലെന്ന് അൻഷിതയ്ക്ക് അറിയാമായിരുന്നു. താൻ ദുഃഖിതയാണ്..

അനുരാധ തുടർന്നു..

'ദേബ് നിന്നോട് എങ്ങനെയാ.. അവൻ നിന്നോട് ഇഷ്ടം കാണിക്കുന്നുണ്ടോ..?'

അമ്മ ഉദ്ദേശിക്കുന്നത് എന്താണെന്ന് അൻഷിതയ്ക്ക് അറിയാമായിരുന്നു. അമ്മയിൽ നിന്ന് ഒന്നും മറയ്ക്കാൻ ആവില്ല. മറച്ചതുകൊണ്ട് ഫലവുമില്ല.

അൻഷിത മുഖം കുനിച്ചു.

'അമ്മ കണ്ടതല്ലേ.. അതുപോലെ തന്നെ. എനിക്കിവിടെ വിശ്വസ്തയായ ഒരു ജോലിക്കാരിക്കപ്പുറം വലിയ വിലയൊന്നുമില്ല.'

അൻഷിത മുഖമുയർത്തി...അവൾ പറയുന്നത് സത്യമാണെന്ന് അവളുടെ കണ്ണുകൾ പറയുന്നുണ്ട്.

അവൾ തുടർന്നു..

'സത്യം പറഞ്ഞാൽ അമ്മയ്ക്ക് ഇപ്പോൾ ചെറിയമ്മായിയുടെ അടുക്കളയിലെ റോൾ തന്നെയാ എനിക്കിവിടെ.. നമ്മൾ തുല്യദുഃഖിതരാണ്.'

താൻ പറയാതെതന്നെ തന്റെ അവസ്ഥയും അവൾ മനസ്സിലാക്കിയിരിക്കുന്നു.

'ഇതൊക്കെ ആരുടെ പ്രവർത്തിയുടെ ഫലമാണ് എന്നൊക്കെ ഇനി ചിന്തിക്കുന്നതിൽ എന്താ അർത്ഥം.'

ഭക്ഷണം കഴിച്ച് കഴിഞ്ഞ് പാത്രമെടുത്ത് എഴുന്നേറ്റ് കൊണ്ട് അൻഷിത തുടർന്നു.

'ഇനി എങ്ങനെയെങ്കിലും ജീവിച്ചു തീർക്കുക തന്നെ.'

മകൾ സ്വയം പരിഹസിക്കുന്നതുപോലെ പുഞ്ചിരിക്കുന്നത് അനുരാധ കണ്ടു. അവളുടെ വാക്കുകളിൽ നിറഞ്ഞുനിന്ന വിഷാദവും നൈരാശ്യവും അനുരാധയുടെ മനസിനെ പൊള്ളിച്ചു. മകളുടെയും തന്റെയും ഇപ്പോഴത്തെ ജീവിതം തന്റെ തെറ്റായ തീരുമാനത്തിന്റെ ഫലമാണെന്ന് ആരോ ഉള്ളിലിരുന്ന് എപ്പോഴും ഓർമ്മിപ്പിക്കുന്നു. ഇപ്പോൾ അൻഷിതയുടെ വാക്കുകളും അത് ശരിവെക്കുകയാണ്.

അനുജന്റെ വീട്ടിലെ അവസ്ഥയും വ്യത്യസ്തമല്ല. താൻ ചെന്നതിൽ പിന്നെ ശ്യാമ അടുക്കളയിൽ കയറിയത് അപൂർവ്വമായാണ്. അൻഷിതയുടെ വിവാഹം കഴിഞ്ഞതു മുതൽ താൻ അവരോട് കടപ്പെട്ടിരിക്കുന്നു എന്ന ഭാവമാണ് എല്ലാവർക്കുമെന്ന് തോന്നിയിട്ടുണ്ട്. വിവാഹത്തിനായി സ്വർണ്ണം വാങ്ങിയതും പണം മുടക്കിയതും താൻതന്നെയാണ്. അവർക്ക് ചെറിയ ചെലവുകളെ വന്നിട്ടു

ള്ളൂ. എന്നിട്ടും അവർ ഏതോ മഹാകാര്യം ചെയ്തതുപോലെയാണ്. ദേബാശിഷിന്റെ കുടുംബത്തിന്റെ അപദാനങ്ങൾ പാടാൻ മാത്രമേ അവർക്ക് നേരമുള്ളു. അതിലൂടെ മകൾക്ക് ഇത്രയും നല്ല ബന്ധം വേറെ കിട്ടില്ല എന്നും എന്നുമൊക്കെ പറഞ്ഞ് തന്റെ വിധേയത്വം നേടുകയാകാം അവർ.

സ്വന്തം അവസ്ഥയെക്കുറിച്ച് ആലോചിച്ചിരിക്കെ എന്തുകൊണ്ടോ അൻഷിതയുടെ അച്ഛനെക്കുറിച്ചുള്ള ഓർമ്മ അനുരാധയുടെ മനസിലെത്തി. താൻ നിസ്സഹായ ആയത് ഇപ്പോഴാണ് എന്നവർക്ക് തോന്നി. അതിന്റെ അനുരണനം എന്നവണ്ണം അവരുടെ കണ്ണുകളിൽ തിളങ്ങിയ നീർ അൻഷിത കാണാതെ അനുരാധ തുടച്ചു.

ഇപ്പോൾ ഹരിയെക്കുറിച്ച് ഒരു വിവരവുമില്ല. അന്ന് അയാളെ അവളിൽ നിന്നകറ്റിയതിൽ ഒരു പങ്ക് തനിക്കുമുണ്ട്. അതറിഞ്ഞാൽ ഒരുപക്ഷേ മകൾ തന്നെ വെറുക്കുമായിരിക്കും. അതേക്കുറിച്ചോർത്തപ്പോൾ തന്റെ ഉള്ളിൽ കുറ്റബോധം ഉറവെടുക്കുന്നത് അനുരാധ അറിഞ്ഞു.

അവസാനമായി ഹരിയെക്കുറിച്ച് അറിയുന്നത് ഒരു ചിത്രപ്രദർശനം നടത്തിയ വാർത്തയിൽ ആണ്. ഗോബിന്ദപുരത്ത് എത്തിയതിന്റെ പിറ്റേന്ന് മുഖ്യമന്ത്രിയോടൊപ്പം ഹരി നിൽക്കുന്ന വാർത്തയുള്ള തലേന്നത്തെ പത്രത്തിന്റെ പേജ് അൻഷിത തന്നെ കാണിച്ചിരുന്നു. അന്ന് അവളുടെ നോട്ടത്തിൽ നിറഞ്ഞിരുന്ന നഷ്ടബോധം കാലം മായ്ക്കുമെന്നാണ് താൻ കരുതിയിരുന്നത്. പക്ഷേ, ഇവിടുത്തെ സാഹചര്യത്തിൽ അത് മാറുമെന്ന് തോന്നുന്നില്ല..

കൈകഴുകിയശേഷം പുറത്തേക്കിറങ്ങി അനുരാധ വഴിയിലൂടെയും തൊടിയിലൂടെയും നടന്നു.. പഴയപ്രതാപം നഷ്ടമായെങ്കിലും ഇപ്പോഴും അതൊക്കെ മനഃപൂർവ്വം ഉണ്ടെന്ന് അഭിനയിക്കുകയോ സ്വയം വിശ്വസിപ്പിക്കുകയോ ആണ് ആശാലത എന്ന് അവർക്ക് തോന്നി. കുറെ ഭൂമിയുണ്ടെങ്കിലും ഇപ്പോൾ കൃഷി കുറവാണ്. അല്പനേരം കഴിഞ്ഞ് തിരികെയെത്തിയപ്പോൾ അൻഷിത ബക്കറ്റിൽ ഡിറ്റർജൻറ് കലക്കി തുണികൾ അതിൽ മുക്കി വെച്ചിരിക്കുകയായിരുന്നു.

വൈദ്യുതി ഇന്നലെ വൈകിട്ടത്തെ മഴയ്ക്ക് പോയതാണ്.

അല്ലെങ്കിൽ വാഷിങ്മെഷീൻ ഉപയോഗിച്ചാൽ മതി.

ഇനിയെപ്പോഴാണോ വരിക!

അവളിൽ നിന്ന് ആ പണി ഏറ്റെടുത്ത് ചെയ്യുമ്പോൾ മുൻവശത്ത് നിന്നും ആരോ വിളിക്കുന്നത് കേട്ടു.

● അയനാന്തരങ്ങൾ

'ഓ..ദീദി.. ആശാദീദി.'

അനുരാധ മുൻവശത്തേക്ക് ചെന്നപ്പോഴേയ്ക്കും അൻഷിത അതിഥിയെ ക്ഷണിച്ച് വരാന്തയിൽ ഇരുത്തിയിരുന്നു. ചെന്നുകയറിയപ്പോഴേ അൻഷിത സന്തോഷത്തോടെ അവരെ പരിചയപ്പെടുത്തി.

'അമ്മേ.. ഇതാണ് ഞാൻ പറഞ്ഞ മായാദീദി.'

തിളക്കമുള്ള മുഖത്തോടെ തന്നെ നോക്കി ചിരിക്കുന്ന മായയെ അനുരാധയ്ക്ക് ഇഷ്ടപ്പെട്ടു. അവരുടെ ചുവന്ന കല്ലുവെച്ച ചെറിയ മൂക്കുത്തി തിളങ്ങുന്നുണ്ടായിരുന്നു.

മകന്റെ കുഞ്ഞിന്റെ ഒന്നാം പിറന്നാൾ ആഘോഷത്തിന് ആശാലതയെ ക്ഷണിക്കാൻ വന്നതായിരുന്നു മായ. കുറേനേരം സ്വന്തം ജീവിതത്തിലെ ഏടുകൾ പരസ്പരം പങ്കുവെച്ചു സംസാരിച്ച് തിരികെപ്പോമ്പോഴേക്കും മായയും അനുരാധയും വലിയ സുഹൃത്തുക്കൾ ആയിക്കഴിഞ്ഞിരുന്നു. പോകുന്നതിന് മുൻപ് വീട്ടിലെ പരിപാടിയിലേക്ക് അനുരാധയെയും അൻഷിതയെയും ക്ഷണിച്ചിട്ടാണ് അവർ മടങ്ങിയത്.

തന്നെ സംബന്ധിച്ചിടത്തോളം അത് നല്ലൊരു അവസരമാണെന്ന് അനുരാധയ്ക്ക് തോന്നി. ദേബാശിഷിന്റെ കുടുംബത്തെപ്പറ്റി തനിക്ക് എല്ലാം അറിയാനുള്ള മാർഗമാണ് മായ. അവർക്ക് ആശാലതയുടെ കുടുംബത്തെ വർഷങ്ങളായി അറിയാം. ആശാലതയെ തനിക്ക് കാര്യമായി അറിയില്ലെങ്കിലും അൻഷിത പറഞ്ഞതുവെച്ച് നോക്കിയാൽ അവരോട് അടുപ്പം നിലനിർത്തുക അത്ര എളുപ്പമല്ല. അടുക്കുന്നവരെ അകറ്റിനിർത്താൻ ശ്രമിക്കുന്ന രീതിയാണ് ആശാലതയുടേത്. അവർക്ക് ആരെയും വിശ്വാസമില്ല എന്ന് തോന്നിയിട്ടുണ്ട്. ഇന്നലെ അവരുടെ പെട്ടിയുടെയും അലമാരയുടെയും താക്കോൽ ഊരിയെടുത്ത ശേഷമാണ് താക്കോൽകൂട്ടം അൻഷിതയുടെ കൈയ്യിൽ കൊടുത്തതുതന്നെ.. ആർക്കും ആശാലതയോട് പെട്ടെന്ന് അടുപ്പം തോന്നാൻ വഴിയില്ല. അതുകൊണ്ടുതന്നെ മായക്ക് അവരോട് തുറന്ന ഒരു സൗഹൃദം ഉണ്ടെന്ന് തോന്നുന്നില്ല. ഒരുപക്ഷേ, മായ തന്നോട് മനസ് തുറന്നേക്കാം. എന്തായാലും ഉച്ചകഴിഞ്ഞ് കടയിൽപോയി ഒരു കുഞ്ഞുടുപ്പ് വാങ്ങണം. നാളെ അവരുടെ കൊച്ചുമകന്റെ പിറന്നാളിന് അതുമായി പോകണം. അവർക്ക് സന്തോഷമാകും.

അവരുടെ സന്തോഷവും അവരുമായി ഒരു നല്ല ബന്ധവും തനിക്ക് ആവശ്യമാണ്.

2

രാവിലെ അമ്മയോടൊപ്പം അടുക്കളയിലായിരുന്നു അൻഷിത. മായാദീദിയുടെ വീട്ടിലേക്ക് പോകണോ വേണ്ടയോ എന്നുള്ള ചിന്തയിലായിരുന്നു അവൾ.

ഇന്നലെ ഉച്ചകഴിഞ്ഞ് അമ്മ പോയി ഒരു കുഞ്ഞുടുപ്പ് വാങ്ങിവന്നതാണ്. വൈകിട്ടാണ് ദേബാശിഷ് വന്നത്. താൻ മായദീദിയുടെ വീട്ടിൽ പോകുന്നതിനെക്കുറിച്ച് പറഞ്ഞിട്ടില്ല. ചോദിച്ചാൽ എന്തായിരിക്കും പറയുക എന്ന് ഊഹിക്കാൻ കഴിയുന്നതേയുള്ളൂ. എങ്കിലും ചോദിക്കണം. തന്നോട് സംസാരിക്കാനുള്ള ഒരു സാഹചര്യം താനായിട്ട് തന്നെ ഒരുക്കിക്കൊടുത്തേക്കാം.

അങ്ങനെ ചിന്തിച്ചെങ്കിലും ദേബാശിഷ് ഒരുപാട് അവസരങ്ങൾ ഉണ്ടായിട്ടും തന്നോട് മിണ്ടിയിട്ടില്ല എന്ന് അൻഷിത ഓർത്തു.

അവൾ ചായയുമായി ചെല്ലുമ്പോൾ അയാൾ മുറിയിൽ ഉണ്ടായിരുന്നില്ല. അൻഷിത പുറത്തേക്കിറങ്ങി നോക്കിയെങ്കിലും അയാളെ അവിടെയെങ്ങും കണ്ടില്ല. രാവിലെ ഒന്നും മിണ്ടാതെ എവിടെപ്പോയി എന്ന് അത്ഭുതം തോന്നിയെങ്കിലും അതിൽ കാര്യമില്ലെന്ന് അവളോട് മനസ് പറയുന്നുണ്ടായിരുന്നു.. ദേബിന്റെ മുറിയിൽ ചായ വെച്ചശേഷം തിരികെ അടുക്കളയിലേക്ക് ചെല്ലുമ്പോൾ അമ്മ ഭക്ഷണം ഉണ്ടാക്കാനുള്ള ശ്രമമായിരുന്നു. അമ്മ ചെയ്യുന്നതും നോക്കി അവൾ അടുക്കളയിലേക്ക് തുടക്കുന്ന സ്റ്റോർ മുറിയുടെ വാതിൽപടിയിൽ ചാരി വെറുതെ നിന്നു.

അമ്മയും താനും ഒരേ തൂവൽപ്പക്ഷികളാണ് ഇപ്പോൾ. പരസ്പരം പഴിചാരുന്നതിലും കുറ്റം കണ്ടെത്തുന്നതിലും ഒരു കാര്യവുമില്ല എന്നുചിന്തിച്ചെങ്കിലും തന്റെ മനസ് സമാധാനപ്പടുന്നില്ല. ആരോടോക്കെയോ ദേഷ്യം തോന്നുകയാണ് ഉള്ളിൽ!

അമ്മ ഭക്ഷണം വിളമ്പുകയാണ്..ഇടയ്ക്ക് തലയുയർത്തി പുഞ്ചിരിക്കാൻ ശ്രമിച്ചുകൊണ്ട് തന്നെ നോക്കുന്ന അമ്മ ഇന്നലെകളുടെ നിഴൽ മാത്രമായിത്തീർന്നിരിക്കുന്നു എന്നവൾക്ക് തോന്നി. മുൻപെപ്പോഴോ ജീവിച്ചിരുന്നു എന്ന് പറയാൻവേണ്ടി മാത്രം കാലമാവശേഷിപ്പിച്ച ദുഃഖഭരിതമായ അടയാളം പോലെ..

ഭക്ഷണം കഴിച്ചുകൊണ്ടിരിക്കെ അൻഷിതയുടെ മാറ്റത്തെക്കുറിച്ച് ചിന്തിക്കുകയായിരുന്നു അനുരാധ. അവളുടെ നിശബ്ദത തന്നെ വിഷമിപ്പിക്കുന്നുണ്ട്. ചിരിയും കളിയുമായി നടന്നിരുന്ന അവൾ സമൃദ്ധിയുടെ കൊയ്ത്തും മെതിയും കഴിഞ്ഞ ഭൂതകാലത്തിന്റെ

വയലിലേക്ക് ഉറ്റുനോക്കിനിൽക്കുന്ന ഉണങ്ങിയ നോക്കുകുത്തിപോലെ സ്വന്തം ജീവിതത്തിലെ പ്രതീക്ഷകളിലേക്ക് നോക്കുകയാണ്. വരൾച്ചയുടെ വേനൽ അല്ലാതെ വേറെന്താണ് ഇപ്പോളവൾക്ക് കിട്ടിയത്! താനാണ് ഇതിനൊക്കെ കാരണം!

ഭക്ഷണം കഴിഞ്ഞ ശേഷം അൽപനേരം കഴിഞ്ഞ് അനുരാധ മായയുടെ വീട്ടിലേക്ക് പോകാനിറങ്ങി. ദേബാശിഷ് അപ്പോഴും തിരികെ വന്നിട്ടില്ലാത്തത് കൊണ്ട് അൻഷിത മായയുടെ വീട്ടിലേക്ക് പോകുന്നില്ല എന്ന് തീരുമാനിച്ചു.

ദേബാശിഷിനെ കണ്ടിരുന്നെങ്കിൽ വെറുതെയൊന്ന് പറഞ്ഞിട്ട് പോകാമായിരുന്നു എന്ന് അനുരാധയ്ക്ക് തോന്നി. അവൻ എന്താണ് പറയുന്നത് എന്നും അറിയാമല്ലോ! എവിടെപ്പോയതാവും അയാൾ എന്നാലോചിച്ചുവെങ്കിലും മായയുടെ വീട്ടിലെ ഫങ്ഷനെക്കുറിച്ചുള്ള ചിന്ത അനുരാധയെ മുന്നോട്ട് നടത്തി.

വീടും അടയാളവുമൊക്കെ ഇന്നലെ മായ വന്നപ്പോൾ ചോദിച്ചുമനസിലാക്കിയതാണ്. അധികം വീടുകൾ ഇല്ല ആ ഭാഗത്ത്. ടാറിട്ട, വീതികുറഞ്ഞ വഴിയിലൂടെ നടന്നുചെല്ലവേ അല്പം ദൂരെയായി റോഡരികിൽ ഒരു താരതമ്യേന പുതിയ വീട് അനുരാധ കണ്ടു. അതിന്റെ മുന്നിൽ തന്നെ മായ നിൽക്കുന്നുണ്ട്. താൻ കയറിച്ചെല്ലുന്നത് കണ്ട് മായ പുഞ്ചിരിച്ചുകൊണ്ട് പുറത്തേക്കിറങ്ങുന്നു.

ക്ഷണിച്ചുകൊണ്ട് അനുരാധയുടെ കൈപിടിച്ച് മായ അകത്തേക്ക് കൂട്ടിക്കൊണ്ടുപോയി എല്ലാവരെയും പരിചയപ്പെടുത്തി. കുഞ്ഞിന് വാങ്ങിയ ഉടുപ്പ് കൊടുത്തപ്പോൾ അവരുടെ മുഖത്ത് സന്തോഷം നിറയുന്നത് അനുരാധ ശ്രദ്ധിച്ചു.

ബന്ധങ്ങൾ നിലനിൽക്കുന്നതിലും വളരുന്നതിലും കൊടുക്കൽ -വാങ്ങലുകൾക്ക് പങ്കുണ്ട് എന്ന് തനിക്കറിയാം. ഒരുപക്ഷേ തന്റെ കുടുംബത്തിലുള്ളവരുമായി പണ്ടുമുതലേ കൊടുക്കൽ വാങ്ങലും ഒന്നും ഇല്ലാത്തതിനാൽ ആവാം ബന്ധങ്ങൾ മരടിച്ചുപോയത്. പിന്നീട് കൂട്ടിച്ചേർത്താലും പലർക്കും അത് മുഴച്ചുനിൽക്കലായി അനുഭവപ്പെടും.. ഒരുപക്ഷേ, തന്റെ വീടുമായി നല്ലബന്ധം നിലനിർത്താൻ ശ്രമിക്കാത്തത്തിൽ താനും തെറ്റുകാരിയായിരിക്കാം.

മനുഷ്യബന്ധങ്ങളെ സംബന്ധിച്ചിടത്തോളം പരസ്പരമുള്ള കൊടുക്കൽ- വാങ്ങലുകൾ കരുതലിന്റെ അടയാളമാണ്. ഉടുപ്പ് വാങ്ങിയത് വളരെ നന്നായി.

'മോളെന്താ വരാത്തത്..?'

അനുരാധയുടെ ചിന്തയെ മുറിച്ചുകൊണ്ട് മായ ചോദിച്ചു.

ദേബാശിഷ് രാവിലെ പോയതാണ്.. വന്നിട്ടില്ല. അതുകൊണ്ട് അവൾക്ക് വരാൻ പറ്റിയില്ല എന്ന് അനുരാധ പറഞ്ഞപ്പോൾ മായ യുടെ മുഖത്ത് അനുകമ്പ നിറയുന്നത് കണ്ടു.

ആഘോഷം എന്നൊക്കെ പറഞ്ഞെങ്കിലും അധികം ആളുകൾ ഒന്നും ഉണ്ടായിരുന്നില്ല. അനുരാധയെക്കൂടാതെ അടുത്തുള്ള മറ്റൊരു വീട്ടുകാർ മാത്രമാണ് അവിടെയുണ്ടായിരുന്നത്. അവർ പെട്ടെന്ന് തന്നെ പോകുകയും ചെയ്തു.

മായയുടെ വീട് കണ്ട് നടക്കുമ്പോൾ വീടിന് പിൻവശത്തുള്ള നീണ്ട വരാന്തയിൽ അവർ രണ്ടുപേരും സംസാരിക്കാൻ ഇരുന്നു. ദേബാശിഷിന്റെ വീട്ടുകാരെക്കുറിച്ച് ചോദിക്കണമെന്ന് ഉണ്ടായിരു ന്നെങ്കിലും അത് എങ്ങനെ തുടങ്ങും എന്ന ചിന്തയായിരുന്നു അനുരാധയുടെ മനസിൽ. സ്വന്തം മരുമകന്റെ കുടുംബത്തേക്കു റിച്ച് അയൽക്കാരിയോട് ചോദിക്കുന്നതിലേ അനൗചിത്യം അവ രെ കുഴക്കി.

'മകൾക്ക് സുഖമല്ലേ..?'

മായ അനുരാധയുടെ കൈയ്യിൽ തൊട്ടുകൊണ്ട് ചോദിച്ചു.

മായ അങ്ങനെ ചോദിച്ചപ്പോൾ അത് തനിക്ക് കാര്യങ്ങൾ ചോ ദിക്കാനുള്ള അവസരമാണെന്ന് അനുരാധയ്ക്ക് തോന്നി. മാത്രമല്ല മായ മറ്റെന്തോ പറയാനുള്ള ശ്രമം ആണെന്നും തോന്നാതിരു ന്നില്ല.

സുഖമാണെന്ന അർത്ഥത്തിൽ അനുരാധ തലകുലുക്കി..

'അൻഷിത നല്ല കുട്ടിയാണ്.. എന്നോട് വലിയ കാര്യവുമാണ്.'

മായ പറഞ്ഞുകൊണ്ടിരുന്നു.

'സുഖമായിരുന്നാൽ മതിയായിരുന്നു.'

മായ അങ്ങനെ പറഞ്ഞപ്പോൾ അതിൽ എന്തോ ദു:സൂചനയു ണ്ടെന്ന് അനുരാധയ്ക്ക് തോന്നി.

'എന്താ മായാജി.. അവിടെ എന്തെങ്കിലും പ്രശനം ഉണ്ടോ..?'

അനുരാധയുടെ മനസിലെ സംശയം ചോദ്യമായി പുറത്തെത്തി.

ഒരു നിമിഷം മായയുടെ മുഖം വിവർണ്ണമായി..

'നിങ്ങൾ ബന്ധുക്കളല്ലേ.. എല്ലാം അറിഞ്ഞുകൊണ്ടായിരിക്കുമ ല്ലോ വിവാഹം കഴിച്ചത്.. പിന്നെ എന്താ പ്രശനം..!'

അവർ പറഞ്ഞത് കേട്ടപ്പോൾ താനറിയേണ്ടതായ കാര്യങ്ങൾ വേറെയുമുണ്ടെന്ന് അനുരാധയ്ക്ക് തോന്നി..

'ദേബാശിഷിന്റെ പഴയകാര്യങ്ങളൊക്കെ അറിയാമായിരിക്കുമ ല്ലോ എന്നാ ഞാൻ ഉദ്ദേശിച്ചത്.'

മായയുടെ വാക്കുകൾ തന്നിൽ ശങ്ക കൂട്ടുകയാണെന്ന് അനുരാധയറിഞ്ഞു. തന്റെ മകളുടെ ജീവിതത്തെ ബാധിക്കുന്ന എന്തോ ഗൗരവമായ കാര്യം ഉണ്ടെന്ന തോന്നൽ അവരുടെ നെഞ്ചിടിപ്പ് കൂട്ടി.

'മായാജി.. യഥാർത്ഥത്തിൽ ഞങ്ങൾക്ക് ഒന്നുമറിയില്ല.. പഴയ കാര്യങ്ങൾ എന്നു പറഞ്ഞല്ലോ എന്താ അത്.'

അനുരാധയുടെ വാക്കുകളിൽ അറിയാനുള്ള ആഗ്രഹം തുളുമ്പിനിന്നിരുന്നു..

മായയ്ക്ക് അത് വിശ്വസിക്കാൻ ആയില്ല. വരനെക്കുറിച്ച് ഒന്നുമറിയാതെയാണോ ഇവർ കല്യാണം നടത്തിയത്..!

'മായാജി എന്തുണ്ടെങ്കിലും പറയണം.. ഞാൻ മകളെ അവളുടെ അച്ഛൻ മരിച്ചതിന് ശേഷം വളരെ കഷ്ടപ്പെട്ടാണ് വളർത്തിയത്. ഈ ആലോചന വന്നപ്പോൾ എന്റെ ബന്ധുക്കളെ വിശ്വസിക്കുകയല്ലാതെ എനിക്ക് വേറെ മാർഗം ഉണ്ടായിരുന്നില്ല..'

അനുരാധയുടെ തൊണ്ടയിൽ വാക്കുകൾ തടഞ്ഞു..

അവരുടെ കണ്ണുനിറയുന്നത് മായ കണ്ടു.

'ഇവിടേക്ക് വന്നതിന് ശേഷം അൻഷിതയെ ഒന്ന് ചിരിച്ചുകണ്ടിട്ടില്ല ഞാൻ..'

അനുരാധ തുടർന്നു, 'ദേബാശിഷ് ആണെങ്കിലും അവളോട് സംസാരിക്കാറില്ല.. അതുകൊണ്ട് എന്താണെങ്കിലും എന്നോട് പറയണം.'

അനുരാധയുടെ കണ്ണിൽ യാചന നിറയുന്നത് മായ കണ്ടു.

തന്റെ മനസ് സഹതാപാർദ്രമായി മാറുന്നത് മായ അറിഞ്ഞു.

താൻ വിചാരിച്ചതിലും വലിയ പ്രതിസന്ധിയിലാണ് പെട്ടിരിക്കുന്നത് അവർക്ക് തോന്നി. ഒന്നും പറയേണ്ടിയിരുന്നില്ല. ഇവരോട് സത്യം പറയാതിരിക്കുന്നത് ന്യായമല്ല. ഇനി പറയാതിരിക്കാൻ പറ്റുകയുമില്ല. അതിന്റെ പേരിൽ ഇനി എന്തു പ്രശ്നമാണ് ഉണ്ടാവുക എന്നറിയില്ല..

'ദീദി..' മായ വിളിക്കുന്നത് കേട്ട് അനുരാധ അവരെ നോക്കി..

'ഞാൻ പറയാം..' മായ തുടർന്നു..

'പക്ഷേ, ഞാൻ പറഞ്ഞതായി ഇതൊരിക്കലും വേറെ ആരും അറിയരുത്.. കാരണം അത് ഇവിടെ എല്ലാവരെയും ബാധിക്കും.. എനിക്ക് വാക്ക് തരണം.'

വാക്ക് കൊടുത്തശേഷം മായ പറയുന്നത് എന്താണെന്ന് അനുരാധ ശ്രദ്ധിച്ചു.. നിമിഷങ്ങൾ വേഗത്തിൽ മിടിക്കുന്ന ഹൃദയത്തോ

ടെ കാതോർത്തിരുന്നു... അവരുടെ വാക്കുകൾ അനുരാധയിൽ അനുനിമിഷം വികാരങ്ങളുടെ വേലിയേറ്റങ്ങൾ സൃഷ്ടിച്ചുകൊണ്ടിരുന്നു.

'ദീദി.. എല്ലാം കഴിഞ്ഞില്ലേ.. ഇനി അതിനനുസരിച്ച് ജീവിക്കുകയാണ് വേണ്ടത്..'

മായ തന്നെ സാന്ത്വനിപ്പിക്കാൻ ശ്രമിക്കുകയാണ്..

'പേടിക്കണ്ട മായാജി.. എന്റെ മകളുടെ ജീവിതത്തിൽ സംഭവിക്കുന്നത് എന്താണെന്ന് ഞാനെങ്കിലും അറിഞ്ഞിരിക്കേണ്ടെ..? അങ്ങനെ കരുതിയാൽ മതി.'

മായ തുടർന്നുപറയുന്നതു കേട്ടുകൊണ്ടിരിക്കെ അനുരാധയുടെ കണ്ണുകൾ നിറഞ്ഞൊഴുകി. മനസ്സിൽ ദേഷ്യം വർദ്ധിച്ചുവന്നത് അവർ പണിപ്പെട്ട് അടക്കി.

മായയുടെ വീട്ടിൽ നിന്ന് യാത്രപറഞ്ഞ് ഇറങ്ങവെ അവിടെ മറ്റുള്ളവരുടെ മുന്നിൽ തന്റെ മനോവ്യഥ വിളിവാകാതിരിക്കാൻ അനുരാധ കഷ്ടപ്പെട്ടു.

ഇറങ്ങിയപ്പോൾ ഗേറ്റ് വരെ മായ കൂടെവന്നു..

'മായാജി.. നിങ്ങളെനിക്ക് വലിയൊരു ഉപകാരമാണ് ചെയ്തത്.' അനുരാധ പറഞ്ഞു..

'ഒരിക്കലും നിങ്ങളാണ് ഇത് പറഞ്ഞതെന്ന് ഞാൻ ആരോടും പറയില്ല..' അനുരാധയുടെ കണ്ണു നിറഞ്ഞിരിക്കുന്നത് മായ കണ്ടു. തന്റെ വായിൽനിന്ന് അബദ്ധം വീണ നിമിഷത്തെ അവർ മനസാ ശപിച്ചു.

'പക്ഷേ, ഇനിയെന്താണ് വേണ്ടത് എന്ന് എനിക്കറിയില്ല. മകളോട് ഇതു പറയാതിരുന്നാൽ വഞ്ചനയാകും.. പറഞ്ഞാൽ അവളുടെ പ്രതികരണം എന്താകുമെന്ന് പറയാനും പറ്റില്ല.'

അവർ പറയുന്നത് അക്ഷരംപ്രതി ശരിയാണെന്ന് മായക്ക് തോന്നി. യാത്രപറഞ്ഞ് അനുരാധ നടന്നകലുന്നത് നോക്കി മായ നിന്നു. ഇനിയെന്ത് സംഭവിക്കും എന്ന ചോദ്യം തന്റെ മനഃസമാധാനം നശിപ്പിച്ചതായി അവർക്ക് തോന്നി.

അനുരാധ വീട്ടിലേക്ക് ചെല്ലുമ്പോൾ അൻഷിത വരാന്തയിൽ ഉണ്ടായിരുന്നു. ബക്കറ്റിൽ വെള്ളവുമായി വരാന്ത തുടക്കുകയായിരുന്നു അവൾ. അമ്മയുടെ മുഖം വല്ലാതിരിക്കുന്നത് അവൾ ശ്രദ്ധിച്ചു..

'എന്തുപറ്റിയമ്മേ..?'

മകളുടെ ചോദ്യം കേട്ട് 'ഒരു തലവേദന' എന്നുമാത്രം പറഞ്ഞ്

അമ്മ റൂമിലേക്ക് പോകുന്നത് നോക്കിനിൽക്കെ എന്തോ പ്രശ്നമുണ്ടെന്ന് അവൾക്ക് തോന്നിയെങ്കിലും തനിക്ക് തോന്നുന്നതാകും എന്ന് സമാധാനിച്ചു.

വരാന്ത തുടച്ചു കഴിഞ്ഞ് ഒരു ഗ്ലാസിൽ ചായയുമായി ചെല്ലുമ്പോൾ നെറ്റിയിൽ കൈതണ്ട വെച്ച് അനുരാധ കിടക്കുകയായിരുന്നു

'അമ്മ ഈ ചായ കുടിച്ചേ.. തലവേദനയൊക്കെ പൊയ്ക്കോളും.'

ചായയുമായി കട്ടിലിൽ വന്നിരുന്ന മകൾക്ക് മുഖം കൊടുക്കാതെ അനുരാധ എഴുന്നേറ്റിരുന്നു.

'ദേബ് വന്നോ...?'

ചായവാങ്ങിക്കൊണ്ട് അനുരാധ ചോദിച്ചു..

'ഉം...വന്നപാടെ മുറിയിൽ കയറി കിടന്നു. ഞാൻ ചായയുമായി ചെന്നപ്പോൾ പുറത്തുനിന്ന് കുടിച്ചു എന്ന് പറഞ്ഞു.'

അൻഷിത പറയുന്നത് കേട്ടിരിക്കെ തന്റെ കണ്ണിൽ കണ്ണുനീർ നിറഞ്ഞത് അവളറിയാതെ അനുരാധ തുടച്ചു

3

താനറിഞ്ഞ രഹസ്യം അൻഷിതയിൽ ഉണ്ടാക്കിയേക്കാവുന്ന മാറ്റങ്ങൾ എന്താകുമെന്ന് അറിയാത്തതിനാൽ അതവളോട് പങ്കുവെക്കുന്നതിനെക്കുറിച്ച് ആലോചിക്കാൻ പോലും താൻ അശക്തയാണെന്ന് മനസ്സിലാക്കുകയായിരുന്നു അനുരാധ. അതേസമയം കട്ടിലിൽ അടുത്തടുത്തിരിക്കെ, മകളോട് അറിയാതെയും അറിഞ്ഞും ചെയ്ത തെറ്റുകളെപ്രതി അവളിൽ നിന്നും താൻ അകന്നുപോകുന്നതായി അവർക്ക് തോന്നി. ഇപ്പോഴത്തെ നിശ്ശബ്ദതയിലൂടെ താൻ വീണ്ടും ആ തെറ്റുകളെ ആവർത്തേക്കേണ്ടിവരുന്ന ഗതികേടിനെക്കുറിച്ചായിരുന്നു അനുരാധയുടെ ചിന്ത. അത് തന്റെ മനോഭാരത്തെ അനുനിമിഷം വർദ്ധിപ്പിക്കുന്നത് അവർ അറിഞ്ഞു.

'ഞാനൊന്ന് കിടക്കട്ടെ മോളെ.'

അനുരാധ ഗ്ലാസ് തിരികെ കൊടുത്ത് കിടക്കയിലേക്ക് ചാഞ്ഞു.

അമ്മയുടേത് വെറുമൊരു തലവേദനയല്ല എന്ന് അൻഷിതയ്ക്ക് തോന്നി. ഗ്ളാസുമായി തിരികെ അടുക്കളയിലേക്ക് നടക്കവേ അമ്മയ്ക്ക് പറ്റിയത് എന്താണെന്ന് ആലോചിക്കുകയായിരുന്നു അൻ

ഷിത. പ്രസന്നവദനയായി മായദീദിയുടെ വീട്ടിലേക്ക് പോയ അമ്മ തിരികെ വന്നപ്പോൾ മുഖത്തൊരു സങ്കടം ഉണ്ടായിരുന്നു. താനപ്പോൾ അത് കാര്യമാക്കിയില്ല. അവിടെനിന്ന് മോശമായ പെരുമാറ്റങ്ങൾ ഉണ്ടാവാൻ സാധ്യതയില്ല. മറ്റെന്തോ വിഷയമാണ്..

അടുക്കളയിൽ നിന്നും തിരികെ വരാന്തയിലേക്ക് വരുമ്പോൾ അൻഷിത തന്റെ മുറിയുടെ അകത്തേക്കൊന്ന് പാളിനോക്കി.

ദേബ് എഴുന്നേറ്റിട്ടില്ല.

ഒരു വശം ചെരിഞ്ഞ് ഭിത്തിക്ക് നേരെ മുഖം തിരിച്ച് ഉറക്കമാണ്. തിരിഞ്ഞ് വരാന്തയിലേക്കിറങ്ങവേ അയാൾ തനിക്കൊരു പ്രഹേളികയാണെന്ന് അൻഷിതയ്ക്ക് തോന്നി. മനസിൽ ഇതുവരെ അയാളോട് ബഹുമാനമോ മമതയോ തനിക്ക് തോന്നിയിട്ടില്ല. ദുരൂഹമായ എന്തോ ഒന്ന് അയാളെ ചുറ്റിപ്പറ്റിയുണ്ടെന്ന് തോന്നിയിട്ടുമുണ്ട്.

വരാന്തയിലെ കസേരയിൽ ഇരിക്കെ പുറത്ത് ആകാശത്ത് മഴമേഘങ്ങൾ വന്ന് നിറയുന്നതും പ്രകാശം മങ്ങിവരുന്നതും കാണാമായിരുന്നു. മിന്നൽ പിണരുകൾ മങ്ങിത്തുടങ്ങിയ വെളിച്ചതിൽ തെളിഞ്ഞു കണ്ടതിന് പിന്നാലെ ദൂരെ നിന്ന് ഒരു മഴനിരമ്പം പതിയെ അടുത്തുവരുന്നത് അൻഷിത കേട്ടു. കാറ്റ് വീശിയടിച്ചപ്പോൾ ശക്തിപ്രാപിച്ച മഴചാറ്റൽ വരാന്തയിലേക്ക് അടിച്ചെത്തി. അൻഷിത വരാന്തയിൽ നിന്നും അകത്തേക്ക് കയറി.

കിടക്കയിൽ കണ്ണടച്ച് കിടക്കവേ ഉറങ്ങണമെന്ന് മകളോട് പറഞ്ഞെങ്കിലും തനിക്ക് ഇനിയൊരിക്കലും സമാധാനമായി ഉറങ്ങാൻ ആകില്ലെന്ന് അനുരാധയ്ക്ക് തോന്നി. ആലോചിക്കുന്തോറും അനുജനോടും ഭാര്യയോടുമുള്ള ദേഷ്യം തന്നിൽ വർദ്ധിച്ചുവരുന്നത് അനുരാധ അറിയുന്നുണ്ടായിരുന്നു.

ഇനിയെന്ത് ചെയ്യണം എന്ന ചോദ്യം ഒരുത്തരവും തരാതെ ഒഴിഞ്ഞുമാറുന്നു..!

രാത്രിഭക്ഷണത്തിനായി അൻഷിത ദേബിനെ വിളിക്കാൻ മുറിയിലേക്ക് ചെന്നപ്പോൾ അയാൾ എഴുന്നേറ്റ് വസ്ത്രം മാറുന്നത് കണ്ട് അമ്പരന്നു

'എങ്ങോട്ടാ ഈ സമയത്ത്..?'

അൻഷിതയുടെ ചോദ്യത്തിന്, 'എനിക്ക് ഒരിടം വരെ പോകാനുണ്ട്.. ഇന്ന് വരില്ല.' എന്നുമാത്രം പറഞ്ഞ് അവളെ നോക്കാതെ അയാൾ പോർച്ചിലേക്കിറങ്ങി കാറിൽ കയറി. അപ്പോഴേക്കും ശമിച്ച് ചാറ്റലായി മാറിയ മഴയിലൂടെ കാറിന്റെ ഹെഡ് ലൈറ്റിന്റെ

പ്രകാശം അകന്നുപോകുന്നത് വരാന്തയിൽ നിന്ന് അൻഷിത കണ്ടു. അവൾക്ക് അമ്പരപ്പിനോടൊപ്പം ദേഷ്യവും തോന്നി..

ഒരു സ്ത്രീയെന്ന നിലയിലും ഭാര്യ എന്ന നിലയിലും എല്ലാം തൻ അവഗണിക്കപ്പെടുകയാണ്!

അൻഷിത തിരികെ അകത്തേക്ക് കയറാൻ തിരിഞ്ഞപ്പോൾ അനുരാധ പിന്നിൽ നിൽക്കുന്നുണ്ടായിരുന്നു. അമ്മയുടെ മുഖത്തും അമ്പരപ്പ് പടർന്നിരിക്കുന്നു.

'ഈ സമയത്ത് അവൻ എവിടെപോയതാണ്.'

അനുരാധ ചോദിച്ചു.

'അറിയില്ല.. ഇന്ന് വരില്ല എന്നു പറഞ്ഞു'

അമ്മയെ മറികടന്ന് അൻഷിത അകത്തേക്ക് കയറി..

പിന്നെ തിരിഞ്ഞ് പിന്നാലെ വന്ന അമ്മയോട് പറഞ്ഞു

'ഇതാണ് നിങ്ങൾ എല്ലാവരും കൂടി എനിക്ക് കൊണ്ടുത്തന്ന നല്ലകാര്യം.'

അതുപറഞ്ഞശേഷം അൻഷിത ഭക്ഷണം വിളമ്പാനായി അടുക്കളയിലേക്ക് നടക്കവേ മകളുടെ വാക്കിന്റെ മുനയിൽ കോർത്ത മനസുമായി നിൽക്കുകയായിരുന്നു അനുരാധ.

അടുക്കളയിൽ നിന്ന് ഭക്ഷണവുമെടുത്ത് അൻഷിത ദേബിന്റെ അച്ഛന്റെ മുറിയിലേക്ക് ചെന്നു. തന്നെ കണ്ട് അദ്ദേഹം പതിയെ എഴുന്നേറ്റിരിക്കുന്നത് അവൾ കണ്ടു. മഴതുടങ്ങിയതിൽപിന്നെ അസുഖം കൂടിയിട്ടുണ്ടെന്ന് അവളോർത്തു.. തണുപ്പിന്റെയാകാം.

'അവൻ പോയല്ലേ..?'

ചോദിക്കുമ്പോൾ അയാളുടെ തൊണ്ടയിൽനിന്നും കുറുകൽ ശബ്ദം ഉയർന്നു..

ഉയർന്നുതാഴുന്ന നെഞ്ചിൻകൂട്ടിൽ കൈയ്യോടിച്ചുകൊണ്ട് അയാൾ തുടർന്നു..

'മോൾ വിഷമിക്കണ്ട.. അവൻ ചിലപ്പോൾ അവന്റെ അമ്മയുടെ അടുത്തേക്ക് പോയതാവാം... അവൻ അങ്ങനെയാ.'

അദ്ദേഹത്തിന്റെ വാക്കുകൾ കേട്ടെങ്കിലും അത് ഒരുപാട് ചോദ്യങ്ങൾ തന്നിൽ അവശേഷിപ്പിക്കുകയാണ്. ഭക്ഷണം കൊടുത്ത് മടങ്ങവേ അയാളുടെ ചിലമ്പിച്ച ശബ്ദം പിന്നിൽ നിന്നും കേട്ട് അവൾ നിന്നു..

'എനിക്കറിയാം മോൾ സങ്കടത്തിലാണെന്ന്.. എല്ലാം നിവൃത്തികേടാ.. ഒക്കെ ശരിയാവുമായിരിക്കും.'

അദ്ദേഹം പറഞ്ഞതിലെ നിവൃത്തികേട് തനിക്ക് മനസ്സിലാകു

ന്നില്ല. ആരുടെ നിവൃത്തികേട്.. ! എന്ത് നിവൃത്തികേട്..!

തിരികെ അടുക്കളയിലേക്ക് നടക്കവേ ചുറ്റുമുള്ള എല്ലാവരും ഒരുപാട് ചോദ്യങ്ങൾ ബാക്കിയാക്കുകയാണെന്ന് അൻഷിതയ്ക്ക് തോന്നി. തന്റെ അമ്മപോലും ഉത്തരങ്ങളേക്കാൾ ചോദ്യമാണ് ഉയർത്തുന്നത്!

അൻഷിതയ്ക്കൊപ്പം ഭക്ഷണത്തിനിരിക്കുമ്പോഴും പരമാവധി പ്രസന്നഭാവം കാണിക്കാൻ അനുരാധ ശ്രമിച്ചു. മകളുടെ വിഷാദഭരിതമായ കണ്ണുകൾക്ക് മുന്ന് താൻ സ്വയം പരാജയമടയുന്നത് അവർ അറിഞ്ഞു.

പാത്രങ്ങൾ കഴുകിവെയ്ക്കവേ അനുരാധ ചോദിച്ചു..

'എന്നെങ്കിലും മോൾ അമ്മയെ വെറുക്കുമോ..?'

ആ ചോദ്യത്തിന് ഒരു നിർവ്വചനം വേണമെന്ന രീതിയിൽ അൻഷിത തന്നെ നോക്കുന്നത് അനുരാധ കണ്ടു. അവർ തുടർന്നു..

'നിന്റെ ജീവിതം ഇങ്ങനെയായത് ഞാൻ കാരണമാണ്.'

അനുരാധയുടെ മിഴികൾ നിറഞ്ഞുതുളുമ്പി, 'എനിക്ക് അവർ പറയുന്നത് വിശ്വസിക്കുകയല്ലാതെ നിവൃത്തിയുണ്ടായിരുന്നില്ല.'

അമ്മയുടെ കണ്ണുകൾ നിറഞ്ഞൊഴുകുന്ന കാഴ്ച അൻഷിതയുടെ മനസിൽ ദുഃഖത്തിന്റെ വേലിയേറ്റങ്ങൾ സൃഷ്ടിച്ചു.

'അമ്മ എന്താ ഇങ്ങനെയൊക്കെ പറയുന്നത്..?'

അൻഷിത ചോദിച്ചു.

അവളുടെ ശബ്ദത്തിൽ സങ്കടം നിറഞ്ഞിരുന്നു.

'ഞാൻ കല്യാണത്തിന് തിരക്ക് കൂട്ടി എന്നത് നേരാണ്.. ഹരിയുടെ കൂടെ നീ പോകുമോ എന്ന ഭയം എനിക്കുണ്ടായിരുന്നു.'

അനുരാധയുടെ തൊണ്ടയിടറി..

'പക്ഷേ, ഇങ്ങനെയൊക്കെ ആയിത്തീരും നിന്റെ ജീവിതം എന്ന് ഞാനറിഞ്ഞില്ല.'

അൻഷിതയ്ക്ക് മനസിലാകുന്നുണ്ടായിരുന്നു. നിറഞ്ഞുതുടങ്ങിയ കണ്ണുകളുമായി മുന്നോട്ട് ചെന്ന് അമ്മയെ കെട്ടിപ്പിടിച്ച് അൻഷിത അവരെ സാമാധാനിപ്പിക്കാൻ ശ്രമിച്ചു..

'സാരമില്ല.. ഇനിയിതൊക്കെ പറഞ്ഞിട്ടെന്തിനാ.. എല്ലാം കഴിഞ്ഞില്ലേ.'

അനുരാധയിൽ നിന്ന് ഒരു തേങ്ങലുയർന്നു.

'നിന്റെ ഈയവസ്ഥയ്ക്ക് കാരണം ഞാനാണ്.. എനിക്കറിയാം എന്നെങ്കിലും നിനക്ക് എന്നെ വെറുക്കേണ്ടി വരും.'

അമ്മയുടെ സങ്കടം അടങ്ങുന്നില്ല എന്ന് അൻഷിത കണ്ടു..

'എല്ലാം എന്റെ നിവൃത്തികേടാണ്.. എന്നെങ്കിലും നിനക്കെന്നെ വെറുക്കേണ്ടിവരും.' അനുരാധ കണ്ണുതുടച്ചു..

എല്ലാവരും നിവൃത്തികേടിനെക്കുറിച്ചാണ് സംസാരിക്കുന്നതെന്ന് അൻഷിത ഓർത്തു. തനിക്ക് പ്രശ്നങ്ങളുണ്ട് അതേസമയം അവയെ മറികടക്കാൻ കഴിയുമെന്ന തോന്നലുമുണ്ട്. ഇന്നല്ലെങ്കിൽ നാളെ ദേബ് താൻ ആഗ്രഹിക്കുന്നതുപോലെ ഒരു ഭർത്താവ് ആയേക്കാം.

അങ്ങനെ ചിന്തിക്കുന്നുവെങ്കിലും തന്റെ ശുഭാപ്തിവിശ്വാസത്തിൽ തനിക്കുതന്നെ വിശ്വാസമില്ലാത്തതുപോലെ അൻഷിതയ്ക്കു തോന്നി. അനുരാധ അൻഷിതയുടെ കൈകളിൽ നിന്നകന്ന് തന്റെ മുറിയിലേക്ക് നടന്നപ്പോഴും അവൾ ചിന്തയിലാണ്ട് നിന്നു.

അമ്മയും ചോദ്യങ്ങൾ ബാക്കിയാക്കുകയാണ്.. എന്നെങ്കിലും താൻ അമ്മയെ വെറുക്കേണ്ടി വരും എന്നുപറഞ്ഞതിന്റെ അർത്ഥമെന്താണ്..? മുമ്പ് ഇക്കാര്യത്തിൽ തന്നെ സമാധാനിപ്പിച്ച അമ്മയ്ക്ക് ഇപ്പോൾ സമാധാനിക്കാൻ കഴിയാത്തതിന് കാരണമെന്താണ്..!

അമ്മയുടെ മനസിനെ തനിക്കറിയാത്ത എന്തോ ഒന്ന് സങ്കടപ്പെടുത്തുന്നുണ്ട്. അവൾ അമ്മയ്ക്ക് പിന്നാലെ നടന്നു. അനുരാധ മുറിയിലേക്ക് കയറി

'അമ്മേ.' മകളുടെ ശബ്ദം കേട്ട് അനുരാധ തിരിഞ്ഞുനോക്കി.

'എന്താ അമ്മയ്ക്ക് പറ്റിയത്..? എന്റെ പ്രശ്നങ്ങൾ നമ്മൾ മുൻപ് പറഞ്ഞതല്ലേ.. അതുമാത്രമല്ലല്ലോ ഇപ്പോൾ അമ്മയുടെ പ്രശ്നം.' അൻഷിതയുടെ മുന്നിൽ തന്റെ മനസ് ഇനിയും തുറക്കാതിരിക്കാൻ കഴിയില്ല എന്ന് അവർക്ക് തോന്നി. മകൾ സങ്കടത്തിൽ ജീവിക്കുമ്പോൾ അതിന്റെ കുറ്റബോധവും പേറി മുന്നോട്ട് പോകാൻ തനിക്ക് കഴിയില്ല.

അനുരാധയുടെ മനസ് അനിവാര്യമായ ആ തീരുമാനത്തിലേക്ക് എത്തുകയായിരുന്നു. മകളോട് എല്ലാം പറയണം. ശേഷമുള്ള ജീവിതം അവൾ തീരുമാനിക്കട്ടെ.. അല്ലെങ്കിൽ വരുന്നതുപോലെ വരട്ടെ..

'നമ്മൾ വഞ്ചിക്കപ്പെട്ടവരാണ് മോളെ.'

അമ്മയുടെ വാക്കുകൾ തന്റെ നെഞ്ചിലിട്ട സന്ദേഹത്തിന്റെ കനൽ എരിഞ്ഞുതുടങ്ങിയത് അൻഷിതയറിയുന്നുണ്ടായിരുന്നു.

...അമ്മയ്ക്ക് തന്നോട് എന്താണ് പറയാനുള്ളത് ?

കിടക്കയിലിരുന്നുകൊണ്ട് അനുരാധ പറഞ്ഞു തുടങ്ങി..

4

അൻഷിതയ്ക്ക് സ്വന്തം കാതുകളെ വിശ്വസിക്കാൻ ആയില്ല. അമ്മയുടെ വാക്കുകൾ സൃഷ്ടിക്കുന്ന ക്ഷതത്തിൽ നിന്നും രക്ഷ പെടാൻ മനസ് പരിശ്രമിക്കുന്നുവെങ്കിലും തല കറങ്ങുന്നത് പോലെ അവൾക്ക് തോന്നി.

'ദേബ് അഞ്ച് വർഷങ്ങൾക്ക് മുൻപ് മാനസികപ്രശ്നങ്ങൾക്ക് ചികിത്സയിലായിരുന്നതോ, മുൻപോരു കല്യാണം കഴിച്ചിരുന്നുവെ ന്നതോ എനിക്കറിയാൻ പറ്റിയില്ല മോളെ.. സ്വന്തം വീട്ടുകാർ പറ യുന്നതിൽ അല്ലാതെ ഞാൻ വേറെ ആരെയാണ് വിശ്വസിക്കുക..!'

അൻഷിതയുടെ മുഖത്ത് കണ്ണുനീർ ഒഴുകിയിറങ്ങുന്നത് അനു രാധ കണ്ടു.

അവളുടെ മനസ് കടന്നുപോകുന്ന സംഘർഷാവസ്ഥ എന്താ ണെന്ന് തനിക്ക് മനസിലാകുന്നുണ്ട്. താനാണ് ഈ കണ്ണുനീരിന് ഉത്തരവാദി..

'എന്നാലും അവരാരും നമ്മളോട് ഇത് പറഞ്ഞില്ലല്ലോ മോളെ.. നിന്റെ ചെറിയമ്മാവൻ പോലും എല്ലാം മറച്ചുവെച്ചു..'

നിശ്ശബ്ദയായി ഇരിക്കുന്നെങ്കിലും അൻഷിതയുടെ കണ്ണുകൾ നിറഞ്ഞൊഴിക്കികൊണ്ടിരുന്നു. യാഥാർത്ഥ്യത്തിലേക്ക് തിരിച്ചു വരാൻ അവൾ അല്പനേരമെടുത്തു.

'എല്ലാവരും ചേർന്ന് എന്നെ ബലികൊടുക്കുകയായിരുന്നു.. അല്ലെ..?'

അൻഷിതയുടെ വാക്കുകളിൽ സങ്കടവും ദേഷ്യവും നിറഞ്ഞു നിന്നു. എന്താണ് അവളോട് പറയേണ്ടത് എന്നറിയാതെ അനുരാ ധകുഴങ്ങി.

'അമ്മയോട് ക്ഷമിക്ക് മോൾ.. ഇനി നീയെന്ത് തീരുമാനമെടുക്ക ണം എന്ന് അമ്മയ്ക്ക് പറയാൻ ആകില്ല.'

അനുരാധ കണ്ണുതുടച്ചു..

'അല്ലെങ്കിലും അമ്മ ഇനിയെന്ത് പറഞ്ഞിട്ടെന്താ... ?'

അൻഷിതയുടെ വാക്കുകളിൽ തീ പടർന്നു..

'ചുരുങ്ങിയത് എന്റെ ജീവിതമാണ് ഇത് എന്നെങ്കിലും അമ്മ ഓർക്കണമായിരുന്നു. അമ്മയോടൊപ്പം നിൽക്കാൻവേണ്ടി മാത്ര മാണ് ഞാൻ ഈ കല്ല്യാണത്തിന് സമ്മതിച്ചത്. ഹരിസാറിനൊപ്പം ഞാൻ എവിടേക്കും പോകുമായിരുന്നില്ല.. അമ്മയെ ഒറ്റയ്ക്കാക്കി ഹരിസാർ എന്നെ എവിടേക്കും കൊണ്ടുപോകുമായിരുന്നുമില്ല.

ആളുകളെ മനസ്സിലാക്കുന്നതിൽ അമ്മയ്ക്കാണ് തെറ്റുപറ്റിയത്.. പക്ഷേ, അതിന്റെ ശിക്ഷ ജീവിതകാലം മുഴുവൻ അനുഭവിക്കേണ്ടി വരുന്നത് ഞാനാണ്.. എനിക്കതിന് ഇനിയും പറ്റില്ല.'

മകൾ എന്താണ് പറഞ്ഞുവരുന്നത് എന്ന് അനുരാധയ്ക്ക് മനസിലായില്ല. സങ്കടം കൊണ്ട് ഇടറുന്നുണ്ടെങ്കിലും അൻഷിതയുടെ വാക്കുകളിലെ തീ കുറഞ്ഞില്ല..

'ഹരിസാർ ഒരിക്കൽ പറഞ്ഞിരുന്നു.. സ്വന്തം ജീവിതം നമുക്ക് ജീവിക്കാൻ പറ്റിയില്ലെങ്കിൽ അത് നമുക്കായെന്നവണ്ണം മറ്റുള്ളവർ ജീവിക്കുമെന്ന്.. അത് ഇപ്പോൾ സത്യമായി.'

അൻഷിത കൈകളിലേക്ക് മുഖമമർത്തിയിരുന്നു.. അവളിൽ നിന്ന് ഒരു തേങ്ങലുയർന്നു. അനുരാധ അവളുടെ തോളിൽ കൈ വെച്ചു. അല്പനേരത്തേക്ക് അൻഷിത അനങ്ങിയില്ല.

'എനിക്കിനി ഇവിടെ നിൽക്കാൻ ആവില്ല.'

മുഖമുയർത്തി അതുപറയുമ്പോൾ അവളുടെ ശബ്ദം ഇടറിയില്ല. അനുരാധ ഒരു ഞെട്ടലോടെയാണ് മകളുടെ തീരുമാനം കേട്ടത്..

'നാളെ അമ്മ പോകുമ്പോൾ ഞാനും കൂടെ പോരും ചുനാരിയിലേക്ക്.. പക്ഷേ, അതിന് മുമ്പ് ഗോബിന്ദപുരത്ത് പോകണം. അവരോട് പറയാനും ചോദിക്കാനും ചിലതുണ്ട്.'

ദേഷ്യം അൻഷിതയുടെ വാക്കുകളിൽ പ്രകടമായി.

അതു വേണ്ട എന്നു പറയണമെന്ന് അനുരാധയ്ക്ക് തോന്നിയെങ്കിലും താൻ നിസ്സഹായ ആണെന്ന് അവർക്കറിയാമായിരുന്നു. മകളുടെ ഭാവിയെന്താകും എന്ന ചിന്ത അവരെ അലട്ടികൊണ്ടിരുന്നു.

'അമ്മയുടെ നിസഹായാവസ്ഥ എനിക്കറിയാം.'

അൻഷിത തുടർന്നു.

'അച്ഛൻ മരിച്ചതിന് ശേഷം ഉണ്ടായ അമ്മയുടെ അരക്ഷിതത്വ ബോധം ആണ് എല്ലാത്തിനും കാരണം.. ഇനിയത് പറഞ്ഞിട്ട് കാര്യമില്ല.'

അൻഷിത കിടക്കയിൽ നിന്ന് എഴുന്നേറ്റ് അവളുടെ മുറിയിലേക്ക് നടന്നുപോകുന്നത് നോക്കി അനുരാധ കിടക്കയിലിരുന്നു. മകളുടെ ജീവിതം താൻ നോക്കിനിൽക്കെ കൺമുന്നിൽ ഒരു പളുങ്കുപാത്രം പോലെ തകരുകയാണെന്ന് അവർക്ക് തോന്നി. ഇത്രയും പറഞ്ഞിട്ടും തന്റെ മനസിന്റെ ഭാരം കുറയുന്നില്ല പകരം അത് കൂട്ടുകയാണ്.. കണ്ണു തുടച്ചുകൊണ്ട് അവർ കിടക്കയിലേക്ക് ചാഞ്ഞു..

തന്റെ മുറിയുടെ വാതിൽക്കൽ എത്തിയെങ്കിലും അകത്തേക്ക് കയറാൻ അൻഷിതയ്ക്ക് തോന്നിയില്ല. മുറിയിലെ കട്ടിലിൽ ദേബാശിഷിനെ സങ്കല്പിച്ചപ്പോൾ തന്റെ മനസിൽ വെറുപ്പ് നിറയുന്നത് അൻഷിത അറിഞ്ഞു. അവൾ മുറിയുടെ വാതിൽ വലിച്ചടച്ചു കുറ്റിയിട്ടശേഷം തിരികെ അമ്മയുടെ മുറിയിലേക്ക് നടന്നു.

ഇപ്പോൾ തന്റെ സംശയങ്ങൾക്കെല്ലാം ഉത്തരം ലഭിക്കുന്നുവെന്ന് അൻഷിതയ്ക്ക് തോന്നി. അമ്മ പറഞ്ഞതുവെച്ച് നോക്കിയാൽ ദേബാശിഷിന് മാനസീകപ്രശ്നങ്ങൾ ഇപ്പോഴും ഉണ്ട്. അയാളുടെ ആദ്യഭാര്യ ഒരു മാസമാണ് ആകെ ഒപ്പം ജീവിച്ചത്.

മാതാപിതാക്കളോടുള്ള ശക്തമായ അടുപ്പം കാരണം വ്യതിരക്തമായ സ്വന്തം ഐഡന്റിറ്റി രൂപപ്പെടുന്നതിൽ തടസം വരുന്നവരെക്കുറിച്ച് താനെവിടെയോ വായിച്ചിട്ടുണ്ട്. താനിവിടെ വന്ന ശേഷം ഒരാവശ്യത്തിനും ദേബാശിഷ് തന്നെ സമീപിച്ചിട്ടില്ല എന്ന് അൻഷിത ഓർത്തു..

എന്ത് ആവശ്യത്തിനും ദേബാശിഷ് അമ്മയെ തേടിയിരുന്നു. തങ്ങളുടെ കിടക്കയിൽപോലും അയാൾക്ക് തന്നോട് നീതിപുലർത്താൻ പറ്റിയിട്ടില്ല. പക്ഷേ, അതൊന്നും തന്നെ സംബന്ധിച്ച് പ്രശ്നമാകുമായിരുന്നില്ല. ശരിയായ സമീപനം കൊണ്ടും ചികിത്സകൊണ്ടും ഒരുപക്ഷേ അതൊക്കെ മാറിയേക്കാം . പക്ഷേ, തന്നെ വഞ്ചിച്ചത് തനിക്ക് സഹിക്കാൻ ആകില്ല.. ആദ്യവിവാഹം മറച്ചുവെച്ച് കല്യാണം നടത്തിയത് ഒരുതരത്തിലും ന്യായീകരിക്കാൻ പറ്റില്ല. സഹിച്ചുമടുത്തപ്പോൾ ആ പെൺകുട്ടി ആത്മഹത്യ ചെയ്തതാണ് എന്നാണ് അമ്മയോട് മായാദീദി പറഞ്ഞത്. എങ്കിലും വഴക്കുണ്ടായപ്പോൾ ദേബ് അവളെ കൊന്ന് കെട്ടിത്തൂക്കിയതാവാം എന്നും ആളുകൾ സംശയിക്കുന്നുണ്ട്. കാരണം പെൺകുട്ടിയുടെ മരണത്തിന് മുൻപ് വീട്ടിൽ വലിയ വഴക്ക് നടന്നിരുന്നു. പക്ഷേ, ആ കേസ് എങ്ങുമെത്തിയില്ല. തെളിവില്ലാത്തതാകാം പ്രശ്നം. അല്ലെങ്കിൽ പണത്തിന് മീതെ തെളിവിനും പറക്കാൻ കഴിയാത്തതിനാലാകാം. അവൾ ചെല്ലുമ്പോൾ അമ്മ കിടക്കുകയായിരുന്നു.

അമ്മയെ കുറ്റം പറയാൻ തനിക്ക് പറ്റില്ല. എതൊരാളെയും പോലെ അമ്മ സ്വന്തം ബന്ധുക്കളെ വിശ്വസിച്ചു എന്നതാണ് പ്രശ്നം. അവരെക്കാൾ കൂടുതൽ ഇക്കാര്യത്തിൽ വേറൊരാളെയും വിശ്വസിക്കാൻ തോന്നില്ല. ഒച്ചയുണ്ടാക്കാതെ കിടക്കയുടെ അരികിലായി അവൾ കിടന്നു. അൻഷിതയുടെ ചിന്ത അമ്മ പറഞ്ഞ കാര്യങ്ങളെക്കുറിച്ചായിരുന്നു.

● അയനാന്തരങ്ങൾ

ദേബിന്റെ അമ്മ വളരെ ക്രൂരമായാണ് ആ പെൺകുട്ടിയോട് പെരുമാറിയതത്രെ. ഒറ്റപ്പെടുത്തലും കുറ്റപ്പെടുത്തലും ഭർത്താവിൽ നിന്നുള്ള ക്രൂരതയും അവഗണനയും സഹിക്കാതായപ്പോൾ അവൾ പ്രതികരിച്ചിരിക്കണം.

ഇങ്ങനെയുള്ള ഭർത്താവിൽ നിന്ന് ഒരു സുരക്ഷിതത്വവും ഒരു പെണ്ണിനും പ്രതീക്ഷിക്കാൻ പറ്റില്ല. യഥാർത്ഥത്തിൽ ദേബിന് തന്റെ അമ്മയൊഴികെയുള്ള സ്ത്രീകളെ വെറുപ്പാണോ അതോ അവരോട് നിസംഗതയാണോ എന്ന് തനിക്ക് ഇതുവരെ മനസിലാക്കാൻ കഴിഞ്ഞിട്ടില്ല എന്ന് അൻഷിതയോർത്തു. സങ്കടത്തേക്കാൾ കൂടുതൽ ദേഷ്യമായിരുന്നു അവൾക്ക്.

അനുരാധ ഉറങ്ങിയിരുന്നില്ല.

മകൾ കട്ടിലിൽ വന്ന് കിടന്നത് അവർ അറിഞ്ഞിരുന്നു.

അവൾ അടുത്തുകിടന്നപ്പോൾ തന്റെ മനസിന് സമാധാനം ലഭിക്കുന്നതുപോലെ അനുരാധയ്ക്ക് തോന്നി. എല്ലാം ഒരു സ്വപ്നം പോലെ തീരുകയാണ്. ഇനിയിവിടെ പറ്റിച്ചേർന്ന് നിൽക്കണമെന്ന് മകളോട് ആവശ്യപ്പെടാനുള്ള അവകാശം തനിക്കില്ല. അൻഷിതയുടെ അച്ഛന്റെ കാഴ്ചപ്പാടുകൾ ശരിയായിരുന്നു എന്ന് ഇപ്പോൾ തോന്നുന്നു. സ്വന്തം ജീവിതം തെരഞ്ഞെടുക്കാൻ താൻ അവളെ അനുവദിക്കണമായിരുന്നു. തന്റെ ഭയം ആണ് കാരണം.

അവളെ അന്യനാട്ടിൽ അകലേക്കയച്ച് കൺമുന്നിൽ നിന്ന് അകറ്റിനിർത്താൻ തനിക്ക് കഴിയുമായിരുന്നില്ല.. അതുകൊണ്ടാണ് ഹരിയുടെയും അൻഷിതയുടെയും ജീവിതത്തിൽ തനിക്ക് ഇടപെടേണ്ടി വന്നത്.

കാര്യകാരണങ്ങളിലൂടെ സഞ്ചരിച്ച് തന്റെ മനസ് സ്വയം ആശ്വസിക്കാൻ ശ്രമിക്കുകയാണെന്ന് അവർക്ക് തോന്നി. അനുരാധയിൽ നിന്ന് ഒരു നേടുവീർപ്പ് പുറത്തുവന്നു.

മകളോട് താൻ ഇനിയും പറഞ്ഞിട്ടില്ലാത്ത ഒരു രഹസ്യമുണ്ട്. അതറിഞ്ഞാൽ അവൾ തന്നോട് ഒരുപക്ഷേ, ക്ഷമിക്കില്ല...

കിടക്കയിൽ നൈറ്റ് ലാമ്പിന്റെ മങ്ങിയ വെളിച്ചത്തിൽ നിഴൽ ചിത്രങ്ങൾ അനങ്ങാതെ നിൽക്കുന്ന ഭിത്തിയിലേക്ക് നോക്കിക്കിടക്കവേ അനുരാധയുടെ ചിന്തകൾ ഞാണിന്മേൽ കളിക്കാരെപ്പോലെ ദോലനം ചെയ്തുകൊണ്ടിരുന്നു.

ചിന്തയുടെ ഏതോ നിമിഷത്തിൽ അൻഷിതയുടെ തേങ്ങൽ അനുരാധയുടെ കാതിൽ വീണു.. അവർക്ക് സഹിക്കാവുന്നതിനും അപ്പുറമായിരുന്നു അത്.. അനുരാധ നീങ്ങിക്കിടന്ന് അവളെ കെട്ടി

പ്പിടിച്ചു. അമ്മയുടെ കൈ തന്നെ പൊതിഞ്ഞുപിടിക്കുന്നതും അമ്മയുടെ നിശ്വാസങ്ങൾ തേങ്ങലുകളായി പരിണമിക്കുന്നതും നിശബ്ദമായി കരയുമ്പോഴും അൻഷിത അറിയുന്നുണ്ടായിരുന്നു. അവരുടെ ജീവിതത്തിന്റെ അനിശ്ചിതത്വം തങ്ങിനിൽക്കുന്നത് പോലെ മഴ പെയ്തുതോർന്ന രാത്രി വിഷാദോന്മുഖമായ നീരവഭാവം പേറി നിന്നു.

രാത്രിയിലെപ്പോഴോ അവർ രണ്ടുപേരും നിദ്രയിലേക്ക് വീണു.

പിറ്റേന്ന് രാവിലെ ദേബാശിഷ് കാറുമായി തിരിച്ചുവന്നപ്പോൾ അതിൽ ആശാലതയും ഉണ്ടായിരുന്നു. അവരെ കാത്ത് വരാന്തയിൽ തന്നെ നിൽക്കുകയായിരുന്നു അനുരാധയും അൻഷിതയും.

ദേബിന്റെ അച്ഛൻ പറഞ്ഞത് ശരിയാണെന്ന് അൻഷിതയ്ക്ക് മനസിലായി. ദേബ് ഇന്നലെ രാത്രി ആശാലതയുടെ അടുത്തേക്കാണ് പോയത്..!

ബാഗുമായി അനുരാധയും അൻഷിതയും വസ്ത്രം മാറി നിൽക്കുന്നത് വണ്ടിയിൽ നിന്നിറങ്ങുന്നതിന് മുൻപേ തന്നെ ആശാലത കണ്ടിരുന്നു. വണ്ടിയിൽ നിന്നിറങ്ങി മുന്നോട്ട് വരുമ്പോൾ അനുരാധയുടെ മുഖം ദേഷ്യം കൊണ്ട് ചുവക്കുന്നത് ആശാലത കണ്ടു..

'നിങ്ങൾ ഞങ്ങളെ പറ്റിക്കുകയായിരുന്നല്ലേ..?'

അനുരാധ അക്ഷരാർത്ഥത്തിൽ പൊട്ടിത്തെറിക്കുകയായിരുന്നു.

൦൦

പത്ത്

1

അത്യാവശ്യം സൗകര്യങ്ങൾ ഉള്ള നല്ല മുറികളാണ്. ഒരു കിടപ്പുമുറി, അടുക്കള, ബാത്റൂം ഒരു ചെറിയ സിറ്റ് ഔട്ട് എന്നിവയാണ് അവിവാഹിതരായ അദ്ധ്യാപകർക്ക് ലഭ്യമായത്. നന്നാക്കിയെടുത്തതിന് ശേഷം സാധനങ്ങളെല്ലാം അടുക്കി വെച്ച് അടുക്കളയിലേക്കുള്ള ഗ്യാസും എത്തിച്ചപ്പോഴേക്കും ക്ഷീണം കൊണ്ട് ഒന്നുറങ്ങണം എന്നുതോന്നി ഹരിക്ക്.

എത്രയൊക്കെ അടക്കിനിർത്താൻ ശ്രമിച്ചിട്ടും, ദാർശനികതയുടെ പുതപ്പിട്ട് മൂടിവെക്കാൻ ശ്രമിച്ചിട്ടും അൻഷിത ജീവനിൽ നിന്നടർന്ന് പാതിവഴിയിൽ വീണുപോയ ഒരു ഭാഗമായിത്തന്നെ അനുഭവപ്പെടുന്നു. ഇഷ്ടമുള്ളവരെ വിവാഹം ചെയ്യാനും മറ്റുള്ളവരെ ഉപദ്രവിക്കാതെ ഇഷ്ടമുള്ളതുപോലെ ജീവിക്കാനുമുള്ള സ്വാതന്ത്ര്യം നിയമാനുസൃതം ഇന്ത്യയിൽ ഉണ്ടെങ്കിലും അതെല്ലാം വെറും കടലാസുപുലികളാണ്. ഇന്നും ജീവിതം യുദ്ധം ചെയ്ത് നേടുന്നവർക്കുള്ളതാണ് എന്ന ഗോത്രകാലയുക്തിതന്നെയാണ് ചുറ്റും നടക്കുന്നത്. യുദ്ധത്തിന്റെ സ്വഭാവം ആധുനികതയുടെ രൂപം പൂണ്ട് ആന്തരിക സംഘർഷങ്ങളിലേക്ക് വികസിച്ചിരിക്കുന്നു എന്നു പറയുന്നതാവും കൂടുതൽ ശരി; ജാതിയോട് യുദ്ധം!മതത്തോട് യുദ്ധം! തെറ്റും ശരിയും നൂറ്റാണ്ടുകൾ മുൻപുള്ള ലിഖിതമോ അലിഖിതമോ ആയ നിയമങ്ങൾ കൊണ്ട് തീരുമാനിക്കുന്ന സമൂഹത്തിന്റെ പൊതുബോധത്തോട് യുദ്ധം! ഒരാളെ കല്യാണം കഴിക്കണമെങ്കിൽ ജാതിയോടും മതത്തോടും ദൈവത്തോടും നാട്ടുകാരോടും ജ്യോതിഷിയോടും പുരോഹിതനോടുമെല്ലാം ചോദിക്കണം. ലൈംഗീകി ദാരിദ്ര്യത്തിനുപോലും പരിഹാരം തേടാനാകില്ല. പരസ്യമായി പറയാൻ പോലും ആകില്ല. എല്ലാം അടക്കിവെക്കണം! ഒടുവിൽ മരിച്ചുകഴിയുമ്പോൾ വിശുദ്ധനെന്ന് ചാർത്തിക്കൊടുക്ക

പ്പെടുന്ന പട്ടത്തിനായി ഒരു ജീവിതം!

അന്തസ് എന്നത് വ്യാജമായ അസ്തിത്വമാണ്..

അപ്രായോഗീകമായ വിപ്ലവത്തിലേക്കാണ് മനസ് സഞ്ചരിക്കുന്നത്.. പക്ഷേ, തന്റേത് ഒരു പരാജിതന്റെ വിപ്ലവമാണ്..

അൻഷിതയുടെ മുഖം ഇടയ്ക്ക് മനസിലേക്കെത്തുമ്പോൾ മറ്റെന്തെങ്കിലും ചിന്തിക്കുവാനോ ആരോടെങ്കിലും എന്തെങ്കിലും സംസാരിക്കുവാനോ താൻ ശ്രമിച്ചിരുന്നു. എങ്കിലും ഏകനായ് ഒരു മനുഷ്യന് എത്രകാലം സ്വയം വഞ്ചിക്കാൻ കഴിയും തന്റെ ഏകാന്തത തന്നെ നോക്കി വിജയീഭാവത്തിൽ ചിരിക്കുകയാണ്! അൻഷിത ഇപ്പോൾ എന്തുചെയ്യുകയാവും! തന്നെ ഓർക്കുന്നുണ്ടാകുമോ!

ചുനാരിയിൽനിന്ന് പോന്നതിന് ശേഷം അവളെ വിളിക്കാത്തത് അവരുടെ ആവശ്യപ്രകാരം ആണല്ലോ. എങ്കിലും ഒന്നുകൂടി വിളിക്കണം എന്ന് തന്റെ മനസ് നിർബന്ധിക്കുന്നുണ്ട്. പ്രണയവും ഒരു ലഹരിയാണ്.. വേണ്ട എന്നുവെച്ചാലും പിന്തിരിഞ്ഞ് നിന്നാലും അത് കൂടുതൽ ശക്തമായി ആകർഷിച്ചുകൊണ്ടിരിക്കും, നോവിച്ചുകൊണ്ടിരിക്കും. താനൊരിക്കലും ഒരു പച്ചക്കാമുകനായിരുന്നില്ല. ശിഥിലമായിപ്പോയ ഒരു കുടുംബത്തിന്റെ അവസാന വേരാണ് താൻ.. അതുകൊണ്ടുതന്നെ പ്രണയം നിറഞ്ഞ കുടുംബമാണ് താൻ ആഗ്രഹിച്ചതും. അത് അൻഷിതയ്ക്ക് അറിയാമായിരുന്നു.. പക്ഷേ, സ്വന്തമായ തീരുമാനങ്ങളിലെത്താൻ അവൾക്ക് കഴിയുമായിരുന്നില്ല.

എന്തുകൊണ്ടാണ് ഇന്ത്യയിലെ സ്ത്രീകൾക്ക് സ്വതന്ത്രമായ ജീവിതം ഇല്ലാത്തത് എന്ന് താൻ ഒരുപാട് ആലോചിച്ചിട്ടുണ്ട്. വികസിതമായ നാടുകളുമായി താരതമ്യം ചെയ്യുമ്പോൾ പരമ്പരാഗതമായി ലഭിക്കുന്ന സാംസ്കാരീകചിന്തകളിലെ തെറ്റുകളും ശരികളും അരിച്ച് വേർതിരിക്കാതെ കുഞ്ഞുങ്ങളായിരിക്കെ തന്നെ പെൺകുട്ടികളിലും ആൺകുട്ടികളിലും കുത്തിവെക്കുന്നതിന്റെ ഫലമാണ് ഇന്ത്യയിലെ പ്രശ്നം എന്നുവേണം കരുതാൻ. അത് എല്ലാ ജാതികളിലും ഉണ്ട്. അതുകൊണ്ടുതന്നെ സമൂഹത്തിലെ സംസ്കാരീകപരമായ നിർമ്മിതികളിലൊന്നും സ്ത്രീകൾക്ക് ഭാഗഭാക്കാക്കാൻ കഴിയാതെവരുന്നു. അവിടെ സ്ത്രീ പരിഗണിക്കപ്പെടുന്നത് സ്വാതന്ത്ര്യയായ വ്യക്തി എന്ന നിലയ്ക്കായിരിക്കില്ല. ഒരു ആശ്രിത എന്ന നിലയ്ക്കായിരിക്കും. ഇന്ത്യയിലെ പരമ്പരാഗത സമൂഹത്തിന് സ്ത്രീകൾ വെറും പരാന്നഭോജികൾ മാത്രമായിരി

ക്കണം എന്നത് നിർബന്ധമാണ്. അതിന്റെ കാരണം സാമ്പത്തിക സ്വാതന്ത്ര്യം നേടാത്തവരെ എന്നും അടിമകളാക്കി നിർത്താം എന്നതുതന്നെയാണ്. ഇതൊന്നും പരമ്പരാഗത സമൂഹങ്ങൾ മനസിലാക്കാത്തിടത്തോളം അല്ലെങ്കിൽ സാഹചര്യങ്ങൾ മാറാത്തിടത്തോളം ജീവിതത്തിലെ ആനന്ദം സ്ത്രീകൾക്ക് അകലെയാണ്. ഇതെല്ലാം ഒരിക്കൽ ചുനാരിയിലെ ജോൺസാറിനോട് പറഞ്ഞപ്പോൾ 'സാറിന്റെ കല്യാണം കഴിയുമ്പോൾ ഈ ചിന്തകളെല്ലാം മാറിക്കോളും' എന്നായിരുന്നു അയാളുടെ മറുപടി. തനിക്ക് പുച്ഛം തോന്നിയെങ്കിലും അത് മുഖത്ത് കാണിച്ചില്ല. വിവാഹം കഴിഞ്ഞാൽ, കുടുംബമായാൽ, മുൻപ് വിപ്ലവം പറഞ്ഞിരുന്ന പലരും കാലഹരണപ്പെട്ട പരമ്പരാഗതമൂല്യങ്ങളിലേക്ക് തിരികെപോകാൻ പാടുപെടുന്നത് സ്വാർത്ഥത തന്നെയല്ലേ! പക്ഷേ, തനിക്കൊരിക്കലും അങ്ങനെയാകാൻ കഴിയില്ല. അൻഷിതയുടെ അവസ്ഥയും വ്യത്യസ്തമല്ല എന്ന് തനിക്കറിയാം. ഉള്ളിൽ മാറ്റത്തെ ആഗ്രഹിക്കുന്നവളാണ്. പാരാജയപ്പെട്ടെങ്കിലും തനിക്ക് വേണ്ടി വീട്ടുകാരോട് യുദ്ധം ചെയ്യാൻ ഉള്ള ധൈര്യം അവൾക്ക് ഉണ്ടായതുതന്നെ വലിയകാര്യം.

ഒരിക്കൽ കൂടിയെങ്കിലും അൻഷിതയെ വിളിക്കണം എന്ന് ഉറക്കത്തിലേക്ക് പോകുന്നതിന് മുൻപ് ഹരി മനസിലുറച്ചു.

നരേന്ദ്രപുരത്ത് നിന്നും ഗോബിന്ദപുരത്തേക്കുള്ള ബസിൽ ഇരിക്കുകയായിരുന്നു അനുരാധ. അൻഷിത തൊട്ടടുത്തുതന്നെ ഇരിക്കുന്നുണ്ട്. അവളുടെ മുഖത്ത് സങ്കടത്തേക്കാൾ ദേഷ്യമാണ് തെളിഞ്ഞുനിൽക്കുന്നത് എന്ന് അനുരാധ ഓർത്തു.

രാവിലെ ആശാലതയോടും ദേബിനോടും വഴക്കിട്ട് അവിടെ നിന്ന് ഇറങ്ങിയതാണ്. ആശാലതയ്ക്ക് ആദ്യം അമ്പരപ്പായിരുന്നു. പക്ഷേ, സത്യം തങ്ങൾ മനസിലാക്കി എന്നു കണ്ടപ്പോൾ അവർ എതിർത്തു. ഒടുവിൽ അംഗീകരിച്ചു എങ്കിലും സ്വയം ന്യായീകരിക്കുകയായിരുന്നു അവർ ചെയ്തത്. ദേബാശിഷിന്റെ ശരിയായ മുഖം അപ്പോഴാണ് താൻ കാണുന്നത്. തന്റെ അമ്മ പറയുന്ന കാര്യങ്ങളെ പിന്താങ്ങിക്കൊണ്ട്, അവർ ചെയ്തത് ഒന്നും തന്നെ തെറ്റല്ല എന്ന നിലപാടായിരുന്നു അയാൾക്ക്. എത്ര വികലമാണ് അവരുടെ ചിന്ത..! എത്ര മോശമായാണ് അയാൾ സംസാരിച്ചത്.!

ബസിൽ കയറിയതിൽപിന്നെ അൻഷിത തന്നോടൊന്നും മിണ്ടിയിട്ടില്ല. ഇനി ഗോബിന്ദപുരത്ത് തറവാട്ടിൽ ചെന്ന് തനിക്ക് ചിലത് ചോദിക്കാനുണ്ട് .. ഈ ചതിയുടെ കാരണം അറിയണം.

തങ്ങൾ വഴക്കിട്ട് പോന്നത് ഇപ്പോൾ തന്നെ ആശാലത വിളിച്ചു പറഞ്ഞിട്ടുണ്ടാകുമെന്ന് അനുരാധയോർത്തു.

ബസ് മുന്നോട്ടുപോകെ എതിരെ വീശുന്ന തണുത്ത കാറ്റ് വിഹ്വലമായ മനസുകളെ തണുപ്പിക്കാൻ കഴിയാത്ത നിരാശയിൽ വേഗം അവരെ തഴുകിക്കടന്നുപോയി.

യാത്രക്കാർ നിറഞ്ഞ ബസിൽ ഇരിക്കുമ്പോൾ മനസിലുള്ളതൊന്നും മിണ്ടാനാകാത്ത സാഹചര്യം അൻഷിതയെ വീർപ്പുമുട്ടിച്ചുകൊണ്ടിരുന്നു.

മനസ്സിൽ രാവിലെ നടന്ന സംഭവങ്ങൾ തെളിഞ്ഞുവന്നു.

'നീയൊക്കെ ഏത് തരമാണെന്ന് നന്നായി അറിയാമെടി. വീട്ടിൽ വാടകയ്ക്ക് താമസിച്ചിരുന്നവന്റെ കൂടെ ഇറങ്ങിപ്പോകാൻ തുടങ്ങിയപ്പോൾ നിന്റെ തള്ള എന്റെ തലയിൽ കെട്ടിവെച്ചതല്ലേ നിന്നെ..?'

കലികൊണ്ട് വിറയ്ക്കുന്ന ദേബാശിഷിന്റെ ശബ്ദം ചെവിയിൽ തങ്ങിനിൽക്കുന്നത് പോലെ അൻഷിതയ്ക്ക് തോന്നി..

'തൊട്ടടുത്ത് താമസിക്കുന്ന സ്വന്തം വാടകക്കാരൻ ആകുമ്പോൾ എന്തും നടക്കുമല്ലോ... ഈ പതിവ്രത ചമയലൊന്നും ഇവിടെ വേണ്ട. ഞാൻ രണ്ടാംകെട്ടുകാരനാ.. പക്ഷേ, നിന്റത്രയും തരംതാണിട്ടില്ല.'

അതുകേട്ടപ്പോൾ അയാളെ കൊല്ലാൻപോന്ന ദേഷ്യമുണ്ടായി തനിക്ക്. അമ്മ അവിടെ നിൽക്കുന്നതൊന്നും പിന്നെ ചിന്തയിൽ വന്നില്ല..വായിൽ തോന്നിയതൊക്കെ പറഞ്ഞു. തന്നെ അടിക്കാൻ തുടങ്ങിയതാണ് അയാൾ. അഴിയെണ്ണിക്കുമെന്നു പറഞ്ഞ് അമ്മ ഇടയ്ക്ക് കയറിയപ്പോഴാണ് അയാൾ പിൻവാങ്ങിയത്. അത്ര നീചമായ ചിന്തകൾ പേറിക്കൊണ്ടാണ് അയാൾ നടക്കുന്നതെന്ന് ഒരിക്കലും അറിഞ്ഞിരുന്നില്ല.

ദേബിനോടും ആശാലതയോടും കലഹിച്ച് ആ വീടിന്റെ പടിയിറങ്ങുമ്പോൾ യഥാർത്ഥത്തിൽ ആശ്വാസമായിരുന്നു. ഭാവിയെക്കുറിച്ചുള്ള ഭയമുണ്ടെങ്കിലും ഇപ്പോൾ ഇരുട്ടിൽ നിന്ന് വെളിച്ചത്തിലേക്ക് വന്നതുപോലെയാണ് അനുഭവപ്പെടുന്നത്. അവിടെത്തന്നെ കഴിഞ്ഞിരുന്നെങ്കിൽ താൻ ആത്മഹത്യ ചെയ്യേണ്ടി വരുമായിരുന്നു അല്ലെങ്കിൽ അയാളെ കൊല്ലേണ്ടി വരുമായിരുന്നു. അത്രനാളും അയാളുടെ നിശബ്ദതയെ ഭരിച്ചുകൊണ്ടിരുന്നത് തരംതാണ ചിന്തകളായിരുന്നു.

പ്രായം കടന്നുപൊയ്ക്കൊണ്ടിരിക്കുന്ന മകന് വേറെ പെണ്ണ്

കിട്ടാൻ പ്രയാസമാണെന്ന് വന്നപ്പോൾ അവർ ഒരു പെണ്കുട്ടിക്ക് വേണ്ടി വലവിരിച്ചു. ആ വലയിൽപ്പെട്ടത് താനാണ് എന്നുമാത്രം.! രണ്ടാം വിവാഹം എന്നതിനേക്കാൾ തന്നെ വേദനിപ്പിച്ചത് വഞ്ചന യാണ്. ചെറിയമ്മായിക്ക് ഇതിൽനിന്നും എന്താണ് പ്രയോജനമെ ന്നാണ് മനസിലാകാത്തത്. തീർച്ചയായും എന്തെങ്കിലും കാര്യം കാണാതെ ചെറിയമ്മായി അത് ചെയ്യില്ല. ആശാലത എന്തെങ്കി ലും ഓഫർ ചെയ്തിട്ടുണ്ടാകണം. അല്ലെങ്കിൽ അവരുമായുള്ള ബന്ധം സൂക്ഷിക്കത്തക്ക വിഷയങ്ങൾ എന്തെങ്കിലും ഉണ്ടാകും. ഒരു കണ്സ്ട്രക്ഷൻ കമ്പനി തുടങ്ങാനുള്ള പരിപാടിയുണ്ട് ദേബി ന് എന്ന് കഴിഞ്ഞ സന്ദർശനസമയത്ത് ചെറിയമ്മായി സന്തോഷ ത്തോടെ പറഞ്ഞത് ഓർമ്മയുണ്ട്. അങ്ങനെയാണെങ്കിൽ ആ ബിസിനസിൽ ചെറിയമ്മാവനും പങ്കാളിയായിരിക്കാം. അതാവാം അവരെ പരസ്പരം കൂട്ടിക്കെട്ടി നിർത്തുന്നത്. ചെറിയമ്മായിയും ചെറിയമ്മാവനുംകൂടി ദേബിന്റെ അമ്മയെയും ദേബിനെയും സന്തോഷിപ്പിക്കാൻ കൊടുത്ത സമ്മാനമായിരിക്കണം താൻ. മുൻ പേ തന്നെ സൃഷ്ടിക്കപ്പെട്ട ഈ കെണിയിൽ തന്നെ വീഴ്ത്തുകയാ യിരുന്നു. അതുകൊണ്ടാണ് വിവാഹശേഷം എപ്പോഴും ദേബിനെ യും കുടുംബത്തെയും ചെറിയമ്മായി പുകഴ്ത്തിക്കൊണ്ടിരുന്നത്. ഈ ബന്ധം തനിക്ക് കിട്ടിയ ഭാഗ്യമാണെന്ന് തന്നെക്കൊണ്ട് ചിന്തിപ്പിക്കണമായിരുന്നു അവർക്ക്. സ്ത്രീയുടെ ഭാഗ്യം വിവാഹ മാണെന്ന് കരുതുന്ന ചിന്താശക്തിയില്ലാത്തവരുടെ സമൂഹമാണ് തനിക്ക് ചുറ്റും. ഒരു സ്ത്രീയെ സംബന്ധിച്ചിടത്തോളം ഭർത്താവും കുഞ്ഞുങ്ങളുമൊക്കെ അവൾ സ്വയമേവ തെരഞ്ഞെടുക്കുന്ന സന്തോഷങ്ങളാകണം. അല്ലാതെ അതുമാത്രമാണ് ഭാഗ്യമെന്ന് കരുതുന്നവർ വിഡ്ഢികളാണ്. സ്ത്രീയുടെ ജീവിതം അതിനുമപ്പു റമാണ്. അവർക്കതറിയില്ല.

ചിന്തകൾക്ക് ദാർശനീകസ്വഭാവം കൈവന്നനേരത്ത് അൻഷിത യുടെ ഓർമ്മയിൽ ഹരിയുടെ മുഖം തെളിഞ്ഞു..

ഒരിക്കലും യാഥാർത്ഥ്യമാകാൻ സാധ്യതയില്ലാത്ത ഒരു ചിത്ര മായതിനാലാകാം ഹരിസാറിനെക്കുറിച്ചുള്ള ഓർമ്മ തന്നെ ഇപ്പോ ഴും നോവിക്കുന്നത്. അന്ന് ഇറങ്ങിപ്പോകുമ്പോൾ സാറിന്റെ മനസ് വല്ലാതെ വേദനിച്ചിട്ടുണ്ടാകണം.

'മോളെ.. ഇറങ്ങാറായി.'

അമ്മയുടെ ശബ്ദം അൻഷിതയെ ചിന്തയിൽ നിന്നുണർത്തി.

ഗോബിന്ദപുരത്ത് എത്തിയിരിക്കുന്നു..!

വണ്ടിയിറങ്ങി ചെറിയമ്മാവന്റെ വീട്ടിലേക്കുള്ള വഴിയേ നടക്കുമ്പോൾ അമ്മ നിശ്ശബ്ദയാണെന്നത് അൻഷിത ശ്രദ്ധിച്ചു.

വഴിയിൽ മഴയ്ക്കു മുൻപുള്ള പോക്കുവെയിൽ വീണ് നിഴലും വെളിച്ചവും കലഹിച്ചുകൊണ്ടിരുന്നു.

'അമ്മേ.. ഞാൻ ചെയ്തത് തെറ്റാണെന്ന് അമ്മയ്ക്ക് തോന്നുന്നുണ്ടോ..?'

അനുരാധ മുഖം തിരിച്ച് അൻഷിതയെ നോക്കിയപ്പോൾ ആ ചോദ്യം ഒരു സംശയത്തിൽ നിന്നുണ്ടായതല്ല എന്ന് അവർക്ക് വ്യക്തമായിരുന്നു.

'ഇല്ല മോളെ..'

അനുരാധ ഒരു നിമിഷം നിർത്തിയ ശേഷം തുടർന്നു.

'നിന്നോട് തെറ്റ് ചെയ്തത് ഞാനാണ്..'

പിന്നെ അവർ വീണ്ടും നിശ്ശബ്ദയായി. അൻഷിത പിന്നെയൊന്നും ചോദിച്ചില്ല. പോക്കുവെയിൽ മങ്ങി ആകാശം ഇരുണ്ടുവരുന്നുണ്ടായിരുന്നു.

വീട്ടിനടുത്തെത്തിയപ്പോൾ അമ്മാവന്മാരും അമ്മായിമാരും അവിടെയുണ്ടെന്ന് അൻഷിത കണ്ടു.

ആശാലത വിളിച്ചുപറഞ്ഞിട്ടുണ്ടാവണം തലതെറിച്ച മരുമകൾ ഇറങ്ങിപ്പോന്നതിന്റെ കഥ.

ദേഷ്യം സിരകളിൽ കത്തിപ്പടരുന്നത് അൻഷിതയറിഞ്ഞു.

'മോളെ നീയൊന്നും മിണ്ടണ്ട.. ഞാൻ പറഞ്ഞോളാം.'

അമ്മ പറഞ്ഞതുകേട്ടപ്പോൾ അൻഷിതയുടെ ദേഷ്യം വർദ്ധിച്ചു..

'എനിക്ക് വേണ്ടി ഇനി ആരും സംസാരിക്കണ്ട. പറയേണ്ടത് ഞാൻ തന്നെ പറയണം. അത് വേണ്ട സമയത്ത് ചെയ്യാൻ കഴിയാത്തതിന്റെ ഫലമാണ് ഞാൻ അനുഭവിക്കുന്നത്.'

അനുരാധ പിന്നെയൊന്നും മിണ്ടിയില്ല..

'അട്ടയെ പിടിച്ച് മെത്തയിൽ കിടത്തിയിട്ട് കാര്യമില്ല.. അതിന് ചെളിക്കുഴിയാണ് ചേരുക.'

പടികയറിചെന്നപ്പോഴേ ചെറിയമ്മായി പറയുന്നത് അൻഷിത കേട്ടു.

അനുരാധ വരാന്തയിലിരിക്കുന്ന അനുജനുനേരെ നടന്നു.

'ഞങ്ങളോട് എന്തിനാ ഈ ദ്രോഹം ചെയ്തത്..?'

ദേഷ്യത്തെക്കാളുപരി അമ്മയുടെ വാക്കുകളിൽ സങ്കടം നിറയുന്നത് കേട്ടപ്പോൾ അൻഷിതയ്ക്ക് അമ്മയോട് ദേഷ്യം തോന്നി.

'എന്തിനാണ് ഇതൊരു രണ്ടാം കെട്ടാണെന്ന കാര്യം നിങ്ങളെല്ലാവരും ചേർന്ന് മറച്ചുവെച്ചത്..?'

അൻഷിത പൊട്ടിത്തെറിച്ചു. അമ്മയെ നോക്കാതെ ചെറിയമ്മാവൻ വിളറിയ ഭാവത്തോടെ ഇരിക്കുകയാണെന്ന് അവൾകണ്ടു.

'പിന്നെ ഒരു കൊലപാതകിയുടെ കൂടെ ഒളിച്ചോടാൻ നിന്ന നിനക്ക് വേറെ ആരെയാണ് കിട്ടുക..?'

ചെറിയമ്മായിയാണ്..

'അത് എന്റെ കാര്യം.'

അൻഷിത തിരിഞ്ഞ് അവരെ നോക്കിപ്പറഞ്ഞു. അവളുടെ കണ്ണിൽ ദേഷ്യം എരിയുന്നുണ്ടായിരുന്നു.

'നിങ്ങളുടെ ബിസിനസ് മെച്ചപ്പെടുത്താൻ എന്നെയൊരു കച്ചവടവസ്തുവാക്കുകയായിരുന്നു അല്ലെ..?'

തന്റെ വാക്കുകൾ ചെറിയമ്മായിയുടെ മുഖത്ത് ഒരു വിളർച്ച കൊണ്ടുവന്നത് കണ്ടപ്പോൾ അവരെക്കുറിച്ച് താൻ ചിന്തിച്ചത് ശരിയാണെന്ന് അൻഷിതയ്ക്ക് ഉറപ്പായി.

പെട്ടെന്നു തന്നെ വിളർച്ച മറയ്ക്കാൻ ശ്രമിച്ചുകൊണ്ട് ചെറിയമ്മായി പറയുന്നത് അവൾ കേട്ടു.

'അവന് എന്തായിരുന്നു ഒരു കുറവ്.. നല്ല സമ്പത്തും സൗകര്യവുമുള്ള ഒരു വീട്ടിലേക്കല്ലേ നിന്നെ അയച്ചത്..'

അവരോട് സംസാരിച്ചതുകൊണ്ട് പ്രത്യേകിച്ച് ഗുണമൊന്നുമില്ല എന്ന് അൻഷിതയ്ക്ക് മനസിലായി. ദേബിന്റെ അമ്മയെക്കാൾ വിഷമാണ് ചെറിയമ്മായി. അവർ ഇപ്പോഴും സ്വയം ന്യായീകരിക്കുകയാണ്.

'നിനക്കും ഒരു മകൾ വളർന്നുവരുന്നുണ്ടല്ലോ.. അവൾക്കാണ് ഇങ്ങനെ സംഭവിച്ചതെങ്കിലോ?'

ചെറിയമ്മാവനോട് പറയുന്ന അമ്മയുടെ ശബ്ദം അൻഷിത കേട്ടു. അമ്മയ്ക്ക് സങ്കടമാണ്. അമ്മ എടുത്തുകൊണ്ട് നടന്ന് ഭക്ഷണം കൊടുത്തിട്ടുള്ളതാണ് ചെറിയമ്മാവന് എന്നു പറഞ്ഞുകേട്ടിട്ടുണ്ട്. തനിക്ക് വാത്സല്യമുള്ള ആൾ ചതിക്കുമ്പോഴുള്ള സങ്കടമാണ് വാക്കുകളിൽ നിറയുന്നത്.

അപ്പോഴും ചെറിയമ്മാവൻ നിശ്ശബ്ദനാണ്. ഉള്ളിൽ കുറ്റബോധമുണ്ട് എന്ന് മുഖം കണ്ടാൽ അറിയാം.

'എന്റെ മോൾക്ക് അങ്ങനെയൊരു ഗതികേട് വരില്ല.. വളർത്തുന്നത് ഞാനാ.. ഒരു കൊലപാതകിയുടെയും കൂടെ അവൾ പോകില്ല.'

ചെറിയമ്മായി പരിഹാസത്തോടെ പറയുന്നത് കേട്ട് അൻഷിതയ്ക്ക് സഹിക്കാനായില്ല..

'ആദ്യഭാര്യയെ തല്ലിക്കൊന്ന് കെട്ടിത്തൂക്കിയവന്റെ കൂടെ പോകാമല്ലോ അല്ലെ..? അയാൾ അത്രയ്ക്ക് നല്ലവൻ ആണെങ്കിൽ നിങ്ങളുടെ മകളെ നാലോ അഞ്ചോ കൊല്ലം കാത്തിരുന്നാൽ അയാൾക്ക് തന്നെ കെട്ടിച്ചുകൊടുക്കാമായിരുന്നല്ലോ. അപ്പോൾ കച്ചവടം കുറച്ചുകൂടി ഭംഗിയായി നടക്കും.'

അതു പറയുമ്പോൾ അൻഷിത അടിമുടി വിറച്ചുകൊണ്ടിരുന്നു..

അവൾ തുടർന്നു..

'നിങ്ങളെ ആരെയും ഞാൻ ക്ഷണിച്ചില്ലല്ലോ എന്നെ കല്യാണം കഴിപ്പിക്കണമെന്ന് പറഞ്ഞ്..! പിന്നെ എന്തിനാ ഇതെല്ലാം ചെയ്തത്..?'

അവസാനവാചകം പറഞ്ഞപ്പോൾ താൻ കരയുകയാണെന്ന് അൻഷിതയറിഞ്ഞു. അവളുടെ കണ്ണുകൾ നിറഞ്ഞു തുളുമ്പി..

'അങ്ങോട്ട് ക്ഷണിച്ചില്ലെന്ന് ആരു പറഞ്ഞു.'

ചെറിയമ്മായിയുടെ ശബ്ദം ഉയരുന്നത് അൻഷിത കേട്ടു..

'നിന്റമ്മയാ വിളിച്ചുപറഞ്ഞത്.. മകൾ ഒരു കൊലപാതകിയെ കെട്ടാൻ തയാറായി നിൽക്കുകയാണെന്ന്.. അതുകൊണ്ടാ അന്ന് നിന്റെ അമ്മാവന്മാർ അങ്ങോട്ട് വന്നത്.'

അതുകേട്ടപ്പോൾ അൻഷിതയ്ക്ക് വിശ്വസിക്കാനായില്ല. ശ്വാസം നിലച്ചതുപോലെ അവൾ അമ്മയെ നോക്കി.. അതിന് മറുപടി പറയാതെ അമ്മ ഒരു കുറ്റവാളിയെപ്പോലെ നിൽക്കുന്നത് അവൾ കണ്ടു. അൻഷിത പിന്നെ ഒന്നും പറഞ്ഞില്ല.

പരാജിതയായി അവൾ തിരിഞ്ഞു നടന്നു..

അതുകണ്ട് അനുരാധയ്ക്ക് തന്റെ ഹൃദയം തകരുന്നത് പോലെ തോന്നി. താൻ ഭയന്നത് നടന്നിരിക്കുന്നു. ഇതൊരിക്കലും അവൾ അറിയരുതെന്ന് താൻ ആഗ്രഹിച്ചിരുന്നതാണ്. അവർ അൻഷിതയുടെ പിന്നാലെ വേഗം നടന്നു.. മുറ്റം കഴിഞ്ഞ് അവർ തിരിഞ്ഞു നിന്ന് എല്ലാവരോടുമായി പറഞ്ഞു..

'ഏകമകൾ ഒപ്പമുണ്ടാവണം എന്ന ആഗ്രഹത്തെ പ്രതിയാണ് ഞാൻ നിങ്ങളെ വിളിച്ചത്. പക്ഷേ, നിങ്ങളെന്റെ മകളെ വിറ്റുകളഞ്ഞു.. ഈശ്വരൻ ഇതെല്ലാം കാണുന്നുണ്ട്.'

തന്റെ പിന്നിൽ അമ്മ പറഞ്ഞത് അൻഷിത കേട്ടു.. അമ്മയുടെ ഈശ്വരൻ തനിക്കുവേണ്ടി എന്തുചെയ്യുമെന്നാണ് അമ്മ കരുതുന്നതെന്ന് അൻഷിതയ്ക്ക് ചോദിക്കണമെന്നുണ്ടായിരുന്നു. തിരിഞ്ഞു

നടക്കവേ അൻഷിതയുടെ മനസ് നിറയെ ചെറിയമ്മായി പറഞ്ഞ വാക്കുകളായിരുന്നു..

അമ്മയാണ് അവരെ വിളിച്ച് ഹരിസാറും താനും തമ്മിലുള്ള ബന്ധത്തെക്കുറിച്ച് പറഞ്ഞത്. മകളെപ്രതി ഒരു അമ്മ അങ്ങനെ ചെയ്തത് തനിക്ക് മനസിലാക്കാം. പക്ഷേ, ഇത്രയൊക്കെ സംഭവിച്ചിട്ടും അമ്മ അത് തന്നിൽ നിന്ന് മറച്ചുവെച്ചു.. ഹരിസാറിനെ സ്കൂളിൽ നിന്ന് പുറത്താക്കിയതും അദ്ദേഹം നാടുവിട്ടുപോകേണ്ടി വന്നതും അമ്മയെഴുതിയ തിരക്കഥയിലെ ഭാഗമാണോ എന്നു മാത്രമേ തനിക്ക് ഇനി അറിയേണ്ടതുള്ളൂ.. അങ്ങനെയാണെങ്കിൽ തനിക്ക് ഒരിക്കലും അമ്മയോട് ക്ഷമിക്കാൻ കഴിയില്ല.

ആരുമില്ലാത്ത ഒരിടത്ത് ഇരുന്ന് ഉറക്കെ കരയണമെന്ന് തോന്നി അൻഷിതയ്ക്ക്..

ബസ് സ്റ്റോപ്പിലെ ഷെഡിൽ വണ്ടി വരുന്നതും കാത്തിരിക്കെ അമ്മയും മകളും പരസ്പരം മിണ്ടിയില്ല. ഇതുവരെ ഇല്ലാതിരുന്ന ഒരു വിടവ് തങ്ങൾക്കിടയിൽ വന്നതുപോലെ അവർക്ക് തോന്നി. അൻഷിത കണ്ണുതുടയ്ക്കുന്നത് കണ്ടപ്പോൾ മകളോട് സംസാരിക്കണമെന്ന് തോന്നിയെങ്കിലും വീട്ടിൽ ചെന്നിട്ടാകാമെന്ന് അനുരാധ തീരുമാനിച്ചു. ദൂരെനിന്നുതന്നെ ചുനാരിയിലേക്കുള്ള ബസ് വരുന്നത് അവർ കണ്ടു. അവർക്കു മീതെ മഴമേഘങ്ങൾ നിറഞ്ഞ ആകാശം പെയ്യാനായി ഒരുങ്ങിനിന്നു..

2

അനുരാധയും അൻഷിതയും ചുനാരിയിൽ വണ്ടിയിറങ്ങി വീട്ടിലേക്ക് നടക്കുമ്പോൾ മഴ പെയ്ത് തോർന്നിരുന്നു. തണുത്ത കാറ്റ് വീശിയപ്പോൾ പറന്നുപോയ ഷാൾ നേരെയിട്ട് അൻഷിത അമ്മയ്ക്ക് ഒപ്പം നടന്നു.

പാതയ്ക്ക് അരികിലൂടെയുള്ള ചാലിലേക്ക് റോഡിൽ നിന്ന് ജലം ഒലിച്ചിറങ്ങി ചാൽ നിറഞ്ഞ് ഒഴുകുകയാണ്. നനഞ്ഞ ഇലകൾ ഒതുക്കിനിന്ന മരത്തലപ്പുകളെ ഇളക്കി ചെറുകാറ്റ് വീശിക്കടന്നുപോയി. പ്രകാശം വീണ്ടും മങ്ങുന്നത് കണ്ട് അൻഷിത മുഖമുയർത്തി നോക്കി

ആകാശം വീണ്ടും മഴയ്ക്ക് വട്ടം കൂട്ടുകയാണ്..

അമ്മ നിശ്ശബ്ദയായി നടക്കുകയാണ്. അമ്മയോട് ചിലത് ചോദി

ക്കാനുണ്ട്. വഴക്കുണ്ടാക്കുന്നതിലൊന്നും ഇനി കാര്യമില്ല എന്നറിയാമെങ്കിലും ചോദിക്കാതെ മന:സമാധാനം കിട്ടില്ല.

വീടിന്റെ ഗേറ്റിന് മുൻപിൽ എത്തിയപ്പോൾ അൻഷിത മുഖം തിരിച്ച് എതിർവശത്തെ കെട്ടിടത്തിലേക്ക് നോക്കി.

ഹരിസാർ എവിടെയായിരിക്കും ഇപ്പോൾ..? തിരികെ കേരളത്തിലേക്ക് പോയിട്ടുണ്ടാകുമോ..? ഇപ്പോൾ തന്റെ ഭൂതകാലത്തെ സംബന്ധിച്ച എല്ലാ ഓർമ്മകളും വെറുതെയാണ് എന്നറിയാമെങ്കിലും ചില ഓർമ്മകൾക്ക് മധുരമാണ്.. ഒന്നുകൂടിയോർക്കുമ്പോൾ അവയെല്ലാം നൊമ്പരങ്ങളായി പരിണമിക്കുന്നു. ഒരുപക്ഷേ, കാലം കടന്നുപോകുമ്പോൾ നഷ്ടവും നേട്ടവും വികാരത്തള്ളിച്ചകൾക്ക് വഴിമരുന്നാകാതെ നനഞ്ഞ് കൈപ്പും മധുരവുമല്ലാത്തതും നിശബ്ദവുമായ ഏകാന്തമായ ഓർമ്മകളാകുമായിരിക്കും..

നൊമ്പരത്തോടെ മുഖം തിരിച്ച് വീട്ടിലേക്ക് കയറി അവൾ.

ഒന്നുകിൽ ആ ഏകാന്തതയിൽ നിശ്ശബ്ദതയ്ക്ക് ജീവിതത്തോളം സൗന്ദര്യമുണ്ടാകും.. അല്ലെങ്കിൽ സൗന്ദര്യമെന്നതുതന്നെ ആ ജീവിതത്തിന്റെ നിശ്ശബ്ദതയായിരിക്കും. പക്ഷേ, ഈ നൊമ്പരത്തിലും മൗനമായിരുന്ന് പ്രണയിക്കുക എന്നതിന് സൗന്ദര്യമേറുകയാണ്. ഹരിസാറിന്റെ അഭാവത്തിലും തനത് അറിയുന്നുണ്ട്..താൻ പ്രണയിക്കുകയാണ് എന്ന സത്യത്തിന്റെ സൗന്ദര്യം! കാരണം ദേബാശിഷിന്റെയൊപ്പമുള്ള ഒരാഴ്ചത്തെ ജീവിതത്തിന് തന്റെ മനസിന്റെ പുറം പാളിയിലൊന്ന് തലോടാൻ പോലുമായിട്ടില്ല, പക്ഷേ, ഒരിക്കൽപോലും പ്രണയാർദ്രമായി തന്റെ ശരീരത്തിലൊന്നു തൊടുകപോലും ചെയ്യാതെ ഹരിസാർ മനസ്സിൽ പ്രതിഷ്ഠിക്കപ്പെട്ടത് ഒരു സത്യമാണ്. ഒരുപക്ഷേ തനിക്കിനി സാറിനെ ഒന്നു കാണാൻ പോലും കഴിയണമെന്നില്ല. പക്ഷേ, നിശബ്ദമായ ഈ പ്രണയത്തെ നഷ്ടം കൊണ്ടോ നേട്ടം കൊണ്ടോ അളക്കാൻ താൻ ആഗ്രഹിക്കുന്നില്ല.. ഇത് എന്നും പ്രണയം മാത്രമായിരിക്കട്ടെ.. ഒരു സത്യം മാത്രമായിരിക്കട്ടെ.

വസ്ത്രം മാറി പുറത്തുവന്നപ്പോഴേയ്ക്കും അമ്മ ചൂലുമെടുത്ത് മുറ്റത്ത് ഇറങ്ങിയിരിക്കുന്നത് അൻഷിത കണ്ടു. കുറെ നാളുകളായുള്ള കരിയിലകൾ മുറ്റം നിറഞ്ഞ് കിടന്നിരുന്നു. അമ്മയ്ക്ക് നല്ല പണിയുണ്ടാകും.

അൻഷിത അടുക്കളയിലേക്ക് ചെന്നു. സ്റ്റൗ കത്തിച്ച് ചായയ്ക്ക് വെള്ളം വെച്ച ശേഷം ചപ്പാത്തി ഉണ്ടാക്കാനുള്ള ശ്രമം തുടങ്ങി. പ്രകാശം കടന്നുവരുന്ന ഇടങ്ങളിൽ എട്ടുകാലികൾ വലകെട്ടിയിരി

ക്കുന്നത് അൻഷിത കണ്ടു.

രാവിലെ ഒന്നും കഴിക്കാതെ നരേന്ദ്രപുരത്ത് നിന്ന് പോന്നതാണ്. വിശപ്പ് കെട്ടുപോയിരിക്കുന്നു. എന്നാലും പട്ടിണി കിടക്കേണ്ടതില്ല. ദേബാശിഷ് തന്റെ ജീവിതത്തിൽ എന്നെന്നേക്കുമായി അടഞ്ഞ അദ്ധ്യായമാണ്. ഇനിയൊരിക്കലും അത് തുറക്കുകയില്ല.

അൻഷിതയുടെ മനസ് ആരോടോ ഉള്ള വാശിയോടെ എന്നപോലെ സ്വന്തം ഭാവിയുടെ ചിത്രം നെയ്യാൻ ശ്രമിച്ചുകൊണ്ടിരുന്നു. അടിച്ചുവാരിക്കൊണ്ടിരുന്നപ്പോൾ മുറ്റവും വീടും ആകെയൊന്നുനോക്കി അനുരാധ. ഇടയ്ക്കൊരു ദിവസം തിരികെയൊന്ന് വന്ന് വീട് വൃത്തിയാക്കാൻ കഴിയാത്തതിൽ അവർക്ക് ഖേദം തോന്നി.

കുറച്ചുനാൾ ഇങ്ങോട്ടേക്ക് വരാതിരുന്നത് കൊണ്ട് ജനലരികിലെല്ലാം എട്ടുകാലികൾ വല കെട്ടിയിട്ടുണ്ട്.. എല്ലാം വൃത്തിയാക്കിയെടുക്കാൻ കുറെ നേരമാകും. നേരം വൈകിത്തുടങ്ങിയിരിക്കുന്നു. അടിച്ചുവാരിക്കഴിഞ്ഞാൽ ബാക്കി പണികൾ നാളെ എടുക്കാം. ഇന്നിനി വയ്യ. അൻഷിത തന്നോട് ഇതുവരെ ഒന്നും മിണ്ടിയിട്ടില്ല. അവളെ തെറ്റുപറയാൻ തനിക്ക് പറ്റുകയുമില്ല. പക്ഷേ, സ്വന്തം വീട്ടുകാർ അല്ലാതെ തനിക്ക് വേറെയൊരു സാധ്യത ഉണ്ടായിരുന്നില്ല.

അടിച്ചുവാരിക്കഴിഞ്ഞ് വസ്ത്രങ്ങൾ ബക്കറ്റിൽ ഇട്ട ശേഷം അടുക്കളയിലേക്ക് ചെല്ലുമ്പോൾ അൻഷിത ചായയും ചപ്പാത്തിയും നിലക്കടലച്ചമ്മന്തിയും ഉണ്ടാക്കിയിരുന്നു. അപ്പോഴാണ് തങ്ങൾ ഒന്നും കഴിച്ചിട്ടില്ലെന്ന കാര്യം അനുരാധ ഓർത്തത്. അൻഷിത അപ്പോഴും നിശ്ശബ്ദയാണെന്നത് അനുരാധ ശ്രദ്ധിച്ചു.

സമയം നിശബ്ദമായി ഇഴഞ്ഞുനീങ്ങികൊണ്ടിരുന്നു. വെളിച്ചം വീണ്ടും മങ്ങുകയും സന്ധ്യയുടെ പുതപ്പ് ആകാശത്തിന്റെ കണ്ണുനീരിനെ മറയ്ക്കുകയും ചെയ്തു..എങ്കിലും ഇടയ്ക്കിടെയുള്ള ഇടിമുഴക്കങ്ങൾ കേട്ടുകൊണ്ട് അവർ പരസ്പരം മുഖം നോക്കാതെ ഭക്ഷണം കഴിച്ചു.

ഭക്ഷണം കഴിച്ച് കഴിഞ്ഞ് പാത്രം കഴുകികൊണ്ടിരുന്നപ്പോൾ അൻഷിതയുടെ ശബ്ദം അവർ കേട്ടു.

' അമ്മ ഹരിസാറിന്റെ കാര്യം സ്കൂളിൽ വിളിച്ചുപറഞ്ഞിരുന്നോ..?'

താൻ വിചാരിച്ചത് ശരിയാണ്. അവളുടെ മനസിൽ അതുതന്നെയാണ് ചിന്ത.

'നിന്റെ അമ്മാവന്മാരെ ഞാൻ വിളിച്ചു എന്നത് ശരിയാണ്. ഞാൻ

തന്നെയാണ് ഹരിയെക്കുറിച്ച് അവരോട് പറഞ്ഞതും. പക്ഷേ ഞാനല്ല സ്കൂളിൽ വിളിച്ച് പറഞ്ഞത്.'

അമ്മയുടെ മുഖഭാവത്തിൽ നിന്നും പറയുന്നത് സത്യമാണെന്ന് അൻഷിതയ്ക്ക് തോന്നി.

'അതൊരു പക്ഷേ, മിസിസ് ദേവ്ബന്ധു ആയിരിക്കാം.' അനുരാധ തുടർന്നു.. 'എനിക്ക് തെറ്റുപറ്റി.. ഇനിയെങ്ങനെയാണത് തിരുത്തുക എന്നും അറിയില്ല.'

അവരുടെ വാക്കുകളിൽ സങ്കടം തെളിഞ്ഞു..

'എനിക്ക് പഠിക്കണം.' അൻഷിത പെട്ടെന്ന് പറഞ്ഞു..

'എനിക്ക് എംഎസ്സി ചെയ്യണം. ഒരു ജോലി നേടണം.'

അവളുടെ സ്വരമുറച്ചതാണെന്ന് അനുരാധയറിഞ്ഞു.. അപ്പോഴവർക്ക് സമാധാനമാണ് തോന്നിയത്..

'പക്ഷേ അതിനുമുമ്പ് എനിക്കൊരു വക്കീലിനെ കാണണം.'

അൻഷിത പറഞ്ഞുവരുന്നത് എന്താണെന്ന് അനുരാധയ്ക്ക് മനസിലായിരുന്നു. അവളുടെ നിലപാടിനെ എതിർക്കാൻ അവർക്ക് തോന്നിയില്ല.. ഇനി തനിക്കതിന് കഴിയില്ല എന്നതിനേക്കാൾ തനിക്കിനി അവളെ തടയാനുള്ള അവകാശമുണ്ടോ എന്നതായിരുന്നു അനുരാധയ്ക്ക് ഉറപ്പില്ലാതിരുന്നത്.

തന്റെ മുറിയിലേക്ക് നടക്കവേ അൻഷിത പുറത്ത് ഇടിയുടെ ശബ്ദം കേട്ടു.. മഴ ഉടനെ പെയ്തേക്കുമെന്നവൾക്ക് തോന്നി. മുറിയിലെത്തി ഉറങ്ങാൻ കിടക്കുന്നതി മുൻപ് ജാലകപ്പാളികളെ മറച്ച കർട്ടൻ വകഞ്ഞുമാറ്റി അവൾ ഇരുട്ടിലൂടെ പുറത്തേക്ക് നോക്കിയിരുന്നു..

റോഡിനപ്പുറത്തെ ദേവ്ബന്ധുവിന്റെ വീട്ടിൽ നിന്നുവരുന്ന വെളിച്ചത്തിൽ മഴ നൃത്തം ചെയ്യുകയാണ്. അതിനോട് ചേർന്ന് നിൽക്കുന്ന കെട്ടിടത്തിലേക്ക് കണ്ണുകൾ ഓടിച്ചെല്ലുകയാണ്. എന്തുകൊണ്ടാണ് തന്റെ മനസ് ഹരിസാറിനെ പേര് ആവർത്തിക്കുന്നത്? ഏകാന്തതയിൽ ഓരോരുത്തരും അവരവരോട്തന്നെ പറയുന്ന വാക്കുകളെക്കാൾ ആത്മാർത്ഥമായത് മറ്റൊന്നുമുണ്ടാവില്ല എന്നതിനാലാകാം.

അൻഷിത എഴുന്നേറ്റ് ലൈറ്റ് ഓഫ് ചെയ്തതിനു ശേഷം ജനലരികിലേക്ക് നീങ്ങി കിടന്നു. ഇടയ്ക്കിടെ മഴത്തുള്ളികൾ ചില്ലിൽ വീണ് ചിത്രം വരയ്ക്കുന്നത് അവൾ കണ്ടു.. പഴയത് വേഗത്തിൽ മായുകയും പുതിയത് വരയ്ക്കപ്പെടുകയും ചെയ്യുന്നു.

അത് നോക്കിക്കിടക്കെ ഹരിയുടെ വാക്കുകൾ അൻഷിതയുടെ

ഓർമ്മയിൽ തെളിഞ്ഞു..

'അൻഷിത.. കമിതാക്കൾ പരസ്പരം പിരിയുമ്പോൾ പറയുന്ന വാചകമാണ് ഇനിയെന്റെ മനസിൽ വേറൊരാൾക്കും സ്ഥാനം ഉണ്ടാവുകയില്ല' എന്നത്. ഞാൻ കേട്ടിട്ടുള്ളതിൽ ഏറ്റവും വലിയ നുണയാണത്. മനസ് ഒഴുകുന്ന ജലത്തെപ്പോലെയാണ്. അവിടെ കാലം നദിയും മനസ് നദിയിലെ ജലവുമാണ്.. അത് ഋതുഭേദങ്ങളിൽ പ്രകൃതിയെന്നപോലെ ഒരവസ്ഥയിൽ നിന്ന് മറ്റൊന്നിലേക്ക് ഒഴുകിക്കൊണ്ടിരിക്കും. ഒരാൾ പോയിക്കഴിഞ്ഞ് അല്പകാലമെടുത്താലും അടുത്തയാൾ വരുന്നു. അപ്പോഴും പഴയ ആൾ മനസ്സിന്റെ തീരത്ത് എവിടെയെങ്കിലും തങ്ങിനിൽക്കുന്നു. ഇത് ആണിന്റെയും പെണ്ണിന്റെയും ജീവിതത്തിൽ സ്വാഭാവീകമാണ്. മനുഷ്യർ ജനിതകപരമായി ഒരിണയിൽതന്നെ നിൽക്കുന്നവർ പോലുമല്ലല്ലോ.'

ഒരു പക്ഷേ സർ മറ്റൊരാളെ കണ്ടെത്തിയിരിക്കുമോ..?

തന്റെ ചിന്തകൾ ബാലിശമാണെന്ന് അൻഷിതയ്ക്ക് തോന്നി. ഹരിസാർ ഇന്ന് എവിടെയാണെന്ന് പോലും തനിക്കറിയില്ല. ഒരു പക്ഷേ തന്നെയോർക്കുന്നുണ്ടാകും. ചിലപ്പോൾ തിരക്കുകളിലാവാം. ഫോണിൽ സന്ദേശങ്ങളോ വിളികളോ ഒന്നും വരാറില്ല. താനും ശ്രമിച്ചിട്ടില്ല.. വിളിക്കരുത് എന്ന് കല്ല്യാണത്തിന് മുൻപ് അമ്മ പറഞ്ഞതുകൊണ്ടാവാം ഹരിസാർ പിന്നെ വിളിച്ചിട്ടില്ല.

അൻഷിതയ്ക്ക് തന്റെ സങ്കടം ഇരട്ടിക്കുന്നതായി തോന്നി.

കുറച്ചുനാളുകളായി താൻ ഫേസ്ബുക്ക് നോക്കിയിട്ടില്ല. ഒരു പക്ഷേ ഹരിസാർ ഇപ്പോഴേവിടെയാണ് എന്നറിയാൻ കഴിഞ്ഞേക്കും.. വെറുതെ ഒന്ന് കാണാമല്ലോ.

അൻഷിത ഫോണിൽ ഫേസ്ബുക് തുറന്നു..

കുറെയധികം നോട്ടിഫിക്കേഷൻസ് വന്നിട്ടുണ്ട്.. കല്ല്യാണത്തിന് മുൻപാണ് താൻ അവസാനമായി ഫേസ്ബുക്കിൽ നോക്കിയത്. കല്യാണത്തിന്റെ ഫോട്ടോകൾ ഒന്നും ഫേസ്ബുക്കിൽ അപ്ലോഡ് ചെയ്യാൻ തോന്നാത്തത് നന്നായി എന്നു തോന്നി അൻഷിതയ്ക്ക്. അല്ലെങ്കിൽ ആ കറുത്ത ഓർമ്മയെ വർഷാവർഷം ഫേസ്ബുക് ഓർമിപ്പിച്ചുകൊണ്ടിരിക്കും.

അൻഷിത നോട്ടിഫിക്കേഷൻസ് തുറക്കാതെ സെർച്ച് ബാറിൽ ഹരിന്ദ്രനാഥ് എന്ന് തിരഞ്ഞു..

എത്രയോ മനുഷ്യരുടെ എത്രയോ ആഗ്രഹങ്ങൾ നടക്കാതെ പോകുന്നു..! ഒരു ലക്ഷ്യം വെച്ച് നീന്തുമ്പോഴും ജീവിതം മറ്റെവിടേയ്ക്കെങ്കിലും മനുഷ്യരെ ഒഴുക്കിക്കൊണ്ടുപോകുന്നു. നല്ലതെ

ന്നും ചീത്തയെന്നും പ്രത്യേകമായി ആ ഒഴുക്കിനെ വിലയിരുത്താൻ ആകുമെന്ന് തോന്നുന്നില്ല. താൻ ഒരുപക്ഷേ, ചുനാരിയിലെ സ്കൂളിൽ ഒതുങ്ങിപ്പോകുകയോ, കേരളത്തിലെ ഗ്രാമത്തിലെ ആരുമറിയാത്ത ഒരു കർഷകനായി അവസാനിക്കുകയോ ചെയ്യുമായിരുന്നു. ഒഴുക്ക് ഇവിടെവരെ തന്നെയെത്തിച്ചിരിക്കുന്നു.. ഇനിയെങ്ങോട്ടാണ് ഒഴുക്ക് എന്ന ചോദ്യം ബാക്കിയാണെങ്കിലും ഭാവിയെക്കുറിച്ചുള്ള ചിന്തകൾക്ക് പ്രസക്തിയില്ല എന്നറിയാം.

ആ നിമിഷത്തിൽ താനൊരു വിധിവിശ്വാസി ആയോയെന്ന് സംശയിച്ചു ഹരി. നഗരത്തിൽ നിന്നും ആവശ്യവസ്തുക്കൾവാങ്ങി ടാക്സിയിൽ തിരികെ മടങ്ങുകയായിരുന്നു അയാൾ.

നാട്ടിൽ നിന്ന് പോന്നശേഷം ഒന്നോരണ്ടോ തവണ മാത്രമാണ് താൻ ശ്യാമളേച്ചിയെ വിളിച്ചത്. സംസാരിക്കാൻ താത്പര്യമില്ലാത്തതുകൊണ്ടല്ല.. പല ഓർമ്മകളും തനിക്ക് ഇഷ്ടമായിരുന്നില്ലല്ലോ.. ഇനി വിളിക്കണം.. ഓർമ്മയുടെ ഒരുഭാഗത്ത് ഓർമ്മിക്കാനിഷ്ടപ്പെടുന്ന സംഭവങ്ങൾ വർദ്ധിക്കുമ്പോൾ മറുഭാഗത്ത് ഓർമ്മിക്കാൻ താൽപര്യമില്ലാത്തവയും കൂടുകയാണ്. ജീവിതത്തിന്റെ എൻട്രോപ്പി സുഖദുഃഖങ്ങളെ സമതുലിതമാക്കാൻ ശ്രമിക്കുന്നുണ്ടാവണം.

താമസസ്ഥലത്തിനടുത്ത് ടാക്സി നിർത്തിയപ്പോൾ ഹരിയിറങ്ങി. പണം വാങ്ങി ഡ്രൈവർ നന്ദിപറഞ്ഞ് പോയി. റൂമിലേക്ക് കയറി സാധനങ്ങൾ അടുക്കളയിൽ കൊണ്ടുപോയി വെച്ച ശേഷം ഫാൻ ഓൺ ചെയ്ത് അല്പം വെള്ളവും കുടിച്ച് ഹരി പുറത്തേക്ക് നോക്കി ജനലരികിൽ വെറുതെയിരുന്നു.

സ്കൂൾ കോമ്പൗണ്ടിനപ്പുറം വഴിയരികിൽ പല ഉത്പന്നങ്ങളുടെയും പരസ്യബോർഡുകൾ... വഞ്ചനാത്മകമായ വാക്കുകളുടെയും ചിത്രങ്ങളുടെയും പ്രദർശനം! നഗരത്തിൽ ചൂടുകുറഞ്ഞുതുടങ്ങിയത്തോടെ ആളുകൾ ചൂടുകുറഞ്ഞ സമയം പ്രത്യേകിച്ച് തെരഞ്ഞെടുക്കാതെ ധാരാളമായി എത്തുന്നു. ഇവിടെ ആളുകളെ സ്വപ്നങ്ങളെന്നോ, തിരക്കുകളെന്നോ, ശബ്ദങ്ങളെന്നോ, ചലനങ്ങളെന്നോ വ്യാഖ്യാനിച്ചാൽ ആരോ വരച്ച് ജീവൻകിട്ടിയ ഒരു പ്രതിരൂപാത്മക ചിത്രം പോലെ നഗരം ചലിക്കുകയാണ്.

ഹോർഡിങ്ങിൽ ഒരു പെൺകുട്ടി കിടക്കയിൽ ഉറക്കച്ചടവോടെയിരിക്കുന്നത് കണ്ടപ്പോൾ മുൻപ് അൻഷിതയോടൊപ്പം ചുനാരിയിൽ നിന്നും ആശുപത്രിയിലേക്കുള്ള യാത്ര അയാൾക്ക് ഓർമ്മ വന്നു.

പരസ്യങ്ങൾ നുണകൾ പറയുന്നു. അവ ആവർത്തിച്ച് പറഞ്ഞ്

സത്യമാക്കി മാറ്റുന്നു. ശരിതെറ്റുകളുടെ ഇടയിലെ നേർത്ത് പാളി പൊട്ടിയകന്ന് അവ കൂടിക്കുഴയുന്നിടത്ത് ഉപഭോഗതാക്കൾ ജനിക്കുന്നു. ഇതുവരെ തങ്ങൾ കാണാതിരുന്ന, കേൾക്കാതിരുന്ന കാര്യങ്ങൾക്ക് മനസ്സിലൊരു ഇടം അങ്ങനെ സൃഷ്ടിക്കപ്പെടുന്നു..

ചിന്തകൾക്കിടയിലെപ്പോഴോ ചിരിക്കുന്ന മുഖവുമായി മഹേഷ് കയറി വന്നു. ചിലപ്പോൾ തോന്നും മഹേഷ് ഉണ്ടായിരുന്നെങ്കിൽ എന്ന്. തന്നെ മനസിലാക്കാൻ അവനു കഴിയുമായിരുന്നു. താൻ കടന്നുപോകുന്ന ജീവിതാവസ്ഥകളെക്കുറിച്ച് അവന് വ്യത്യസ്തമായ ഒരു ധാരണ ഉണ്ടാകുമെന്നുറപ്പാണ്.. പക്ഷേ ...

ഹരി ദീർഘമായി നിശ്വസിച്ചു ആലോചിച്ചിരിക്കെ മഹേഷിന്റെ മുഖമൊന്ന് കാണണമെന്ന് തോന്നിയപ്പോഴാണ് ഫേസ്ബുക്കിൽ കയറിനോക്കിയത്. മെസേജ് നോട്ടിഫിക്കേഷൻ നോക്കിയപ്പോൾ അൻഷിതയാണെന്ന് കണ്ട് ഒരുനിമിഷം അമ്പരന്നു. ഒരു ഹായ് മാത്രമാണ് മെസേജിൽ.! അൻഷിത ഓൺലൈനിൽ ഇല്ല എങ്കിലും തുടിക്കുന്ന ഹൃദയത്തോടെ ഹരി സുഖമാണോ എന്ന് തിരികെ അയച്ചു. എല്ലാം അവസാനിച്ചിട്ടും മെസേജ് അയക്കുന്ന നേരം തന്റെ ഹൃദയത്തിന്റെ തുടിപ്പിന് വേഗത കൂടിയത് എന്തുകൊണ്ടാണ്? അവളോടുള്ള പ്രണയം തന്നിൽ ഇപ്പോഴും പൂർവ്വാധികം ഹരിതമായി തന്നെ നിൽക്കുന്നുണ്ട് എന്നതിന് അത് തെളിവല്ലേ! ഫേസ്ബുക്കിൽ അൻഷിതയുടേ പേരിന് നേരെ പച്ചനിറമുള്ള പൊട്ട് തെളിഞ്ഞപ്പോൾ തന്റെ കൈകൾക്കും ചിന്തകൾക്കും വേഗതകൂടുകയാണെന്ന് ഹരിക്ക് തോന്നി..

അൻഷിത ടൈപ്പ് ചെയ്യുകയാണ്..! സുഖമാണോ എന്ന ചോദ്യത്തിന് മറുപടിയില്ല.. പകരം സാർ എവിടെയാണ് എന്നാണ് അവൾ ചോദിച്ചിരിക്കുന്നത്..?

ഹരി താൻ എവിടെയാണെന്നതിന് ഒരു ചെറിയ വിവരണം കൊടുത്തു..

കണ്ണുമിഴിച്ച് അത്ഭുതത്തോടെയിരിക്കുന്ന ഒരു സ്മൈലി ആയിരുന്നു മറുപടി

അവളുടെ കല്യാണത്തെക്കുറിച്ച് ചോദിക്കണോ എന്ന ശങ്ക ഉള്ളിലുണ്ടായിരുന്നെങ്കിലും കല്യാണം കഴിഞ്ഞോ എന്ന് ചോദിക്കാതിരിക്കാൻ ഹരിക്ക് തോന്നിയില്ല.. അതൊരു അടഞ്ഞ അദ്ധ്യായമാണ് എന്നാണ് അവൾ മറുപടി പറഞ്ഞത്..! എന്തോ പ്രശ്നമുണ്ട്..

അവൾ വീണ്ടും എന്തോ ടൈപ്പ് ചെയ്യുകയാണ്...

3

ഹരി താമസിച്ചിരുന്ന കെട്ടിട്ടിടം തുറന്ന് വൃത്തിയാക്കി ഇടുകയായിരുന്നു അൻഷിത.

വന്നപ്പോൾ മുതൽ കരുതിയതാണ് ഈ മുറിയിൽ വെറുതെ ഇരിക്കണമെന്ന്. പുറത്തെ തുറന്ന ഓഫീസ് മുറിയിലെ മേശപ്പുറത്ത് ഹരിസാർ തനിക്കായി ബാക്കിവെച്ചുപോയ ചിത്രം പൊടിപിടിച്ച് കിടക്കുന്നുണ്ട്..! അത് തന്റെ മുറിയിലേക്ക് എടുത്തു വെക്കാത്തതിൽ അൻഷിതയ്ക്ക് കുറ്റബോധം തോന്നി.

അൻഷിത ഒരു നിർഘനിശ്വാസമുതിർത്തു. ഇന്നലെ ഹരിസാറിനോട് എല്ലാം പറഞ്ഞപ്പോൾ തനിക്ക് അല്പം ആശ്വാസമായെന്ന് അവൾക്ക് തോന്നി. ഇതുവരെ നടന്ന എല്ലാ സംഭവങ്ങളുടെയും ആദ്യാവസാനം അമ്മ കൂടെയുണ്ടായിട്ടുപോലും തനിക്ക് ഇതുവരെ മനസിന് ഒരു സ്വസ്ഥത ലഭിച്ചിരുന്നില്ല. ഒരുപക്ഷേ അമ്മയും തന്റെ ജീവിതം വഴിമാറ്റിയവർക്ക് കൂട്ടുനിൽക്കുകയാണ് എന്ന തോന്നൽ ഉള്ളിൽ ഉള്ളതുകൊണ്ടാവാം. ഹരിസാറിനോട് സംസാരിക്കുമ്പോൾ തനിക്ക് നഷ്ടപ്പെട്ട സന്തോഷം തിരിച്ചുവരുന്നതുപോലെ!

മിസിസ് ദേവ്ബന്ധുവിനെ രാവിലെ കണ്ടു. എപ്പോഴാ വന്നത് എന്നവർ ചോദിച്ചതാണ്. ഉള്ളിൽ ദേഷ്യം നുരയുന്നുണ്ടായിരുന്നുവെങ്കിലും താനൊന്നും പറഞ്ഞില്ല. തന്റെ ജീവിതത്തിൽ സംഭവിച്ചതൊന്നും അവർക്ക് അറിയില്ല. ചിലർ അങ്ങനെയാണ്, കാരണമാകാനേ കഴിയു.. കാര്യത്തെക്കുറിച്ച് ഒന്നും അറിയില്ല. അല്ലെങ്കിൽ തന്നെ അവരോട് എന്താണ് പറയേണ്ടത്! ദേഷ്യത്തെക്കാൾ തനിക്ക് അവരോട് പുച്ഛമാണ് തോന്നുന്നത്.

അൻഷിതയുടെ മനസ് വീണ്ടും ഹരിയിലേക്ക് തിരികെവന്നു.

എന്തിങ്കിലുമൊക്കെ ആയിത്തീരണം എന്ന ഹരിസാറിന്റെ ഉള്ളിലെ ചാരം മൂടിക്കിടന്ന ആഗ്രഹത്തെ ഊതിക്കത്തിച്ചത് താനാണ് എന്നാണ് സാർ പറഞ്ഞത്. ഇന്നലെ ചാറ്റിലൂടെ വോയ്സ് വന്നപ്പോൾ കാലങ്ങളായി കേൾക്കാൻ കൊതിച്ചത് കേട്ടതുപോലെ ആനന്ദിക്കുകയായിരുന്നു തന്റെ മനസ്.

ചിന്തകളിൽ ഓർമ്മകൾ സൃഷ്ടിക്കുന്ന മനോഹരചിത്രങ്ങളിലേക്കു ഉറ്റുനോക്കിയിരിക്കെ സാറിന്റെ ശബ്ദം തന്റെ ഉള്ളിൽ നിറയുകയാണ്..

'....അൻഷിതാ... നീയാണെന്നെ ഇവിടെയെത്തിച്ചത്.. സർഗ്ഗശേ

ഷിയുടെ ഏതെങ്കിലുമൊരു ഉറവ ഉള്ളിൽ മറഞ്ഞിരിക്കുന്നവർക്ക് പ്രണയത്തെയോ പ്രണയനിരാസത്തെയോ വിരഹത്തെയോ ഒക്കെപ്പോലെ ശക്തമായ മറ്റൊരു പ്രേരണാശക്തി ഇല്ലെന്നുതന്നെ പറയാം.. ഒന്നുകിൽ അത് അവരെ നശിപ്പിക്കും, അല്ലെങ്കിൽ സ്വന്തം പേരിനെ ചരിത്രത്തിൽ രേഖപ്പെടുത്താൻപോന്ന ജീവിതസൗഭാഗ്യങ്ങളുടെ ഗിരിശൃംഗങ്ങളിലേക്ക് തള്ളിവിടും... എന്റെ ജീവിതത്തിൽ ഞാൻ ഏറ്റവും കടപ്പെട്ടിരിക്കുന്നത് നീയെനിക്ക് തന്ന പ്രണയത്തോടാണ്.. ഇരുനദികളായിരുന്ന നാം ഒരുമിച്ച് ഒഴുകിയിട്ടും ഒരു പ്രളയത്തിന്റെ വന്യമായ ഭാവം ഒരിക്കലുമുണ്ടാകാത്തവിധം അത്രമേൽ മൃദുലമായിരുന്നു അത്!'

വാക്കുകൊണ്ടും ബ്രഷ് കൊണ്ടും ഒരുപോലെ മനോഹരചിത്രങ്ങൾ വരയ്ക്കുകയാണ് ഹരിസാർ. പക്ഷേ, താൻ എവിടെയാണ്..! അതിജീവനത്തിനായി യുദ്ധം ചെയ്യുകയാണ് താൻ. തനിക്ക് നഷ്ടമായത് എന്നുപറയാനുള്ളത് കുറെ നല്ല സ്വപ്നങ്ങളും കുറച്ചു സമയവും മാത്രമാണ് എന്ന് സ്വയം സമാധാനിക്കുമ്പോഴും തന്റെ മനസിൽ ഭാവിയെക്കുറിച്ച് വ്യക്തമായ ധാരണ ഒന്നുമില്ലല്ലോ. ഒരുപക്ഷേ താനും ഹരിസാർ പറയാറുള്ളതുപോലെ വർത്തമാനകാലത്തിൽ ജീവിക്കുകയാണ് വേണ്ടത്. ഇന്നുകളെ തങ്ങളുടേതാക്കി മാറ്റുന്നവർക്ക് മാത്രമേ സ്വന്തമായ നാളെകളുമുണ്ടാകു എന്നത് ശരിയാണ്. ഇനിയും മറ്റൊരാളുടെ കൈയ്യിലേക്ക് ജീവിതം വിട്ടുകൊടുക്കാൻ തനിക്കാവില്ല.

അൻഷിത ചിത്രവുമെടുത്ത് മുറിപൂട്ടി പുറത്തിറങ്ങിയപ്പോൾ അപ്പുറത്തെ കോമ്പൗണ്ടിൽ മിസിസ് ദേവ്ബന്ധു നിൽക്കുന്നത് കണ്ടു. എന്തോ പണിയായിരുന്നു അവർ എന്നു വ്യക്തമാണ്. അൻഷിതയേക്കണ്ട് വേണോ വേണ്ടയോ എന്ന് സംശയിച്ച് അവർ ചിരിക്കുന്നത് കണ്ടെങ്കിലും. അൻഷിത അത് ശ്രദ്ധിക്കാത്തവിധം റോഡ് മുറിച്ചുകടന്ന് വീട്ടിലേക്ക് നടന്നു.

അവരോട് തനിക്ക് ഉള്ളിൽ ദേഷ്യമാണ് എന്ന് അൻഷിതയറിഞ്ഞു. ആ ദേഷ്യം ഇനി അനാവശ്യമാണെന്ന് തനിക്കറിയാമെങ്കിലും തന്റെ ജീവിതത്തിന്റെ ഗതിമാറ്റിയതിൽ അവർക്കും പങ്കുണ്ട് എന്ന തോന്നൽ ഉള്ളിടത്തോളം ആ ദേഷ്യവും മാറാൻ സാധ്യതയില്ല. ഒരുപക്ഷേ ഭാവിയിൽ താൻ ചിരിച്ചേക്കാം സംസാരിച്ചേക്കാം. പക്ഷേ, അപ്പോഴും മിസിസ് ദേവ്ബന്ധു ആരാണ് എന്ന ചോദ്യത്തിന് ഒരു ഏഷണിക്കാരി എന്നതിൽ കവിഞ്ഞ ഒരുത്തരം തന്റെ മനസ് നൽകുമെന്ന് തോന്നുന്നില്ല.

അൻഷിത തിരികെ വീട്ടിലേക്ക് ചെല്ലുമ്പോൾ അനുരാധ ടീവി യുടെ മുന്നിലായിരുന്നു. നേരത്തെ പണികളെല്ലാം തീർത്ത് സീരി യൽ കണ്ടുകൊണ്ടിരിക്കുകയായിരുന്നു.

തനിക്ക് ഒരിക്കലും ഇഷ്ടപ്പെട്ടിട്ടില്ല സീരിയലുകൾ. തിളങ്ങുന്ന പട്ടുവസ്ത്രവുമുടുത്ത് വരുന്ന ജീവിതത്തോട് പുലബന്ധം പോലു മില്ലാത്ത കഥാപാത്രങ്ങൾ കലാപരമായ പ്രതിനിധീകരണങ്ങൾ ആണെന്ന് ഒരിക്കലും തോന്നിയിട്ടേയില്ല.

'അമ്മേ..'

അൻഷിതയുടെ വിളികേട്ട് അനുരാധ തിരിഞ്ഞുനോക്കി..

അവരുടെ മുഖത്ത് ചോദ്യഭാവം തെളിഞ്ഞു.

'ഞാൻ നാളെ വക്കീലിനെ കാണാൻ പോവുകയാണ്.'

അമ്മ എന്തെങ്കിലും പറയും എന്നായിരുന്നു അൻഷിത കരുതി യതെങ്കിലും മറുപടി ഒരു മൂളലിൽ ഒതുക്കി അനുരാധ.

'അമ്മയും വരണം.. വക്കീൽ എന്തെങ്കിലുമൊക്കെ ചോദിക്കും. അറിയുന്ന കാര്യങ്ങൾ പറയണം.'

അൻഷിത പറഞ്ഞതുകേട്ട് താൻ വരണോ എന്ന് ചോദിക്കാൻ ഒരുങ്ങിയതായിരുന്നു അനുരാധ എങ്കിലും വേണ്ടെന്ന് വച്ചു. അൻ ഷിതയുടെ വാക്കുകൾ അതൊരു ഉറച്ച തീരുമാനത്തിൽ നിന്നാ ണെന്ന് അവളുടെ മുഖം വ്യക്തമാക്കുന്നുണ്ടായിരുന്നു. അൻഷിത തിരികെ അവളുടെ മുറിയിലേക്ക് പോയപ്പോൾ ദേബാശിഷിനെ തിരെ കേസ് കൊടുത്താൽ ഉണ്ടാകാവുന്ന പ്രശ്നങ്ങളെക്കുറിച്ചോർ ത്ത് അനുരാധയുടെ മനസ് സംഘർഷഭരിതമായി. തന്റെ വീട്ടുകാർ എന്തുപറയുമെന്നത് ഇനി വിഷയമല്ല എങ്കിലും തങ്ങളുടെ സമൂ ഹം അതിനെ എങ്ങനെ കാണുമെന്നത് ഒരു പ്രശ്നമാണെന്ന് അവർക്ക് തോന്നി. എങ്കിലും അൻഷിത ചെയ്യുന്നതിൽ ശരിയുണ്ട് എന്ന തോന്നൽ അവരെ സമാധാനിപ്പിച്ചു. ഹരി വരച്ച ചിത്രവുമാ യി അൻഷിത മുറിയിലേക്ക് പോകുന്നത് കണ്ടപ്പോൾ അനുരാധയ് ക്ക് കുറ്റബോധം നിറഞ്ഞു.

സീരിയലിൽ മുഴുകി ഇരുന്നപ്പോൾ പെട്ടെന്ന് ഫോൺ ബെല്ലടി ക്കുന്നത് കേട്ടു ശബ്ദം കേട്ടു..

അവൾ മുറിക്ക് പുറത്തിറങ്ങി മേശപ്പുറത്തിരുന്ന ഫോണിനടു ത്തേക്ക് നടക്കുന്നത് അനുരാധ കണ്ടു.

'ഇയാൾ എന്തിനാണ് ഇനിയും വിളിക്കുന്നത് ദ്രോഹിച്ചതോ ന്നും മതിയായില്ലേ? ചെറിയമ്മവനാ.'

അവൾ പറഞ്ഞു.. അവളുടെ മുഖത്ത് ദേഷ്യം പ്രകടമായിരുന്നു.

സ്ക്രീനിൽ തെളിയുന്നത് അനുജന്റെ നമ്പറാണ്. തന്റെ മനസിൽ ദേഷ്യവും സങ്കടവും ഒരുമിച്ച് അങ്കുരിക്കുന്നത് അനുരാധയറിഞ്ഞു. ഒരുപാട് എടുത്തുകൊണ്ട് നടന്ന് ഭക്ഷണം കൊടുത്ത് വളർത്തിയതാണ് അവനെ.. എന്നിട്ടാണ് തന്റെ മകളുടെ ജീവിതം നശിപ്പിക്കുന്നവർക്കൊപ്പം അവൻ നിന്നത്.

കോൾ കട്ടുചെയ്യണമെന്ന് തോന്നിയെങ്കിലും വേണ്ട എന്നു വെച്ച് സ്പീക്കർ ഓണാക്കി.

ആൻഷിതയും കേൾക്കട്ടെ..

ഫോണിലൂടെ പതിഞ്ഞ ആൺശബ്ദം ഒഴുകിവന്നു.

'ചേച്ചീ...'

'എന്തിനാ വിളിച്ചത്.. ഞങ്ങളെ ഉപദ്രവിച്ചത് പോരെ..?'

അനുരാധ ദേഷ്യത്തോടെ ശബ്ദമുയർത്തിയാണ് ചോദിച്ചത്.

'എന്നോട് ക്ഷമിക്കണം.. എനിക്ക് ഉറങ്ങാൻ പറ്റുന്നില്ല.'

ഒരു നിമിഷം അനുജൻ ഒരു ചെറിയ കുട്ടിയായതുപോലെ അനുരാധയ്ക്ക് തോന്നി..

'എന്റെ അത്യാഗ്രഹമാണ് എല്ലാത്തിനും കാരണം. ദേബിന്റെ ബിസിനസിൽ എനിക്കും പങ്കുണ്ട്. അതുകൊണ്ട് ചെയ്യേണ്ടി വന്നതാണ്.'

അനുരാധ നിശ്ശബ്ദയായി കേട്ടു നിന്നു..

'പിന്നെ ഇവിടെ ചേച്ചിയുടെ പേരിലുള്ള ഭൂമിയും എനിക്ക് തരാമെന്ന് ദേബ് വാക്ക് നൽകിയിരുന്നു.. ചേച്ചി എന്നോട് ക്ഷമിക്കണം. അവളുടെ ജീവിതം തകർക്കണം എന്നൊരാഗ്രഹം ഉണ്ടായിരുന്നില്ല എനിക്ക്. രണ്ടാം കെട്ട് ആണെങ്കിലും നല്ല സമ്പത്തുള്ള സൽസ്വഭാവിയായ ചെറുപ്പക്കാരൻ എന്നതിനപ്പുറം ഞാൻ വേറൊന്നും ചിന്തിച്ചില്ല.'

പെട്ടെന്ന് അൻഷിത അമ്മയിൽ ഫോൺ പിടിച്ചുവാങ്ങി..

'അതൊക്കെ ഞങ്ങൾക്കറിയാവുന്ന കാര്യങ്ങളാണ്.. ഇനി ആ ഭൂമി ഞങ്ങൾക്ക് വേണമെന്നില്ല. ആ ഗ്രാമത്തിലേക്കോ വീട്ടിലേക്കോ ഒരിക്കൽപോലും വരണമെന്ന് ആഗ്രഹവുമില്ല.. ഭാവിയിൽ ഒരുക്കലും ഞങ്ങളെ ശല്യം ചെയ്യരുത്..'

അൻഷിതയാണ് സംസാരിക്കുന്നത് എന്നറിഞ്ഞതുകൊണ്ടാവാം മറുപുറത്ത് നിശ്ശബ്ദതയാണ്..

'നിങ്ങൾക്ക് വേണ്ടത് ആ ഭൂമിയല്ലേ.. ബന്ധങ്ങളെക്കാൾ വലുതല്ലേ നിങ്ങൾക്കത്..! ആ ഭൂമി വിൽക്കാൻ തയാറാണ്.. പക്ഷേ, വില തരണം. ബാക്കി നിങ്ങൾക്ക് തീരുമാനിക്കാം. ഇല്ലെങ്കിൽ അത്

മറ്റാർക്കെങ്കിലും കൊടുക്കും.'

അത്രയും പറഞ്ഞിട്ട് അൻഷിത കോൾ കട്ട് ചെയ്തു. തന്റെ നേരെ നീട്ടിയ ഫോൺ വാങ്ങുമ്പോൾ അനുരാധയ്ക്ക് അമ്പരപ്പായിരുന്നു. എന്തൊക്കെയാണിവൾ പറഞ്ഞത്..

'അമ്മേ.. അയാൾക്ക് ഇപ്പോഴും ആ ഭൂമിയോടുള്ള ആഗ്രഹമുണ്ട്. ഇനി അങ്ങോട്ട് പോകാൻ നമ്മൾ ആഗ്രഹിക്കുന്നുമില്ല. നല്ല വിലതന്നാൽ നമ്മൾ ആ ഭൂമി കൊടുക്കും. എന്നിട്ട് ഒരു ഫിക്സഡ് ഡെപ്പോസിറ്റ് ഇടണം.'

അവൾ പറയുന്നതിൽ കാര്യമുണ്ടെന്ന് അനുരാധയ്ക്ക് തോന്നി.

'നമ്മുടെ കാര്യങ്ങൾ നടക്കാൻ ഇവിടെയുള്ള വാടക മുറികളിൽ നിന്നുള്ള വരുമാനം ധാരാളമാണ്.ആ ഭൂമി വെറുതെ അവിടെ കിടന്നിട്ടെന്താണ് കാര്യം..!'

അത്രയും പറഞ്ഞ് തിരികെ മുറിയിലേക്ക് പോകുമ്പോൾ 'സൽസ്വഭാവിയായ ചെറുപ്പക്കാരൻ' എന്ന വാചകത്തിൽ ഉടക്കിയ തന്റെ മനസിൽ പുച്ഛം നിറയുന്നത് അൻഷിത അറിഞ്ഞു. എന്താണ് സൽസ്വഭാവം എന്നാലോചിച്ചപ്പോൾ പരമ്പരാഗത നിർവ്വചനങ്ങളെല്ലാം പാഴ്വാക്കുകളാണെന്ന് അവൾക്ക് തോന്നി.

ഹാളിൽ അനുരാധ എന്തു ചെയ്യണമെന്നതിനെക്കുറിച്ച് ചിന്തയിലാണ്ടിരിക്കുകയായിരുന്നു. ടിവിയിൽ അർത്ഥമില്ലാത്ത ജല്പനങ്ങളുമായി കഥാപാത്രങ്ങൾ വന്നും പോയുമിരുന്നു..

൦൦

പതിനൊന്ന്

1

പിറ്റേന്ന് വക്കീലിന്റെ മുറിയിൽ നിന്ന് ഇറങ്ങുമ്പോൾ കുറച്ചുനാളുകളായി താനനുഭവിച്ചിരുന്ന സംഘർഷത്തിന്റെ ചങ്ങലകൾ പൊട്ടി സ്വതന്ത്രയാകുന്നതിന്റെ മുന്നൊരുക്കങ്ങൾ അൻഷിതയെ സന്തോഷിപ്പിച്ചെങ്കിലും അമ്മയുടെ മുഖത്ത് ആശങ്കകൾ വിട്ടുമാറാത്ത ഭാവമാണല്ലോ എന്ന് ചിന്തിക്കുകയായിരുന്നു അവൾ.

'അമ്മേ ..ഇനി വക്കീൽ തയാറാക്കിത്തന്ന പരാതി ഇന്നുതന്നെ പോലീസ് സ്റ്റേഷനിൽ കൊടുക്കണം. അതിനായി ഇനി ഇങ്ങോട്ട് വരാൻ ആകില്ല.'

താൻ പറഞ്ഞത് കേട്ട് അമ്മ മൂളിയത് അൻഷിത കേട്ടു. അമ്മയ്ക്ക് ഭയമാണ്. കൂടുതുറന്ന് പറന്നുപോകുന്ന പക്ഷിയെ വേടൻമാർ അമ്പെയ്ത് വീഴ്ത്തിയാലോ എന്ന ഭയം. തന്റെ നാട്ടിലെ ഏതാണ്ട് എല്ലാ സ്ത്രീകളും ഇങ്ങനെയാണ്. ഭ്രാന്ത് നൽകുന്ന ചങ്ങലയെ അവർ ആഭരണവും സ്വകാര്യ അഹങ്കാരവുമാക്കുന്നു. അതാണ് ശരി എന്ന് മാത്രം നൂറ്റാണ്ടുകളായി ചിന്തിക്കാൻ പഠിപ്പിക്കപ്പെട്ട ഒരു വലിയ സമൂഹത്തിൽ നിന്നും അടർന്നുമാറി നിൽക്കാൻ കഴിഞ്ഞ അപൂർവ്വം ചില കണ്ണികളിൽ ഒന്നുമാത്രമാണ് താൻ! പക്ഷേ, അമ്മയ്ക്ക് അത് പൂർണ്ണമായും മനസിലാവില്ല എന്ന് തനിക്കറിയാം.

'അൻഷിത... നമ്മുടെ നാട്ടിൽ രാഷ്ട്രീയ പാർട്ടികളുടെ അണികളെ കണ്ടിട്ടില്ലേ.. തന്റെ പാർട്ടി പറയുന്നത് മാത്രമാണ് ശരി എന്ന് വാദിക്കുന്നവരെ! അവർക്ക് സംഭവിച്ചത് തന്നെയാണ് സ്ത്രീകൾക്കും സംഭവിച്ചത്.. രാഷ്ട്രീയാധികാരത്തിന് പകരം പുരുഷാധിപത്യമാണ് എന്ന് മാത്രം.' ഒരിക്കൽ നിഴൽവീണ, ചുനാരിയിലെ സന്യാസമഠത്തിലേക്കുള്ള വഴിയേ ഒരുമിച്ച് നടക്കവേ ഹരിസാർ പറഞ്ഞു. അന്ന് കക്ഷിരാഷ്ട്രീയത്തെയും പുരുഷാധിപത്യത്തെയും

താരതമ്യം ചെയ്തതിന്റെ പൊരുൾ തനിക്ക് കാര്യമായി മനസ്സിലായിരുന്നില്ല. പക്ഷേ, ഇന്നറിയാം.. രണ്ടും അധികാരമെന്ന ഒരേ നാണയത്തിന്റെ രണ്ടു വശങ്ങളാണ്. രണ്ടിനും സ്വന്തം വിശ്വാസികളെ ആവശ്യമുണ്ട്. അല്ലെങ്കിൽ രണ്ടിനും നിലനിൽപ്പില്ല.

രണ്ടാം നിലയിലെ നടകളിറങ്ങി അൻഷിത താഴെ റോഡരികിലെത്തി തിരിഞ്ഞു നോക്കി പിന്നാലെ അമ്മ പതിയെ ഇറങ്ങി വരുന്നുണ്ട്.

കേസിനെക്കുറിച്ചു കേട്ടശേഷം ഡിവോഴ്സിന് ആണെന്നറിഞ്ഞപ്പോൾ കഷണ്ടി കയറി വട്ടക്കണ്ണട വെച്ച വക്കീലിന്റെ മുഖം തിളങ്ങി. അയാൾക്ക് ഉറപ്പാണ് ഡിവോഴ്സ് എളുപ്പത്തിൽ കിട്ടുമെന്ന്. കൂടാതെ അവർ സ്ത്രീധനമായി വാങ്ങിയത് തിരികെ വാങ്ങാനും നഷ്ടപരിഹാരം ആവശ്യപ്പെടാനും കഴിയും എന്നത് തനിക്ക് ഗുണമാണ്. തന്നെ വഞ്ചിച്ചവരോട് അത്രയെങ്കിലും ചെയ്യണം.

അവൾ ഒരു ഓട്ടോറിക്ഷ കൈകാട്ടി നിർത്തി..

പത്തുമിനിട്ടുകൊണ്ട് ടാക്സി അവരെ പോലീസ് സ്റ്റേഷനിൽ എത്തിച്ചു. സ്റ്റേഷനിലേക്ക് അവർ കയറിച്ചെല്ലുമ്പോൾ മധ്യവയസ്കനായ എസ്ഐ ഉച്ചമയക്കത്തിലായിരുന്നു.. മയക്കം നഷ്ടപ്പെട്ടതിന്റെ ഈർഷ്യ അയാളുടെ മുഖത്ത് വ്യക്തമായി.

'ഓ.. വക്കീലിന്റെ അടുത്ത് പോയിരുന്നു അല്ലേ?'

കണ്ണുതിരുമ്മി പരാതി വാങ്ങിനോക്കി അയാൾ ചിലമ്പിച്ച ശബ്ദത്തിൽ ചോദിച്ചപ്പോൾ അതെയെന്ന് അൻഷിത മറുപടി പറഞ്ഞു. വായിച്ചുകൊണ്ടിരിക്കെ ഒരു നിമിഷം അയാളുടെ കണ്ണുകൾ തിളങ്ങിയത് അവൾ കണ്ടു. പരിചയമുള്ള കാര്യങ്ങൾക്കിടയിൽ അപ്രതീക്ഷിതമായത് വായിക്കുന്നതുപോലെ അയാളുടെ മുഖം കൂടുതൽ ചിന്താധീനമായി. ഒരു ഘട്ടത്തിൽ അയാൾ എന്തോ ചോദിക്കാൻ തുടങ്ങുന്നതുപോലെ അൻഷിതയ്ക്ക് തോന്നി..

സാധാരണ ഒരു പരാതി കൊടുക്കാൻ വക്കീലിന്റെ ആവശ്യമില്ല എന്ന് തനിക്കറിയാം. പൊലീസുകാർ തന്നെ പരാതി എഴുതിത്തരും. പക്ഷേ, ഇതിൽ തനിക്ക് വിജയിക്കണം. ഒരു ഘട്ടത്തിലും പഴുതുകൾ ഉണ്ടാവരുത്. അതുകൊണ്ടാണ് ആദ്യം വക്കീലിന്റെ അടുത്ത് പോയത്. അതൊന്നും പക്ഷേ, ഇയാളോട് പറയേണ്ട കാര്യമില്ലല്ലോയെന്നായിരുന്നു അൻഷിതയുടെ ചിന്ത.

അയാൾ ചോദിച്ച കാര്യങ്ങൾക്ക് അവൾ മറുപടി കൊടുത്തു. 'നിങ്ങൾ പൊക്കോളു.. ഞാൻ വിളിക്കാം..' എന്ന് എസ്ഐ മറുപടി പറഞ്ഞപ്പോൾ അവർ എഴുന്നേറ്റു.

'ഇപ്പോൾ എല്ലാവർക്കും കെട്ടാൻ തിരക്കാ.. കെട്ടിക്കഴിഞ്ഞാൽ പിന്നെ വേഗം പിരിയണം.. എന്തൊക്കെയാണോ..!' കേസ്ഷീറ്റ് ഫയലാക്കി അലമാരയിൽ വെച്ച് തിരിയവേ അയാൾ പിറുപിറുക്കുന്നത് പുറത്തേക്ക് നടക്കാനായി എഴുന്നേറ്റ അൻഷിത കേട്ടു.

തന്റെ കാര്യങ്ങൾ അറിഞ്ഞാൽ ഈ സമൂഹത്തിൽ പൊതുവെ എല്ലാവരും ഇങ്ങനെയൊക്കെയായിരിക്കും കരുതുക. തന്റെ സമുദായത്തിൽ പ്രത്യേകിച്ചും തനിക്കിനി വിലയുണ്ടാവില്ല. അവർക്ക് രാമനെ വിമർശിക്കുന്നതിനെക്കുറിച്ച് ആലോചിക്കുകപോലും ചെയ്യാത്ത സീതയെ ആണ് വേണ്ടത്. ത്രേതായുഗവും കലിയുഗവും തമ്മിൽ ഒരുപാടുകാലത്തെ അന്തരമുണ്ടെന്ന് പറയുകയും പഠിപ്പിക്കുകയും പിന്നീട് സൗകര്യപൂർവ്വം മറക്കുകയും ചെയ്യുന്നവർ..!

അൻഷിത അമ്മയെ നോക്കി. വെയിലിന് നല്ല ചൂടുണ്ട്.. സാരിയുടെ തുമ്പ് തലയിലിട്ട് അമ്മ നടക്കുകയാണ്. ഇനി ഇവിടെ നിന്നാൽ തിരികെ ടാക്സിയൊന്നും കിട്ടില്ല. കുറച്ച് നടക്കണം..

'അമ്മേ.. നമുക്ക് എന്തെങ്കിലും കഴിച്ചിട്ട് പോകാം.. ഇനി വീട്ടിലെത്തുമ്പോൾ സമയം വൈകും.'

വെയിൽ ചൂടേറിയതിന്റെ അസ്വസ്ഥതയോടെ അനുരാധ അവളെ നോക്കി സമ്മതഭാവത്തിൽ തലകുലുക്കി. അൻഷിത അമ്മയെയും കൂട്ടി അടുത്തുകണ്ട റെസ്റ്റോറന്റിന് നേരെ നടന്നു.

'നാട്ടിലാരും ഇപ്പോഴിതറിയണ്ട.'

അമ്മ പറയുന്നത് അൻഷിത കേട്ടു.

'പിന്നെ ചോദ്യങ്ങളാകും.. ഓരോ കഥകൾ പറയും.'

ഒരുതരത്തിൽ അമ്മ പറയുന്നത് ശരിയാണെന്ന് തോന്നി അൻഷിതയ്ക്ക്. ഇവിടുള്ളവർക്ക് സ്വന്തം കാര്യം നോക്കാൻ നേരമില്ല. സ്വന്തം കുറവുകൾ മറച്ചുവെക്കാൻ അന്യന്റെ പ്രശ്നങ്ങളെ വിളംബരം ചെയ്യുന്നവരാണ് എല്ലാം. കേസ് നീണ്ടുപോയേക്കാം. മറ്റൊരുമാർഗം അവരോട് ഒരു വക്കീലിന്റെയോ മറ്റോ സാന്നിധ്യത്തിൽ കാര്യങ്ങൾ സംസാരിച്ച് തീർപ്പാക്കുക എന്നതാണ്. പക്ഷേ അതിനൊരു വിട്ടുകൊടുക്കലിന്റെ സ്വഭാവം ഉണ്ടാവരുത് എന്ന് തനിക്ക് നിർബന്ധമുണ്ട്. നിലവിൽ കേസ് തന്നെയാണ് നല്ലത്. ഇനിയെന്തായാലും എന്താണ് ദേബാശിഷിന്റെയും അയാളുടെ അമ്മയുടെയും പ്രതികരണം ഉടനെയറിയാം.. അതിനനുസരിച്ച് പിന്നീട് വേണ്ട കാര്യങ്ങൾ ചെയ്യണം. റെസ്റ്റോറന്റിൽ കയറി ഭക്ഷണത്തിന് ഓർഡർ കൊടുത്ത് ഇരിക്കവേ അനുരാധ മുൻപിൽ ദൃഢമായ തീരുമാനവുമായി ഇരിക്കുന്ന മകളെനോക്കി. തനിക്ക് ഒരിക്കലും

ഇത്രയും ധൈര്യം ഉണ്ടായിട്ടില്ല.

'അമ്മയ്ക്ക് എല്ലാവരെയും പേടിയാണ്.'

അനുജന്റെ ഫോൺ വന്നതിന് ശേഷം തന്റെ പെരുമാറ്റം ഒരു ഇരയുടേത് ആണെന്ന് അവൾ കുറ്റപ്പെടുത്തി. അവൾ പറയുന്ന തൊക്കെ ശരിയാണെന്ന് തനിക്കറിയാമെങ്കിലും ഉള്ളിൽ ചുറ്റുപാടുകളെ ഭയമാണ്. ജീവിതത്തെക്കുറിച്ച് ഒരുതരത്തിലും ആത്യന്തീകമായ ഒരു ഉറപ്പ് ലഭിച്ചിട്ടല്ല ആളുകൾ ജീവിക്കുന്നത് എന്ന് തനിക്കറിയാം. പക്ഷേ, എന്നിട്ടും താൻ ജീവിതത്തിന്റെ അനിശ്ചിതത്വത്തെ ഭയപ്പെടുന്നുണ്ട്. അൻഷിത അവളുടെ അച്ഛനെപ്പോലെ തന്നെയാണ്.. ആളുകൾ എന്തുപറയും എന്നു നോക്കി ജീവിക്കുന്ന സ്വഭാവം അദ്ദേഹത്തിന് ഉണ്ടായിരുന്നില്ല.

'ദേബാശിഷ് ഇനി ഗൾഫിലേക്ക് മടങ്ങിപ്പോകുന്നില്ലത്രേ.. ചിലപ്പോൾ നീ തിരികെ ചെല്ലും എന്നവർ പ്രതീക്ഷിക്കുന്നുണ്ടാകും'

അമ്മ പറഞ്ഞത് കേട്ടപ്പോൾ തനിക്ക് സ്വയമറിയാതെതന്നെ ദേഷ്യം വരുന്നുണ്ടെന്ന് തോന്നി അൻഷിതയ്ക്ക്.

'അത് വക്കീൽനോട്ടീസ് കിട്ടുമ്പോൾ അവർക്ക് മനസിലായിക്കൊള്ളും.' അൻഷിത പറഞ്ഞത് കേട്ട് അനുരാധ നിശ്ശബ്ദയായി.

'സത്യം പറയാമല്ലോ അമ്മേ, അയാൾ ഗൾഫ് കണ്ടിട്ടുണ്ടോ എന്നുപോലും എനിക്ക് സംശയമുണ്ട്. ഇനി അതും ഒരു നുണയായിരുന്നോ എന്ന് എങ്ങനെയറിയാം'

മസാലദോശയും ആവിപറക്കുന്ന ഫൂൽഗോബിക്കറിയുമായി വെയിറ്റർ എത്തിയപ്പോൾ അൻഷിത നിശബ്ദയായി. വിളമ്പി വെച്ച് വേറെന്തെങ്കിലും ആവശ്യമുണ്ടോ എന്ന് ചോദിച്ച് അയാൾ നിന്നു. ഒന്നും വേണ്ടന്ന് അൻഷിത പറഞ്ഞപ്പോൾ അയാൾ തിരികെ പോയി. കഴിച്ചുകൊണ്ടിരുന്നപ്പോൾ അവർ രണ്ടുപേരും നിശ്ശബ്ദരായിരുന്നു. ഭക്ഷണം കഴിഞ്ഞ് തിരികെ ഇറങ്ങി വക്കീലിന്റെ ഓഫിസിലേക്ക് വിളിച്ചപ്പോൾ ബാക്കികാര്യം താൻ നോക്കിക്കോളാമെന്ന് വക്കീൽ ഉറപ്പുകൊടുത്തു. നഗരത്തിരക്കിലേക്ക് ഇറങ്ങി തെരുവോരത്തുകൂടെ നടക്കുമ്പോൾ ഇനിയെന്ത് എന്ന ചിന്തയിലായിരുന്നു അൻഷിത. ഇനി ഈ പ്രശ്നത്തിന് ഒരു പരിഹാരം കാണാതെ തന്റെ മനസ് അടങ്ങില്ല എന്നവൾക്ക് ഉറപ്പുണ്ടായിരുന്നു. നാട്ടിലിപ്പോൾ ഇതറിഞ്ഞാൽ തന്നെ വിമർശിക്കുന്നവരും കളിയാക്കുന്നവരും ഒരുപാടുണ്ടാകും. അമ്മ പറഞ്ഞതുപോലെ തൽക്കാലം ആരും അറിയാതിരിക്കുകയാണ് നല്ലത്.

ഠഠ

2

വരയ്ക്കുന്നതിനായി തയാറാക്കിയ പ്രതലത്തിൽ പിക്ചർ മാപ്പിംഗ് ചെയ്യുകയായിരുന്നു ഹരി.

മ്യൂറൽ ശൈലിയിൽ വലിയ ക്യാൻവാസിൽ ഒരു ചിത്രം വരയ്ക്കാനായി ഇരുന്നതാണ്. രാവിലെ സ്കൂൾ തുറക്കുവാൻ ഇനിയും ദിവസങ്ങൾ ഉള്ളതുകൊണ്ട് സമയം ധാരാളമുണ്ട്. പറ്റിയാൽ ഒരു പ്രദർശനം കൂടി ആകാമെന്നൊരാഗ്രഹം ഉണ്ട്. രണ്ടു ദിവസം മുൻപ് അൻഷിതയോട് സംസാരിച്ചപ്പോൾ മുതൽ ഉള്ളിൽ ഒരു പ്രതീക്ഷ നിറയുകയാണ്. വീണ്ടും തനിക്ക് ആരോ ഉണ്ട് എന്ന തോന്നൽ ശക്തമാകുന്നു. തന്റെ മനസിന് സർഗ്ഗസൃഷ്ടിയുടെ നൊമ്പരമാസ്വദിക്കാൻ അവളൊരു പ്രേരണയാകുന്നു.

വിവാഹിതയായി അമ്മയായി സുഖമായി ദൂരെയെവിടെയെങ്കിലും കഴിയുന്ന അൻഷിതയെക്കുറിച്ചുള്ള തന്റെ തോന്നലുകൾ എല്ലാം തെറ്റായിരുന്നു. അവൾ വലിയ മനോസംഘർഷത്തിലൂടെയാണ് കടന്നുപോകുന്നത്. മനഃസാക്ഷിയില്ലാതെയാണ് അവർ അവളെ വിറ്റുകളഞ്ഞത്! ഒരുപക്ഷേ, മകൾ തന്നെ ഉപേക്ഷിച്ചുപോകുന്നതിനെക്കുറിച്ചും താൻ ഒറ്റപ്പെട്ടുപോകുന്നതിനെക്കുറിച്ചുമുള്ള ഭയമായിരിക്കാം അവളുടെ പ്രണയത്തെ അംഗീകരിക്കാൻ മിസിസ് ചാറ്റർജിക്ക് തടസമായി നിന്നത്. പക്ഷേ, അവളുടെ ബന്ധുക്കളോ! അവർക്ക് അവൾ ഒരു വസ്തു മാത്രമായിരിക്കാം അല്ലെങ്കിൽ അന്തസ് എന്ന വ്യാജമായ അസ്തിത്വത്തെ സംരക്ഷിക്കാനുള്ള ഒരു കവചം.

ഏത് യുദ്ധത്തിലും കവചങ്ങളാണ് ആദ്യം മുറിപ്പെടുക.

അറിഞ്ഞിടത്തോളം അൻഷിതയുടെ ഭർത്താവിന് എന്തെങ്കിലും മനോവൈകല്യമുണ്ടാവാനുള്ള സാധ്യതയുണ്ട്. അയാൾക്ക് അൻഷിതയെ എന്തുകൊണ്ടോ അംഗീകരിക്കാൻ കഴിഞ്ഞിട്ടില്ല. അതെന്തുകൊണ്ടാണ് എന്ന് പൂർണ്ണമായും തനിക്കറിയില്ല എന്നാണ് അവൾ പറഞ്ഞത്. അയാൾ ആദ്യഭാര്യയെ കൊന്നതാണെന്നാണ് നാട്ടുകാർ പറയുന്നതത്രെ. കൊന്നാലും ഇല്ലെങ്കിലും തനിക്കിനി തിരികെ പോകാൻ ആകില്ല എന്ന് അൻഷിത പറഞ്ഞുകേട്ടപ്പോൾ യഥാർത്ഥത്തിൽ തനിക്ക് രഹസ്യാത്മകമായ ഒരു സന്തോഷമാണ് തോന്നിയത്.

പുരുഷാധിപത്യസങ്കല്പങ്ങളിൽ കുടുങ്ങിക്കിടക്കുന്നവർ തങ്ങളോടൊപ്പം ജീവിക്കുന്നവർക്ക് അവരവരുടേതായ ഇടം നൽകുന്നു

എന്ന് അഭിനയിക്കുക മാത്രമാണ് ചെയ്യുന്നത്. പങ്കാളിയുടെ വ്യക്തിത്വത്തിന് പ്രാധാന്യം നല്കാത്തിടത്ത് എങ്ങനെയാണ് ലാവണ്യദൂരം സാധ്യമാകുക.! ഏത് ജീവിതത്തെയാണവർ മനോഹരമെന്ന് വിളിക്കുന്നത് എന്ന് തനിക്ക് ഇതുവരെ മനസിലാക്കാൻ കഴിഞ്ഞിട്ടില്ല എന്നതാണ് സത്യം!

'എല്ലാം സാറിന്റെ കല്യാണം കഴിയുമ്പോൾ മനസിലാകും'

ഹരിക്ക് ജോൺ സാറിന്റെ വാക്കുകൾ ഓർമ്മവന്നു..

ചുനാരിയിൽ പഠിപ്പിച്ചുകൊണ്ടിരുന്ന സമയത്ത് അയാളുടെ സ്ഥിരം വാചകമായിരുന്നു അത്. അപ്പോഴൊക്കെ ദുരിതമനുഭവിക്കുന്ന ഒരു ഭർത്താവിന്റെ ദൈന്യഭാവം അയാളുടെ മുഖത്ത് തെളിയും. മനുഷ്യർ സ്വന്തം അനുഭവങ്ങൾ സൃഷ്ടിച്ച അളവുകോൽ കൊണ്ടാണ് മറ്റൊരാളുടെ വ്യക്തിപരതയെ അളക്കുന്നത്. എന്നിട്ട് അതാണ് ജീവിതമെന്ന പൊതുധാരണയിൽ ഉറച്ചുപോയ മനസുമായി ജീവിക്കും. പറഞ്ഞിട്ട് കാര്യമില്ല.. മനുഷ്യന്റെ യാഥാർത്ഥ്യങ്ങൾ എല്ലാം കാറ്റുപറഞ്ഞ കഥകളാണ്.

ജോണ് സാറിന്റെ ഭാര്യ ഒരിക്കലും ഭർത്താവിനോട് മോശമായി പെരുമാറുന്നത് താൻ കണ്ടിട്ടില്ല. അല്പം ദേഷ്യക്കാരിയാണെന്ന് തോന്നിയിട്ടുണ്ട്. പക്ഷേ അയാൾക്ക് എപ്പോഴും ഒരേ വാചകം മാത്രമാണ് പറയാനുണ്ടാവുക..!

പാതിയായ മാപ്പിംഗിലേക്ക് നോക്കികൊണ്ട് ഹരി അല്പം പിന്നിലേക്ക് മാറിനിന്നു. ചിത്രത്തിന്റെ പ്രൊപോർഷൻ ശരിയാണെന്ന് ഉറപ്പിച്ച ശേഷം വരതുടർന്നപ്പോൾ ചിന്തയിലേക്ക് അൻഷിത വീണ്ടുമെത്തി.

ഇനി വിളിക്കുമ്പോൾ അവളുടെ ജീവിതത്തിൽ സംഭവിച്ചതിനൊക്കെ ജീവിതംകൊണ്ടുതന്നെ പരിഹാരം ചെയ്യണമെന്ന് പറയണം. അവളോട് മിണ്ടാതിരിക്കുമ്പോൾ ഒരു പ്രണയി അനുഭവിക്കുന്ന വ്യഥ താനും അറിയുന്നുണ്ട്. തന്റെ ഉള്ളിൽ അവളോടുള്ള ഇഷ്ടമോ അടുപ്പമോ കുറഞ്ഞിട്ടില്ല. എന്താണ് അവൾ മെസ്സേജുകൾ ഒന്നും അയക്കാത്തത് എന്ന ചോദ്യത്തെ മനസിന് മറക്കാനുമാകുന്നില്ല. കൈകൾ ചിത്രത്തിന്റെ അഴകളവുകളുടെ മാപ്പിങ് നടത്തിക്കൊണ്ടിരിക്കുന്നു.. ചിന്തകൾ വേർപെട്ട് സ്വതന്ത്രമായി സഞ്ചരിച്ചെങ്കിലും അവയെ തടയാൻ കഴിയുന്നില്ല.

ഇന്നലെ ശ്യാമളചേച്ചിയെ വിളിച്ചതാണ്. അവർക്ക് വളരെ സന്തോഷമായിട്ടുണ്ട്. അടുത്ത തവണ എന്തായാലും നാട്ടിൽ പോകണം. കഴിഞ്ഞ കുറച്ചുവർഷങ്ങളായി നാട് ഒരു തെളിച്ചമില്ലാത്ത

ചിത്രമായിരുന്നു. പക്ഷേ, ഇന്ന് ഓർമ്മകൾക്കും കാഴ്ചകൾക്കും കാഴ്ചപ്പാടുകൾക്കുമെല്ലാം മിഴിവ് വന്നിരിക്കുന്നു..!

ചിന്തകൾക്ക് അകമ്പടി സേവിക്കാൻ എന്നവണ്ണം ഹരിയുടെ കൈകൾ ചലിച്ചുകൊണ്ടിരുന്നു.

ചെറിയമ്മാവനും ചെറിയമ്മായിയും അപ്രതീക്ഷിതമായി പെട്ടെന്ന് കയറിവന്നതിന്റെ അമ്പരപ്പിലായിരുന്നു അൻഷിത. തലേന്ന് താൻ മോശമായാണ് ഫോണിൽ സംസാരിച്ചത്. അവർ ഇനി വരുമെന്ന് കരുതിയില്ല. ഒരുപക്ഷേ, ദേബാശിഷിന്റെ അമ്മ പറഞ്ഞുവിട്ടതാകാം. അല്ലെങ്കിൽ സ്വന്തം ബിസിനസ് സംരക്ഷിക്കാനുള്ള തത്രപ്പാടിലുമാകാം.

അൻഷിത ഒട്ടും തെളിച്ചമില്ലാത്ത മുഖത്തോടെയാണ് അവരെ സ്വീകരിച്ചത്. അമ്മയുടേതും സമാനമായ ഭാവമാണെന്ന് അൻഷിത കണ്ടു.

'ചേച്ചിയെന്നോട് ക്ഷമിക്കണം' അമ്മയുടെ കൈകളിൽ പിടിച്ചു കൊണ്ട് അമ്മാവൻ യാചനാഭാവത്തിൽ നിൽക്കുകയാണ്. അയാളുടെ കണ്ണുനിറഞ്ഞിരിക്കുന്നത് കണ്ടപ്പോൾ അത് അഭിനയമാണെന്ന് വിശ്വസിക്കാൻ ഒരുനിമിഷം അൻഷിതയ്ക്ക് ബുദ്ധിമുട്ടുതോന്നി.

'ഞങ്ങൾ ദേബിന്റെ വിവാഹം കഴിഞ്ഞു എന്നറിഞ്ഞിരുന്നു എങ്കിലും ആ പെൺകുട്ടിക്ക് ഉണ്ടായിരുന്ന മറ്റൊരു ബന്ധം വെളിവായതിനെത്തുടർന്ന് ആത്മഹത്യ ചെയ്തതാണ് എന്നാണ് അറിഞ്ഞത്.'

ചെറിയമ്മാവൻ തുടർന്ന് പറഞ്ഞപ്പോൾ ശബ്ദം ഇടറിയിരുന്നു. അമ്മയുടെ കണ്ണിൽ അലിവ് നിറയുന്നത് അൻഷിത അല്പം അവിശ്വസനീയതയോട് കണ്ടുനിന്നു.

'ഞങ്ങൾ ദേബിനെക്കുറിച്ച് അന്വേഷിച്ചിരുന്നു. എങ്കിലും മോശമായി ആരും ഒന്നും പറഞ്ഞിരുന്നില്ല'

'ഇനിയിതൊക്കെ ഇവിടെ പറയുന്നത് എന്തിനാണ്?' അൻഷിത ദേഷ്യത്തോടെ ചോദിച്ചു..

'മോളെ..' ചെറിയമ്മായിയാണ് മറുപടി പറയുന്നത്..

'ഒരു തെറ്റുപറ്റാത്തവർ ആരാണ് മോളെ ജീവിതത്തിലുണ്ടാവുക. അതിന്റെ പേരിൽ അവരെ ജീവിതം മുഴുവൻ വെറുക്കണോ? അങ്ങനെയൊക്കെ സംഭവിച്ചു പോയി.. മോള് ഞങ്ങളോട് ക്ഷമിക്കില്ലേ?'

ചെറിയമ്മായിയുടെ ശബ്ദം കൂടുതൽ ദീനമാകുകയാണ്.

'ആ ഒരു തെറ്റുകൊണ്ട് എനിക്ക് നഷ്ടമായത് എന്റെ ജീവിത മാണ്.' അൻഷിതയ്ക്ക് കരച്ചിൽ വന്നു.. അവർക്ക് മുഖം കൊടു ക്കാതെ അവൾ വെട്ടിത്തിരിഞ്ഞ് മുറിയിലേക്ക് പോയി...

വൈകിട്ട് അൻഷിതയുടെ മെസ്സേജ് നോക്കുകയായിരുന്നു ഹരി. കഴിഞ്ഞ ദിവസം അൻഷിതയുടെ ചെറിയമ്മാവനും ചെറിയ മ്മായിയും വീട്ടിലേക്ക് വരികയും കരയുകയും ക്ഷമാപണം നട ത്തുകയും ഒക്കെ ചെയ്തു എന്നാണ് അൻഷിത പറഞ്ഞത്. അവൾ ചെറിയമ്മായിയുടെ മനം മാറ്റത്തെക്കുറിച്ചു പറഞ്ഞപ്പോൾ ആദ്യം ഇതൊരു പുതിയ കെണിയാണോ എന്നായിരുന്നു സംശയം. എങ്കിലും ദേബാശിഷിനെക്കുറിച്ച് പതിവ് പോലെ നല്ല കാര്യങ്ങ ളൊന്നും പറഞ്ഞില്ല എന്നറിഞ്ഞപ്പോൾ അവരുടെ അവരുടെ ഉദ്ദേ ശ്യമെന്താണ് എന്ന ചോദ്യത്തിന് മുന്നിൽ ഹരി കുഴങ്ങി. ഒരുപക്ഷേ, അൻഷിതയെ അനുനയിപ്പിച്ച് തിരികെയെത്തിക്കാനുള്ള പുതിയ തന്ത്രത്തിന്റെ ഭാഗമാകാം ഈ മാറ്റം.

'... വക്കീൽ നോട്ടീസ് ദേബാശിഷിന്റെ കൈയ്യിൽ കിട്ടുമ്പോഴറി യാം ശരിക്കും അവരുടെ ചിന്ത എന്താണെന്ന്.. ഇതുവരെ അവർ വളരെ ആത്മാർത്ഥമായാണ് എന്നോട് ഇടപെടുന്നത് എന്നാണ് എനിക്ക് തോന്നിയത്.'

അൻഷിതയുടെ ടെക്സ്റ്റ് നീണ്ടു പോകുകയാണ്.. ഇപ്പോൾ അവളെ വിളിക്കാൻ കഴിയില്ല. താനും അവളും തമ്മിൽ ഇപ്പോഴും സംസാരിക്കുന്നുണ്ട് എന്ന കാര്യം അവർ അറിഞ്ഞാൽ അതാണ് അൻഷിത ദേബാശിഷിനെ പിരിയാൻ കാരണമെന്ന് ചിന്തിച്ചേക്കാം.

ഫോണിലേക്ക് നോക്കി ഹരി ചിന്തയിലാണ്ടിരുന്നു. ഇതിൽ അവളുടെ വഴിക്ക് അവരെകൊണ്ടുവരാൻ താൻ ചിന്തിച്ചിട്ട് ഇനി യൊരു മാർഗ്ഗമേയുള്ളൂ. ദേബാഷിഷിന് വക്കീൽ നോട്ടീസ് കിട്ടുന്ന ത് വരെ കാത്തിരിക്കുക തന്നെ.. എന്നിട്ട് ബാക്കി.

ഹരിയുടെ തലയ്ക്കുള്ളിൽ കണക്കുകൂട്ടലുകൾ നടന്നുകൊണ്ടി രുന്നു. ചിന്തകൾ വിരൽത്തുമ്പുകളിലൂടെ കീബോർഡിൽ പതിഞ്ഞു.

വായിച്ച് അൻഷിതയുടെ സമ്മതം മറുപടിയായി എത്തി.

മനസ് അൻഷിതയിലേക്ക് പറ്റിച്ചേർന്നിരിക്കുന്നു..! തന്റെ സ്വകാര്യനിമിഷങ്ങൾ തരളമാകുന്നത് അവളേക്കുറിച്ചുള്ള ഓർമ്മ യിലാണ്. തന്നിലെ പ്രണയഭാവങ്ങൾ പ്രയോഗീകമായി സൃഷ്ടിപ രമാകുന്നതും അവൾ നൽകിയ പ്രേരണയാലാണ്..!

ചാറ്റിങ് അവസാനിപ്പിച്ച് ഫോണ് മേശപ്പുറത്ത് വെച്ച് കണ്ണുകള ടച്ച് ഓർമ്മകളിലേക്ക് നോക്കവേ ചുനാരിയിലെ മുറിയിൽ റോഡി

ന് മറുവശത്തെ വീട്ടിലെ ജനലരികിൽനിന്ന് തന്റെനേരെ നീണ്ടു വരുന്ന കണ്ണുകൾ ഹരി കണ്ടു. തിരികെ പോകണം എന്നതുമാത്ര മായിരുന്നു അപ്പോഴയാളിൽ നിറഞ്ഞിരുന്ന ചിന്ത.

ഉറക്കം നിശ്ശബ്ദയായ ഒരു പക്ഷിയെപ്പലെ ചിറകൊതുക്കി കണ്ണുകളിൽ തലോടവേ തന്റെ മടക്കയാത്ര ഒരു സ്വപ്നമായി ഹരി യെ തഴുകികൊണ്ടിരുന്നു.

3

'ചെറിയമ്മാവാ...'

ഹാളിലെ ടിവിയുടെ മുന്നിൽ ഇരിക്കുകയായിരുന്നു ജയദേബ്. അൻഷിതയുടെ വിളി കേട്ട് മുറിയിൽ നിന്ന് പുറത്തേക്ക് വന്ന പ്പോൾ കൈയ്യിൽ ഒരു പഴയ പത്രവുമായി അവൾ നിൽക്കുന്നത് അയാൾ കണ്ടു.

'അമ്മായി..' അൻഷിത അടുക്കളയിലേക്ക് നോക്കി വിളിച്ചു..

'ദേ.. നോക്ക്.'

അൻഷിത തന്റെ കൈയിലിരുന്ന പത്രം അവർക്ക് നേരെ നീട്ടി..

ഒരു പഴയ ജാഗോ ബാംഗ്ലയുടെ പേജ് ആയിരുന്നു അത്. ഒരു ഭാഗത്തായി ചിത്രകൂടത്തിൽ പ്രദർശനത്തിൽ പങ്കെടുക്കുന്ന മുഖ്യ മന്ത്രിയുടെ ചിത്രമുണ്ടായിരുന്നു. ഒരു ചെറുപ്പക്കാരനൊപ്പം മുഖ്യ മന്ത്രി ചിത്രത്തിലേക്ക് കൈചൂണ്ടി സംസാരിക്കുകയാണ്!

ആദ്യം അയാൾക്ക് ഒന്നും മനസ്സിലായില്ല..

'എവിടെയെങ്കിലും കണ്ടിട്ടുണ്ടോ..?'

അൻഷിത കനത്തിൽ ചോദിച്ചപ്പോഴാണ് അയാളെ താൻ എവി ടെയോ കണ്ടതുപോലെ അയാൾക്ക് തോന്നിയത്. പിന്നെ പതി യെ തിരിച്ചറിവിലേക്ക് ചിന്തകളോടിയപ്പോൾ അയാളുടെ മുഖം വിവർണ്ണമായി. അപ്പോഴേയ്ക്കും ചെറിയമ്മായി സാരിത്തുമ്പിൽ കൈതുടച്ചുകൊണ്ട് വരുന്നത് അൻഷിത കണ്ടു.

'അമ്മായിക്ക് ആളെ അറിയാൻ സാധ്യതയായില്ല. പക്ഷേ, ചെറിയമ്മാവന് നന്നായി അറിയാം.'

അൻഷിത തന്റെ നേരെ നോക്കുന്നത് ജയദേബ് കണ്ടു.

'നിങ്ങൾ എല്ലാവരും ചേർന്ന് ഇറക്കിവിട്ട എന്റെ സൗഭാഗ്യ മാണത്.'

അതുപറയുമ്പോൾ ആ നഷ്ടത്തിന്റെ ഭാരം സഹിക്കാനാകുന്ന

തിലും അപ്പുറമാണെന്ന് അൻഷിതയുടെ ശബ്ദത്തിൽ നിന്നും വ്യക്തമാകുന്നുണ്ടായിരുന്നു.

ചെറിയമ്മാവന്റെ മുഖം വിളറുന്നു.!

അയാൾ തല കുനിച്ചുകൊണ്ട് പുറത്തേക്കിറങ്ങി..

ചെറിയമ്മായി ഒന്നും പറയാതെ അടുക്കളയിലേക്ക് പോയപ്പോൾ ഹരിയെ അവർക്ക് മനസിലായിട്ടുണ്ടാകുമെന്ന് എന്ന് അൻഷിതയ്ക്ക് തോന്നി. നേരിട്ട് കണ്ടിട്ടില്ലെങ്കിലും ചെറിയമ്മാവൻ ഹരിയെക്കുറിച്ച് പറഞ്ഞിട്ടുണ്ടാകണം. ഒരിക്കൽ അവരുടെ സംസാരവിഷയമായിരുന്നല്ലോ ഹരി..! ഇങ്ങനെയൊക്കെ സംഭവിക്കുമെന്ന് കൊലപാതകിയെന്നുപറഞ്ഞ് ഇറക്കിവിടുമ്പോൾ ഇവർ ഓർത്തിട്ടുണ്ടാവില്ല. തന്റെ ഉള്ളിൽ പ്രതികാരത്തിന്റെ സുഖം നിറയുന്നത് അൻഷിതയറിഞ്ഞു. അതിനായിത്തന്നെയാണ് താൻ അവരെ വിളിച്ച് പത്രം കാണിച്ചതും.

അമ്മ തുണികൾ അലക്കുന്ന ശബ്ദം പിന്നാമ്പുറത്ത് നിന്ന് കേൾക്കുന്നുണ്ട്. അൻഷിതയ്ക്ക് അമ്മയെക്കുറിച്ചോർത്തപ്പോൾ സങ്കടം തോന്നി.

ഉച്ചയ്ക്ക് ഭക്ഷണം കഴിക്കാനിരിക്ക ചെറിയമ്മാവനും അമ്മായിയും നിശ്ശബ്ദരായിരുന്നു. നിർബന്ധിച്ചാണ് അമ്മ അവരെക്കൊണ്ട് ഭക്ഷണം കഴിക്കാൻ സമ്മതിപ്പിച്ചത്.

'ജയാ.'

അമ്മ ചെറിയമ്മാവനോട് എന്തോ പറയാനുള്ള തയാറെടുപ്പിലാണ്.. ഒരു ഹോട്ടലിലെ ഊൺമേശയ്ക്കുചുറ്റുമിരിക്കുന്ന പരസ്പരം അറിയാത്തവരെപ്പോലെയുള്ള ഇരിപ്പ് അമ്മയ്ക്ക് അസഹനീയമായിട്ടുണ്ടാവണം.

'ഒരേയൊരു മകൾ നഷ്ടമായിപ്പോയാലോ എന്ന് കരുതി ആണ് ഞാൻ നിങ്ങളോട് സഹായം ചോദിച്ചത്. പക്ഷേ, അത് അവളുടെ ജീവിതം നശിപ്പിക്കുമെന്ന് കരുതിയില്ല."

'ദേബാശിഷിന്റെ ബിസിനസിൽ ഞാനും പങ്കാളിയാണ് എന്നത് ചേച്ചിക്ക് അറിയാമല്ലോ. കുടുംബസ്വത്ത് ബാങ്കിൽ പണയം വെച്ചാണ് ബിസിനസിൽ പണം മുടക്കിയിരിക്കുന്നത്. ബില്ലുകൾ മാറുന്നതിന് അനുസരിച്ച് അത് തിരിച്ചെടുക്കാൻ കഴിയും എന്നാണ് പ്രതീക്ഷ. പക്ഷേ, അവൻ ഇപ്പോൾ എടുക്കുന്ന ഒരു തീരുമാനത്തിന് എന്നെ തെരുവിലിറക്കാൻ കഴിയും എന്നതാണ് സത്യം.'

കേട്ടിരിക്കെ അൻഷിതയ്ക്ക് കാര്യങ്ങളുടെ നിജസ്ഥിതി മനസിലായിവരുന്നുണ്ടായിരുന്നു. തന്നെ അനുനയിപ്പിക്കാനുള്ള ശ്രമം

ഒരുപക്ഷേ ഇനിയുണ്ടായേക്കാം. പക്ഷേ, വിജയസാധ്യത ഇല്ലാത്തതിനാലാവാം ഇപ്പോൾ ഈ തുറന്നു പറച്ചിൽ..

'കൈയ്യിലുള്ളതെല്ലാം ബിസിനസിൽ മുടക്കിയിരിക്കുകയാണ് മോളെ.. ഇതുപോയാൽ പിന്നെ എന്താവുമെന്ന് അറിയില്ല.'

ചെറിയമ്മായി തന്നോടാണ് സംസാരിക്കുന്നത്.. തീരുമാനം എടുക്കേണ്ട ആൾ താനാണ് എന്ന് സൂചിപ്പിക്കുകയാകാം.

'നിന്നെ ഞങ്ങൾ പറ്റിച്ചതല്ല മോളെ.'

ജയദേബ് വീണ്ടും സംസാരിച്ചു തുടങ്ങിയപ്പോൾ അൻഷിത കേട്ടിരുന്നു.

'അവന്റെ മുൻപേ ഒരു കല്യാണം കഴിച്ചിരുന്ന കാര്യം മറച്ചുവെച്ചു എന്നത് നേരാണ്. പക്ഷേ, ദുശീലങ്ങൾ ഇല്ലാത്ത, സമ്പത്തുള്ള വീട്ടിലെ പയ്യൻ എന്നതിൽ കവിഞ്ഞ് അവന്റെ സ്വഭാവത്തെക്കുറിച്ച് ഒന്നും ഞങ്ങൾക്ക് അറിയില്ലായിരുന്നു. അതുകൊണ്ട്തന്നെ നിന്റെ കല്യാണം കൊണ്ട് ഞങ്ങൾക്കും നിനക്കും ഗുണമുണ്ടാകുമെന്നാണ് കരുതിയത്. പക്ഷേ, ഇങ്ങനെയൊക്കെ സംഭവിച്ചുപോയി.'

അയാളുടെ മുഖത്ത് നിരാശ പടരുന്നത് അൻഷിത കണ്ടു..

'പക്ഷേ, ചെറിയമ്മാവൻ എന്തുതന്നെ പറഞ്ഞാലും എന്നിൽ നിന്നും ദേബാശിഷ് മുൻപൊരു വിവാഹം കഴിച്ചത് മറച്ചുവെച്ചത് എന്നെ ചതിച്ചത് തന്നെയാണ്... അയാളുടെ നാട്ടുകാർ പറയുന്നത് ആദ്യഭാര്യയെ അയാൾ കൊന്നതാണെന്നാണ്. അത് സത്യമായാലും ഇല്ലെങ്കിലും ഇനി എനിക്കൊരു തിരിച്ചുപോക്ക് ഇല്ല ചെറിയമ്മാവാ.'

ഒരു പ്രശ്നം പരിഹരിക്കാൻ ശ്രമിച്ച് പരാജയപ്പെട്ടവന്റെ ഭാവത്തിലാണ് ചെറിയമ്മാവൻ ഇരിക്കുന്നത്. തന്റെ വാക്കുകൾക്ക് മുന്നിൽ ചെറിയമ്മാവൻ നിസ്സഹായനാകുന്നത് നോക്കിയിരിക്കെ പറഞ്ഞുതുടങ്ങിയത് പൂർത്തിയാക്കി.

'അയാൾക്ക് നാളെ ഡിവോഴ്സ് ആവശ്യപ്പെട്ടുകൊണ്ടുള്ള വക്കീൽനോട്ടീസ് കിട്ടും.'

അവിശ്വസനീയമായ ഒരു കാര്യം കേട്ടതുപോലെ ഇരിക്കുന്ന അവരുടെ മുന്നിൽ നിന്ന് ഭക്ഷണം കഴിച്ച പാത്രവുമെടുത്ത് അൻഷിത എഴുന്നേറ്റു. പിന്നെ തിരിഞ്ഞ് എന്തോ തീരുമാനിച്ചതുപോലെ പറഞ്ഞു.

'പക്ഷേ, നിങ്ങൾക്ക് ഒരു നഷ്ടവും വരാതെ ഞാൻ നോക്കിക്കോളാം.'

അൻഷിത പറഞ്ഞത് കേട്ടപ്പോൾ ജയദേബിന് വിശ്വസിക്കാനാ

യില്ല. അവൾ വീണ്ടും ദേബാശിഷിന്റെ വീട്ടിലേക്ക് പോകുവാൻ തീരുമാനിച്ചിരിക്കുമോ എന്നു ഒരുനിമിഷം അയാൾ ആലോചിച്ചു.

അൻഷിത തുടർന്നു..

'പക്ഷേ, എനിക്ക് ഇനി നഷ്ടമുണ്ടാകാതെ നിങ്ങൾ നോക്കണം..'

ഇവൾ എന്താണ് പറയുന്നത്...

ജയദേബിന് ഒന്നും മനസ്സിലായില്ല..

എങ്കിലും അയാൾ ശ്രദ്ധയോടെയിരുന്നു.

വൈകിട്ട് അൻഷിതയുടെ മെസ്സേജ് വായിക്കുകയായിരുന്നു ഹരി. താൻ പറഞ്ഞതുപോലെ അൻഷിത ചെയ്തിരിക്കുന്നു.. അവളുടെ ചെറിയമ്മാവനെ കൈയ്യിലെടുത്തിരിക്കുന്നു.. അൻഷിത പറയുന്നത് കേൾക്കുകയല്ലാതെ അയാൾക്ക് വേറെ നിവൃത്തിയില്ല. ദേബാശിഷുമായി ഒരു ശത്രുത അയാൾ ആഗ്രഹിക്കുന്നില്ല എന്നതാണ് സത്യം. മിസ്സിസ് ചാറ്റർജിക്ക് കേസുമായി മുന്നോട്ട് പോകാൻ താല്പര്യമില്ല. അനുജൻ തെരുവിലാകും എന്ന തോന്നൽ മൂലം ആയിരിക്കാം. അതുകൊണ്ടാണ് സ്വന്തം താല്പര്യത്തിന് വിരുദ്ധമായി അൻഷിത ഇങ്ങനെയൊരു തീരുമാനമെടുത്തത്. പക്ഷേ, പദ്ധതി അനുസരിച്ച് കാര്യങ്ങൾ നടക്കണമെങ്കിൽ ഇനിയും പല കടമ്പകളും കടക്കേണ്ടതുണ്ട്. ഇതിൽ അൻഷിതയ്ക്ക് എതിരെ ദേബാശിഷ് മുന്നോട്ട് വെക്കുന്ന ആവശ്യങ്ങൾ എന്തെല്ലാമായിരിക്കും എന്നത് മാത്രമാണ് അനിശ്ചിതത്വത്തിൽ ഉള്ളത്. അതിനും പരിഹാരം കണ്ടെത്തണം. അത്ര പ്രശ്നമുള്ള കാര്യമല്ല.. അവരുടെ കൈയിൽ ആയുധങ്ങൾ ഒന്നുംതന്നെയില്ല. ചെറിയമ്മാവനും ചെറിയമ്മായിയും പറഞ്ഞ കാര്യങ്ങളെക്കുറിച്ച് അവൾ വിശദമായി എഴുതിയിരിക്കുന്നു. ഇനിയിപ്പോൾ ദേബാശിഷ് ആവശ്യപ്പെട്ടാൽ ഏതുവിധേനയും അൻഷിതയെ തിരികെ എത്തിക്കുക എന്നതല്ലാതെ അവരുടെ മുന്നിൽ മറ്റെന്താണ് മാർഗം! അതുതന്നെയായിരിക്കണം അവരുടെ വരവിന്റെ ഉദ്ദേശ്യം. എന്തായാലും ഡിവോഴ്സ്സിന്റെ കാര്യം അവർക്ക് ഒരു വലിയ തിരിച്ചടിയായിരിക്കും.. താനും അൻഷിതയും ഇപ്പോഴും പരസ്പരം ഇഷ്ടപ്പെടുന്നു എന്നവർ അറിയരുത്.

ഹരി ഫോണിൽ നോക്കി..

അൻഷിത എന്തോ ടൈപ്പ് ചെയ്യുകയാണ്..

'നാളെ വക്കീൽ നോട്ടീസ് അയാൾക്ക് കിട്ടും..'

അവളുടെ മെസ്സേജ് വന്നുകൊണ്ടിരുന്നു. മെസ്സേജുകൾ ചെറിയമ്മാവനോ അമ്മായിയോ ഒരിക്കലും കാണരുത് എന്ന് അൻഷിത

യെ പ്രത്യേകം ഓർമ്മിപ്പിച്ച് ഹരി അവളോട് ശുഭരാത്രി പറഞ്ഞ് ഫോണ് മാറ്റിവെച്ചു.

ഉറങ്ങാനായി കിടന്നെങ്കിലും ഉറക്കം വന്നില്ല.. ഇനി ദേബാശിഷിന്റെ വീട്ടിൽ ഒരു വക്കീൽ നോട്ടിസ് എത്തും.. ഓർക്കാപ്പുറത്തുള്ള ഒരടിയയിരിക്കും അത്. പക്ഷേ, കേട്ടിടത്തോളം ക്രൂരനായ ദേബാശിഷ് എങ്ങനെയായിരിക്കും പ്രതികരിക്കുക.

അൻഷിതയ്ക്ക് ഒരു മുന്നറിയിപ്പ് കൊടുക്കണം.

ആലോചിച്ചുകൊണ്ട് ഹരി തിരിഞ്ഞും മറിഞ്ഞും കിടന്നു..

രാത്രിയിലെപ്പോഴോ അയാൾ ഉറക്കത്തിലേക്ക് വഴുതിവീണു.

4

കൈയ്യിൽ കിട്ടിയ വക്കീൽ നോട്ടീസിലേക്ക് ഉറ്റുനോക്കിയിരിക്കുകയായിരുന്നു ദേബാശിഷ്. അയാളുടെ മുഖം വലിഞ്ഞു മുറുകിയിരുന്നു. അപ്രതീക്ഷിതമായി കിട്ടിയ അടിയുടെ ആഘാതത്തിൽ ഉലഞ്ഞുപോയ ഒരാളുടെ ഭാവമായിരുന്നു അയാൾക്ക്. മകന് ഉച്ച തിരിഞ്ഞ് പതിവുള്ള ചായയുമായി എത്തിയ ആശാലത ദേബാശിഷിന്റെ കൈയിലിരിക്കുന്ന പേപ്പറിലേക്ക് നോക്കി.

കണ്ണടയെടുക്കാത്തതിനാൽ വ്യക്തമായി കാണുന്നില്ല..

'എന്താണ് പേപ്പറിൽ.. നീയെന്താ ഇങ്ങനെയിരിക്കുന്നത്..?'

അമ്മയുടെ ശബ്ദം കേട്ട് ദേബാശിഷ് മുഖമുയർത്തി.

'അൻഷിതയുടെ വക്കീൽ നോട്ടീസയച്ചിരിക്കുന്നു. അവൾക്ക് വിവാഹമോചനം വേണമത്രേ.'

ദേബാശിഷ് പറഞ്ഞത് കേട്ടപ്പോൾ ആശാലതയ്ക്ക് അവിശ്വാസമാണ് തോന്നിയത്.

ആ പെണ്ണ് ഇങ്ങനെയൊരു കാര്യത്തിന് മുതിരുമെന്ന് താൻ കരുതിയില്ല..

അമ്മയുടെ മുഖത്ത് ദേഷ്യം പടരുന്നത് ദേബാശിഷ് കണ്ടു.

'അവളെ ഒരു പാഠം പഠിപ്പിക്കണം.. അഹങ്കാരം കാണിച്ച് ഈ കുടുംബത്തിന്റെ അന്തസ് നശിപ്പിക്കാനാണ് അവളുടെ ശ്രമം. ഇതെങ്ങനെ വിട്ടാൽ പറ്റില്ല.'

ഒറ്റ ശ്വാസത്തിൽ അങ്ങനെ പറഞ്ഞെങ്കിലും അതെങ്ങനെ വേണമെന്ന് ആശാലതയ്ക്ക് അറിയില്ലായിരുന്നു.

ദേബാശിഷ് ഒന്നും പറഞ്ഞില്ല. ആദ്യത്തെ അമ്പരപ്പിൽ നിന്ന് മുക്തനായതിന് ശേഷം അയാളിലേക്ക് പഴയ നിർവികാരത മട

ങ്ങിവന്നിരുന്നു. മകൻ എന്താണ് ഒന്നും പറയാത്തത് എന്ന് ചിന്തിക്കുകയായിരുന്നു ആശാലത. ദേബാശിഷിനെക്കുറിച്ച് ആലോചിച്ചപ്പോൾ തന്റെ മനസ് നീറുന്നത് അവരറിഞ്ഞു.

മകന്റെ ജീവിതം പരാജയമാകുന്നതിന്റെ കാരണം എത്രയാലോചിച്ചിട്ടും തനിക്ക് കണ്ടെത്താൻ കഴിയുന്നില്ല. ഇക്കാര്യത്തിൽ തന്നെ സഹായിക്കാൻ ആർക്കും കഴിയുമെന്ന് തോന്നുന്നുമില്ല.

ദേബാശിഷിന് നല്ല സുഹൃത്തുക്കൾ ഇല്ലാത്തതിൽ ആദ്യമായി അവർക്ക് നിരാശതോന്നി.

അൻഷിതയെ പാഠം പഠിപ്പിക്കണം എന്നൊക്കെ പറഞ്ഞെങ്കിലും മകനെക്കുറിച്ച് ആലോചിച്ചപ്പോൾ അവൾ മടങ്ങിവന്നിരുന്നെങ്കിൽ എന്ന ചിന്തയിലേക്ക് മനസ് പോകുന്നു. പക്ഷേ, അവളുടെ പ്രവർത്തിയെ അംഗീകരിക്കാൻ തനിക്കാവുന്നുമില്ല. തന്റെയൊക്കെ ചെറുപ്പത്തിൽ പെൺകുട്ടികൾക്ക് ഭർത്താവിന്റെ വീടല്ലാതെ മറ്റൊരു ഇടമില്ലായിരുന്നു. വന്നുകയറുന്ന വീട് സ്വർഗം പോലെ കരുതണമെന്നാണ് താൻ പഠിച്ചിരിക്കുന്നത്. നിർവ്വികാരഭാവത്തോടെ വക്കീൽ നോട്ടീസും കൈയ്യിൽ പിടിച്ച് ഇരിക്കുന്ന ദേബാശിഷിനെ കണ്ടപ്പോൾ ആശാലതയിൽ നിന്ന് ഒരു ദീർഘനിശ്വാസമുതിർന്നു

'അവൾ അഹങ്കാരിയാണ്. പോകണമെങ്കിൽ പോകട്ടെ.. നിനക്ക് അതിലും നല്ല ഒരു ബന്ധം നോക്കാം..'

അമ്മ തന്നെ ആശ്വസിപ്പിക്കുകയാണെന്ന് ദേബാശിഷിനു തോന്നി..

'മുൻപായിരുന്നെങ്കിൽ എന്റെ ഒരു കല്യാണം കഴിഞ്ഞ കഥപറഞ്ഞാൽ മതിയായിരുന്നു. അത് പറയാതെ കല്ല്യാണം നടത്തിയിട്ട് എന്തായി.. ഇപ്പോൾ രണ്ടു കല്യാണങ്ങൾ കഴിഞ്ഞതാണ് എന്നത് പറയണം.'

കനത്ത ശബ്ദത്തിൽ ദേബാശിഷ് അങ്ങനെ പറഞ്ഞുകൊണ്ട് മഴ തോർന്ന മുറ്റത്തേക്കിറങ്ങിയപ്പോൾ മകന്റെ വാക്കുകൾ തനിക്കുള്ള ഓർമ്മപ്പെടുത്തലാണോ എന്ന് ആശാലത ചിന്തിച്ചു.

അതോ അവൻ തന്നെ കുറ്റപ്പെടുത്തിയതോ..!

പെട്ടെന്ന് ദേബാശിഷിന്റെ ഫോണ് റിങ് ചെയ്തു. അൺനോൺ നമ്പർ ആണ് കോൾ അറ്റൻഡ് ചെയ്ത് ഫോൺ ചെവിയോട് ചേർത്തപ്പോൾ മറുവശത്ത് നിന്ന് പ്രൊഫഷണലിസം തെളിഞ്ഞുനിൽക്കുന്ന പുരുഷശബ്ദം കാതിലെത്തി.

'മിസ്റ്റർ ദേബാശിഷ് അല്ലെ.. ഞാൻ അൻഷിതയുടെ വക്കീൽ

ഉപേന്ദ്ര ഗോസ്വാമിയാണ്. വക്കീൽ നോട്ടീസ് കിട്ടിയിട്ടുണ്ടാകുമെന്ന് കരുതുന്നു.'

എന്ത് മറുപടി പറയണം എന്ന് ദേബാശിഷ് ആലോചിച്ചു. ഉപേന്ദ്രഗോസ്വാമി.. പേരെടുത്ത വക്കീലാണ്. അയാളെത്തന്നെയാണ് അൻഷിത ഏർപ്പാടാക്കിയിരിക്കുന്നത്..

'കിട്ടിയിട്ടുണ്ട്.' ദേബാശിഷ് മറുപടി പറഞ്ഞു..

'സാധാരണ ഇങ്ങനെയൊരു കാര്യം പതിവില്ലാത്തതാണ്.. പക്ഷേ, കേസുമായി മുന്നോട്ട് പോകുന്നതിന് മുൻപ് നിങ്ങളോട് ഇക്കാര്യം സംബന്ധിച്ച് ഒന്ന് സംസാരിക്കണമെന്ന് അൻഷിത പറഞ്ഞിട്ടുണ്ട്. താത്പര്യമുണ്ടെങ്കിൽ നാളെ എന്റെ ഓഫിസിൽ വരിക.'

അത്രയും പറഞ്ഞ് ഗോസ്വാമി സംഭാഷണം അവസാനിപ്പിച്ചു.

'ആരാണ്..?'

അമ്മയുടെ ചോദ്യം കേട്ട് ദേബാശിഷ് തിരിഞ്ഞുനോക്കി..

'അവളുടെ വക്കീൽ ആണ്.. എന്നെ കാണണമെന്ന്.'

തന്റെ വാക്കുകൾ കേട്ടപ്പോൾ അമ്മയുടെ മുഖത്ത് സംശയം പടരുന്നത് ദേബാശിഷ് കണ്ടു.. തനിക്കുമുണ്ട് ആ സംശയം.. എന്താണ് അവൾക്ക് സംസാരിക്കാനുള്ളത്..!

എന്ത് ചെയ്യണം എന്നാലോചിച്ചുകൊണ്ടിരിക്കെ വീണ്ടും ഫോൺ റിങ് ചെയ്തു...

ഇത്തവണ ജയദേബാണ്.. അൻഷിതയുടെ ചെറിയമ്മാവൻ..!

ഫോൺ ചെവിയോട് ചേർക്കുമ്പോൾ അൻഷിതയോടുള്ള ദേഷ്യം മുഴുവൻ ജയദേബിനോട് തീർക്കണമെന്ന് തോന്നിയെങ്കിലും അയാളുടെ വാക്കുകൾ കേട്ടപ്പോൾ ദേബാശിഷ് നിശബ്ദനായി..

'ദേബ്.. അൻഷിത വിളിച്ചിരുന്നു. അവൾ കേസും കാര്യങ്ങളുമൊക്കെയായി മുന്നോട്ട് പോകാനുള്ള തീരുമാനമാണ്. കാര്യം നിസ്സാരമല്ല, ഗാർഹീക പീഡനവും വഞ്ചനാകുറ്റവുമൊക്കെയാണ് വകുപ്പുകൾ എന്നാണ് എന്നോട് പറഞ്ഞത്.'

ദേബാശിഷ് സ്തബ്ധനായി..

താൻ വിചാരിച്ചതിനെക്കാൾ വലിയ പ്രശ്നമാണ് ഇത്..

'അതിന് ആര് പീഡിപ്പിച്ചു..?'

ദേബാശിഷ് ചോദിച്ചു. അയാളുടെ ശബ്ദത്തിൽ ഭയവും ദേഷ്യവും പ്രകടമായിരുന്നു.

ജയദേബിന്റെ ശബ്ദം കാതിലെത്തി

'അതൊക്കെ കോടതിയിലല്ലേ തീരുമാനിക്കപ്പെടുക. ഞാൻ അവളോട് സംസാരിച്ച് ഒരു സന്ധി സംഭാഷണത്തിൽ കാര്യങ്ങൾ എത്തിച്ചിട്ടുണ്ട്.. നിങ്ങൾ നാളെ ഗോസ്വാമി വക്കീലിന്റെ ഓഫിസിൽ വരണം.. അല്ലെങ്കിൽ കാര്യങ്ങൾ കൈവിട്ടുപോകും.'

താൻ നിസ്സഹായനായി പോകുന്നതുപോലെ ദേബാശിഷിന് തോന്നി.

'ഞാൻ ഓഫീസിന്റെ അടുത്തുള്ള കടയുടെ മുന്നിലുണ്ടാകും. നമുക്ക് സംസാരിക്കാം എന്നിട്ട് ഓഫിസിലേക്ക് പോകാം.'

'ദേബ്'

ദേബാശിഷ് നിശ്ശബ്ദനായിരുന്നത്കൊണ്ട് ജയദേബ് ഒന്നുകൂടി വിളിച്ചു..

'ശരി ..ഞാൻ വരാം.'

ദേബാശിഷ് പറഞ്ഞു..

'അമ്മയെയും കൂട്ടിക്കോളൂ.'

ജയദേബ് ധൃതിയിൽ തുടർന്നു.. 'ദേബ്... നാം തമ്മിലുള്ള അടുപ്പം മൂലമാണ് ഞാനിത് നിന്നോട് പറയുന്നത്.. ഡിവോഴ്സ് ഒഴിവാക്കാൻ പറ്റിയില്ലെങ്കിലും നിനക്ക് ഈ കുടുക്കിൽ നിന്ന് രക്ഷപെടാനുള്ള അവസരം ഞാനൊരുക്കിത്തരാം.. എനിക്കത്രയെ ചെയ്യാൻ കഴിയൂ. ബാക്കിയൊക്കെ നിന്റെ മിടുക്കുപോലെ.'

ദേബാശിഷ് നന്ദി പറഞ്ഞപ്പോൾ 'നാളെകാണാം' എന്നുപറഞ്ഞ് അയാൾ സംഭാഷണം അവസാനിപ്പിച്ചു.

മകന്റെ മുഖം വിവർണ്ണമായിരിക്കുന്നത് കണ്ട് ആശാലത അടുത്തേയ്ക്ക് വന്നു..

ദേബ് നെറ്റിയിൽ കൈവെച്ച് ശക്തമായി അമർത്തി തുടച്ചു കൊണ്ടിരുന്നു..

വലിയ മാനസീകസമ്മർദ്ധം ഉണ്ടാകുമ്പോഴാണ് അവനങ്ങനെ ചെയ്യാറുള്ളത്.. കാര്യം ഗൗരവമുള്ളതാണ്..

'എന്താ പറ്റിയത്.. ആരായിരുന്നു ഫോണിൽ?'

ആശാലത ചോദിച്ചു..

'ജയദേബ് അങ്കിളാണ് വിളിച്ചത്.. എന്റെ പേരിൽ പീഡനത്തിനോക്കെ കേസ് വരുമെന്ന്.'

ആശാലതയ്ക്ക് അല്പനേരത്തേക്ക് എന്ത് പറയണം എന്ന് മനസിലായില്ല.. മകൻ ജയിലിൽ പോകുന്നതിനെക്കുറിച്ചോ തന്റെ കുടുംബത്തിൽ അപകീർത്തിപരമായ ഒരു കേസ് വരുന്നതിനെക്കുറിച്ചോ ചിന്തിക്കാൻ പോലും അവർ അശക്തയായിരുന്നു.

'അവളുമായി ഒരു സന്ധിസംഭാഷണത്തിന് അങ്കിൾ ഇടപെട്ട് ഒരു അവസരം ഉണ്ടാക്കിയിട്ടുണ്ട്.. അവളുടെ വക്കീലുമുണ്ടാകും..'

ആശാലതക്ക് മനസിൽ ഒരു നേരീയ ആശ്വാസം തോന്നി. മനസിൽ അവർ ജയദേബിന് നന്ദി പറഞ്ഞു.

'നാളെ ഞാനും വരാം.'

ആശാലത പറഞ്ഞു.

'ഉം..' ആലോചനയോടെ ദേബാശിഷ് മൂളി

ആശങ്ക നിറഞ്ഞ മനസുമായി ആശാലത അകത്തേയ്ക്ക് കയറി.

5

വലിയ തിരക്കില്ലാത്ത റോഡിലേക്ക് നോക്കിക്കൊണ്ട് വക്കീലിന്റെ ഓഫിസിന് മുൻപിൽ നിൽക്കുകയായിരുന്നു അൻഷിത. ദേബാശിഷിനെയും ആശാലതയെയും കാണാത്തത് എന്താണ് എന്നാലോചിക്കുകയായിരുന്നു അവൾ.

ഇന്നലെയാണ് വക്കീൽനോട്ടീസ് ദേബാശിഷിന് കിട്ടിയത്. ഇന്ന് സംസാരിച്ച് തീർപ്പാക്കാനായി വരാമെന്നാണ് അവർ പറഞ്ഞത്. തനിക്ക് താല്പര്യമുണ്ടായിട്ടല്ല. താൻ മൂലം ജീവിതം വഴിമുട്ടുന്നു ഒരു പ്രശ്നവും അനുജന് ഉണ്ടാവരുതെന്നു അമ്മയുടെ നിർബന്ധമാണ് ഈ തീരുമാനത്തിന് പിന്നിൽ. കൂടാതെ കേസുമായി മുന്നോട്ടുപോയാൽ ചെറിയമ്മാവനും അമ്മായിയും വഞ്ചനാക്കുറ്റത്തിൽ പ്രതിചേർക്കപ്പെടും. തന്റെ നിലപാടുകൾ അംഗീകരിച്ചാൽ അവർക്ക് എതിരെയുള്ള കേസുകൾ പിൻവലിക്കാം. എന്നിട്ട് ഒരു മ്യൂചൽ ഇന്ററസ്റ്റിന്റെ മേലുള്ള ഡിവോഴ്സ് ആയി ഇതിനെ മാറ്റാം. പക്ഷേ, തനിക്ക് നഷ്ടപരിഹാരം കിട്ടണം. ഹരിസാറിനോട് സംസാരിച്ചപ്പോഴും കിട്ടിയ മറുപടി അതാണ്. കേസ് നീണ്ടുപോയാൽ അതും തനിക്കാണ് നഷ്ടം. ഇനിയും നഷ്ടം സഹിക്കാൻ തനിക്ക് മനസില്ല. ഇതുവഴിയായി ചെറിയമ്മാവനെ വഞ്ചനാക്കേസിൽ കൂട്ടുപ്രതി ആകുന്നതിൽ നിന്ന് രക്ഷിക്കാൻ സാധിക്കും. കൂടാതെ ദേബാശിഷിന്റെ കണ്ണിൽ ചെറിയമ്മാവൻ ഒരു രക്ഷകനായി അവതരിപ്പിക്കപ്പെടും..

തെറ്റുചെയ്തവർ വിശുദ്ധന്മാരാകുന്നതിനെക്കുറിച്ച് ഓർക്കുമ്പോൾ ദേഷ്യം വർദ്ധിക്കുകയാണ്. എങ്കിലും അമ്മയും ഹരിസാറിനോടോത്തുള്ള സമയവും തനിക്ക് വലുതാണ്.

പത്തുമണി കഴിഞ്ഞിരിക്കുന്നു.. താഴെ, അടുത്തുള്ള കടയിൽ ചെറിയമ്മാവൻ അവരെ കാത്തിരിക്കുന്നുണ്ട്. അങ്ങനെ ചെയ്യണമെന്ന് താൻ തന്നെയാണ് പറഞ്ഞത്. അവരുടെ ഭാഗം ചേർന്ന് അമ്മാവൻ സംസാരിക്കട്ടെ.. തന്നെ ചെറിയമ്മാവൻ സഹായിക്കുന്നു എന്ന തോന്നൽ ദേബാശിഷിന് ഉണ്ടാവരുത്.

തന്റെ മുഖത്ത് ഒരുനിമിഷം താൻപോലും അറിയാതെ വിരിഞ്ഞ പുഞ്ചിരിയെക്കുറിച്ച് ചിന്തിക്കുകയായിരുന്നു അവൾ.

തനിക്ക് വേണ്ടി താൻ ജീവിച്ചില്ല എന്ന തെറ്റ് ഇനിയുണ്ടാവരുത്. ഇന്നത്തെ കാര്യങ്ങൾ കഴിഞ്ഞാൽ ഗോബിന്ദപുരത്തെ സ്ഥലം വിൽക്കുന്നതിനെക്കുറിച്ച് ചെറിയമ്മാവനോട് സംസാരിക്കണം. ഓർത്തിരിക്കെ താഴെ കെട്ടിടത്തിന് മുൻപിലെ കൊമ്പൗണ്ടിൽ ഒരു കാർ വന്ന് നിൽക്കുന്നതും ചെറിയമ്മാവൻ അതിന്റെ പിന്നാലെ ഓടിയെത്തുന്നതും അൻഷിത കണ്ടു. അവരെത്തിയിരിക്കുന്നു..

ചുണ്ടിലൊളിപ്പിച്ച ചിരിയോടെ അൻഷിത വക്കീലിന്റെ മുറിയിലേക്ക് കടന്നു.. തടിച്ച പുസ്തകങ്ങൾ നോക്കി എന്തോ എഴുതുകയായിരുന്നു വക്കീൽ..

'സാർ അവർ വരുന്നുണ്ട്'

അയാൾ തലയുയർത്തി നോക്കി.. അൻഷിതയുടെ ആത്മവിശ്വാസം തെളിഞ്ഞുനിൽക്കുന്ന മുഖം അയാൾ കണ്ടു

'ഞാൻ സംസാരിച്ചുകൊള്ളാം. അവർ ചിലപ്പോൾ പൊട്ടിത്തെറിച്ചു എന്നു വരാം.. അൻഷിത മിണ്ടണ്ട.'

വക്കീൽ പറഞ്ഞതുകേട്ട് അൻഷിത തലകുലുക്കി.

ദേബാശിഷും ആശാലതയും വണ്ടിയിൽ നിന്നിറങ്ങുന്നത് പിന്നാലെ ഓടിയെത്തിയ ജയദേബ് കണ്ടു. ആശാലത ദേഷ്യത്തിലാണെന്ന് അയാൾക്ക് തോന്നി. ദേബാശിഷിന്റെ മുഖത്ത് പതിവുള്ള നിർവികാരതയിൽ മാറ്റമുണ്ട്. അയാൾ ഉൽക്കണ്ഠയിൽ ആണെന്ന് മുഖം പറയുന്നുണ്ട്.

'ആ നശിച്ചവൾ വന്നിട്ടുണ്ടോ..?'

വണ്ടിയിൽ നിന്നിറങ്ങിയപാടെ ആശാലത ചോദിച്ചു..

'ദീദി.. പതുക്കെപറ.. ആവശ്യം നമ്മുടേതാണ്. അറിഞ്ഞിടത്തോളം ഈ കേസ് വലിയ പ്രശ്നമാണ്.'

ജയദേബ് പറഞ്ഞത് കേട്ട് ആശാലത ദേഷ്യത്തിൽതന്നെ അയാളെ നോക്കി.

'ഞാൻ ഒരു വിധത്തിലാണ് ഇങ്ങനെയൊരു അവസരം ഉണ്ടാക്കിയത്.' ജയദേബ് തുടർന്നു...

'...മകനെ ജയിലിൽ പോയി കാണണമെന്നും ഇത്രനാളും ഉണ്ടായിരുന്ന കുടുംബമഹിമ ഇല്ലാതാക്കണം എന്നുമൊക്കെ തോന്നുന്നുണ്ടെങ്കിൽ അവിടെ ബഹളമുണ്ടാക്കാം. അല്ലെങ്കിൽ പരമാവധി സംയമനം പാലിക്കണം.'

അതോടെ ആശാലത നിശ്ശബ്ദയായി.. അവരുടെ ദേഷ്യം ആശങ്കയായി മാറുന്നത് ജയദേബ് കണ്ടു. അയാൾ ദേബാശിഷിന് നേരെ തിരിഞ്ഞു.

'നോക്ക് ദേബ്.. നമ്മൾ ബന്ധുക്കളും ബിസിനസ് പങ്കാളികളുമാണ്. ഇതിൽ നിനക്കൊരു പ്രശ്നം വന്നാൽ അത് എല്ലാ അർത്ഥത്തിലും എന്നെയും ബാധിക്കും. അതുകൊണ്ടാണ് ഞാനും ഇത്തരമൊരു റിസ്ക് എടുക്കുന്നത്.'

അയാൾ തന്റെ ശബ്ദത്തിൽ സ്വാഭാവികത കലർത്താൻ ശ്രമിച്ചു. ആശാലതയുടെ മുഖഭാവത്തിൽ നിന്നും തന്നെ അവർക്ക് വിശ്വാസമാണെന്ന് അയാൾക്ക് തോന്നി..

'ഇത് കേസായാൽ വലിയ പ്രശ്നമാകുമെന്ന് അൻഷിത ഇതേക്കുറിച്ച് പറഞ്ഞപ്പോഴേ എനിക്ക് മനസിലായതാണ്.. അതാണ് ഞാൻ അൻഷിതയെക്കൊണ്ട് ഇങ്ങനെയൊരു സന്ധിക്ക് സമ്മതിപ്പിച്ചത്.'

ദേബാശിഷ് ഒന്നും മിണ്ടാതെ നിൽക്കുന്നത് ജയദേബ് കണ്ടു.. അയാൾ തുടർന്നു..

'ഈ അവസരം നഷ്ടപ്പെടുത്തരുത്.'

പറഞ്ഞുകൊണ്ട് ജയദേബ് വക്കീലിന്റെ ഓഫിസിലേക്കുള്ള ഗോവണി കയറിയപ്പോൾ പിന്നാലെ ദേബാശിഷും ആശാലതയും നടന്നു.

ഓഫിസിന്റെ വാതിൽക്കൽ അവരെ കണ്ടപാടെ ചിരിയോടെ വക്കീൽ അവരെ സ്വാഗതം ചെയ്തു. ചെറിയ ഓഫിസ് മുറിയിൽ വക്കീലിന്റെ മേശയ്ക്കു ചുറ്റുമായി അവർ ഇരുന്നു.

അൻഷിത വക്കീലിനടുത്തായി ഇരുന്നു. അഭിമുഖമായി ഇരിക്കുന്ന ദേബാശിഷിന്റെ മുഖത്തേക്ക് നോക്കിയപ്പോൾ ആശങ്ക നിറഞ്ഞ അയാളുടെ മുഖം കണ്ടു. നിർവികാരത മാത്രം കണ്ടു പരിചയിച്ച മുഖത്തെ ഭാവമാറ്റം തനിക്ക് പ്രതികാരത്തിന്റേതായ സന്തോഷം നൽകുന്നുണ്ട്.

ദേബ് തന്നെ നോക്കുന്നില്ല എന്ന് അൻഷിത ശ്രദ്ധിച്ചു. ആശാലതയുടെയും അൻഷിതയുടെയും കണ്ണുകൾ ഇടഞ്ഞപ്പോൾ അവർ അടക്കിപ്പിടിച്ച ദേഷ്യം അൻഷിതയ്ക്ക് മനസിലായി. അവൾ ഉള്ളാലെ ചിരിച്ചു.

'നിങ്ങളെ വിളിച്ചത് ഒരു മധ്യസ്ഥശ്രമത്തിനാണ്. ഇക്കാര്യം കേസ് ആയി മുന്നോട്ട് പോയാൽ നൂറുശതമാനവും അൻഷിതയ്ക്ക് വിജയിക്കാവുന്ന ഒരു കേസാണ്.'

വക്കീൽ പറഞ്ഞുതുടങ്ങി..

'നിങ്ങൾ മുൻവിവാഹം മറച്ചുവെച്ച് വിവാഹം നടത്തിയത് വഞ്ചനാകുറ്റമാണ്... കൂടാതെ ഗാർഹീകപീഡനവും മറ്റുമായി വകുപ്പുകൾ വേറെയും വരും.'

'അതിന് ആരെ പീഡിപ്പിച്ചു എന്നാണ് നിങ്ങൾ പറയുന്നത്..?'

ആശാലത ഇടയ്ക്ക് കയറി ചോദിച്ചു..

'പീഡനം എന്നു പറഞ്ഞാൽ എന്താണെന്നാണ് നിങ്ങൾ മനസിലാക്കിയിട്ടുള്ളത്. ഭാര്യയാണെങ്കിൽ പോലും സമ്മതമില്ലാതെ അവളുടെ ദേഹത്ത് തൊട്ടാൽ അത് മരീറ്റൽ റേപ്പ് ആണെന്നറിയില്ലേ നിങ്ങൾക്ക്..?'

ഇത്തവണ അല്പം ഗൗരവത്തിൽ ശബ്ദമുയർത്തിയാണ് വക്കീൽ സംസാരിച്ചത് എന്നത് അൻഷിത ശ്രദ്ധിച്ചു. ആശാലത ദേബാശിഷിനെ നോക്കുന്നത് അവൾ കണ്ടു. അയാൾ നിശ്ശബ്ദയായിരിക്കുകയാണ്.

'നിങ്ങൾ സത്യം മറച്ചുവെച്ച് സമ്പത്തിനായി ഒരു പെൺകുട്ടിയെ വഞ്ചിച്ചു എന്ന് നിസംശയം എനിക്ക് തെളിയിക്കാൻ കഴിയും..? കൂടെ ഇവളെ നിങ്ങൾ നിരന്തരമായി പീഡിപ്പിക്കുകയായിരുന്നു എന്നു വാദിച്ചാൽ അമ്മയും മകനും അഴിയെണ്ണും.'

ആശാലതയുടെ മുഖത്ത് ഭയം പടരുന്നത് അൻഷിത കണ്ടു.. ദേബാശിഷ് ആദ്യമേ ഭയന്നിരിക്കുന്നു.

'നഷ്ടം സംഭവിച്ചത് നിങ്ങൾക്ക് ആർക്കുമല്ല.. ഈ പെൺകുട്ടിക്കാണ്.' വക്കീൽ തുടർന്നു.'അവൾക്ക് എന്തൊക്കെയാണ് നഷ്ടമെന്ന് ഞാൻ വിവരിക്കേണ്ടതുണ്ടോ..? അവളുടെ സ്ഥാനത്ത് നിങ്ങളായിരുന്നെങ്കിലോ?'

ചോദ്യം ആശാലതയോടായിരുന്നെങ്കിലും അവർ ആയുധങ്ങൾ നഷ്ടമായ പോരാളിയെപ്പോലെ നിശ്ശബ്ദയായിരുന്നു. വക്കീൽ ഒരു നിമിഷം നിർത്തുന്നതും തന്റെ നേരെ തിരിയുന്നതും അൻഷിത കണ്ടു..

'അൻഷിതയ്ക്ക് എന്തെങ്കിലും പറയാനുണ്ടോ..?'

വക്കീലിന്റെ ചോദ്യം കേട്ട് അൻഷിത ദേബാശിഷിനെ നോക്കി.. അയാൾ ആദ്യമായി തന്റെ മുഖത്ത് നോക്കുന്നത് അവൾ കണ്ടു.

'ഈ കേസുമായി മുന്നോട്ട് പോകാനാണ് ഞാൻ തീരുമാനിച്ച

ത്. നിങ്ങൾ എന്നോട് ചെയ്ത ദ്രോഹം എന്റെ ജീവിതമാണ് ഇല്ലാതാക്കിയത്.'

സംസാരിച്ചുകൊണ്ടിരിക്കെ ദേബാശിഷ് നോട്ടം മാറ്റുന്നത് അൻഷിത കണ്ടു. അവൾ തുടർന്നു.

'എനിക്ക് ഇതിന് പരിഹാരം കണ്ടെത്തിയെ മതിയാകു. നഷ്ടമായത് എല്ലാം എനിക്ക് ലഭിക്കില്ല. പക്ഷേ, വിവാഹച്ചെലവും നഷ്ടപരിഹാരവും അമ്മ തന്ന സ്ത്രീധനവുമടക്കം എനിക്ക് തിരികെ കിട്ടണം..' ആശാലതയുടെ കണ്ണിൽ അവിശ്വാസം നിറയുന്നത് അൻഷിത കണ്ടു..

'ഇല്ലെങ്കിൽ ബാക്കിയുള്ള കാലം രണ്ടുപേർക്കും ജയിലിൽ കിടക്കാം... എനിക്ക് വേണ്ടത് നിങ്ങളിൽ നിന്ന് കോടതി വാങ്ങിത്തരും.' അൻഷിത പറഞ്ഞു നിർത്തി.

വക്കീൽ തുടർന്നു..

'ദേബാശിഷിനും അമ്മയ്ക്കുമെതിരെ കേസുമായി മുന്നോട്ട് പോകാൻ തീരുമാനിച്ചതാണ് അൻഷിത. പിന്നെ ഇവൾ തന്നെയാണ് മധ്യസ്ഥം എന്ന കാര്യം പറഞ്ഞത്.. ഒരുപക്ഷേ സ്വന്തം കുടുംബബന്ധങ്ങൾ തകരണ്ട എന്നു കരുതിയിട്ടാകും.'

ആശാലത ചെറിയമ്മാവനെ നോക്കുന്നത് അൻഷിത കണ്ടു.. ആ നോട്ടത്തിലൂടെ അവർ നന്ദി പറയുകയാണ്..

അത്രയുമായപ്പോഴേക്കും ആശാലതയ്ക്കും ദേബാശിഷിനും കാര്യങ്ങളുടെ ഗൗരവം മനസ്സിലായിരുന്നു.

'ഞങ്ങളെന്താണ് വേണ്ടത്..?'

ഇത്തവണ സംസാരിച്ചത് ദേബാശിഷ് ആയിരുന്നു.. അവിടെ വന്നതിന് ശേഷം അയാൾ ആദ്യമായി സംസാരിക്കുന്നത് അൻഷിത കേട്ടുനിന്നു..

'ഇവൾക്ക് അർഹിക്കുന്നത് നിങ്ങൾ കൊടുക്കണം.'

വക്കീൽ പറഞ്ഞു.

'നിങ്ങൾക്ക് ലഭിച്ച സ്ത്രീധനം തിരികെ കൊടുക്കണം, നിങ്ങൾ ഇവളെ വഞ്ചിച്ച് നടത്തിയ കല്യാണമായതിനാൽ കല്ല്യാണത്തിന് ഇവൾക്ക് ചെലവായ തുക നൽകണം.. അതിന്റെ കണക്കുകൾ അൻഷിത പറയും. കൂടാതെ ഇവൾക്ക് നഷ്ടമായ സമയത്തിനും ജീവിതത്തിനും നിങ്ങൾ നഷ്ടപരിഹാരം നൽകണം. ഇനി സാധാരണ പോലെ ഒരാൾ ഈ പെൺകുട്ടിയെ തേടി വരണമെന്നില്ല.. അതിനും നിങ്ങളാണ് കാരണക്കാർ.'

വക്കീൽ ഒന്ന് നിർത്തിയശേഷം ആശാലതയുടെ മുഖത്ത് നോ

ക്കി.. പുറത്ത് മഴയുടെ തണുപ്പുണ്ടെങ്കിലും അവരുടെ നെറ്റിയിൽ വിയർപ്പ് പൊടിഞ്ഞിരിക്കുന്നു!

'അതുകൊണ്ട്.. ഈ പറഞ്ഞ കാര്യങ്ങൾക്ക് നിങ്ങൾക്ക് സമ്മതമാണെങ്കിൽ നമുക്ക് ചർച്ചയുമായി മുന്നോട്ട് പോകാം... ആലോചിക്കു. പത്ത് മിനിറ്റ് സമയം തരാം.' വക്കീൽ എഴുന്നേറ്റു..

ദേബാശിഷ് ഒന്നും പറയാതെ എഴുന്നേറ്റ് ഓഫീസിന് പുറത്തിറങ്ങി. ആശാലതയും പിന്നാലെ പോകുന്നത് അൻഷിത കണ്ടു. അൻഷിത ചെറിയമ്മാവനെ നോക്കി കണ്ണുകാണിച്ചു. അയാളും അവരുടെ പിന്നാലെ പുറത്തേക്കിറങ്ങി.

'ഇതാണോ ജയാ.. നിങ്ങൾ പറഞ്ഞ മാധ്യസ്ഥം..?'

ആശാലത ചോദിച്ചു..

'ഇതിപ്പോൾ വലിയ സാമ്പത്തിക നഷ്ടം സംഭവിക്കുന്ന ലക്ഷണമുണ്ടല്ലോ..?'

'ആലോചിച്ചുനോക്കു, ഇത് വലിയ ലാഭം തന്നെയാണ്..' എന്തുവേണമെന്നറിയാതെ നിൽക്കുന്ന അശാലതയെ നോക്കി ജയദേബ് പറഞ്ഞു..

'ഈ കേസ് കോടതിയിലെത്തിയാൽ രണ്ടുപേരും ജയിലിൽ പോകേണ്ടി വരും.. അവൾക്ക് പണം കൊടുക്കേണ്ടി വരികയും ചെയ്യും.. ഒരുപക്ഷേ ഇതിനേക്കാൾ കൂടുതൽ പണം കൊടുക്കേണ്ടി വരും.' ആശാലത ചിന്തയിലാണ്ട് നിൽക്കുന്നത് കണ്ട് അയാൾ തുടർന്നു.

'അവൾക്ക് നിങ്ങളോട് പ്രതികാരചിന്തയാണ് ഉള്ളത്. ഞാൻ അതിനെ ഒരുവിധത്തിൽ അടക്കി വെച്ചിരിക്കുകയാണ്. ദയവായി ഈ തീ ഊതിക്കത്തിക്കരുത്. രണ്ടു പേരെയും രക്ഷിക്കാൻ പിന്നെ എനിക്ക് പറ്റാതെ വരും.'

ദേബാശിഷ് ആലോചനയിലാണ്ടതുപോലെ അയാൾക്ക് തോന്നി.

'അങ്കിൾ പറയുന്നത് ശരിയാണ്.. പക്ഷേ ഈ പറയുന്നത് ഒരു വലിയ തുകയാണെങ്കിൽ കൊടുക്കാൻ പറ്റുമോ..?' ദേബാശിഷ് ചോദിച്ചു..

'എത്രയാണെങ്കിലും കൊടുത്തല്ലേ പറ്റൂ.. അവൾക്ക് നഷ്ടപ്പെടാൻ ഒന്നുമില്ല..' ഒന്ന് നിർത്തിയശേഷം ജയദേബ് തുടർന്നു..

'പക്ഷേ, നിങ്ങൾക്ക് ഇത്രകാലവും ഉണ്ടാക്കിയെടുത്ത പേര്, സമ്പത്ത്, എല്ലാം നഷ്ടമാകും.. ജയിൽ ശിക്ഷയും ലഭിക്കും.'

ആശാലതയും ദേബാശിഷും നിശബ്ദരായി നിന്നു.. തങ്ങൾ

വലിയൊരു പ്രശ്നത്തിലാണ് പെട്ടിരിക്കുന്നതെന്ന് അവർക്ക് ബോധ്യമായി.

'അൻഷിതയ്ക്ക് എന്നോട് ദേഷ്യമാണ്. അവൾക്ക് സംഭവിച്ചതിനെല്ലാം ഞാനും ഉത്തരവാദിയാണെന്ന് അവൾ കരുതുന്നു.. അതുകൊണ്ട് നിങ്ങൾ ഈ കാര്യത്തെ വിവേകത്തോടെ സമീപിച്ചില്ലെങ്കിൽ ഞാൻ പറഞ്ഞാലും അവൾ കേൾക്കാത്ത അവസ്ഥ വരും.'

ജയദേബ് പറഞ്ഞു നിർത്തി.. ചെറിയമ്മാവൻ ദേബാഷിഷും ആശാലതയുമായി സംസാരിക്കുന്നത് അൻഷിത ഓഫീസിന്റെ വരാന്തയിൽ നിന്ന് കാണുന്നുണ്ടായിരുന്നു.

അവർ മടങ്ങി വരുന്നത് കണ്ട് അവൾ അകത്തേക്ക് കയറി..

'മോളെ ഞങ്ങളിന്ന് പോകും.. മോളും അമ്മയും അങ്ങോട്ട് വരണം'

ചെറിയമ്മാവൻ ഓർമ്മിപ്പിക്കുകയാണ്. ഇന്നലെ വക്കീലിനെ കാണാൻ പോയപ്പോൾ കാര്യങ്ങൾക്കെല്ലാം തീരുമാനമായതാണ്. എല്ലാം താൻ വിചാരിച്ചതുപോലെത്തന്നെ നടന്നു. തന്റെ ഡിമാന്റുകൾ അവർക്ക് അംഗീകരിക്കേണ്ടി വന്നു. ആദ്യമായി ദേബിന്റെ മുഖത്തെ ഭയപ്പെടുത്തുന്ന നിർവ്വികാരത ഉത്കണ്ഠയും ഭയവും ചേർന്ന ഒരു വികാരമായി മാറുന്നത് താൻ ആസ്വദിക്കുകയായിരുന്നു. രാവിലെ താനും അമ്മയും പോലീസ് സ്റ്റേഷൻ വരെ പോകും എന്ന് ചെറിയമ്മാവനോട് പറഞ്ഞിരുന്നു. ഒരുമിച്ച് വീടുപൂട്ടിയിറങ്ങാം എന്ന് അമ്മയാണ് പറഞ്ഞത്. അമ്മ ഒരു പാവമാണ്. ചെറിയമ്മാവനും അമ്മായിയും വന്നതിന്റെ പിന്നിലെ കാര്യമെന്തെണെന്ന് ആലോചിക്കാൻ അമ്മയ്ക്ക് കഴിയുന്നില്ല. അല്ലെങ്കിൽ ബന്ധങ്ങൾ വിട്ടുപോകരുത് എന്ന ചിന്തകൊണ്ട് അമ്മ അതിന് ശ്രമിക്കാത്തതുമാകാം.

അൻഷിത പറഞ്ഞു..

'കുടയെടുത്തോ.. മഴപെയ്യും.'

അമ്മ ഓർമ്മിപ്പിച്ചപ്പോഴാണ് അൻഷിതയും അതോർത്തത്. തിടുക്കത്തിൽ താൻ മറന്നിരിക്കുന്നു..

കൈയിലിരുന്ന ഫോണും ബാഗും ഡൈനിങ്ങ് ടേബിളിൽ വെച്ച് കുടയെടുക്കാനായി അൻഷിത മുറിയിലേക്ക് കയറി. കുടയുമെടുത്ത്, നിലത്ത് വീണ പുസ്തകങ്ങൾ തിരികെ മേശപ്പുറത്ത് വെച്ച് പുറത്തിറങ്ങുമ്പോൾ ചെറിയമ്മാവൻ ആലോചനയിൽ ആഴ്ന്നുനിൽക്കുകയാണ്.

'അമ്മാവാ.. ഇറങ്ങാം..'

തന്റെ വിളികേട്ട് ചെറിയമ്മാവൻ ചിന്തയിൽ നിന്നും ഞെട്ടിയുണർന്നതുപോലെ തന്നെ നോക്കുന്നത് അൻഷിത കണ്ടു.

ഇതിനുമാത്രം എന്താണാവോ ആലോചിക്കുന്നത്..!

അപ്പോഴേക്കും അമ്മായിയും എത്തി.

അവർ യാത്രപറഞ്ഞ് രണ്ടു വഴിക്ക് പിരിഞ്ഞു. ഒരു ഓട്ടോയ്ക്ക് കൈ കാണിച്ച് അതിൽ കയറുമ്പോൾ അമ്മ 'ഞങ്ങൾ വരാം' എന്ന് പറയുന്നത് കേട്ടപ്പോൾ അൻഷിതയ്ക്ക് ദേഷ്യം തോന്നി.. ഒരു പക്ഷേ, അമ്മ ഭംഗിവാക്ക് പറഞ്ഞതുമാകാം.

കാറിലിരിക്കുമ്പോൾ ജയദേബ് ചിന്തയിലായിരുന്നു.. 'എന്താണ് ആലോചിക്കുന്നത്?' എന്ന ഭാര്യയുടെ ചോദ്യത്തിന് 'ഒന്നുമില്ല' എന്നു മറുപടി പറഞ്ഞ് കാർ വഴിയരികിൽ നിർത്തി തന്റെ ഫോണുമെടുത്ത് അയാൾ പുറത്തേക്കിറങ്ങി.

അൻഷിത കുടയെടുക്കാൻ മുറിയിലേക്ക് പോയപ്പോൾ അവളുടെ ഫോണിൽ വാട്സ്ആപ്പ് മെസ്സേജിന്റെ സ്ക്രീൻ നോട്ടിഫിക്കേഷൻ താൻ കണ്ടതാണ്.. ഹരി എന്ന പേരിന് നേരെ ഒരു ലൗ ചിഹ്നം ഇട്ടിരിക്കുന്നു. 'ഞാൻ ടൗണിലുണ്ട്' എന്നായിരുന്നു മെസ്സേജ്. ഫോൺ ഓപ്പണ് ആക്കിയില്ലെങ്കിലും നോട്ടിഫിക്കേഷനിൽ നിന്നും അത്രയും താൻ വായിച്ചു. ഇത് ആ ഹരി തന്നെയാണ് എന്നുറപ്പാണ്.. ആലോചിക്കുന്തോറും സംശയങ്ങൾ തന്റെ കൂടുകയാണ്. ഇപ്പോഴും അവർ തമ്മിൽ ബന്ധമുണ്ടെന്നല്ലേ ഇത് സൂചിപ്പിക്കുന്നത്. അങ്ങനെയാണെങ്കിൽ അൻഷിത ദേബാശിഷിനെ ഒഴിവാക്കിയത് ഹരിയെ വിവാഹം കഴിക്കാൻ ആയിരിക്കും. അതിനുള്ള ഉപകരണമാക്കി തന്നെ ഉപയോഗിക്കുകയായിരുന്നോ.! തങ്ങൾ കബളിപ്പിക്കപ്പെടുകയായിരുന്നോ ദേബാശിഷിനെക്കുറിച്ചും അയാളുടെ അമ്മയെക്കുറിച്ചും എല്ലാം അവൾ തന്നോട് പറഞ്ഞവയിൽ കളവ് ആകാൻ സാധ്യതയുള്ള കാര്യങ്ങളെക്കുറിച്ചായിരുന്നു ജയദേബ് ചിന്തിച്ചത്..

ആ ചിന്തയിൽ അയാളുടെ മനസ് പുകഞ്ഞു. ആലോചിച്ചിരിക്കെ ദേഷ്യം അയാളുടെ മുഖത്തെ തുടുപ്പിച്ചു. ഇത് ദേബാശിഷ് അറിയണം.. ഇനിയെന്തായാലും തനിക്ക് ഇതുകൊണ്ട് പ്രത്യേകിച്ച് നഷ്ടമൊന്നും സംഭവിക്കാൻ ഇല്ല. പക്ഷേ, തന്നെയടക്കം എല്ലാവരെയും പറ്റിക്കാം എന്നവൾ കരുതരുതായിരുന്നു.

ഹരിയും അൻഷിതയും ചേർന്ന് നടത്തിയ പാവനാടകത്തിലെ ഒരു പാവയാണ് താനെന്ന് അയാൾക്ക് തോന്നി. അന്യജാതിക്കാരനായ ഹരിയെ ഒരുതരത്തിലും അംഗീകരിക്കാൻ തന്റെ കുടുംബ

ത്തിന് പറ്റില്ല. അറിഞ്ഞിടത്തോളം ഹരി തങ്ങളുടെ ജാതിക്കാരനല്ല. മത്സ്യവും മാംസവും കഴിക്കുന്ന അധമനായ അയാളെ അൻഷിത വിവാഹം കഴിച്ചാൽ, അത്തരമൊരു ചീത്തപ്പേര് തന്റെ കുടുംബത്തിൽ ഉണ്ടായാൽ അത് എല്ലാവരെയും ബാധിക്കും. ഇതിനെല്ലാം അവളാണ് കാരണക്കാരി!

തന്റെ മനസ് അൻഷിതയെ പ്രസ്തിസ്ഥാനത്ത് പ്രതിഷ്ഠിച്ച നിമിഷത്തിൽ ജയദേബ് ഫോണെടുത്ത് ദേബാശിഷിനെ വിളിച്ചു. ഫോൺ ചെവിയോട് ചേർത്തുകൊണ്ട് ജയദേബ് റോഡിലേക്കിറങ്ങി മുന്നോട്ട് വെറുതെ നടന്നു. തന്റെ ഭാര്യ ഈ വിവരം അറിയണമെന്ന് അയാൾ ആഗ്രഹിച്ചിരുന്നില്ല. അറിഞ്ഞാൽത്തന്നെ അൻഷിതയെ തിരിച്ചറിയാൻ തനിക്ക് കഴിവില്ലാതെപോയി എന്ന കുറ്റപ്പെടുത്തലും പരിഹാസവും മാത്രമേ അവളിൽ നിന്നുണ്ടാകു എന്ന് അയാൾക്ക് അറിയാമായിരുന്നു. ഇതുവരെയുള്ള അനുഭവങ്ങൾ അങ്ങനെയായിരുന്നു.

കുറച്ചുകഴിഞ്ഞ് അൻഷിത തങ്ങളുടെ വരുതിക്ക് വന്ന ശേഷം താൻ തന്നെ പറയാം..അതാണ് നല്ലത്. ചിന്തിച്ചുകൊണ്ടിരിക്കെ ദേബാശിഷിന്റെ കനത്ത ശബ്ദം ഫോണിലൂടെ ഒഴുകി വന്നു.

'ഹലോ.'

സംഭവിച്ചത് എന്താണെന്ന തന്റെ ഊഹം ജയദേബ് പങ്കുവെച്ചു. ദേബാശിഷിന്റെ മറുപടികളിലും ചോദ്യങ്ങളിലും തീ പടരുന്നത് അയാൾ അറിഞ്ഞു.

'ഇത് ഞാൻ നോക്കിക്കോളാം.. പിന്നെ വിളിക്കാം'

ദേബാശിഷ് കോൾ കട്ട് ചെയ്തപ്പോൾ അയാൾ 'ഇത് ഞാൻ നോക്കിക്കോളാം' എന്നു പറഞ്ഞതിൽ എന്തെങ്കിലും ദുഃസൂചനയുണ്ടോ എന്ന് ആലോചിച്ചെങ്കിലും അൻഷിതയോടുള്ള ദേഷ്യം അയാളുടെ അന്തർദൃഷ്ടിയുടെ കാഴ്ചയെ മറച്ചിരുന്നു.

ബസ്സിറങ്ങി ഹരി പറഞ്ഞ റെസ്റ്റോറന്റിലേക്ക് നടക്കുകയായിരുന്നു അൻഷിത. മഴ നനഞ്ഞ നഗരത്തിന് എന്നത്തേക്കാളും സൗന്ദര്യമുണ്ടെന്ന് അവൾക്ക് തോന്നി. ഇന്നലെ വൈകിട്ട് മെസ്സേജിൽ പറഞ്ഞതാണ് പറ്റിയാൽ കാണാമെന്ന്. അമ്മയോട് താൻ ഇത് പറഞ്ഞിട്ടില്ല. ചെറിയമ്മാവനോട് പറഞ്ഞതുപോലെ മുൻപ് കൊടുത്ത് പരാതി സംബന്ധമായി പോലീസ് സ്റ്റേഷനിൽ പോകണം എന്നുമാത്രമാണ് പറഞ്ഞത്. 'ഇന്നലെ പോയതല്ലേ ഇന്ന് വീണ്ടും പോകണോ' എന്ന് ചോദിച്ചെങ്കിലും താൻ ഒന്നും പറഞ്ഞില്ല. തീർച്ചയായും അമ്മയ്ക്ക് ഇതൊരു സർപ്രൈസ് ആയിരിക്കും. റസ്റ്റോ

റന്റിന് പുറത്തുതന്നെ തന്നെ കാത്ത് നിൽക്കുന്ന ഹരിയെ അൻഷിത കണ്ടു. ആൾ കുറേക്കൂടി ചെറുപ്പമായതുപോലെ.! പുഞ്ചിരിക്കുന്ന മുഖത്തേക്ക് നോക്കുമ്പോൾ മനസിൽ എന്തോ ഒന്ന് തിരയടിക്കുന്നു..! ശലഭങ്ങൾ പറക്കുന്നതുപോലെ എന്നൊക്കെ സിനിമയിൽ പറഞ്ഞു കേട്ടിട്ടുണ്ട്..!

ഹരിയുടെ അടുത്ത് എത്തിയ നിമിഷത്തിൽ അൻഷിതയ്ക്ക് കഷ്ടപ്പെട്ട് സ്വയം നിയന്ത്രിക്കേണ്ടി വന്നു. ഒരു പൊതുസ്ഥലത്തിന്റെ പരിമിതികൾ അവളെ അലോസരപ്പെടുത്തി.

അനുരാധ ഹരിയെ അല്പം ജാള്യതയോടെയാണ് നേരിട്ടത്. ഒട്ടും പ്രതീക്ഷിക്കാത്ത ആ കണ്ടുമുട്ടൽ എങ്ങനെ നേരിടണം എന്നറിയാതെ കുഴങ്ങുകയായിരുന്നു അനുരാധ. അവർ ഒരുപാട് സംസാരിച്ചില്ല. സുഖമാണോ എന്ന അന്വേഷണത്തിന് അതെ ഒരു പുഞ്ചിരിയിൽ അമ്മ മറുപടി പറയുന്നത് അൻഷിത കണ്ടു.

'മോനെ.. എനിക്ക് മറ്റൊന്നും ചെയ്യാൻ ആകുമായിരുന്നില്ല' ചായകുടിച്ചുകൊണ്ടിരിക്കുമ്പോൾ മിസിസ് ചാറ്റർജി പറയാൻ ശ്രമിക്കുന്നത് എന്താണെന്നറിയുന്നതുപോലെ ഹരി അവരെ തടഞ്ഞു.

'സാരമില്ല. ഒരു അമ്മ ചെയ്യുന്നതൊക്കെയെ ചെയ്തിട്ടുള്ളു.' ഹരിയുടെ ചുണ്ടിൽ അപ്പോഴും ഒരു പുഞ്ചിരി ഉണ്ടായിരുന്നു..

'ഇനി മുൻപ് കൊടുത്ത പരാതി പിൻവലിക്കണം.' അൻഷിത സന്ദർഭത്തിന് അയവുവരുത്താനെന്ന വണ്ണം പെട്ടെന്ന് പറഞ്ഞു.

'ആയിക്കോട്ടെ.. എനിക്കും ഇന്ന് മുൻപ് താമസിച്ച ലോഡ്ജുവരെ ഒന്ന് പോകണം. അവിടെയൊരു പരിചയക്കാരൻ ഉണ്ട്. ഒരു ബസുദെബ്ജി.. അദ്ദേഹത്തെയൊന്ന് കാണണം.'

വൈകിട്ട് വിളിക്കാമെന്നുപറഞ്ഞ് ഹരി എഴുന്നേറ്റു.

'അമ്മയുടെ മകളുടെ ജീവിതം തകരാൻ ഞാനൊരിക്കലും കാരണമായിട്ടില്ല.'

പുറത്തേക്ക് നടക്കവേ വഴിപിരിയുന്നതിന് മുൻപ് പിന്തിരിഞ്ഞ് എന്തോ ഓർത്തെന്നതുപോലെ അയാൾ പറഞ്ഞു.

മുന്നോട്ട് നടക്കുമ്പോൾ അമ്മ ചിന്തയിലാണ് എന്ന് അൻഷിത കണ്ടു. ഒരുപക്ഷേ, ഹരിസാറുമായുള്ള ബന്ധമാകാം ദേബാശിഷിൽ നിന്ന് തന്നെ വേർപെടുത്തിയത് എന്ന് അമ്മ ചിന്തിച്ചേക്കുമോ?

'അമ്മ തെറ്റിദ്ധരിക്കണ്ട, വിവാഹസമയത്തും അതിന് ശേഷം അവിടെ നിന്ന് ഇറങ്ങി പോരുന്നതുവരെയും എനിക്ക് നീതി കിട്ടാതിരുന്നിട്ടും ഞാൻ നിങ്ങളോടെല്ലാം നീതി പുലർത്തിയിട്ടുണ്ട്.'

● അയനാന്തരങ്ങൾ

മകൾ തന്റെ മനസ് വായിക്കുന്നതുപോലെ സംസാരിക്കുന്നത് അനുരാധ കേട്ടു. അൻഷിതയെ കുറെ നാളുകൾക്ക് ശേഷം ഇത്ര സന്തോഷവതിയായി കണ്ടതിൽ തന്റെ മനസും സന്തോഷിക്കുന്നു ണ്ട് എന്ന തിരിച്ചറിവിലായിരുന്നു അവർ.

ബസ്റ്റാന്റിലേക്കുള്ള വഴിയേ സ്ട്രീറ്റിലൂടെ നടക്കുമ്പോൾ അല്പമകലെ ചുനാരിയിലേക്കുള്ള വണ്ടി പുറപ്പെടാൻ തയാറായി വഴിയരികിൽ നിർത്തിയിട്ടിരിക്കുന്നത് അൻഷിത കണ്ടു. ബസ് സ്റ്റാൻഡിൽ നിന്ന് പുറത്തിറങ്ങിയാൽ അല്പമകലെയായി പച്ചക്കറി ചന്ത കൂടുന്നിടത്ത് ബസ് അല്പസമയം നിർത്തും. സാധാരണയായി പച്ചക്കറികൾ വിൽക്കാൻ വരുന്നവർ ഒഴിഞ്ഞ കൂടകളും വാങ്ങാൻ വരുന്നവർ നിറഞ്ഞ പോളിത്തീൻ കവറുകളുമായി ഇവിടെ നിന്നാണ് തിരക്കുകൂട്ടി കയറുക. ഉച്ചസമയമായതുകൊണ്ട് തിരക്കുകുറവായിരിക്കും.. നിരത്തിലൂടെ വാഹനങ്ങൾ പാഞ്ഞുപോകുന്നുണ്ട്. നഗരത്തിന്റെ ഭാഷ ശ്രവ്യമെങ്കിലും അവ്യക്തമായ ഒരു ഇരമ്പൽ പോലെ അനുഭവപ്പെടുന്നു. വീണ്ടും ശ്രദ്ധിച്ചാൽ ഒരുപാട് ആളുകൾ സംസാരിക്കുന്നതും, തിരക്കുകൂട്ടുന്നതും, അല്പമകലെ ഫാക്ടറിയിലെ സൈറൺ മുഴങ്ങുന്നതും, ട്രാഫിക് ബ്ലോക്കിൽ വാഹനങ്ങൾ ഹോൺ മുഴക്കി പരസ്പരം സംസാരിക്കുന്നതും എല്ലാം കേൾക്കാം.

മധ്യവയസ്കനായ ഡ്രൈവർ ഒരു ബസ് മുന്നോട്ടെടുക്കുന്നു .. ബീഡി ചവയ്ക്കുന്ന അയാളുടെ ചുണ്ടിന്റെ കോണിലൂടെ തുപ്പൽ ചുവന്ന നിറത്തിൽ കാണാം.. അൻഷിതയ്ക്ക് അറപ്പുതോന്നി.

അമ്മ അല്പം പിന്നിലായി വരുന്നുണ്ട്. നഗരത്തിരക്കിന്റെ വേഗതയ്ക്ക് ഒപ്പമെത്താനാകാതെ വളരെ പതുക്കെ നടക്കുന്ന വൃദ്ധരായ രണ്ട് യാത്രക്കാരുടെ പിന്നിലാണ്. തന്റെയൊപ്പം നടന്നെത്താൻ കഷ്ടപ്പെടുന്നുണ്ട്.. പാവം..

അമ്മയൊപ്പമെത്താനായി അൻഷിത ഒരു വശത്തായി ഒതുങ്ങി നിന്നു. വൈകുന്നേരമായിട്ടില്ലെങ്കിലും ഇനി ചുനാരിയിൽ എത്തുമ്പോൾ വൈകും.

കൈവരികളില്ലാത്ത വീതികുറഞ്ഞ ഫുട്പാത്തിൽ മുൻപിൽ നടക്കുന്ന വൃദ്ധദമ്പതികളെ മറികടന്ന് അൻഷിതയ്ക്കൊപ്പം നടന്നെത്താൻ ശ്രമിക്കുകയായിരുന്നു അനുരാധ.. അവർ റോഡിന്റെ അരികിലേക്ക് ഇറങ്ങി വേഗം നടന്നു..

പെട്ടെന്ന് പിന്നിൽ നിന്ന് ഒരു ഇരമ്പൽ കേട്ടു..

നിലവിളി കേട്ട് അൻഷിത തിരിഞ്ഞു നോക്കി

ഒരു വെളുത്ത കാർ അവളെക്കടന്ന് വേഗത്തിൽ വെട്ടിച്ചുമാറ്റി നിർത്താതെ ഓടിച്ചുപോകുന്നത് അവൾ കണ്ടു..

ഫുട്പാത്തിനും റോഡിനുമിടയിലായി അമ്മ വീണു കിടക്കുന്നു.. ഒരു നിമിഷം സ്തബ്ധയായി നിന്നെങ്കിലും അൻഷിത ഓടിയെത്തി.

'അമ്മേ..'

അമ്മയുടെ അടുത്തിരുന്ന് അവൾ വിളിച്ചെങ്കിലും മറുപടിയൊന്നുമുണ്ടായില്ല. ചലനമില്ലാതെ അനുരാധ റോഡരികിൽ കിടന്നു.

അമ്മയുടെ നെറ്റിയിൽ നിന്ന് രക്തമൊലിച്ചിറങ്ങുന്നു..

തനിക്ക് തല കറങ്ങുന്നത് പോലെ..!

ആരൊക്കെയോ ഓടിയടുക്കുന്നത് അൻഷിത കണ്ടു..

അവർ അമ്മയെ എടുത്ത് ഒരു ഓട്ടോയിൽ കയറ്റുകയാണ്.

പിന്നാലെ കരയാൻപോലും മറന്നുപോയ അൻഷിതയെ ആരോ കൈപിടിച്ച് എഴുന്നേല്പിച്ച് വണ്ടിയിലേക്ക് കയറ്റി.

○○

പന്ത്രണ്ട്

1

ആശുപത്രിവരാന്തയിൽ ഇരിക്കെ, അനുനിമിഷം തന്റെ മനസിന് ഭാരമേറി വരുന്നത് ഹരിയറിഞ്ഞു. വരാന്തയുടെ ഒരറ്റത്ത് നിന്നും സ്ട്രെച്ചറിൽ രോഗിയെ കിടത്തി ആശുപത്രി ജീവനക്കാരൻ തള്ളിക്കൊണ്ട് വരുന്നുണ്ട്. അവർക്ക് കടന്നുപോകാനായി ഹരി കാലുകൾ ഒതുക്കിവെച്ചു. അൻഷിത വിളിച്ചപ്പോഴാണ് വിവരമറിയുന്നത്. തന്നോട് രാവിലെ സംസാരിച്ച് പിരിഞ്ഞതാണ് അവർ. കേട്ടപ്പോൾ ഉടനെ പുറപ്പെട്ടെങ്കിലും അവരെയൊന്ന് കാണാൻ പോലും തനിക്ക് ആയില്ല. മിസിസ് ചാറ്റർജിക്ക് ഇതുവരെ ബോധം വീണിട്ടില്ല. സ്ഥിതി ഗുരുതരമാണെന്നാണ് ഡോക്ടർ പറഞ്ഞത്. തലയ്ക്കും നട്ടെല്ലിനും പരിക്കേറ്റിട്ടുണ്ട്.

എന്താണ് ദുരിതത്തിൽ പെടുന്നവർ തന്നെ വീണ്ടും വീണ്ടും ദുരിതമനുഭവിക്കേണ്ടി വരുന്നത്! തന്റെ ദുരിതത്തിന്റെ കാരണങ്ങളറിയാത്ത ഓരോ മനുഷ്യനും അതിനെ വിധിയായോ ഈശ്വരന്റെ പരീക്ഷണങ്ങളായോ കരുതുന്നു. താനൊരു ദൈവവിശ്വാസിയല്ലാത്തുകൊണ്ട് അങ്ങനെ ചിന്തിക്കുന്നത് വ്യർത്ഥമാണെന്ന് തനിക്കറിയാം. എങ്കിലും ലോകത്ത് ദുരിതം പേറുന്നവർ തന്നെ വീണ്ടും കഷ്ടപ്പെടുന്നത് എന്തുകൊണ്ട്..? വിശ്വാസികളായവർ പറയുന്നു ദൈവം മനുഷ്യരെ പരീക്ഷിക്കുകയാണെന്ന്. പക്ഷേ, പരീക്ഷിക്കപ്പെടുന്നവർ തന്നെ വീണ്ടും പരീക്ഷിക്കപ്പെടുന്നത് എന്തുകൊണ്ട്!

ഈ പരീക്ഷണങ്ങൾ കൊണ്ട് ആർക്ക് എന്ത് ഗുണം?

ഓർത്തിരിക്കെ ചുനാരിയിൽ എല്ലാ പ്രഭാതങ്ങളിലും ജനലരികിൽ വന്ന് തന്നെ നോക്കിനിൽക്കുന്ന പ്രണയം നിറഞ്ഞ കണ്ണുകൾ മനസിലെത്തി. അവളായിരുന്നു തന്നെ വിളിച്ചുണർത്താറുള്ളത്..!

ഹരി കണ്ണുകൾ തിരുമിക്കൊണ്ട് എഴുന്നേറ്റ് വരാന്തയുടെ അറ്റ

ത്തുള്ള ടാപ്പിനടുത്തേക്ക് നടന്നു. നല്ല തിരക്കുണ്ട്. തറ തുടയ്ക്കാൻ ഉപയോഗിച്ച അണുനാശിനിയുടെ മനം പുരട്ടുന്ന മണമാണ് എങ്ങും. ആശുപത്രിയിലെ തിരക്കോ ബഹളമോ ഒന്നും ഇതുവരെ താൻ ശ്രദ്ധിച്ചിരുന്നില്ല. വല്ലാത്ത ഒരവസ്ഥയിലാണ് മനസ്. അൻഷിതയുടെ ചെറിയമ്മാവൻ വന്നിട്ടുണ്ട്. അവർ കാണാതെ താൻ മാറി നിൽക്കുകയായിരുന്നു. തനിക്ക് ഇവിടെ ഒന്നും ചെയ്യാൻ ഇല്ല. അൻഷിതയെ കാണാൻ കഴിഞ്ഞിട്ടില്ല.

അവളുടെ അമ്മാവന്മാർ തന്നെ ഇവിടെ കണ്ടാൽ ചിലപ്പോൾ പ്രശ്നമുണ്ടാക്കിയേക്കും. എന്താണ് ചെയേണ്ടത്..!

ജീവിതത്തിൽ സന്തോഷം അടുത്തെത്തിയ നിമിഷങ്ങളിലേക്കാണ് ഈ അപകടം ഇടിച്ചുകയറിയത്..!

ഹരി മുഖം കഴുകി ടൗവ്വൽ കൊണ്ട് തുടച്ച് തിരികെ മുൻപ് ഇരുന്ന ഇടത്തെത്തി. അവിടെ ഒരു വൃദ്ധൻ ഇടം പിടിച്ചിരിക്കുന്നു! അയാൾ നിർത്താതെ ചുമച്ചുകൊണ്ടിരുന്നു. മഴക്കാലമായതുകൊണ്ട് തണുപ്പുണ്ട്. തണുപ്പ് കൂടുന്നതിനനുസരിച്ച് കാസരോഗം വൃദ്ധരെ ബുദ്ധിമുട്ടിക്കുന്നു. കസേരയുടെ അടിയിൽ മുഷിഞ്ഞ തുണികൊണ്ട് ഒരു ഭാണ്ഡം കെട്ടിവെച്ചിട്ടുണ്ട്. അയാളെപ്പോലുള്ളവർക്ക് സ്വന്തം ജീവിതം ഒരു ഭാണ്ഡമാണ്. കീറിത്തുടങ്ങിയെങ്കിലും വഴിയരികിൽ ഉപേക്ഷിക്കാൻ തോന്നാത്ത ഓർമ്മകളുടെയും രോഗങ്ങളുടെയും പഴന്തുണിയിൽ കെട്ടിയെടുത്ത ഭാണ്ഡം..!

ചീന്തിപ്പോയ ഓരോർമയായി സ്വയം മാറുവോളം പോകുന്ന വഴിക്കൊക്കെയും ഒന്നിറക്കിവെയ്ക്കാൻ പോലുമാകാതെ അവർ ആ ഭാണ്ഡം ചുമക്കുന്നു..!

പുറത്ത് കാറ്റ് ചൂളം വിളിക്കുന്നത് കേൾക്കാമായിരുന്നു.

ഹരി ഇടനാഴിയിലെ വലിയ ഗ്രില്ലിനോട് ചേർന്ന് ഒരറ്റത്തായി ഭിത്തിയോട് ചേർത്തിട്ടിരുന്ന കസേരയിൽ ഇരുന്നു.. എന്തിനാണ് താനിവിടെ ഇപ്പോഴും ഇരിക്കുന്നത് എന്നയാൾക്ക് അറിയുമായിരുന്നില്ല.

അല്പം കഴിഞ്ഞപ്പോൾ ചന്ദൻലാൽ വരുന്നത് കണ്ടു. കൂടെ ചുനാരിയിൽ വെച്ച് പരിചയമുള്ള രണ്ടുപേർ ഉണ്ടായിരുന്നു. അൻഷിതയുടെ അയൽവാസികളാണ് അവരെന്ന് ഹരിക്ക് മനസിലായി. ഹരിയെക്കണ്ടപ്പോൾ അല്പം അവിശ്വാസത്തോടെയാണ് ചന്ദൻ ലാൽ അടുത്തുവന്നത്.

'സാർജി... ഞാൻ ന്യൂസ് കണ്ടു വന്നതാണ്.'

അയാൾ ചോദിച്ച ചോദ്യത്തിനൊന്നും ഹരിയുടെ കൈയ്യിൽ

ഉത്തരങ്ങൾ ഉണ്ടായിരുന്നില്ല. ഹരിയും തന്നെപ്പോലെ എത്തിയ താണെന്നും അൻഷിതയുടെ ബന്ധുക്കൾ ആണ് അവിടെയുള്ളത് എന്നും അറിഞ്ഞപ്പോൾ അയാളുടെ മുഖത്ത് എല്ലാം മനസിലായ ഭാവം കടന്നുവന്നു.

'ഞാൻ ഒന്ന് നോക്കിയിട്ട് വരാം.' പറഞ്ഞുകൊണ്ട് ചന്ദൻലാൽ കൂടെയുള്ളവരോടൊപ്പം മുന്നോട്ടേക്ക് നീങ്ങി.

ഹരി വിദൂരതയിലേക്ക് നോക്കി ഒന്നും ചെയ്യാൻ ആകാത്ത തന്റെ ഗതികേടിനെക്കുറിച്ചോർത്ത് സ്വയം ശപിച്ചുകൊണ്ടിരുന്നു.

അല്പം കഴിഞ്ഞപ്പോൾ ചന്ദൻലാൽ തിരികെ വരുന്നത് അയാൾ കണ്ടു.

'മിസ്സിസ് ചാറ്റർജിക്ക് ഇപ്പോൾ എങ്ങനെയുണ്ട്?'

തലച്ചോറിൽ ബ്ലീഡിങ് ആണെന്നാണ് പറഞ്ഞത്. ബോധം വീണിട്ടില്ല. ഗുരുതരമാണ്.'

ഹരിയുടെ ചോദ്യം കേട്ട് ചന്ദൻലാൽ പറഞ്ഞു

'സാർജി .. താങ്കൾ ഇവിടെ നിൽക്കണ്ട.'

അതുപറയുമ്പോൾ അയാളുടെ മനസ് ക്ലേശിക്കുന്നുണ്ടെന്ന് മുഖം വ്യക്തമാക്കുന്നുണ്ടായിരുന്നു.

'താങ്കളെ ഇവിടെ കണ്ടാൽ അവർ ചിലപ്പോൾ മോശമായി പ്രതികരിക്കും. അത് ആ കുട്ടിക്കും വിഷമമുണ്ടാകും.'

ചന്ദൻലാൽ പറഞ്ഞുനിർത്തിയപ്പോൾ അത് ശരിയാണെന്ന് ഹരിക്ക് തോന്നി. അവർ ഈ അവസ്ഥയിൽ എന്തെങ്കിലും പ്രശ്ന മുണ്ടാക്കിയാൽ അത് അൻഷിതയ്ക്ക് വിഷമമാകും.

'ശരി ചന്ദൻജി ഞാൻ പോകുകയാണ്. അൻഷിതയോട് ഞാൻ വന്നിരുന്നു എന്നൊന്ന് പറയാമോ?'

ഹരിയുടെ ചോദ്യത്തിന് തന്നോടുതന്നെ ഉറപ്പില്ലാത്ത വിധം ചന്ദൻലാൽ തലകുലുക്കി.

ഹരി വിടപറഞ്ഞ് ആശുപത്രി വരാന്തയിൽ നിന്ന് മുറ്റത്തേക്കിറ ങ്ങി നടന്നു..

2

ആശുപത്രിയിൽ നിന്നും അനുരാധയുടെ ശരീരവുമായി വീട്ടി ലേക്കുള്ള വഴിയേ പായുന്ന അബുലൻസിന്റെ പിന്നാലെ ചന്ദൻ ലാലിന്റെ കാറിലിരിക്കുകയായിരുന്നു അൻഷിത. ഒരുനിമിഷത്തി നിപ്പുറം തന്നോടൊപ്പം അമ്മ ഇല്ല എന്ന യാഥാർത്ഥ്യത്തെ അംഗീ

കരിക്കാൻ ശ്രമിക്കുന്ന ദുഃഖാർത്തമായ മനസുമായി അവൾ വണ്ടിയിലിരുന്നു. ഒപ്പമിരിക്കുന്ന ഇളയമ്മായി ഇടയ്ക്ക് തന്റെ തോളിലൂടെ ഇട്ട കരം കൊണ്ട് തലയിൽ തലോടുകയും തന്നെ ചേർത്ത് പിടിക്കുകയും ചെയ്യുന്നുണ്ട്.

തന്നെ ആശ്വസിപ്പിക്കാൻ ശ്രമിക്കുകയാണ്..

ആ അവസ്ഥയിൽ പോലും അത് അസുഖകരമായി തോന്നുന്നു. ഇളയമ്മാവനും വണ്ടിയുടെ മുൻസീറ്റിൽ ഉണ്ട്. മൂത്തമ്മാവനും കുടുംബവും പിന്നാലെ വരുന്നുണ്ട്. ഡോക്ടർ വന്ന് അമ്മ പോയി എന്നു പറഞ്ഞപ്പോൾ തനിക്കു എന്താണ് ചെയ്യേണ്ടത് എന്നറിയാൻ പറ്റാതെയായി. തന്റെ ജീവിതത്തിലെ ഏറ്റവും ആശ്വാസമായ അമ്മ എന്ന സുരക്ഷിതത്വം പെട്ടെന്ന് ഇല്ലാതെയായിരിക്കുന്നു!

അമ്മ എന്നത് ഇനിയോരോർമ്മ മാത്രമാണെന്നതോന്നലിൽ അൻഷിതയിൽ നിന്ന് ഒരു തേങ്ങലുയർന്നു.. ചെറിയമ്മായിയുടെ വലതുകരം തന്റെ ചുമലിൽ തലോടുന്നത് അറിഞ്ഞു. അൻഷിത ചലിക്കാതെ നിറഞ്ഞൊഴുകുന്ന കണ്ണുകളുമായി പുറത്തേയ്ക്ക് നോക്കിയിരുന്നു.. അവളുടെ മനസിനെ പിന്തുടർന്നെന്നവണ്ണം ആകാശം കറുത്ത മേഘങ്ങളാൽ നിറഞ്ഞു.

മഴ ശക്തമായി പെയ്യാനുള്ള തയാറെടുപ്പിനെന്നവണ്ണം ആകാശം ഇരുണ്ട് വരുന്നത് ചന്ദൻലാൽ കണ്ടു. അനുരാധയെക്കുറിച്ച് ആലോചിക്കുകയായിരുന്നു അയാൾ.

തനിക്ക് അവരോട് എന്നും ബഹുമാനമായിരുന്നു. ഭർത്താവ് മരിച്ചതിന് ശേഷം ഒരു കുഞ്ഞിനെയും കൊണ്ട് ആരുടെയും സഹായമില്ലാതെ അവർ ജീവിക്കുന്നത് കണ്ട് ഉണ്ടായ ആദരവാണ് അതിന് കാരണം. കോളനിയിൽ മിസിസ് ദേവ്ബന്ധുവിന്റെ നുണകളല്ലാതെ, മോശമായി അവരെക്കൊണ്ട് ഒരു വാക്കുപോലും ആരും പറഞ്ഞ് താൻ കേട്ടിട്ടില്ല. തന്റെ അടുത്തിരിക്കുന്ന അവരുടെ അനിയൻ ജയദേബിനെയോ അവരുടെ മറ്റ് ബന്ധുക്കളെയോ അവർ ആശ്രയിച്ച് പോയതായി കേട്ടിട്ടുമില്ല. പക്ഷേ, ഇപ്പോൾ അവരെല്ലാം എത്തിയിരിക്കുന്നു. മരിച്ചവർക്ക് ശത്രുക്കളും ബന്ധുക്കളാണ് എന്നത് എത്രശരിയാണ്. കരഞ്ഞുകൊണ്ടിരിക്കുന്ന അൻഷിതയെ ആശ്വസിപ്പിക്കാൻ എന്ത് പറയണം എന്ന് മനസിലായില്ല തനിക്ക്. മോളെ എന്നു വിളിച്ചപ്പോഴേക്കും അവൾ പൊട്ടിക്കരഞ്ഞു കൊണ്ട് തന്റെ കൈയ്യിൽ പിടിച്ചു.. അപ്പോൾ തനിക്ക് ഓർമ്മ വന്നത് തന്റെ മകളെത്തന്നെയാണ്.. അനുരാധയുടെ വീട്ടിൽ പന്തലിടാനുള്ള ഏർപ്പാടുകൾ ചെയ്തതും. അപ്പോഴത് തോന്നിയത് എന്താ

യാലും നന്നായി.

'മഴ ഇനിയുള്ള കാര്യങ്ങളെ തടസപ്പെടുത്താതിരുന്നാൽ മതിയായിരുന്നു.'

പ്രകൃതിയുടെ ഭാവമാറ്റത്തിലേക്ക് നോക്കി ചന്ദൻലാൽ പറയുന്നത് കേട്ട് ജയദേബ് തലകുലുക്കികൊണ്ട് പുറത്തേക്ക് നോക്കി..

ജയദേബ് നിശ്ശബ്ദനാണ് എന്ന് ചന്ദൻലാൽ ഓർത്തു. അയാൾക്ക് സങ്കടമുണ്ടാകാം.. അത് പുറത്ത് കാണിക്കാത്തതാവാം. ഒരേയൊരു പെങ്ങൾ അല്ലേ..!

വീട്ടുമുറ്റത്തേക്ക് കയറിയ ആംബുലൻസിൽ നിന്നും അനുരാധയുടെ ശരീരമിറക്കുമ്പോൾ അൻഷിത ഉറക്കെ കരയുന്നുണ്ടായിരുന്നു. അവളുടെ കരച്ചിൽ കണ്ടുനിന്നവരുടെ കണ്ണിലും നീരോട്ടമുണ്ടാക്കി. വിവരമറിഞ്ഞ് ആളുകൾ വന്നുകൊണ്ടിരുന്നു. കരഞ്ഞുവാടി, കണ്ണുനീരുപ്പുപടർന്ന മുഖവുമായി അൻഷിത അമ്മയുടെ ശരീരത്തിനരികെയിരുന്നു. അവളിൽ നിന്ന് ഇടയ്ക്കിടെ തേങ്ങലുകൾ പുറത്തുവന്നു. ശവദാഹത്തിനായി ശരീരമെടുത്തപ്പോൾ തന്റെ അവസാനത്തെ അഭയം എന്നേക്കുമായി നഷ്ടമാകുന്നതുപോലെ അവൾ അലറിക്കരഞ്ഞു. ജയദേബ് അവളെ താങ്ങിപ്പിടിച്ചുകൊണ്ട് നിന്നു.. അയാളിൽ നിന്ന് അടക്കിപ്പിടിച്ച കരച്ചിലിന്റെ ചീളുകൾ തെറിച്ചുവീണു. അവയിൽ കുറ്റബോധം കലർന്നിട്ടുണ്ടെന്ന് അയാൾക്കുതന്നെ നന്നായി അറിയാമായിരുന്നു.

മഴ ചെറുതായി പെയ്തുതുടങ്ങിയെങ്കിലും പറമ്പിൽ വളരെ ഉയർത്തിക്കെട്ടിയ വലിയ പന്തലിന്റെ അടിയിൽ അനുരാധയുടെ ശരീരത്തെ അഗ്നി വിഴുങ്ങി. വൈകുന്നേരമായപ്പോഴേയ്ക്കും ആളുകൾ പിരിഞ്ഞുതുടങ്ങി. അവസാനമായി ചന്ദൻലാലും ഭാര്യയും യാത്രപറഞ്ഞുപോയി.. അൻഷിതയോടൊപ്പം അമ്മാവന്മാരും കുടുംബവും അവശേഷിച്ചു. അവൾ കിടക്കയിൽ നിന്ന് എഴുന്നേറ്റില്ല. ചെറിയമ്മായി അടുത്തിരുന്ന് തന്നെ ആശ്വസിപ്പിക്കാനായി സംസാരിക്കുന്നത് അവൾ കേട്ടുകൊണ്ടിരുന്നു. ഭക്ഷണം വേണ്ട എന്നു പറഞ്ഞെങ്കിലും ചെറിയമ്മാവൻ അവളെ നിർബന്ധിച്ചുകൊണ്ടിരുന്നു. ഒടുവിൽ എഴുന്നേറ്റ് ഇരുന്നപ്പോൾ ചെറിയമ്മായിയുടെ വിരലുകൾ തന്റെ മുഖത്ത് നിന്നും മുടിയിഴകളെ വകഞ്ഞുമാറ്റുന്നതും പിന്നിൽ കെട്ടിവെയ്ക്കുന്നതും അവളറിഞ്ഞു. അവരുടെ കണ്ണുകളിൽ താൻ ഇതുവരെ കാണാത്ത ദയ തങ്ങിനിൽക്കുന്നത് അൻഷിത കണ്ടു. തനിക്ക് അവരോട് ഇഷ്ടക്കുറവ് ഉണ്ടെങ്കിലും, ഏത് തരത്തിലുള്ളതാണെങ്കിലും ബന്ധങ്ങൾ അനിവാര്യമാകുന്ന

ചില നിമിഷങ്ങളെങ്കിലും ജീവിതത്തിൽ ഉണ്ടാകുമെന്ന് തോന്നിയ ആ നിമിഷത്തിൽ അവൾ തന്റെ മുന്നിലിരിക്കുന്ന ചെറിയമ്മായിയുടെ നെഞ്ചിലേക്ക് വീണ് പൊട്ടിക്കരഞ്ഞു..

'സാരമില്ല മോളെ.. ഇനി കരഞ്ഞിട്ടെന്താ.'

തന്റെ തലയിൽ തലോടിക്കൊണ്ട് ചെറിയമ്മായി പറയുന്നത് കേട്ടപ്പോൾ തനിക്ക് അവരോടുള്ള വെറുപ്പ് മാഞ്ഞുപോകുന്നതുപോലെ അവൾക്ക് തോന്നി. ഭക്ഷണത്തോട് മടുപ്പ് തോന്നിയെങ്കിലും അമ്മാവന്റെയും അമ്മായിയുടെയും നിർബന്ധത്തിന് വഴങ്ങി അല്പം കഴിച്ചശേഷം അൻഷിത കിടന്നു. ചെറിയമ്മാവനും വല്യമ്മാവനും പുറത്തിരുന്നു എന്തൊക്കെയോ സംസാരിക്കുന്നത് ചെറുതായി കേൾക്കാമായിരുന്നു. ചെറിയമ്മായി അടുത്തുതന്നെ ഇരിക്കുന്നുണ്ട്. അയൽപക്കത്തെ രണ്ടുമൂന്ന് സ്ത്രീകളുണ്ട്. അവരോടൊപ്പം വലിയമ്മായി അടുക്കളയിലായിരിക്കുമെന്ന് അൻഷിതയ്ക്ക് തോന്നി.

ഇനി അമ്മ ഈ അടുക്കളയിൽ തന്നോടൊപ്പം ഉണ്ടാവില്ല, താൻ ചെയ്യുന്ന കാര്യങ്ങളെ തിരുത്താനോ, തന്നെ വിമർശിക്കാനോ കൂടെയുണ്ടാവില്ല.. താൻ തീർത്തും ഒറ്റപ്പെട്ടിരിക്കുന്നു. തന്റെ ഹൃദയം തകരുന്നുവെന്ന് അവൾക്ക് തോന്നി..തേങ്ങൽ പുറത്ത് വന്നപ്പോൾ ചെറിയമ്മായിയുടെ കൈ തന്നെ തലോടുന്നത് അവളറിഞ്ഞു.

രാത്രിയിലെപ്പോഴോ തളർന്ന കണ്ണുകളടഞ്ഞു.

'മോളെ.' പിന്നിൽ നിന്നും അമ്മ വിളിക്കുകയാണ്... തിരിഞ്ഞു അമ്മ ചിരിക്കുന്നുണ്ടായിരുന്നു. അൻഷിതയ്ക്ക് സന്തോഷം തോന്നി. പെട്ടെന്ന് ഒരു വെളുത്ത കാർ പാഞ്ഞുവന്നു.. അവളുടെ മുന്നിൽ നിന്നും വെട്ടിച്ച് മാറ്റി കടന്നുപോയി.. അമ്മ ഒരു നിലവിളിയോടെ മുന്നോട്ട് തെറിച്ച് വീഴുന്നു..

'അമ്മേ..' അൻഷിത ഒരു കരച്ചിലോടെ ഞെട്ടിയെഴുന്നേറ്റു.. അവൾ മാഞ്ഞുപോയ ഏതോ ചിത്രത്തിലേക്കെന്നപോലെ നോക്കുന്നുണ്ടായിരുന്നു.

സ്വപ്നത്തിനും യാഥാർത്ഥ്യത്തിനുമിടയ്ക്ക് അല്പനേരം അൻഷിത ഇരുന്നു..

'മോളെ.'

തന്നെയാരോ കുലുക്കി വിളിക്കുന്നു..

'മോളെ... എന്താ പറ്റിയെ..?'

ശബ്ദം തിരിച്ചറിയാനും പ്രതികരിക്കാനും അവൾ സമയമെടു

ത്തു. ചെറിയമ്മായിയാണ്..

'മോൾ സ്വപ്നം കണ്ടതാ... സാരമില്ല.. കണ്ണടച്ചുകിടന്നോ.'

അവർ പറയുന്നത് അവൾ കേട്ടു. വീണ്ടും കിടന്നെങ്കിലും ഉറക്കം വന്നില്ല.

നേരം വെളുത്തുതുടങ്ങിയിരിക്കുന്നുവെന്ന് അൻഷിത കണ്ടു..

അൻഷിത കണ്ണുതുടച്ചു..

'ഞാൻ ഒറ്റയ്ക്കായല്ലേ അമ്മായി..?'

അൻഷിത കരയുന്നുണ്ടായിരുന്നു.

'..മോളെ.'

ചെറിയമ്മായി സങ്കടത്തോടെ വിളിക്കുന്നത് അവൾ കേട്ടു.

'എനിക്കിനി ആരുമില്ല.'

'അങ്ങനെ പറയല്ലേ മോളെ.. നിനക്ക് ഞങ്ങൾ എല്ലാവരുമില്ലേ.'

ചെറിയമ്മായി നിശ്ശബ്ദയാകുന്നതും അവരിൽ നിന്ന് ഒരു ദീർഘനിശ്വാസം പുറത്തുവരുന്നതും അൻഷിതയറിഞ്ഞു..

അവർ പറയുന്നതിൽ എന്തെങ്കിലും ആത്മാർത്ഥതയുണ്ടോ എന്ന് അൻഷിത അപ്പോൾ ആലോചിച്ചില്ല.. ഒന്നും മിണ്ടിയില്ല.. അവളുടെ മനസിലപ്പോൾ സ്വന്തം ജീവിതത്തെക്കാൾ അമ്മയെന്ന ഓർമ്മ വളർന്നു നിൽക്കുകയായിരുന്നു..

3

അൻഷിതയുടെ അമ്മ മരിച്ചിട്ട് രണ്ട് ദിവസം കഴിഞ്ഞിരിക്കുന്നു. അവിടുത്തെ കാര്യങ്ങൾ അറിയണമെന്നുണ്ടെങ്കിലും അൻഷിത മെസ്സജ് ഒന്നും അയച്ചിട്ടില്ല. ചന്ദൻ ലാലിനെ വിളിച്ചാൽ മതിയാകും.. പക്ഷേ, അതിന്റെ ഔചിത്യത്തെക്കുറിച്ച് തീർച്ചയില്ലാത്തത് കൊണ്ട് വിളിക്കാനും തോന്നുന്നില്ല. അവരുടെ കണ്ണിൽ താൻ അൻഷിതയുടെ പൂർവ്വകാമുകനാണ്. അവളെക്കുറിച്ച് അന്വേഷിക്കുന്നത് ശരിയല്ല എന്നേ അവർ കരുതു.

കൂട്ടിലിട്ട ഒരു ജീവിയെപ്പോലെയായിരുന്നു ഹരിയുടെ അവസ്ഥ. പതിവുവൈകുന്നേരങ്ങളിൽ എന്നപോലെ ഫോണിൽ നോട്ടിഫിക്കേഷൻ ഒന്നുംതന്നെ ഇല്ലെങ്കിലും മെസ്സേജുകൾ ഇടയ്ക്കിടയ്ക്ക് എടുത്തുനോക്കി നിരാശയോടെ അയാൾ ജീവിതത്തിലേക്ക് ഉറ്റുനോക്കി ഇരുന്നു. പുറത്ത് സന്ധ്യ പകലിന്റെ പുഞ്ചിരിയോട് വിട പറയാനൊരുങ്ങുന്നു. അവളെ കാത്ത് രാത്രി വാതില്പടിക്ക് പുറത്ത് നിൽക്കുകയാണെന്ന് തോന്നി ഹരിക്ക്.

അൻഷിതയുടെ അവസ്ഥ ഇനി എന്തായിരിക്കും! അമ്മാവന്മാർ അവളെ ഗോബിന്ദപുരത്തേക്ക് പോകാൻ നിർബന്ധിക്കുമോ? എങ്ങനെയായിരിക്കും കാര്യങ്ങൾ നീങ്ങുക. കാരണം ഇപ്പോൾ അവൾ ഒറ്റയ്ക്കാണ്. ഒറ്റയ്ക്കായവരെ പരാജയപ്പെടുത്തുക എളുപ്പമാണ്. ഒറ്റയ്ക്കായതുകൊണ്ടുതന്നെ അവൾക്ക് പോകാതിരിക്കാൻ ആവില്ല. ബന്ധം പിരിയാൻ തീരുമാനിച്ചെങ്കിലും അവൾ ഇപ്പോഴും ഭർതൃമതിയാണ്. പക്ഷേ, താനാരാണ്..

അവൾ മുൻപ് ഇഷ്ടപ്പെട്ടിരുന്ന ഒരു വ്യക്തി മാത്രമാണ് താൻ.

ചിന്തിച്ചിരിക്കെ അജ്ഞാതമായ ഒരു ഭയം ഹരിയെ ശല്യം ചെയ്തുതുടങ്ങി. അയാൾ സന്ധ്യയെ പൂർണ്ണമായും ഗ്രസിച്ചുകഴിഞ്ഞ ഇരുട്ടിലേക്ക് നോക്കി കസേരയിൽ വെറുതെ ചാരിക്കിടന്നു. മഴക്കാർ നിറഞ്ഞ ആകാശത്ത് നിന്ന് ഒരു കൊള്ളിയാൻ മിന്നി..

'മോളെ.. നിന്നെയൊരാൾ കാണാൻ എത്തിയിട്ടുണ്ട്. നീ ബഹളമൊന്നും ഉണ്ടാക്കരുത്.' ചെറിയമ്മായി പറയുന്നത് കേട്ട് അൻഷിത മുഖമുയുർത്തി നോക്കി. എന്ത്കൊണ്ടാണ് ബഹളമുണ്ടാക്കരുത് എന്ന് ചെറിയമ്മായി പറഞ്ഞത് എന്നവൾക്ക് മനസിലായില്ല. തലവേദന മൂലം കിടക്കുകയായിരുന്നു താൻ. രണ്ടു ദിവസമായിട്ട് വല്ലാത്ത ക്ഷീണമാണ്. അമ്മ ഒരോർമ്മയായെന്ന് വിശ്വസിക്കാനാവുന്നില്ല. ഇപ്പോഴും തന്റെ കണ്ണുകൾ അടുക്കളയിൽ അമ്മയെ തേടുന്നുണ്ട്.

ആരാണ് അമ്മയെ ഇടിച്ചിട്ട് കടന്നുപോയത്? അതു വെറുമൊരു ആക്സിഡന്റ് ആണെന്ന് വിശ്വസിക്കാൻ ആകുന്നില്ല. വെളുത്ത ആ കാറോടിച്ചയാൾ ഒരു കറുത്ത തൊപ്പിവെച്ചിരുന്നു. വിൻഡോഗ്ലാസ്സിലൂടെ പൂർണ്ണമായും മുഖം വ്യക്തമായിരുന്നില്ല. ഒരു പക്ഷേ, മുഖം മറച്ചിട്ടുണ്ടായിരിക്കാം. ആരാണ് അത് ?

'മോളെ.. എണീക്ക്' ചെറിയമ്മായി വീണ്ടും വിളിക്കുകയാണ്. 'അയാൾക്ക് മോളെ കാണണമെന്ന്.'

അമ്മായി പെട്ടെന്ന് പുറത്തേക്കിറങ്ങി പോകുന്നതും മുറിയിലേക്ക് ഒരു നിഴൽ വരുന്നതും അവൾ കണ്ടു.. ഒരു നിമിഷം കഴിഞ്ഞപ്പോൾ അൻഷിത ചുണ്ടുകൾ അവളറിയാതെ ചലിച്ചു..

'ദേബ്'

മുറിയിലേക്ക് കയറിയ ദേബാശിഷ് തന്നെ നോക്കുന്ന അൻഷിതയുടെ മുന്നിലേക്ക് വന്നു..

'അൻഷിതാ.. നീയെന്നോട് ക്ഷമിക്കു.ഞാൻ നിന്നെ വേദനിപ്പിച്ചു.' അയാളുടെ ശബ്ദത്തിൽ കദനഭാരം നിറഞ്ഞുനിന്നു. 'ഞാൻ

നിന്നെ മനസിലാക്കിയില്ല. നിന്റെ ആഗ്രഹങ്ങൾക്കൊത്ത് ഉയരാൻ എനിക്ക് കഴിഞ്ഞില്ല. ഇന്ന് അതിന്റെയൊക്കെ പരിണതിയെന്നതു പോലെ ഈ ദുഃഖം നീ അനുഭവിക്കേണ്ടി വന്നിരിക്കുന്നു. ആദ്യവിവാഹത്തിന്റെ കാര്യം പറഞ്ഞാൽ നിന്നെയെനിക്ക് നഷ്ടപ്പെടുമോ എന്ന പേടിയായിരുന്നു..'

അയാളുടെ വാക്കുകൾ വിറയ്ക്കുന്നുണ്ടായിരുന്നു.. ഇന്നുവരെ കാണാത്ത ഒരു ദേബാശിഷ് ആണ് തന്റെ മുന്നിൽ. മുൻപ് താൻ അയാൾക്ക് നൽകിയ നിർവചനകൾക്കപ്പുറം ആത്മാർത്ഥത തുടിക്കുന്ന ശബ്ദമാണ് അയാളുടേത്.

അൻഷിതയ്ക്ക് പ്രതികരിക്കാനായില്ല. അയാളുടെ കൈ മൃദുവായി അവളെ സ്പർശിച്ചപ്പോഴും അവൾക്ക് അനങ്ങാൻ ആയില്ല..

'ഞാൻ കുറവുകളുള്ളവനാണ് അൻഷിതാ.. എനിക്കിന്ന് സ്നേഹിക്കാൻ ആരുമില്ലാതായിരിക്കുന്നു. എന്നോട് ക്ഷമിക്കു അൻഷിതാ നീയെന്റെ ഭാര്യയാണെന്ന് ഞാൻ ഓർക്കണമായിരുന്നു..'

താൻ വികാരരഹിതമായി കരുതിയ അയാളുടെ കണ്ണുകളിൽ നീർ തിളങ്ങുന്നു..! ആദ്യമായി താൻ ആഗ്രഹിച്ചതുപോലെയുള്ള ഒരു മനുഷ്യനെ ദേബിൽ കണ്ടതിൽ ആശ്ചര്യം പൂണ്ടിരിക്കെ അയാളുടെ ശബ്ദം വീണ്ടും കാതുകളിലെത്തി.

'എനിക്ക് നിന്നെ വേണം അൻഷിതാ.. നിന്നെ കൂട്ടിക്കൊണ്ടു പോകാനാണ് ഞാൻ വന്നത്. അമ്മ മരിച്ച അന്ന് ഞാൻ വന്നിരുന്നു. പക്ഷേ, എന്നെക്കണ്ടാൽ എങ്ങനെ നീ പ്രതികരിക്കും എന്നറിയില്ലല്ലോ, അതിനാൽ മാറിനിന്നതാണ്.'

അൻഷിത നിശ്ശബ്ദയായിരുന്നു. ദേബാശിഷിന്റെ കണ്ണുകളിൽ നിന്നും നീർത്തുള്ളികൾ ഇറ്റുവീഴുന്നത് അവളുടെ എല്ലാ ധാരണകൾക്കും അപ്പുറത്തതായിരുന്നു.

'ഞാൻ പുറത്തുണ്ടാകും.. നിന്നോട് ഞാനിനി നിന്നോട് തെറ്റ് ചെയ്യില്ല അൻഷിതാ.. നീ ആലോചിച്ചു തീരുമാനിക്ക്'

കണ്ണുതുടച്ചുകൊണ്ട് അയാൾ പതിയെ പുറത്തേക്കിറങ്ങി അല്പം കഴിഞ്ഞപ്പോൾ ചെറിയമ്മായി അകത്തേക്ക് വരുന്നത് അൻഷിത കണ്ടു.

'മോളെ.. ക്ഷമിക്ക്. ദേബ് നിന്നെ കാണണം എന്നാവശ്യപ്പെട്ടപ്പോൾ തടയാൻ പറ്റിയില്ല. ഇപ്പോഴും അയാളുടെ ഭാര്യ തന്നെയാണല്ലോ നീ.'

ചെറിയമ്മായി ക്ഷമാപണത്തോടെ പറഞ്ഞുതുടങ്ങി..

'ദേബ് എന്നോട് ക്ഷമ പറഞ്ഞു.. തിരികെ ചെല്ലണമെന്ന് പറ

ഞ്ഞു..' അൻഷിത അവിശ്വാസത്തോടെയാണ് പെട്ടെന്ന് അത് പറഞ്ഞത്.

'നിന്നെ ഒറ്റയ്ക്കാക്കാൻ ഞങ്ങൾക്ക് പറ്റില്ല മോളെ.. അവൻ തെറ്റ് ചെയ്തിട്ടുണ്ടാകാം .. ഇനിയവനോട് ക്ഷമിച്ചുകൂടെ..? ഉള്ളിൽ പശ്ചാത്താപമില്ലെങ്കിൽ അവനങ്ങനെ പറയില്ല.'

അൻഷിത ഒന്നും മിണ്ടിയില്ല.

'നിന്റെയുള്ളിലെ ആഗ്രഹം എനിക്കറിയാം മോളെ.' ചെറിയമ്മായി ദീർഘമായി നിശ്വസിക്കുന്നത് അൻഷിത കേട്ടു. 'പക്ഷേ, നിന്റെ വിവാഹം കഴിഞ്ഞിരിക്കുന്നു. ദേബ് ഇന്നൊരു പുതിയ മനുഷ്യനാണ്. ഇപ്പോൾ നീ ഉപേക്ഷിച്ചാൽ ഒരുപക്ഷേ, ഒരു തിരിച്ചുവരവില്ലാത്ത വിധം അവൻ തകർന്നുപോയേക്കാം. ഹരിയും നല്ല മനുഷ്യനായിരുന്നിരിക്കാം. പക്ഷേ, ഹരിയുടെ മുന്നിൽ ഇനിയൊരു ജീവിതമുണ്ട്. കൂടുതൽ മെച്ചമായ ഒരു ജീവിതം അയാൾക്കും ലഭിച്ചേക്കാം. നിങ്ങൾ തമ്മിൽ പിരിഞ്ഞവരാണ്. അതിനെ നിങ്ങൾ രണ്ടുപേരും അതിജീവിച്ചില്ലേ. പക്ഷേ, ദേബിന് നഷ്ടമാകുന്നത് അയാളുടെ ഭാര്യയെ ആണ് അയാൾ സ്നേഹിച്ചുതുടങ്ങിയ അയാളുടെ ഭാര്യയെ. ഇവിടെ നിനക്ക് മാത്രമേ തീരുമാനമെടുക്കാൻ കഴിയു. നിനക്കുമാത്രമേ ദേബിനെ സ്നേഹിക്കാൻ കഴിയു അൻഷിതാ.'

അമ്പരപ്പിലും നടന്ന കാര്യങ്ങളുടെ അവിശ്വസനീയതയിലും കുഴങ്ങി അൻഷിത എന്തുപറയണമെന്നറിയാതെ ഇരുന്നു.. തനിക്ക് ഇതുവരെ അജ്ഞാതമായിരുന്ന തന്റെ ചിന്തകളുടെ വഴിത്തിരിവുകളോട് കലഹിച്ചുകൊണ്ടിരിക്കെ അവളുടെ കണ്ണുകളിലേക്ക് ആത്മഘർഷത്തിന്റെ അടയാളങ്ങൾ ഒഴുകിയെത്തി. ഫോൺ കൈയ്യിലെടുത്തെങ്കിലും വിരലുകൾക്ക് മെസ്സേജ് ചെയ്യാൻ കഴിയാതെയെന്നവണ്ണം അവ വിറച്ചുകൊണ്ടിരുന്നു.

പുറത്ത് ഇരമ്പിയെത്തിയ മഴയ്ക്ക് അകമ്പടി സേവിക്കാനെന്നവണ്ണം കാറ്റ് വീശിയപ്പോൾ ചെറിയമ്മായി എഴുന്നേറ്റുപോയി ജനലടച്ചു... തിരികെ വന്ന് തന്റെ അടുത്തിരിക്കെ അവരെക്കുറിച്ച് താൻ മനസിലാകിയതൊക്കെ തെറ്റാണെന്ന് അവൾക്ക് തോന്നി.

'മോളെ .. ജീവിതത്തിൽ ഇപ്പോഴും നമുക്ക് ശരിയായ തീരുമാനങ്ങളെടുക്കാനുള്ള അവസരം കിട്ടില്ല. ദേബിന്റെ കൂടെ നീ പോകണമെന്ന് ഞാൻ നിർബന്ധിക്കില്ല. പക്ഷേ, ഇതുതന്നെയാണ് ശരി എന്നെനിക്ക് തോന്നുന്നു. കാരണം ഏതൊരു മനുഷ്യനും സ്വയം തിരുത്താൻ ഒരവസരം ലഭിക്കണമല്ലോ.. പ്രത്യേകിച്ചും ക്ഷമായാ

ചനയോടെ നിന്റെ ഭർത്താവ് അത് ആവശ്യപെടുമ്പോൾ. നിന്റെ അമ്മയുടെ മരണവും നീ ഒറ്റയ്ക്കായി എന്ന ചിന്തയും അയാളുടെ മനസിനെ മാറ്റിയിട്ടുണ്ടെങ്കിൽ അയാൾ വളരെ സ്നേഹധനനായ മനുഷ്യനാണ്. അയാളെ നീ ഇല്ലാതാക്കരുത്.'

ചെറിയമ്മായിയുടെ പതിഞ്ഞ ശബ്ദം ആർദ്രമായി കാതുകളെ വീഴുകയാണ്.. ഒന്നും തന്റെ തീരുമാനങ്ങളല്ല എന്നിട്ടും തനിക്ക് ഒന്നും പറയാൻ കഴിയുന്നില്ല, തീരുമാനങ്ങളെടുക്കാനുമാകുന്നില്ല. ചെറിയമ്മായി ഉയർത്തിവിട്ട ധാർമികമായ ചോദ്യം തന്നെ ശല്യം ചെയ്തുതുടങ്ങിയിരിക്കുന്നു..

അൻഷിത ഒന്നും മിണ്ടാതെ വെറുതെ കിടന്നു.. പെട്ടെന്ന് ഒരു ഇടിവെട്ടി വൈദ്യുതി നിലച്ചു.. അവളുടെ തുറന്നുപിടിച്ച കണ്ണുകൾ ഇരുട്ടിന്റെ ഭിത്തിയിൽ അവൾക്കുതന്നെ മനസിലാകാത്ത ഏതോ ചിത്രം വരച്ചുകൊണ്ടിരുന്നു..

4

നാലാം ദിവസമായപ്പോൾ ഇൻബോക്സിൽ അൻഷിതയുടെ ഒരു മെസ്സേജുകണ്ടു. സന്തോഷത്തോടെ ഇൻബോക്സ് തുറന്ന് മെസ്സേജ് വായിച്ച ഹരിക്ക് അതിന്റെ അർത്ഥമറിയാതെ ശ്വാസം മുട്ടുന്നതുപോലെ തോന്നി. ഇനിയും വയ്യ. അൻഷിതയുടെ കാര്യങ്ങൾ ഒന്നും അറിയാൻ കഴിയുന്നില്ല. അവൾ വേറെ മെസ്സജുകൾ ഒന്നുംതന്നെ അയച്ചിട്ടില്ല. സാധാരണ ഇങ്ങനെ സംഭവിക്കുന്നതല്ല. എന്താണവൾക്ക് പറ്റിയത് ! ഒരു പക്ഷേ, അവളുടെ മൊബൈൽ ഫോൺ അവർ പിടിച്ചുവെച്ചിരിക്കുന്നതാണോ? വേറെ ആരെങ്കിലുമാണോ ആ മെസ്സേജ് അയച്ചത്? അല്ലെങ്കിൽ അവർ അവളെ നിർബന്ധിച്ച് കൊണ്ടുപോയിരിക്കുമോ?

തനിക്ക് അവളെക്കുറിച്ച് അറിയാതെ വയ്യ എന്ന് തോന്നിയ നിമിഷത്തിൽ ഹരി ചന്ദൻ ലാലിനെ വിളിച്ചു..

'ഹലോ .. സെർജി, സുഖമാണോ..?'

ഫോണിലൂടെ ചന്ദൻലാലിന്റെ കനമില്ലാത്ത ശബ്ദം കാതിലെത്തി. ചന്ദൻജി, അൻഷിതയെക്കുറിച്ച് എന്തെങ്കിലും അറിയാമോ? അവൾ ചുനാരിയിലുണ്ടോ?'

'അവർ പോയല്ലോ.. അവളെയും കൊണ്ടുപോയി. ഭർത്താവ് വന്ന് കൂട്ടികൊണ്ടുപോയിയെന്നാണ് കേട്ടത്. വീട് പൂട്ടിക്കിടക്കുകയാണ്. ഞാൻ രാവിലെ ആ കുട്ടിയെ ഒന്ന് കാണാം എന്ന് കരുതി

ചെന്നതാണ്. അവർ പോയ കാര്യം മിസ്സിസ് ദേവ്ബന്ധുവാണ് പറഞ്ഞത്.'

തന്റെ ചിന്തകൾ അല്പസമയത്തേക്ക് നിലച്ചതുപോലെ ഹരിക്ക് തോന്നി. പ്രതീക്ഷകളസ്തമിച്ചവനെപ്പോലെ അയാൾ കസേരയിലിരുന്നു.

അൻഷിതയ്ക്ക് എങ്ങനെയാണ് ആ തീരുമാനമെടുക്കാനായത്! തന്നോട് ഒന്നും പറയാതെ പോകാൻ അവളെ എന്താണ് പ്രേരിപ്പിച്ചത്! തലച്ചോറിൽ പെരുകിയ ചോദ്യങ്ങളിൽ നിന്നടർന്ന് വീണ നിശ്ശബ്ദതയെ ഭഞ്ജിച്ചുകൊണ്ട് ചന്ദൻ ലാലിന്റെ ശബ്ദം വീണ്ടും കാതിൽ വീണു..

'വിട്ടുകളയു സെർജി.. എല്ലാം കഴിഞ്ഞില്ലേ.. മറ്റൊരു പെൺകുട്ടി ജീവിതത്തിൽ വരുമ്പോൾ എല്ലാം ശരിയാവും.'

മറുത്തൊരക്ഷരം പറയാതെ ഫോൺ കട്ട് ചെയ്ത് ചേതനയില്ലാത്തവനെപ്പോലെ ഇരിക്കുമ്പോൾ താനൊരു വിഢ്ഢിയാണെന്ന് ഹരിക്ക് തോന്നി. തന്റെ ജീവിതത്തിന്റെ ക്യാൻവാസിൽ നിന്ന് നിറങ്ങളെല്ലാം ഒരു നിമിഷം കൊണ്ട് അപ്രത്യക്ഷമായിരിക്കുന്നു. അത്രകാലവും നെയ്തുകൂട്ടിയ സ്വപ്നങ്ങൾക്കും ഹൃദയത്തിൽവെച്ച് താലോലിച്ച പ്രണയത്തിനും ലളിതമായ ഒരു വാക്കിൽ കിട്ടിയ മറുപടി ഹരി ഒന്നുകൂടി വായിച്ചു..

'സോറി...'

മഴ ജലരേഖകൾകൊണ്ട് അനുനിമിഷം പുതിയ ചിത്രം വരയ്ക്കുകയും പഴയത് മായ്ച്ചുകളയുകയും ചെയ്യുന്ന മുറ്റത്തേക്ക് നോക്കി വെറുതെയിരിക്കുകയായിരുന്നു അൻഷിത. താൻ ചെയ്തത് ശരിയാണോ എന്ന് അപ്പോഴും തീർച്ചപ്പെടുത്താൻ അവൾക്ക് കഴിഞ്ഞിരുന്നില്ല.

ഇന്നലെയാണ് നരേന്ദ്രപുരത്ത് എത്തിയത്. ദേബ് കാറിലിരുന്ന് തന്നോട് ദേഷ്യപ്പെടാതെയാണ് സാരിച്ചത്. അമ്മയുടെ ചിതാഭസ്മം നിമഞ്ജനം ചെയ്ത ശേഷം ഇനി ചുനാരിയിലേക്ക് പോകാമെന്ന് പറഞ്ഞപ്പോൾ വികാരരഹിതമായ മുഖം കൊണ്ടും അപ്രതീക്ഷിതമായ ദേഷ്യഭാവം കൊണ്ടും തന്നെ ഭയപ്പെടുത്തിയിരുന്ന മനുഷ്യനായിരുന്നു അതെന്ന് വിശ്വസിക്കാൻ തനിക്ക് പ്രയാസമായിരുന്നു. തന്നെ അനുനയിപ്പിക്കാനുള്ള ദേബിന്റെ ശ്രമം ആണെന്നാണ് ആദ്യം തോന്നിയത്. പിന്നീട് ആ ശബ്ദത്തിലെ ആത്മാർത്ഥത യാഥാർത്ഥമാണെന്ന് ബോധ്യമായി.. ഷാഷൂരിയും നന്നായിട്ടാണ് പെരുമാറുന്നത്. തന്നെ ആശ്വസിപ്പിക്കുകപോലും അവർ

ചെയ്തു. ദേബിന്റെ അച്ഛന് കാസരോഗം അധികരിച്ചതുകൊണ്ടാണ് അമ്മ മരിച്ച സമയത്തും ചുനാരിയിലേക്ക് വരാൻ കഴിയാതിരുന്നത് എന്ന് അവർ പറഞ്ഞത് ശരിയായിരിക്കാം.

പുതിയ ലോകമാണ് തനിക്ക് ചുറ്റുമുള്ളത് എന്ന് അൻഷിതയ്ക്ക് തോന്നിയെങ്കിലും ഉള്ളിലിരുന്ന് ഹരി എന്ന ഒരു വാക്ക് തന്നെ കുത്തിനോവിക്കുന്നത് അവൾ മനപൂർവ്വം ഒഴിവാക്കാൻ ശ്രമിച്ചുകൊണ്ടിരുന്നു. ഒരുപക്ഷേ, ചെറിയമ്മായി പറഞ്ഞതുപോലെ ഹരി സാറിന് കുറേക്കൂടി നല്ല ബന്ധം കിട്ടുമായിരിക്കും. തന്നെക്കാൾ നല്ല ഒരു പെൺകുട്ടി സാറിന്റെ ലൈഫിൽ എത്തുമായിരിക്കും..

നല്ല പെൺകുട്ടി എന്നതുകൊണ്ട് താൻ ഉദ്ദേശിച്ചത് എന്താണ് എന്ന് ഒരു ദീർഘനിശ്വാസത്തോടെ അൻഷിത ആലോചിച്ചു. സ്വയം കുറവുള്ളവളെന്ന് താൻ എന്തുകൊണ്ടു ചിന്തിക്കുന്നു? ഹരിസാറിനെ സംബന്ധിച്ചിടത്തോളം ഒരു രണ്ടാം കെട്ടുകാരിയാണ് താൻ എന്ന ചിന്ത എപ്പോഴാണ് തന്നിൽ വന്നു കയറിയത്! പക്ഷേ, ഈ ചോദ്യങ്ങൾക്കുള്ള ഉത്തരം ലഭിച്ചാലും തനിക്ക് നിവൃത്തിയില്ല. ആരുടെ ഭാര്യയാണോ താൻ, അയാൾ വന്ന് ചെയ്ത തെറ്റുകൾക്ക് ക്ഷമ ചോദിക്കുമ്പോൾ, ഒരു ജീവിതം നൽകണമെന്നും, താൻ കൂടെയില്ലെങ്കിൽ തകർന്നുപോകുമെന്നും പറയുമ്പോൾ എന്താണ് ചെയ്യുക..!

'മോളെ..'

ഷാഷൂരി വിളിക്കുകയാണ്.. അൻഷിത എഴുന്നേറ്റ് അകത്തേക്ക് നടന്നു. അപ്പോഴും അവളുടെ മനസ് തന്റെ ചെയ്തികളിലെ ശരി തെറ്റുകളെക്കുറിച്ച് മനനം ചെയ്തുകൊണ്ടിരുന്നു..

മുന്നിൽ വന്ന് മൂക്കിന്റെ ഒരു വശത്ത് വിരൽതൊട്ടുകാണിക്കുന്ന ഹരിയെ അത്ഭുതത്തോടെയും സങ്കടത്തോടെയും നോക്കി നിന്നു ബസുദേബ്..

ലോഡ്ജിലേക്ക് വന്ന പാടെ ഒരു ചായചോദിച്ചു. അത് റൂമിൽ കൊണ്ട് കൊടുത്തപ്പോൾ ഒന്നുറങ്ങട്ടെ എന്ന് പറഞ്ഞ് കിടന്നതാണ്. രണ്ട് മണിക്കൂറോളം കഴിഞ്ഞിട്ടുണ്ടാകണം... വിശേഷങ്ങളറിയാൻ വന്ന തന്നോട് ഒരു പെണ്ണിനെ വേണമെന്ന് പറയുകയാണ് ഹരിയിപ്പോൾ. അയാളുടെ മനസ്സിലെന്താണ്! മുൻപൊന്നും ഇത്ര പരിക്ഷീണനായി താനയാളെ കണ്ടിട്ടില്ല. അപാരമായ സർഗ്ഗശേഷിയുള്ള ഒരു മനുഷ്യന്റെ പരിചയക്കാരനാണ് താൻ എന്നതിൽ തനിക്കെന്നും സന്തോഷമായിരുന്നു. ഇന്നയാൾക്ക് എന്താണ് പറ്റിയത്..! ആദ്യമായി ഹരിയെ കണ്ടനിമിഷം താനിന്നുമോർക്കുന്നു.

അന്ന് അയാൾ ലോഡ്ജിലേക്ക് വന്നത് സ്ത്രീവിഷയത്തിനായിരിക്കുമെന്നുകരുതി സൂചനകൊടുത്തെങ്കിലും അത് നിരസിച്ച് മനോഹരമായി പുഞ്ചിരിക്കുന്ന അയാളുടെ മുഖം ഇപ്പോഴും ഓർമ്മയുണ്ട്. ആ മുഖത്തു ഇന്ന് ശക്തമായ നഷ്ടബോധമാണ്, കഠിനമായ മനോവ്യഥയാണ് തെളിയുന്നത്.

'അത് വേണ്ട സർ. സാറിനത് ചേരില്ല.'

'വേണം ബസുദെബ്ജി .. എനിക്കും ആരെങ്കിലും വേണം..'

ഹരിയുടെ മറുപടിയുടെ അർത്ഥതലങ്ങളിലേക്ക് എത്തിനോക്കാൻ ബസുദേബ് ശ്രമിക്കവേ വീണ്ടും അയാളുടെ ശബ്ദം കേട്ടു.

'ഒന്ന് മറ്റൊന്നിന് പകരമാകാത്ത നിരവധി ബന്ധങ്ങളുടെ ജാലികയാണ് ജീവിതമെന്നാണ് ഞാൻ കരുതിയിരുന്നത്. അതിൽ ഏറ്റവും ആഴത്തിലുള്ള ഒന്ന് ഒരു നുണയായിരുന്നു എന്ന തിരിച്ചറിവിലാണ് ഞാനിപ്പോൾ. പ്രണയത്തിന്റെ മഹത്വവും ഉദാത്തതയും പറഞ്ഞ് എന്റെ മനസിനെ ഇനി എനിക്ക് തൃപ്തിപ്പെടുത്താൻ ആവില്ലെന്ന് ജീവിതം എന്ന പഠിപ്പിച്ചിരിക്കുന്നു. പകരം എന്തെങ്കിലും ഒന്ന് വേണം.'

ഹരി പറഞ്ഞുനിർത്തിയതിന് ശേഷം തന്റെ മുഖത്തേക്ക് നോക്കിയപ്പോൾ നിഷേധ ഭാവത്തിൽ ബസുദേബ് തല കുലുക്കി. ഒരു പ്രണയനഷ്ടം ഹരിക്ക് ഉണ്ടായിട്ടുണ്ട്. അത് അയാളെ സ്വയം നിയന്ത്രണം ഇല്ലാത്തവനായി മാറ്റിയിരിക്കുന്നു. അല്ലെങ്കിൽ തന്റെ ആദർശങ്ങളെല്ലാം തെറ്റാണെന്ന് അയാൾക്ക് തോന്നിയിട്ടുണ്ടാകാം. അതുമല്ലെങ്കിൽ തന്റെ ദുഃഖത്തിന് കാരണക്കാരിയായവളോട് 'നിന്റെ വില ഇത്രയേയുള്ളൂ' എന്ന് പറയുകയാവാം. ഏതായാലും അതയാൾക്ക് ദോഷമേ ചെയ്യുകയുള്ളൂ. താനൊരുപാടുപേരെ കണ്ടിട്ടുണ്ട് .. പല തരത്തിലുള്ള കസ്റ്റമേഴ്സ് മാത്രമായിരുന്നു അവർ. അവരുടെയൊക്കെ ആവശ്യം ഒന്നുമാത്രമാണ്.. ഒരു ശരീരം. പക്ഷേ, ഹരിസാറിനോട് അങ്ങനെ ചെയ്യാൻ എന്തുകൊണ്ടോ തനിക്ക് കഴിയുന്നില്ല. ഹരിസാറിന് ആവശ്യമുള്ളത് അതുമാത്രമാണെന്ന് താൻ കരുതുന്നില്ല.

'സാർ .. എനിക്കതിന് കഴിയില്ല. ഞാനത് നിർത്തി.'

ബസുദേബ് നുണ പറയുകയാണെന്ന് മനസിലാക്കിയതുകൊണ്ടാകണം വിഷാദാത്മകമായ പുഞ്ചിരിയോടെ ഹരി എഴുന്നേറ്റു.

'എനിക്കറിയാം ബസുദെബ്ജി.. നിങ്ങൾക്കതിന് കഴിയില്ല.'

ഹരി വെട്ടിത്തിരിഞ്ഞ് പുറത്തേക്കിറങ്ങിപ്പോയി. ബസുദേബിന് അയാളെ തടയണമെന്നുണ്ടായിരുന്നെങ്കിലും തനിക്ക് അത്

സാധിക്കില്ല എന്ന തിരിച്ചറിവിൽ അയാൾ നിശ്ചലനായി നിന്നു. മുറിയിൽ നിന്നും പുറത്തേക്കിറങ്ങി എന്തുവേണമെന്നാലോചിച്ചു നിൽക്കവേ സ്ട്രീറ്റ് ലൈറ്റിന്റെ വെളിച്ചത്തിൽ ഹരി നടന്നകലുന്നത് കണ്ടു. നോട്ടം പിൻവലിച്ച് ദീർഘമായി ഒന്ന് നിശ്വസിച്ച് ബസുദേബ് റിസപ്ഷൻ കൗണ്ടറിലേക്ക് നടന്നു.

ലോഡ്ജിൽ നിന്നുമിറങ്ങി എങ്ങോട്ടെന്നില്ലാതെ നടക്കുമ്പോൾ അൻഷിതയെക്കുറിച്ച് ചിന്തിക്കുകയായിരുന്നു ഹരി.. അവളെന്തിനാണ് തന്നെ തിരസ്കരിച്ചത് എന്ന ചോദ്യം ഉത്തരമില്ലാതെ അയാളെ ബുദ്ധിമുട്ടിച്ചുകൊണ്ടിരുന്നു. അതിനു തക്കതായി എന്താണ് അവിടെ സംഭവിച്ചത്.. മനോരോഗിയെന്നും ക്രൂരനെന്നും അൻഷിത പലവട്ടം വിശേഷിപ്പിച്ച ദേബാശിഷ് ഇത്രവേഗം വിശുദ്ധനായ് മാറിയതെങ്ങനെ എന്ന് സ്വയം ചോദിച്ചപ്പോൾ അയാൾക്ക് തന്റെ അമ്മയെ ഓർമ്മ വന്നു. കൊടിയ പീഡനങ്ങളേറ്റിട്ടും അമ്മയ്ക്ക് അച്ഛനിൽ നിന്ന് വേർപെട്ടു പോകാൻ കഴിഞ്ഞിരുന്നില്ല. അതുപക്ഷേ അമ്മയുടെ നിവൃത്തികേടായിരുന്നു. പരമ്പരാഗതമായ ചിന്തകളുടെ അടിമയായ അമ്മയ്ക്ക് അച്ഛനില്ലാതെ ജീവിക്കുന്നത് ഭയമായിരുന്നു.. പക്ഷേ, അൻഷിതയ്ക്ക് എന്തുകൊണ്ടാണ് ബന്ധനങ്ങളെ തകർക്കാനാകാത്തത്!

ചോദ്യങ്ങളോരോന്നായ് ഉത്തരമില്ലാതെ തന്നിലേക്കുതന്നെ തിരികെ വരുന്നതിന്റെ അസ്വസ്ഥതയോടെ ഹരി ചുറ്റും നോക്കി ..

ലോഡ്ജിൽ നിന്നും ഒരു കിലോമീറ്ററോളം താൻ സഞ്ചരിച്ചിട്ടുണ്ടാകണം. റോഡരുകിലെ ബസ്സ്റ്റോപ്പിനടുത്തെത്തിയിരിക്കുന്നു. ബസ്റ്റോപ്പിൽ ആകെ പത്തോ പതിനഞ്ചോ പേരുണ്ടാവും.. അവർ മൂന്നും നാലും പേര് ചേരുന്ന കൂട്ടങ്ങളായി നിന്ന് സംസാരിക്കുന്നുണ്ട്. അവർക്ക് പിന്നിൽ തലയിൽ മുല്ലപ്പൂ ചൂടി ലിപ്സ്റ്റിക്കിട്ടു ചുവപ്പിച്ച ചുണ്ടുകളുമായി നാല് സ്ത്രീകൾ അകലം പാലിച്ച് നിന്നിരുന്നു.. രണ്ടു പേർ സാരിയാണ് ഉടുത്തത് എങ്കിൽ മറ്റുരണ്ടു പേർ ചുരിദാർ ഇട്ടിരിക്കുന്നു. അവരിൽ ശരീരത്തിന്റെ ചതുരവടിവുകൾ കാണിച്ച് സാരിയുടുത്തു നിൽക്കുന്ന ഒരാൾക്ക് പുരുഷന്റെ ശബ്ദമായിരുന്നു.. അവർ മുന്നിൽ നിൽക്കുന്ന പുരുഷന്മാരെ ആകർഷിക്കുന്നതിനായി ചെറുചലനങ്ങളിലൂടെ ശ്രമിച്ചുകൊണ്ടിരുന്നു.

'മുന്നൂറ് തന്നാൽ മതി.. വണ്ടിക്കൂലി വേറെ വേണം.' റേറ്റ് ചോദിച്ചവനോട് ഒരുവൾ പറയുന്നത് ഹരി കേട്ടു..

മുന്നോട്ടുനടക്കവേ ഒരു കൈ ഹരിയുടെ തോളിൽ സ്പർശി

ച്ചു.. 'ഞാനും വരട്ടെ... മുന്നൂറ് തന്നാൽ മതി.'

ഹരി തിരിഞ്ഞു നോക്കി.. ഇരുപത്തിയഞ്ച് വയസുതോന്നിക്കുന്ന ഒരു സ്ത്രീയാണ്. ചുണ്ടുകളിൽ പൂശിയ ചായം അവരുടെ ചിരിയിലേക്ക് കലരുന്നു. മേക്കപ്പിട്ട് തുടുപ്പിച്ച വട്ടമൊത്ത മുഖത്തെ നോർത്ത്ഈസ്റ്റുവംശജരുടെ ചെറിയ കണ്ണുകൾകൊണ്ട് അവൾ തന്നോട് സംസാരിക്കാൻ ശ്രമിക്കുന്നു.

കൃത്രിമമായ വശ്യഭാവത്തിൽ നിൽക്കുകയാണ് അവൾ.

ഒരുപക്ഷേ, ഹരി റേറ്റിനെപ്പറ്റി ആലോചിക്കുകയാണെന്ന് കരുതിയാകാം തന്റെ സുഹൃത്തുക്കളെ ഒന്ന് പാളി നോക്കി പതിഞ്ഞ ശബ്ദത്തിൽ അവൾ അവർ കേൾക്കാതിരിക്കാനെന്നവണ്ണം ശബ്ദം കുറച്ച് അവൾ പറഞ്ഞു

'.. ഇരുന്നൂറ്റമ്പത് തന്നാലും മതി'

ഹരി അവരെ നോക്കി വിഷാദഭാവത്തിൽ ചിരിച്ചു.

'അല്പസമയം നമുക്കൊന്ന് നടന്നാലോ..?'

'ഞങ്ങൾ സമയം വിൽക്കുന്നവരാണ് സാബ്.. പക്ഷേ, സമയത്തിന് വിലയുണ്ട്'

ഹരി പണമെടുത്ത് കൊടുത്തപ്പോൾ അത് വാങ്ങി ബാഗിലേക്ക് വെച്ചു അവൾ..

'പോകാം.' അവൾ ചിരിയോടെ പറഞ്ഞു..

'പോകാം' അയാൾ പറഞ്ഞു..

'കുടിച്ചിട്ടുണ്ടോ?'

അത് ചോദിക്കുമ്പോൾ അൻഷിതയുടെ ശബ്ദത്തിൽ ഭയം നിഴലിച്ചിരുന്നു.. ഒപ്പം ദേബാശിഷ് മദ്യപിക്കുമെന്നത് മുൻപ് അറിയാതിരുന്നതിലുള്ള അത്ഭുതവുമുണ്ടായിരുന്നു..

അയാളുടെ കണ്ണുകൾ ചുവന്നിരുന്നു.

കാലുകൾ ചെറുതായി ഇടറുന്നുണ്ടായിരുന്നു.

വിജയിയുടെ പുച്ഛം നിറഞ്ഞ ചിരിയുമായ് അയാൾ അൻഷിതയ്ക്ക് മുന്നിൽ നിന്നു.

'ആണുങ്ങൾ കുടിക്കും'

ദേബാശിഷ് ഷൂ ഊരി മാറ്റികൊണ്ട് പറഞ്ഞു. ഒരു കാൽ ഉയർത്തിയപ്പോൾ ബാലൻസ് ചെയ്യാനായി അയാൾ ഭിത്തിയിയിൽ പിടിച്ചുനിന്നു.

'ഇന്നുതന്നെ വേണമായിരുന്നോ ഇത്.'

അൻഷിതയുടെ ശബ്ദത്തിൽ സങ്കടം മുറ്റി നിന്നു.

ദേബാശിഷ് ഷൂ ഊരിമാറ്റിയശേഷം നിവർന്നു നിന്നു. അയാ

ളുടെ കണ്ണുകൾ അൻഷിതയുടേതുമായി ഇടഞ്ഞപ്പോൾ അവയിലെ ക്രൗര്യം അവളെ ഭയപ്പെടുത്തി.

'അതെന്താ .. ഇന്ന് നിന്റെ ആദ്യരാത്രി ഒന്നുമല്ലല്ലോ..' അയാൾ പറഞ്ഞുവരുന്നത് എന്താണെന്ന് മനസ്സിലാകാതെ അൻഷിത നിന്നു..

'അതൊക്കെ മുൻപേ കഴിഞ്ഞതല്ലേ.. ഞാൻ നിന്നെ കെട്ടുന്നതിന് മുൻപേതന്നെ'

അൻഷിതയ്ക്ക് തന്റെ കണ്ണുകളിൽ ഇരുട്ടുകയറുന്നതുപോലെ തോന്നി.. തന്നിൽ അയാളാരോപിച്ച അപമാനകരമായ വിഷയത്തേക്കാൾ പകൽ ചുനാരിയിൽ നിന്നും നരേന്ദ്രപുരത്തേയ്ക്ക് പുറപ്പെടുമ്പോൾ തന്നോട് സ്നേഹപൂർവ്വം സംസാരിച്ചിരുന്ന അയാൾക്ക് ഇപ്പോഴെന്താണ് പറ്റിയത് എന്ന ചിന്ത അവളെ പരിഹസിച്ചുകൊണ്ട് ഒരു ചോദ്യരൂപം പൂണ്ടു.

'നിങ്ങളെന്തിനാണ് അനാവശ്യം പറയുന്നത്.. ഇതിനാണോ എന്നെ ഇങ്ങോട്ടുകൂട്ടിക്കൊണ്ട് വന്നത്?'

'നിന്നെ ഇങ്ങോട്ട് കൂട്ടികൊണ്ടുവന്നത് ഇതിനുവേണ്ടിത്തന്നെയാണെടി.. ഞാൻ വിജയിച്ച ഈ ദിവസം കുടിച്ചില്ലെങ്കിൽ പിന്നെ എപ്പോഴാണ് കുടിക്കുക?'

'എന്തിൽ വിജയിച്ചു എന്ന്'

മറുപടിയായി അയാൾ പൊട്ടിച്ചിരിച്ചു..

അയാളുടെ കണ്ണുകൾ കൂടുതൽ ചവക്കുന്നു എന്ന അൻഷിതയ്ക്ക് തോന്നി.

'വേറൊരുത്തന്റെ കൂടെ ജീവിച്ച് ഒടുവിൽ അവനെ ഒഴിവാക്കി നിന്നെ എന്റെ തലയിൽ കെട്ടി വെച്ചു.. പക്ഷേ, നീ നിനക്ക് തോന്നിയതുപോലെ ഇവിടെ നിന്ന് ഇറങ്ങിപ്പോയി എന്നെ നാണം കെടുത്താം എന്ന് കരുതി അല്ലെ?'

അപ്പോഴേക്കും ദേബാശിഷിന്റെ പരിഹാസഭാവം വളരെ ക്രൂരമായ ഒന്നായി മാറുന്നത് അൻഷിത കണ്ടു.

'നീ എന്താണെടി കരുതിയത്? നിന്നെ തിരികെ വരുത്താൻ എനിക്ക് കഴിയില്ലെന്നോ?'

താൻ വഞ്ചിക്കപ്പെട്ടിരിക്കുന്നു എന്ന തോന്നൽ അൻഷിതയിൽ ആത്മരോഷമുണ്ടാക്കിയെങ്കിലും എന്തുകൊണ്ടോ താൻ ശബ്ദിക്കാൻ അശക്തയാകുന്നു എന്നവൾ തിരിച്ചറിഞ്ഞു. താനിന്ന് ഏകയാണ്. തനിക്ക് സ്വന്തമെന്ന് പറയാൻ ഉണ്ടായിരുന്നവർ നഷ്ടമായിരിക്കുന്നു.

അവസാനത്തെ അഭയവും നഷ്ടമായവളെപ്പോലെ അൻഷിത തകർന്നു നിന്നു.

'നിങ്ങൾ അഭിനയിക്കുകയായായിരുന്നു അല്ലേ? ഞാൻ നിങ്ങളെ വിശ്വസിച്ചു.'

അതുപറയുമ്പോൾ അൻഷിത കരയുകയായിരുന്നു. ജീവിതത്താളുകളിൽ അവിശ്വസനീയങ്ങളായ കഥകൾ ചമയ്ക്കുന്ന ദുഃഖപർവ്വങ്ങളുടെ ഗതി വായിച്ചെടുക്കാനാകാതെ താൻ പരാജിതയാകുന്നുവെന്ന് അവൾക്ക് തോന്നി.

പെട്ടെന്ന് ദേബാശിഷിന്റെ ഭാവം മാറി.. അയാളുടെ കണ്ണുകൾ ആർദ്രമായി. അവയിൽ നീർ തിളങ്ങുന്നില്ലേയെന്ന് അൻഷിത ഒരു നിമിഷം സംശയിച്ചു. അയാൾ അൻഷിതയുടെ അടുത്തേക്ക് നീങ്ങി. അസഹ്യമായ ഹൃദയവ്യഥ അനുഭവിക്കുന്നവനെപോലെ അത്രയധികം സ്വാഭാവീകതയോടെ അയാൾ സംസാരിച്ചുതുടങ്ങിയപ്പോൾ ദുഃഖത്തെ പേറിയിട്ടെന്നവണ്ണം ശബ്ദം ചെറുതായി വിറകൊണ്ടു..

'നീയില്ലാതെ എനിക്ക് വയ്യ അൻഷിതാ.. നീയില്ലാതെ ഞാൻ ജീവിതം കൈവിട്ടവനെപ്പോലെ ആയിത്തീർന്നിരിക്കുന്നു'

പെട്ടെന്ന് അയാൾ പൊട്ടിച്ചിരിച്ചു.

'ഞാനൊരു നല്ല നടനാണ് അല്ലേ..?'

ക്രൗര്യം അയാളുടെ കണ്ണുകളിലേക്ക് തിരികേയെത്തി.

'ഞാൻ രണ്ടാം കെട്ടുകാരനായത് കണ്ടവന്റെ കൂടെ കഴിഞ്ഞ നിനക്ക് ബോധിച്ചില്ല.. അല്ലേ?'

അയാളുടെ പല്ലുകൾ ഞെരിഞ്ഞമരുന്ന ശബ്ദം സ്തബ്ധയായി നിൽക്കുന്ന അൻഷിതയുടെ ചെവികളിൽ വീണ് അവളെ ഭയത്തെ വർദ്ധിപ്പിച്ചു..

'എന്നിട്ട് എന്റെ മുന്നിൽ പാതിവ്രത്യം അഭിനയിച്ച് നീ ഇറങ്ങിപ്പോയി.. അവന്റെ ഒപ്പം ജീവിക്കാൻ.'

സംസാരിച്ചുകൊണ്ടിരിക്കുമ്പോൾ അനുനിമിഷം അയാളുടെ ദേഷ്യം വർദ്ധിച്ചുകൊണ്ടിരുന്നു.

'നീ എന്നെക്കുറിച്ച് എന്താണെടി കരുതിയത്..?' പെട്ടെന്ന് മുന്നോട്ടുകയറി അയാൾ കൈവീശി.. മുഖത്ത് അടിയേറ്റ് അൻഷിത ഒരു വശത്തേക്ക് വേച്ച് വീണു.. ഭയപ്പാടോടെ അവിടെ നിന്ന് പിടഞ്ഞെണീറ്റ് അമ്മേയെന്ന് വിളിച്ചുകൊണ്ട് മുറിയുടെ വാതിൽ തുറന്ന് അവൾ ഹാളിലേക്ക് ഓടി.

അൻഷിത ദേബിന്റെ മുറിയിലേക്ക് പോയപ്പോൾ ആഹാരം

എടുത്തു വെച്ചിട്ട് അവരെ വിളിക്കാം എന്ന് കരുതി അടുക്കളയിൽ നിന്നതാണ് ആശാലത. മരുമകളെ തിരികെയെത്തിച്ച അന്നുതന്നെ മകൻ മദ്യപിച്ച് കയറിവന്നതിനെക്കുറിച്ച് ആലോചിക്കുകയായിരുന്നു അവർ. മുൻപ് ദേബ് ഇടയ്ക്ക് മദ്യപിക്കുമായിരുന്നു. മാനസീക പ്രശ്നങ്ങളുണ്ടായിരുന്ന സമയത്ത് അവൻ മദ്യപിച്ചാൽ വളരെ മോശമായാണ് പെരുമാറുക എന്നതിനാൽ മുൻപത്തെ അവന്റെ ചികിത്സയുടെ ഭാഗമായി ഡോക്ടർ മദ്യപാനം കർശനമായി വിലക്കിയതുമാണ്. ഇന്ന് അവൻ വീണ്ടും മദ്യപിച്ചിരിക്കുന്നു! ഇപ്പോൾ അവനോട് സംസാരിച്ചാൽ ശരിയാവില്ല എന്നറിയാവുന്നതിനാൽ താൻ മിണ്ടിയില്ല.

ഒന്നും മിണ്ടരുതെന്ന് അൻഷിതയോട് ഒന്ന് സൂചിപ്പിക്കാമായിരുന്നു എന്ന ആശാലതയ്ക്ക് തോന്നി.

പെട്ടെന്നാണ് അൻഷിതയുടെ ഉറക്കെയുള്ള നിലവിളി കേൾക്കുന്നത്.. അവർ ഓടി ഹാളിലേക്കെത്തി.

അൻഷിത മുറിയിൽ നിന്നും ഓടി തന്റെ മുന്നിലെത്തിയിരിക്കുന്നു.. അവളുടെ പിന്നിലായി ചുവന്ന കണ്ണുകളും ഭീതീതമായ ഭാവവുമായി ദേബാശിഷ് വരുന്നുണ്ട്. അൻഷിതയുടെ ചുണ്ടിന്റെ കോണിൽ രക്തം പൊടിഞ്ഞിരിക്കുന്നതും വെളുത്ത കവിളിൽ വിരൽപ്പാട് പതിഞ്ഞിരിക്കുന്നതും അവർ കണ്ടു.

'നായിന്റെ മോളെ ..നിന്നെയിന്നു ഞാൻ കൊല്ലും' പിന്നാലെയെത്തിയ ദേബാഷിഷ് അൻഷിതയുടെ മുടിക്ക് കുത്തിപ്പിടിച്ച് പിന്നിലേക്ക് വലിച്ചു.

'ദേബ് വേണ്ട.. അവളെ വിട്'

ആശാലത പറയുന്നുണ്ടായിരുന്നുവെങ്കിലും ദേബാശിഷ് അത് ശ്രദ്ധിച്ചില്ല,

വേച്ച് പോയ അൻഷിത വീഴാതെ ആശാലത അവളുടെ കൈയ്യിൽ പിടിച്ചു. അവളെ വിടാൻ ആശാലത ആവശ്യപ്പെടുന്നുണ്ടായിരുന്നെങ്കിലും വീഴാതെ നിന്ന അൻഷിതയുടെ കഴുത്തിന് കുത്തിപ്പിടിച്ച് ദേബാശിഷ് ഭിത്തിയിൽ ചേർത്ത് നിർത്തി .. അൻഷിതയ്ക്ക് ശ്വാസം മുട്ടി. അവൾ അയാളുടെ കൈ പിടിച്ച്മാറ്റി രക്ഷപെടാൻ വൃഥാ ശ്രമിച്ചു. വീണ്ടും ദേബാശിഷിന്റെ അണപ്പല്ലുകൾ ഞെരിയുന്ന ശബ്ദം അവൾ കേട്ടു.

'... നീ രക്ഷപ്പെമെന്ന് കരുതണ്ട. നിന്നെ ഇവിടെ തിരിച്ച് കൊണ്ടുവന്നത് ഞാനാണ്.. അതിനുവേണ്ടിയാണ് നിന്റെ തള്ളയെ കൊന്ന് നിന്നെ ഒറ്റയ്ക്കാക്കിയത്. എന്നെ അപമാനിച്ചിട്ട്

അങ്ങനെ പോയി കണ്ടവന്റെ കൂടെജീവിക്കാമെന്ന് നീ കരുതണ്ട.'

അയാൾ അൻഷിതയുടെ കഴുത്തിലെ പിടി വിട്ടു. കണ്ണുകൾ മിഴിഞ്ഞുതുടങ്ങിയിരുന്ന അവൾ ആഞ്ഞുശ്വസിച്ചുകൊണ്ട് നിലത്തേക്കിരുന്നു. അവൾ ദീർഘമായി ശ്വസിച്ചപ്പോൾ മൂർച്ഛിച്ച ആസ്ത്മാരോഗിയുടെ കണ്ഠനാളത്തിൽനിന്ന് വരുന്നതുപോലെയുള്ള ശബ്ദം ഹാളിൽ മുഴങ്ങി.

ദേബാശിഷ് പറഞ്ഞ വാചകങ്ങൾ സൃഷ്ടിച്ച ഞെട്ടലിൽ നിന്നും മുക്തയാവാൻ കഴിയാതെ അൻഷിത ആശാലതയെ നോക്കി.. അവർ അപരിചിതനായ ഒരുവനെ കാണുന്നതുപോലെ മകനെ നോക്കുന്നത് അവൾ കണ്ടു.

'എനിക്ക് ചോരയോട് ഒട്ടും അറപ്പില്ല. നീയും നിന്റെ മറ്റവനും കൂടി എന്നെ പറ്റിക്കുകയായിരുന്നു എന്ന് മനസിലായപ്പോഴേ തീരുമാനിച്ചതാ രണ്ടിനെയും അങ്ങ് തീർക്കണമെന്ന്. പക്ഷേ, അതിലൊരു സുഖം തോന്നിയില്ല. അതുകൊണ്ടാണ് നിന്റെ തള്ളയെ തീർത്ത് നിന്നെ തിരികെയെത്തിച്ച് ഒരു പട്ടിയെപ്പോലെ എന്റെ കാല്കീഴിൽ കിടത്താൻ തീരുമാനിച്ചത്.'

പറഞ്ഞുകൊണ്ട് ദേബാശിഷ് അൻഷിതയുടെ മുന്നിൽ മുട്ടുകാലൂന്നി ഇരുന്നു. അയാൾ സ്വന്തം വാചകങ്ങൾ ആസ്വദിക്കുകയാണെന്ന് അവൾക്ക് തോന്നി. അയാൾ മുഖം അവളുടെ മുഖത്തോട് കൂടുതൽ അടുപ്പിച്ചു. അൻഷിത ഭയത്തിൽ മുഖം ഒരു വശത്തേക്ക് തിരിച്ചു. മദ്യത്തിന്റെയും പാനിന്റെയും ഗന്ധം കലർന്ന അയാളുടെ ശ്വാസം അവളുടെ കവിളിൽ തട്ടി.

'ആ വെളുത്ത കാർ നിനക്ക് ഓർമ്മയുണ്ടാകും. അത് മറക്കരുത്.. മറന്നാൽ നിന്റെയും അവസാനം അങ്ങനെതന്നെയായിരിക്കും. പോലീസും കോടതിയുമൊന്നും തെളിവുകൾ ഇല്ലാതെ എന്നെ ഒരു ചുക്കും ചെയ്യില്ല. തെളിവുകൾ ഇനിയാർക്കും കിട്ടാനും പോകുന്നില്ല.'

അയാൾ എഴുന്നേറ്റു..

'ഇതുമായി നീ കോടതിയിൽ പോയാൽ എന്നെ ഒഴിവാക്കി നിന്റെ മറ്റവന്റെ ഒപ്പം പോകാൻ നീ ചമച്ച കള്ളക്കഥയാണ് ഇതെന്നതിന് ഞാൻ തെളിവുകൾ കൊണ്ടുവരും.. അതിനെനിക്ക് സാധിക്കും.. എന്തുകൊണ്ടാണ് നിന്റെ മറ്റവന് ചുനാരിയിൽ നിന്ന് പോകേണ്ടിവന്നത് എന്നത് നിന്റെ നാട്ടിലൊക്കെ പാട്ടാണ്.'

അയാളുടെ മുഖത്ത് വിജയത്തിന്റെ സംതൃപ്തി നിറഞ്ഞുനിൽക്കുന്നത് അൻഷിത കണ്ടു

'ഇനി നീ ഞാൻ പറയുന്നതുപോലെ ഇവിടെ ജീവിക്കും. അല്ലെങ്കിൽ കൊന്നുകളയും ഞാൻ.'

അയാൾ വികൃതഭാവത്തിൽ അവളെ നോക്കി ചിരിച്ചു.. എന്നിട്ട് തിരിഞ്ഞ് ഇടറുന്ന കാൽവെയ്പ്പുകളോടെ മുറിയിലേക്ക് നടന്നു..

പൊട്ടിക്കരഞ്ഞുകൊണ്ടിരുന്ന അൻഷിതയെ ആശാലത ചേർത്തുപിടിച്ചു.. മകൻ പറഞ്ഞതൊന്നും സത്യമാവല്ലേ എന്ന പ്രാർത്ഥനയിലായിരുന്നു അവരുടെ മനസ്..

പാഞ്ഞുപോകുന്ന വാഹനങ്ങളുടെ ഇരമ്പലിന് മീതെ ട്രെയിനിന്റെ ചൂളം വിളി ഉയർന്നുകേൾക്കുന്നുണ്ടായിരുന്നു. ആളുകൾ ജോഡികളായും കൂട്ടമായും നടക്കുന്നു. അവർ പരസ്പരം സംസാരിക്കുന്ന ശബ്ദങ്ങൾ നഗരത്തിന്റെ സംഗീതമായി പരിണമിക്കുന്നു... രാത്രികാല കച്ചവടം വസ്ത്രസ്ഥാപനങ്ങളിലും ബാറുകളിലും ഹോട്ടലുകളിലും ആണ് കൂടുതൽ കേന്ദ്രീകരിച്ചിരിക്കുന്നത് എന്നതിനാൽ ചില കടകളിൽ തിരക്കാണ്. ചിലതിൽ തിരക്കൊഴിഞ്ഞിരിക്കുന്നു.

പരസ്യബോർഡുകളിൽ നിന്നുതിരുന്ന പല രൂപത്തിലും വർണ്ണത്തിലുമുള്ള വെളിച്ചത്തിന് കീഴെ നടക്കുമ്പോഴും തനിക്ക് നഗരത്തിന്റെ നിശാസൗന്ദര്യം ആസ്വദിക്കാനാകുന്നില്ല എന്ന് ഹരിക്കറിയാമായിരുന്നു..

'എങ്ങോട്ടാണ് പോകുന്നത്? കുറെ ദൂരം നടക്കാൻ ഉണ്ടെങ്കിൽ വണ്ടി വിളിക്കു സാബ്' അവൾ ചോദിച്ചത് ഹരി കേട്ടെങ്കിലും അതിന് മറുപടി പറഞ്ഞില്ല.

'അതേയ്.. രണ്ട് മണിക്കൂറിൽ കൂടുതലായാൽ വേറെ പണം തരേണ്ടി വരും.. പിന്നെ അതുമിതും പറയരുത്'

അവൾ തന്റെ നിലപാട് അറിയിക്കുകയാണ്.

'തന്റെ പേരെന്താണ്?'

'ബിമല'

'നാട് എവിടെയാണ് ..?'

'ദിമാപുർ' ഹരിയുടെ ചോദ്യത്തിന് സംശയത്തോടെ ആണവള് മറുപടി പറഞ്ഞത്

'ഇവിടെയെങ്ങനെത്തി.'

സാബ് പത്രക്കാരനാണോ?

അവൾ സംശയത്തോടെ നിന്നു..

'അല്ല, ഒരു ചിത്രകാരനാണ്. സ്വന്തം ജീവിതത്തിന്റെ ചിത്രം വരക്കാനാകാതെ പരാജയപ്പെടുന്ന മനുഷ്യർ മറ്റുള്ളവരുടെ ജീവി

തചിത്രത്തിലേക്ക് നോക്കുന്നത് സാധാരണമല്ലേ?'

ഹരി അവളെ നോക്കി ചിരിച്ചു.. അയാളുടെ പുഞ്ചിരിയിലേക്ക് തനിക്ക് അജ്ഞാതമായ ഏതോ നൊമ്പരമരിച്ചിറങ്ങുന്നത് അവൾ നോക്കി നിന്നു.

'വരൂ' അയാൾ ആവശ്യപ്പെട്ടപ്പോൾ അവൾ മുന്നോട്ട് ചലിച്ചു..

'ഹൃദയത്തോട് ചേർത്ത അത്രമേൽ പ്രീയപ്പെട്ട പ്രണയം ഒരു നുണയായിരുന്നു എന്നറിയുമ്പോൾ നീയെന്ത് ചെയ്യും ബിമല?'

അയാളുടെ ചോദ്യങ്ങൾക്ക് മറുപടി പറയാതെ ബിമല നടന്നു..

നിശ്ശബ്ദയായിരുന്നു എങ്കിലും എങ്കിലും അവളുടെ ചുണ്ടിൽ തങ്ങിനിന്നു പുഞ്ചിരിക്ക് താൻ കാണാത്ത അർത്ഥമുണ്ടെന്നറിയാതെ ഹരി തുടർന്നു.

'ജീവിതം വളരെ വിചിത്രമാണ്..'

രാത്രികാലങ്ങളിൽ പൂട്ടിയിടുന്ന നഗരത്തിലെ പാർക്കിന്റെ കവാടത്തിന് അടുത്തുള്ള ആളൊഴിഞ്ഞ ചാരുബെഞ്ചിൽ അവരിരുന്നു. തന്റെ നഷ്ടത്തിന്റെ കഥ പറഞ്ഞുകൊണ്ടിരിക്കുന്ന ഹരിയെ കേട്ടുകൊണ്ട് അടുത്തിരിക്കെ ബിമല അയാളുടെ നൊമ്പരങ്ങളിലേക്കിറങ്ങി.. പ്രണയനിരാസത്തെ തനിക്ക് കുറ്റം പറയാൻ ആകുന്നില്ല എന്നത് തന്നെ വേദനിപ്പിക്കുന്നു എന്നുപറഞ്ഞ് ഹരി നിർത്തി .. അയാൾ ദീർഘമായി ശ്വസിച്ചു.. അയാളുടെ കണ്ണുകൾ നിറഞ്ഞിരിക്കുന്നത് കണ്ടപ്പോൾ ബിമല സഹതാപത്തോടെ അയാളെ നോക്കി..

'സാബ് ...നമ്മുടെ കഥകളിൽ എപ്പോഴും നമ്മളായിരിക്കും ശരി.. പക്ഷേ, ജീവിതമെന്നാൽ ഒരാൾ മാത്രം പറയുന്ന, ഒരു മുഖം മാത്രമുള്ള ഒരു കഥയല്ലല്ലോ.'

അവൾ ഒരു നിമിഷം നിശബ്ദയായി

'എന്റെ പ്രണയമാണ് എന്നെ ഇവിടെയെത്തിച്ചത്.. സാബിനെപ്പോലെതന്നെ.. പക്ഷേ, അതെനിക്കൊരു തൊഴിൽകൂടി ഉണ്ടാക്കിത്തന്നു എന്നുമാത്രം'

ബിമല ഒരു തമാശ പറഞ്ഞതുപോലെ പൊട്ടിചിരിച്ചു. മുഖത്തേക്ക് വീണ മുടിയിഴകൾ മാടിയൊതുക്കവേ അവളുടെ വിലകുറഞ്ഞ കൈവളകൾ ആ ചിരിയോടൊപ്പം ചേർന്നു..

'ബിമലയ്ക്ക് ആ പ്രണയത്തോട് നന്ദി പറയാൻ കഴിയുമോ?'

അവൾ മറുപടി പറയാതെ നിശ്ശബ്ദയായിരുന്നപ്പോൾ അങ്ങനെ ചോദിക്കേണ്ടിയിരുന്നില്ല എന്നുതോന്നി ഹരിക്ക്.

'ഇണയുടെ സ്നേഹവും സമ്പത്തും ശരീരവും പ്രണയിക്കുന്ന

വരുടെ ആവശ്യങ്ങളാവാം. ഇതിൽ സ്നേഹം ആഗ്രഹിക്കുന്നവർക്ക് മിക്കപ്പോഴും ദുഖമായിരിക്കും ലഭിക്കുക. കാരണം അത് കൊടുക്കാതെ കിട്ടില്ല. കൊടുത്താലും തിരികെകിട്ടുമെന്ന ഒരുറപ്പും ഇല്ല. തിരികെ കിട്ടണമെന്ന് വാശിപിടിക്കാനും പറ്റില്ല. അളക്കാൻ കഴിയാത്തവയ്ക്ക് ബിസിനസിൽ വില നിശ്ചയിക്കാനാവില്ലല്ലോ'

ഹരി തെല്ലൊരത്ഭുതത്തോടെ അവളുടെ വാക്കുകൾ കേട്ടുകൊണ്ടിരുന്നു..

'..എന്നെ പറ്റിച്ചവൻ ഇന്ന് സമ്പന്നനാണ്.. ഞാനായിരുന്നു അയാളുടെ ആദ്യത്തെ മുടക്കുമുതൽ ..'

വിഷാദത്തെ തോല്പിച്ചവളെപ്പോലെ അവൾ ചിരിച്ചു..

'അന്ന് തിരികെപോകാമായിരുന്നില്ലേ?'

'അവർ കൊന്നുകളയും..'

ഹരി മിണ്ടിയില്ല....

'സാബ്, പ്രണയനിരാസത്തെ കുറ്റപ്പെടുത്താൻ ആഗ്രഹിക്കുന്നില്ലേ?' സത്യത്തെ ഭയക്കുന്നതുപോലെ ഹരി നിശബ്ദനായിരുന്നു. അല്പം കഴിഞ്ഞ് സംശയം തീർക്കുന്നതുപോലെ അയാൾ ചോദിച്ചു..

'നാം ഒരേ ദിശയിലാണോ?'

'അല്ല സാബ്.. സാബിന് പ്രണയം ഇപ്പോഴും പട്ടുവസ്ത്രങ്ങളണിയുന്ന പെൺകുട്ടിയാണ്, എനിക്ക് പ്രണയം നഗ്നമായ ഒരു ശരീരമാണ്.' അവൾ വീണ്ടും പൊട്ടിച്ചിരിച്ചു..

ഹരിയുടെ കണ്ണുകളിൽ നീർ തിളങ്ങുന്നത് കണ്ടുനിൽക്കേ ബിമല അയാളുടെ ഹൃദയവ്യഥയിലേക്ക് ഇറങ്ങി. ആ നിമിഷത്തിൽ അയാളുടെ മുഖം കൈകളിലെടുത്ത് അവൾ നെറ്റിയിൽ ചുണ്ടുകളമർത്തി.

ഹരി ഒരു കൊച്ചുകുഞ്ഞിനെപ്പോലെ സ്വയം തകർന്നു കരഞ്ഞു .. ശബ്ദമില്ലാതെ.! അവർക്ക് മുന്നിലൂടെ കടന്നുപോകുന്നവർ ആരും തന്നെ അവരെ ശ്രദ്ധിച്ചതേയില്ല. ഇടതുവശത്തായി റോഡരുകിൽ ഒരുവൻ വണ്ടിയിൽ നിന്നിറങ്ങി ഒപ്പമിറങ്ങിയ ഒരു സ്ത്രീയുടെ കവിളിൽ ചെറുതായി തട്ടി എന്തോ പറയുന്നു. അവൾ കുലുങ്ങിച്ചിരിക്കുന്നുണ്ട്. അല്പനേരം കൂടി അവിടെ നിന്ന ശേഷം അയാൾ വണ്ടിയിൽ കയറി പോകുന്നത് ഹരി കണ്ടു..

'സാബ്'

ബിമല വിളിച്ചപ്പോഴാണ് ഹരി ചിന്തകളിൽനിന്ന് തിരികെയെത്തിയത്. അയാൾ അവളെ നോക്കി

'തിരികെ നടന്നാലോ.'

തിരികെ ബസ്റ്റാന്റ്ഡിലേക്ക് നടക്കുമ്പോൾ അയാൾ പറഞ്ഞു...

'നന്ദി ബിമല... ഇനി മറ്റൊരിക്കൽ കാണാം.'

ഹരി പറഞ്ഞതുകേട്ട് അവൾ പുഞ്ചിരിച്ചു.

ബിമലയോട് ഫോൺനമ്പർ വാങ്ങി മുന്നോട്ടുനടക്കുമ്പോൾ തന്റെ മനോഭാരം ലഘുവായിരിക്കുന്നതായി അയാൾക്ക് തോന്നി. തിരിഞ്ഞുനോക്കുമ്പോൾ അവൾ അടുത്തയാളെക്കാത്ത് സമയത്തിന് വിലപറയുന്നവരിൽ ഒരാളായി നിൽക്കുന്നുണ്ടായിരുന്നു.

ലോഡ്ജിലേക്ക് കയറിയപ്പോൾ ബസുദെബ്ജി മുന്നിലെത്തി.. അയാൾ മടിയോടെ ചോദിച്ചു.

'ആരുടെ അടുത്താണ് പോയത്?'

താനാരെയും കണ്ടിട്ടുണ്ടാവില്ല എന്ന് കരുതിയാകാം ഈ ചോദ്യം..

'ബിമലയുടെ'

"ഉം.."

അലക്ഷ്യമായെന്നവണ്ണം ഇഷ്ടക്കേടോടെ മൂളിക്കൊണ്ട് ബസുദെബ്ജി നടന്നകലുന്നത് കണ്ടപ്പോൾ ഹരിക്ക് ഉള്ളിൽ സങ്കടം തോന്നിയെങ്കിലും അതു പുറത്തുകാട്ടാതെ റിസപ്ഷനിലെ മധ്യവയസ്കനുനേരെ ഒന്ന് കൈയ്യുയർത്തിക്കാണിച്ച് അയാൾ മുറിയിലേക്കുള്ള ഗോവണിപ്പടികൾ കയറി.

പുറത്ത് ശക്തമായി പെയ്യുന്ന മഴയുടെയും വീശുന്ന കാറ്റിന്റെയും ഇരമ്പം കേൾക്കാമായിരുന്നു. ഇടയ്ക്ക് കൊള്ളിമീനുകളുടെ വെള്ളിവെളിച്ചം വേർപെടുത്തിയത് പൂർണ്ണമായും കാഴ്ചയെ മറയ്ക്കാത്ത ജനൽ കർട്ടനിടയിലൂടെ മുറിയിലേക്കെത്തുന്നു. രാത്രി വളരെ വൈകിയിട്ടും മിന്നൽവെളിച്ചത്തിൽ നിമിഷാർദ്ധത്തിൽ തെളിയുകയും മായുകയും ചെയ്യുന്ന കറുത്ത ചിത്രങ്ങളെ നോക്കി ദേബാശിഷിന്റെ അക്രമത്തെക്കാൾ അയാളുടെ വാക്കുകൾ സൃഷ്ടിച്ച കഠിനമായ ഹൃദയവ്യഥയുമായി ഉറക്കമകന്ന് കിടക്കുകയായിരുന്നു അൻഷിത.

താൻ എല്ലാ അർത്ഥത്തിലും നിസ്സഹായ ആയിരിക്കുന്നു.. ഷാഷുരി അടുത്തുതന്നെ കിടന്ന് ഉറങ്ങുന്നുണ്ട്. അവർ ചെറുതായി കൂർക്കം വലിക്കുന്നു. ദേബാശിഷ് മുറിയിലേക്ക് പോയതിന് ശേഷം അവരായിരുന്നു തന്നെ താങ്ങിയെഴുന്നേല്പിച്ച് ഈ മുറിയിൽ എത്തിച്ചതും ഒറ്റയ്ക്ക് കിടക്കേണ്ട എന്നുപറഞ്ഞ് ഒപ്പം കിടന്നതും. ഒരുപക്ഷേ, മകൻ ഇനിയും തന്നെ ആക്രമിക്കുമെന്ന് അവർ ഭയ

പ്പെടുന്നുണ്ടാകും. അമ്മയെ അയാൾ കൊന്നതാണ്..

കണ്ണുനീർ കിടക്കയിലേക്ക് ഒഴുകിയിറങ്ങുന്നത് അൻഷിതയറിഞ്ഞു ..

താൻ അയാളെ വിട്ട് മറ്റൊരാളോടൊപ്പം പോകാതിരിക്കാൻ വേണ്ടി അമ്മയെ കൊന്ന് അയാൾ തന്നെ ഒറ്റപ്പെടുത്തി. തന്റെ ഒരേയൊരു അഭയത്തെ ഇല്ലാതെയാക്കി ആ ദുർബലാവസ്ഥയിൽ വന്ന് മാപ്പുപറഞ്ഞ് വിശ്വസിപ്പിച്ച് തിരികെയെത്തിച്ചു. മികച്ച നടനും കുടിലബുദ്ധിക്കാരനുമായ മനോരോഗിയാണ് അയാൾ. ഇനിയെന്ത് എന്ന ചിന്തയ്ക്ക് ഉത്തരമില്ലാതായിരിക്കുന്നു.. തനിക്ക് എല്ലാം നഷ്ടമായിരിക്കുന്നു.. അമ്മയും ഹരിസാറും.. എല്ലാം. ഹരിസാർ ഇപ്പോൾ എന്തുചെയ്യുകയാകും..? വഞ്ചിക്കപ്പെട്ടു എന്ന തോന്നലിൽ സങ്കടപ്പെടുന്നുണ്ടാകാം. ദേബാശിഷിന്റെ വാക്കുകളെ വിശ്വസിച്ച് വീണ്ടുമയാളുടെ ഒപ്പം പോരുമ്പോൾ ആഗ്രഹിച്ച ജീവിതത്തെ തന്റെ ദൗർബല്യങ്ങൾ കൊണ്ടോ സാഹചര്യങ്ങൾ കൊണ്ടോ തള്ളിക്കളയേണ്ടി വന്നതാണ്...ഇനി ഒരു ജീവിതമില്ല. സ്വയം നീതി പുലർത്താനാകാതെ എങ്ങനെയാണ് ജീവിക്കുക! ഇനിയൊരു തിരിച്ചുപോക്കില്ല.

ജീവിക്കുന്നതിൽ അർത്ഥമില്ല എന്നുതോന്നിയ നിമിഷത്തിൽ അൻഷിത ശബ്ദമുണ്ടാക്കാതെ എഴുന്നേറ്റു. എന്തോ ഓർത്തിട്ടെന്നതുപോലെ ഫോൺ എടുത്ത് ഒരുനിമിഷം നിന്നു, പിന്നെ ടൈപ്പ് ചെയ്തു തുടങ്ങി. അല്പം കഴിഞ്ഞ് ഫോൺ മേശപ്പുറത്ത് തിരികെ വെച്ച് ഉറങ്ങിക്കിടക്കുന്ന ആശാലതയെ ഉണർത്താതെ മുറിയിൽ നിന്ന് പുറത്തേക്കിറങ്ങി ഹാളിൽ ലൈറ്റിടാതെ അടുക്കളയിലേക്ക് നടന്നു. അടുക്കളയിൽ എത്തി ലൈറ്റിട്ടശേഷം ചുറ്റും പരതിയ അൻഷിതയുടെ കണ്ണുകൾ കറിക്കരിയുന്ന കത്തിയിൽ തടഞ്ഞു. കത്തിയുമെടുത്ത് അവൾ ദേബാശിഷിന്റെ മുറിയിലെത്തി. ചാരിയിട്ടിരുന്ന വാതിൽ പതിയെ തള്ളിത്തുറന്ന് അകത്ത് കയറിയപ്പോൾ പുറത്തുപോയി വന്നപ്പോഴുള്ള അതെ വസ്ത്രത്തിൽ തന്നെ അയാൾ മലർന്ന് കിടന്നുറങ്ങുന്നത് കണ്ടു. ലൈറ്റ് അണച്ചിരുന്നില്ല. അയാളെ നോക്കി നിൽക്കെ തന്റെ മുഖത്തേക്ക് രക്തം ഇരച്ചുകയറുന്നത് അൻഷിതയറിഞ്ഞു.

കത്തിയുടെ കൈപ്പിടിയിൽ അവളുടെ പിടിത്തം മുറുകി..

മുന്നോട്ട് ചെന്ന് അൻഷിത അയാളുടെ നെഞ്ചിൽ ആഞ്ഞുകുത്തി. ദേബാശിഷ് നിലവിളിക്കുന്നതോ പിടയുന്നതോ രക്തം സ്വന്തം കൈകളെയും കിടക്കയെയും വസ്ത്രത്തെയും നനച്ചുകൊ

ണ്ട് ഒഴുകിപ്പരക്കുന്നതോ അവളറിഞ്ഞില്ല.

രക്തത്തിന്റെ ചൂടോ ചൂരോ അവൾക്ക് അനുഭവപ്പെട്ടില്ല.

ഏതോ അജ്ഞാതപ്രേരണയാലെന്നവണ്ണം അവളുടെ കൈ യാന്ത്രികമായി ചലിച്ചു. ഭ്രാന്തമായ ഒരാവേശത്തോടെ സ്വയം നിയന്ത്രണം നഷ്ടമായവളെപ്പോലെ അവൾ കത്തിയൂരുകയും വീണ്ടും കുത്തുകയും ചെയ്തുകൊണ്ടിരുന്നു..

അൻഷിത എഴുന്നേറ്റു പോയതറിയാതെ ശാന്തമായി ഉറങ്ങുകയായിരുന്നു ആശാലത. ഇടയ്ക്കെപ്പോഴോ ശബ്ദം കേട്ട് അവരെഴുന്നേറ്റു.. ശബ്ദം എന്താണെന്ന് മനസിലാക്കാൻ അവർ അല്പം താമസമെടുത്തു.. അൻഷിതയെ വിളിക്കാൻ അവർ കിടക്കയിൽ പരതി.. അവളില്ല!

'എന്നെ കൊല്ലുന്നേ.'

ആരോ നിലവിളിക്കുകയാണ്.. ദേബിന്റെ ശബ്ദം..!

അവർ എഴുന്നേറ്റ് ലൈറ്റിടാൻ മറന്ന് തുറന്നു കിടന്ന് വാതിലിലൂടെ ഹാളിലേക്കെത്തി. തുറന്നു കിടക്കുന്ന ദേബാശിഷിന്റെ മുറിയിൽ നിന്നും ഹാളിലേക്ക് വെളിച്ചം എത്തുന്നുണ്ട്. മുറിയുടെ മുന്നിലേക്ക് ഓടിയെത്തിയ ആശാലതയുടെ കണ്ഠനാളത്തിൽ ഒരു നിലവിളി കുരുങ്ങി.. അൻഷിത ദേബാശിഷിന്റെ ശരീരത്തിൽ വീണ്ടും വീണ്ടും കുത്തുകയാണ്. കിടക്കയിലും തറയിലുമായി രക്തം ഒഴുകിപ്പരന്നിരിക്കുന്നു..

ദേബ് അനങ്ങുന്നില്ല!

'മോനെ..' ആശാലത ഉറക്കെ നിലവിളിച്ചു..

ശബ്ദം കേട്ട് അൻഷിത തിരിഞ്ഞു..

പിന്നിൽ ആശാലത കുഴഞ്ഞ് നിലത്തേക്ക് വീഴുന്നത് കണ്ടു... അവൾ രക്തം പുരണ്ട തന്റെ കൈകളിലേക്കും ശരീരത്തിലേക്കും നോക്കി. കെട്ടഴിഞ്ഞ മുടിയുടെ അറ്റം രക്തത്തിൽ നനഞ്ഞ് വസ്ത്രത്തിൽ ഒട്ടിയിരുന്നു....

ചുറ്റും ചോരയുടെ മനം മടുപ്പിക്കുന്ന ഗന്ധം!

അൻഷിത തളർന്ന് നിലത്തേക്കിരുന്നു..

5

ഹരി പുറത്തേക്ക് നോക്കി.. രാവിലെതന്നെ മഴ തുടങ്ങിയിരിക്കുന്നു..! ഇന്നലെ രാത്രിയിൽ ശക്തിയായി പെയ്തിട്ടും ബാക്കിയായതുപോലെയാണ് ആകാശത്തിന്റെ ഭാവം.. ലോഡ്ജിന്റെ റിസപ്ഷൻ കൗണ്ടറിന് പിന്നിൽ ഭിത്തിയിൽ ഉയർത്തി വെച്ചിട്ടുള്ള

ടിവിയിൽ വാർത്ത ശ്രദ്ധിച്ചുകൊണ്ട് നിന്ന സമയത്ത് അവിടേക്ക് വന്ന ബസുദെബ്ജിയുടെ മുഖത്ത് ദേഷ്യഭാവമൊ സങ്കടമോ ഒന്നുമില്ല എന്ന് ഹരി കണ്ടു.. ഒരുപക്ഷേ, അയാൾ ബിമലയെ കണ്ടിട്ടുണ്ടാകണം. സങ്കടം പറയാൻ മാത്രമായി ഒരു വേശ്യയെ കൂട്ടിക്കൊണ്ടുപോകുന്ന വിചിത്രമനുഷ്യനാണെന്ന് തന്നെക്കുറിച്ച് ബസുദെബ്ജിക്ക് തോന്നിയിട്ടുണ്ടാകും. അല്ലെങ്കിൽ സഹതാപമാകാം. പക്ഷേ, അതൊന്നും മുഖത്ത് കാണുന്നില്ല..

'ചായ കുടിക്കാൻ പോകുവാണോ? പറഞ്ഞാൽ ഞാൻ മുറിയിൽ കൊണ്ടുവരുമായിരുന്നല്ലോ' അയാൾ പറഞ്ഞു..

ഹരി വേണ്ട എന്ന അർത്ഥത്തിൽ ചുമൽ കുലുക്കി ചിരിച്ചു..

'ബസുദെബ്ജി ബിമലയെ കണ്ടിരുന്നു അല്ലേ..?'

ആ ചോദ്യത്തെ തുടർന്ന് അയാളുടെ മുഖത്ത് ഒരു പുഞ്ചിരി വിരിയുന്നത് ഹരി കണ്ടു.

'സാർ നിങ്ങൾ കുറച്ചധികം നല്ലവനായിപ്പോയതുകൊണ്ടുണ്ടായ ഒരു പ്രശ്നമാണിത്. ഒരു സ്ത്രീയിൽ കാമുകിയെയും ഭാര്യയേയും അല്ലാതെ അമ്മയെക്കൂടി തിരയുന്നവർക്ക് ഇങ്ങനെയൊക്കെയെ ആകാൻ പറ്റൂ.'

അയാൾ തന്നെ കുറ്റപ്പെടുത്തുകയാണോ അതോ ശ്ലാഘിക്കുകയാണോ എന്നറിയാതെ ഹരി നിന്നു.

'ജീവിതത്തിലെ തെരഞ്ഞെടുക്കലുകൾക്ക് ഓരോരുത്തർക്കും അവരവരുടേതായ കാരണങ്ങളും സാഹചര്യങ്ങളുമുണ്ടാകും.' ബിമലയുടെ വാക്കുകൾ ബസുദെബ്ജിയും ആവർത്തിക്കുകയാണ്.

'ആ കാരണങ്ങൾക്കും സാഹചര്യങ്ങൾക്കുമായി അവരെ വിട്ടുകൊടുക്കുക. അതാണ് ജീവിതത്തിന്റെ സൗന്ദര്യം നിലനിർത്താൻ ഏറ്റവും നല്ല മാർഗം.. നിങ്ങളുടെ പ്രണയം നിങ്ങളുടെ മാത്രം സ്വന്തമാണ് സാർ. ഒരു പെൺകുട്ടി നിങ്ങളെ പ്രണയിക്കുന്നു എന്നത് നിങ്ങൾക്ക് അവളിൽ പ്രത്യേക അവകാശങ്ങൾ ഒന്നും നൽകുന്നില്ല. പ്രണയമൊരു ദാനമാണ്. ദാനം നൽകുന്നവർ ദാനം വാങ്ങുന്നവരുടെ സ്വന്തമല്ല.'

പ്രണയം മഹത്തായ ദാനമായിരിക്കാം പക്ഷേ, എന്തുകൊണ്ടാണ് തന്റെ ഹൃദയം വേദനിക്കുന്നത്? സ്വന്തമാണെന്ന് കരുതാതെ പ്രണയം സാധ്യമാണോ? ബസുദെബ്ജി പറഞ്ഞതുപോലെ അൻഷിതയിൽ തന്റെ അമ്മയുടെ പ്രതിരൂപത്തെ ആയിരുന്നോ താൻ തിരഞ്ഞിരുന്നത്! ബിമലയെ കാണാൻ പോയതിലൂടെ താനെന്താണ് സ്വയം തെളിയിക്കാൻ ആഗ്രഹിച്ചത്! തന്റെ കൂട്ടിനെത്തിയിരു

ന്ന ദാർശനിക ചിന്തകളെല്ലാം ഇവിടെ പരാജയപ്പെടുകയാണ് ഉത്തരങ്ങളിലേക്കെത്താൻ മടിച്ചെന്നപോലെ ഹരി നിശബ്ദനായി നിന്നു..

'നരേന്ദ്രപുരത്ത് ഭർത്താവിനെ കുത്തിക്കൊന്ന് ഭാര്യ പൊലീസിന് കീഴടങ്ങി..'

അവരുടെ ശ്രദ്ധയാകർഷിച്ചുകൊണ്ട് ഒരു വാർത്താവാചകം ടെലിവിഷനിൽ നിന്ന് കാതുകളിലേക്കെത്തിയപ്പോൾ ഹരി ടെലിവിഷനിലേക്ക് നോക്കി.

'.. തന്റെ അമ്മയെ കൊന്നത് ഭർത്താവാണെന്നും അതിന് പ്രതികാരമായിട്ടാണ് താനയാളെ കൊന്നതെന്നും പ്രതിയായ അൻഷിത ചാറ്റർജി പോലീസിനോട് വെളിപ്പെടുത്തി. വിശദമായ അന്വേഷണം നടത്തുമെന്ന് പോലീസ് മേധാവി അറിയിച്ചു.'

കാതുകളെ വിശ്വസിക്കാനാകാതെ ഹരി വീണ്ടും ചിത്രങ്ങളിലേക്ക് നോക്കി.. അത് അൻഷിതയും ദേബാശിഷും തന്നെയാണ്..! അവളെന്തിനാണത് ചെയ്തത്?

ദേബാശിഷാണോ മിസ്സിസ് ചാറ്റർജിയെ കൊന്നത്..

മനസിലൂടെ അനവധി ചോദ്യങ്ങൾ കടന്നുപോകുന്നു.

പോലീസ് അൻഷിതയെ വിലങ്ങുവെച്ച് കൊണ്ടുപോകുന്ന രംഗമാണ് സ്ക്രീനിൽ..

അവൾ മുഖം താഴ്ത്തിയിട്ടില്ല. മറച്ചിട്ടുമില്ല.. !

'എന്തുപറ്റി സാർ' ഹരിയുടെ പെട്ടെന്നുള്ള ഭാവമാറ്റം കണ്ട് ബസുദെബ്ജി ചോദിച്ചു.. മറുപടി പറയാതെ പരിക്ഷീണമായ ഭാവത്തോടെ ഹരി അടുത്തുള്ള കസേരയിലേക്കിരുന്നു..

അയാൾക്ക് ശരീരം തളരുന്നതുപോലെ തോന്നി.

അൻഷിതാ നീ...!

ചോദ്യങ്ങളും ഉത്തരങ്ങളുമൊരുപോലെ വഴിമുട്ടി നിൽക്കുന്നുവെന്നുതോന്നിയ നിമിഷത്തിൽ പെട്ടെന്ന് ഓർത്തതുപോലെ ഫോണെടുത്ത് അയാൾ നെറ്റ് ഓൺ ചെയ്തു.

ചാറ്റ് നോട്ടിഫിക്കേഷൻസ് വന്നിട്ടുണ്ട്..

അൻഷിത മെസ്സേജ് അയച്ചിരിക്കുന്നു..!

സ്ക്രീനിൽ കണ്ട അവളുടെ പേരിൽ ക്ലിക്ക് ചെയ്തു..

'കഴിയുമെങ്കിൽ ക്ഷമിക്കുക... ഇനിയെന്നെ ഒരിക്കലും അന്വേഷിച്ചുവരരുത്.. എന്റെ ജീവിതം ഇനി എന്റെ തീരുമാനമാണ്.'

ഹരി ഫോൺ മേശപ്പുറത്ത് വെച്ച ശേഷം മുഖവും കണ്ണുകളും കൈകൾ കൊണ്ട് അമർത്തിത്തുടച്ചു. തുടച്ചുമാറ്റിയിട്ടും മുറിവിൽ

നിന്നു പൊടിയുന്ന രക്തം പോലെ അയാളുടെ കണ്ണുകൾ വീണ്ടും നിറഞ്ഞൊഴുകി.

പെട്ടെന്ന് അയാൾ എഴുന്നേറ്റ് പുറത്തേക്ക് നടന്നു..

ബസുദേബ് പിന്നിൽ നിന്ന് വിളിച്ചെങ്കിലും അയാൾ നിന്നില്ല..

കറുത്ത ആകാശത്തിന് കീഴെ മഴയിലേക്കിറങ്ങി ഹരി വേഗം നടന്നകലുന്നത് ബസുദേബ് കണ്ടു..

കനത്ത മഴയിൽ വാഹനങ്ങളും അകലെയുള്ള കെട്ടിടങ്ങളുമെല്ലാം നിറങ്ങളകന്ന് നരച്ച ഒരു ചിത്രത്തിലേതെന്ന പോലെ തോന്നിച്ചു.

അതിലൊരു ചിത്രമായി ഹരി അലിഞ്ഞുചേരുന്നത് നോക്കി ജീവിതയാനത്തിന്റെ അയനാന്തരങ്ങൾ സൃഷ്ടിക്കുന്ന പ്രഹേളികകൾക്ക് മൂകസാക്ഷിയെന്നവണ്ണം ബസുദേബ് നിന്നു.

○○

www.ingramcontent.com/pod-product-compliance
Lightning Source LLC
LaVergne TN
LVHW101403051026
849519LV00005BC/1630